अश्रू

वि. स. खांडेकर

मेहता पब्लिशिंग हाऊस

◆ *या पुस्तकातील लेखकाची मते, घटना, वर्णने ही त्या लेखकाची असून त्याच्याशी प्रकाशक सहमत असतीलच असे नाही.*

ASHRU by V. S. KHANDEKAR

अश्रू : वि. स. खांडेकर / कादंबरी

© सुरक्षित

मराठी पुस्तक प्रकाशनाचे हक्क मेहता पब्लिशिंग हाऊस, पुणे

प्रकाशक : सुनील अनिल मेहता, मेहता पब्लिशिंग हाऊस, १९४१ सदाशिव पेठ, माडीवाले कॉलनी, पुणे – ४११०३०.

अक्षरजुळणी : इफेक्ट्स, २१/६ब, आयडिअल कॉलनी, कोथरूड, पुणे – ३८.

मुखपृष्ठ : चंद्रमोहन कुलकर्णी

प्रकाशनकाल : १९५४ / १९६२ / १९७३ / १९८१ / १९९२ / १९९५ / १९९७ / २००१ / मेहता पब्लिशिंग हाऊसची नववी आवृत्ती : जानेवारी, २००७ / जुलै, २००८ / फेब्रुवारी, २०१० / नोव्हेंबर, २०११ / मे, २०१३ / जुलै, २०१५ / पुनर्मुद्रण : मार्च, २०१८

P Book ISBN 9788177667479

E Book ISBN 9788184987607

E Books available on : play.google.com/store/books

www.amazon.in

रा. ज. देशमुख
व
सौ. सुलोचना देशमुख
यांच्या स्नेहशीलतेस

दोन शब्द

१९३० साली 'हृदयाची हाक' ही माझी पहिली कादंबरी प्रकाशित झाली. मराठी वाचकांनी तिचे कौतुक केले. त्या कौतुकात माझ्या लेखनगुणांच्यापेक्षा त्यांच्या औदार्याचाच भाग अधिक होता, हे मला त्या वेळी कळले नाही असे नाही; पण त्या कौतुकामुळे कादंबरीलेखन सुरू ठेवण्याचा धीर मला आला. १९३१ मध्ये मी 'कांचनमृग' सादर केली. तेव्हापासून १९४२ साली 'क्रौंचवध' लिहीपर्यंत अनेक बऱ्यावाईट कादंबऱ्या मी लिहिल्या. त्या लिहिताना माझ्या सर्व मर्यादांची जाणीव मला होती. माझ्या पहिल्या कादंबरीच्या प्रास्ताविकातच मी ती व्यक्त केली होती. हरिभाऊ आपटे, वामनराव जोशी, ना. सी. फडके प्रभृती साहित्यिकांनी संपन्न केलेल्या वाङ्मयाच्या दालनात आपण प्रवेश करीत आहो, आपल्या हातून हा थोडासा मर्यादेचा अतिक्रम होत आहे, असेच त्या वेळी मला वाटत होते. या कादंबरीकारांपैकी कुणाची सर्वस्पर्शी प्रतिभा, कुणाचा तत्त्वचिंतक दृष्टिकोन, कुणाची मोहक तंत्रकुशलता अशा गुणांनी मला आकृष्ट आणि अंकित केले होते. त्यांच्या पायरीला पाय लावण्याची माझी इच्छा नव्हती. त्या दालनात मला प्रवेश मिळाला, अंग चोरून का होईना उभे राहायला सापडले, याचाच मला त्या वेळी आनंद झाला.

कुठल्याही लेखकाची स्थिती नाही म्हटले, तरी थोडीशी नटासारखी असते. ज्या नटाचे प्रेक्षकांकडून कौतुक होत नाही, त्याला रंगभूमीवर फार दिवस मानाने वावरता येत नाही. सुदैवाने वाचकांचे प्रेम मला मिळाले. १९४२ साली मी लिहिलेल्या 'क्रौंचवध' कादंबरीचे रसिकांनी पूर्वीच्या कादंबऱ्यांपेक्षाही अधिक उत्साहाने स्वागत केले.

असे असून 'क्रौंचवधा'नंतर अकरा वर्षांनी 'अश्रू' घेऊन मी वाचकांच्या सेवेला सादर होत आहे. जवळ जवळ एक तप होत आले. या दीर्घकालात मी कादंबरी लिहू शकलो नाही. लिहू शकलो नाही म्हणण्यापेक्षा पुरी करू शकलो नाही, असे म्हणणेच अधिक बरोबर होईल. 'नवी स्त्री', 'तिसरी भूक', 'बुद्ध आणि हिटलर' अशा अनेक आरंभिलेल्या, पण अपूर्ण राहिलेल्या कादंबऱ्या माझ्या संग्रही आहेत.

त्यांच्यापैकी प्रत्येक कादंबरी हाती घेताना ती दोन-तीन महिन्यांत आपण सहज हातावेगळी करू, असे मला वाटत होते. प्रत्येक वेळी काही ना काही वैयक्तिक अथवा कौटुंबिक अडचण येऊन लेखन खंडित व्हावे आणि मग काही केल्या पूर्वीच्या मनोवृत्तीत जाऊन लेखनाची बैठक घालता येऊ नये असे झाले. या असमर्थतेची कारणे माझ्या अनेक हितचिंतकांनी वेळोवेळी लोकांना विषद करून सांगितली आहेत. कुणी म्हणाले, 'खांडेकरांची प्रतिभा निस्तेज झाली', कुणी उद्गारले, 'खांडेकर म्हातारे झाले', कुणी काही, कुणी काही तर्क करून माझ्या या अकरा वर्षांच्या मौनाची आपापल्यापरी मीमांसा केली. त्यांच्यापैकी कुणाच्याही मताचे मला खंडन करायचे नाही; कारण प्रत्येकाच्या बोलण्यात थोडाफार सत्यांश आहेच. उदाहरणार्थ, म्हातारपणाचे विधान घ्या. स्त्रीला– त्यातल्या त्यात 'नटी'ला– वय चोरण्यापासून काही ना काही लाभ होण्याचा संभव असतो. पुरुष-लेखकाला अशा चौर्याचा काय उपयोग आहे? त्यापेक्षा त्याने वाङ्मयचौर्य करावे, हे अधिक चांगले! म्हणून पन्नाशी व साठी यांच्या मध्यभागी मी उभा आहे, हे मी मुकाट्याने मान्य करतो. ज्या देशातल्या आयुष्यमानाची सरासरी पंचवीस-सव्वीसपेक्षा अधिक नाही, त्या देशात एकाच जन्मात माझे दोन जन्म पुरे झाले आहेत, असे कुणी म्हटले तरी तेसुद्धा मी कबूल करीन. गणित म्हणून काही शास्त्र आहेच की नाही? आणि या लोकशाहीच्या काळात सरासरी ही मोठी महत्त्वाची चीज मानायला नको का?

निस्तेज प्रतिभेविषयी मला एकच तक्रार करायची आहे. हे कारण मान्य केले म्हणजे एकेकाळी का होईना, प्रतिभेचा वरदहस्त थोड्याफार प्रमाणात माझ्यावर होता, या गोष्टीला मान्यता दिल्यासारखे होईल. सरस्वतीच्या मंदिरात प्रतिभा हा शब्द इतका स्वस्त ठरू नये, असे मला वाटते. ज्ञानेश्वर, तुकाराम, हरिभाऊ, गडकरी यांच्या बाबतीत तो सार्थ आहे. थोडी वाङ्मयाची उपजत आवड, थोडी कल्पकता, थोडे वाचन, थोडी सामाजिक गोष्टींविषयी आस्था, थोडे मानवी जीवनाविषयीचे कुतूहल, अशा अनेक लहान लहान गोष्टी मिळून म्हणा अथवा मिळवून म्हणा मी लेखक झालो. वाचकांनी माझे लेखन गोड करून घेतले, म्हणून मी लेखनाच्या क्षेत्रात काम करीत राहिलो.

मग गेल्या अकरा वर्षांत मी एकही कादंबरी का देऊ शकलो नाही?

कारणे अनेक आहेत; खाजगी, सार्वजनिक, वैयक्तिक, कौटुंबिक, कलात्मक, सामाजिक असे त्यांचे वर्गीकरण होऊ शकेल. या काळात मी काही सुखासुखी मुका झालो नाही. त्यामुळे या मौनाची मला विस्ताराने कैफियत देता येईल; पण ती देण्याची जागा ही नव्हे. 'सांजवात' या कथासंग्रहाच्या पार्श्वभूमीत माझ्या मन:स्थितीचे थोडेसे आविष्करण मी केले आहे. सहृदय रसिक त्या अनुरोधाने अनेक गोष्टी सहज जाणू शकतील.

आज 'अश्रू' सादर करताना मी नम्रपणे एकच गोष्ट सांगू इच्छितो. १९४२पासून १९५२पर्यंतची दहा वर्षे लेखक या नात्याने मी अत्यंत अस्वस्थ मन:स्थितीत घालविली आहेत. माझ्याभोवताली सत्य आणि दंभ, त्याग आणि लोभ, मानवता आणि दानवता हातात हात घालून, प्रसंगी गळ्यात गळा घालून फिरत असलेली मी पाहात होतो. या काळात एका खोल भयाण दरीच्या काठाने जाणाऱ्या पाऊलवाटेने एकेक पाऊल पुढे टाकीत माझे मन सनातन जीवनमूल्यांचा शोध घेण्याचा प्रयत्न करीत होते. पूर्वी जी श्रद्धास्थाने माझ्या साहित्यनिर्मितीला प्रेरक झाली होती, त्यांची अनुभवांच्या संशोधनशाळेत तपासणी करून घेणे मला पावलोपावली आवश्यक वाटू लागले होते. हा सारा खटाटोप माझ्यासारख्या सामान्य मनुष्याच्या मानसिक शक्तींना सहज पेलण्यासारखा नव्हता. सूर्यप्रकाशात फुलायची माझ्या मनाला सवय होती. या दशकातल्या अंधारात ते काही केल्या पूर्वीसारखे फुलेना.

तो अंधार संपला. आता उजाडले आहे, असे अजूनही मी म्हणू शकत नाही; कारण सवयीने अंधारातही थोडे थोडे दिसू लागते. शिवाय, कुठल्याही प्रकारच्या मौनाला अंत असतोच. काल निरवधी असला, तरी व्यक्तीचे जीवन मर्यादित आहे, हेही मी विसरू शकत नाही. गेल्या दहा वर्षांपिक्षा मनाने मी किंचित स्थिर झालो आहे. स्वत:पुरती सारी जीवनमूल्ये पुन्हा पारखून घेतली आहेत. कलावंतांच्या, विचारवंतांच्या राजकीय आणि सामाजिक अनुभवांच्या वैयक्तिक व कौटुंबिक सुखदु:खांच्या आणि नाना प्रकारच्या लहानमोठ्या व्यक्तींच्या दुहेरी, दुटप्पी, प्रामाणिक आणि आत्मवंचक आयुष्यक्रमांच्या प्रकाशात ती मूल्ये पुन:पुन्हा तपासून काही निर्णयांपर्यंत मी येऊन पोहोचलो आहे.

कादंबरीकार म्हणून मराठी वाचकांच्या सेवेला मी पुन्हा रुजू होत आहे. 'हृदयाची हाक' लिहिली, त्या वेळी माझे केस काळे होते. आता ते पांढरे होऊ लागले आहेत; पण त्यामुळे माझ्या लेखनातील दोष कमी झाले असतील, असे मला वाटत नाही. माझ्यामध्ये दोन खांडेकर आहेत. त्यातला एक लिहितो; दुसरा त्याच्यावर टीका करतो. या दुसऱ्याची पुष्कळशी टीका पहिल्याला पटते; पण ती लक्षात घेऊन सुधारणा करण्याचे सामर्थ्य त्याच्या अंगी नाही. सांगणे सोपे, वागणे कठीण हे कदाचित त्याचे कारण असेल.

'हृदयाची हाक' लिहिली तेव्हा मी नव्या पिढीचा कादंबरीकार मानला जात होतो. आज माझी गणना जुन्या पिढीच्या कादंबरीकारांत केली जाईल. ती करणाऱ्यांना मी एवढेच म्हणेन, 'जीवनाच्या चिरंतन विषयात नवे व जुने हा फरक वरवरचा असतो. चांगले आणि वाईट, सुंदर आणि कुरूप, क्षुद्र आणि उदात्त, जड आणि चेतन, मंगल आणि अमंगल हे भेदच तिथे महत्त्वाचे ठरतात.

'अश्रू'च्या पाठोपाठ 'नास्तिक', 'कैलास', 'तिसरी भूक', 'शृंखला', 'वर्षाकाल',

'जगन्नाथाचा रथ', 'दुसरे प्रेम' इत्यादी कादंबऱ्या वाचकांना सादर करण्याची धडपड मी करीत आहे. त्यातल्या एक-दोन प्रसिद्ध झाल्यावरच रसिकांनी माझ्या या नव्या प्रयत्नाविषयी आपले मत बनवावे, अशी माझी त्यांना नम्र विनंती आहे.

ही कादंबरी मी लिहीत असताना माझे स्नेही रामभाऊ देशमुख व सौ. सुलोचना देशमुख यांनी मला एखाद्या लहान मुलासारखे सांभाळले. या कादंबरीचे हस्तलिखित माझी मुलगी मंदाकिनी खांडेकर व माझा विद्यार्थी दामोदर नाईक यांनी तयार केले. या सर्वांच्या प्रेमाचा निर्देश करताना मला आनंद होत आहे.

कोल्हापूर   **– वि.स. खांडेकर**
१५-१२-५३

१

उमा

किती वेळ अशी दारात उभी आहे मी! उगीच रस्त्याकडं बघत. अष्टौप्रहर वटवट करणारं माजघरातलं हे म्हातारं घड्याळ हसत असेल मला. किती वाजले ते पाहायला पुन्हा आता जावं का? नको बाई! मी त्याच्या पुढ्यात जाऊन उभी राहिले, तर डोळे मिचकावून ते म्हणेल, 'अशी नव्या नवरीसारखी आतबाहेर काय करते आहेस एकसारखी? अगं वेडे, मी नुकते कुठं चाराचे टोले दिले. तुला नाही ऐकू आले? पाच वाजता सुटते शाळा. तीन वाजता नाही. तू खुशाल माजघरातून पुढील दारी आणि तिथून माजघरात येरझाऱ्या घाल. शंकर काही साडेपाच वाजल्यावाचून घरी...'

अगं बाई, त्यांचं नाव घेतलं की मी! नि तेही 'अरेतुरे'सारखं. त्यांच्या हट्टासाठी कुशीत तोंड लपवून केव्हातरी ते तसं घेतलं असेल मी! पण असं भर दिवसा, पुढल्या दारी...

वन्सं अजून कॉलेजातून परत आल्या नाहीत म्हणून बरं. नाहीतर माझ्या तोंडून तिकडलं एकेरी नाव ऐकून त्यांनी पाठ पुरविली असती माझी. कविता करायचा नाद लागला आहे ना हल्ली? म्हणूनच आताशी अशी गोडगोड थट्टा सुचत असावी आमच्या सुमाताईंना!

सुमाताई? हो सुमाताईच! त्यांना वन्सं म्हणण्यापेक्षा सुमाताई म्हणून हाक मारावी असं फार फार वाटतं मला; पण सासुबाईंना नाही ते आवडत. अलिकडं त्यांना काय झालंय कुणास ठाऊक! काहीतरी निमित्त काढतात नि उगीच सावत्रपण घाशीत, उगाळीत बसतात. म्हातारी माणसं चिरचिरी होतात का? छे! माझी आजी काही अशी नव्हती. कधी कपाळाला आठी नाही, कधी जिभेला मिठी नाही.

कुठं वाहात चालले मी? आज झालंय तरी काय मेलं असं माझ्या मनाला? छे बाई! थंडीच्या दिवसांतला हा तिसरा प्रहर सरता सरत नाही. ऊन भरभर उतरतं. सारं कसं मलूल दिसू लागतं. सोनचाफ्याचं फूल कोमेजून जावं ना, तसं हे उतरतं ऊन पाहिलं की मन उदास होतं. घरात सासुबाई झोपल्याहेत, याचीसुद्धा मग शुद्ध

राहात नाही. आपण भुतासारख्या एकट्याच वावरतोय, असं वाटतं.

लगेच मनात येतं, चंदूला आता आठवं वर्ष लागेल. त्याच्या पाठीवर तीनचार वर्षांनी पाळणा हलला असता तर...

तर? जर आणि तर! तांदळात खडे असतात ना? तसे संसारात हे दोन शब्द...

आज घरात एखादी चिमुरडी पोरटी असती, तर मला असं ओकंओकं वाटलं नसतं. ती सावलीसारखी माझ्यामागून धावली असती. लुटूलुटू चालत, दुडूदुडू धावत, गुलूगुलू बोलत तिनं माझा सारा शीण नाहीसा केला असता. कॉलेजला जायच्या गडबडीत वन्संच्या हातून कुठं विळी उघडी पडली असती, तर माझ्या मनात असं चर्र झालं असतं!

तशा चरकण्यातसुद्धा केवढा आनंद असतो!

त्या बोबड्या बाहुलीचे बोल ऐकत ऐकत मी धान्य निवडलं असतं, धुणी वाळत घातली असती. मग त्या उमाईची वेणीफणी केली असती, एखाद्या राणीसारखी तिला नटविली असती...

नटविली असती? छे! ते कसं जमलं असतं? त्या लाडूबाईंनं नाही नाही ते हट्ट केले असते. ते पुरविता पुरविता माझ्या नाकी नऊ आले असते! चार-पाच महिने झाले, सायकलसाठी चंदू धोशा करतोय; पण पोराचा तेवढा हट्ट काही पुरविणं झालं नाही तिकडून! ते तरी काय करतील? मास्तरकीच्या पगारात सहा माणसांचा संसार चालवायचा!

अरविंद भावोजी दोन वेळा इंटरला नापास झाले. पुढं बी.ए.च्या परीक्षेतही तीच रड. अजून काही परीक्षक प्रसन्न होत नाही त्यांना. इतकी वर्तमानपत्रं वाचतात, रशियात चांभाराचा मुलगा राजा झालाय म्हणून नाचतात, चुलीपाशी चहा पिता पिता नेहरू कसे चुकताहेत याच्यावर वहिनीला भलं मोठं व्याख्यान ऐकवतात. त्यांची ही सारी हुषारी परीक्षेच्या वेळी कुठं दडी मारून बसते देव जाणे! त्यांनी पास होऊन मार्गाला लागायला हवं होतं एव्हाना! त्यांच्या चार पैशांचा फार उपयोग झाला असता प्रपंचाला! डोळे बरे नाहीत म्हणून गेले पाच महिने स्वारी शिकवण्यासुद्धा करीत नाही. अशा वेळी संसाराची तोंडमिळवणी करायला...

आशा किती वेडी असते! पळसाला कधी पाच पाने येतील का?

भावोजी कधी रात्री घरी येतात, कधी नाही. आले तर दहा-दहा वाजता येतात. हवे तसे दिवे जाळतात; पण मागच्या महिन्याचं विजेचं बिल अजून दिलेलं नाही हे कुठं ठाऊक आहे त्यांना? तिकडं दोनतीनदा आठवण केली मी. शेवटी हसून म्हणायचं झालं, 'उगीच काळजी करतेस तू उमा. पूर्वी सगळीकडे राजांचे गुप्तहेर पसरलेले असत, तसे माझे विद्यार्थी ठिकठिकाणी आहेत. वीज-कचेरीतल्या विद्यार्थ्याला मी बजावून आलोय, ठाऊक आहे? शाळेत उशिरा आल्याबद्दल मी तुला शिक्षा

केली असेल; पण बिल भरायला उशीर झाला म्हणून तू मात्र मला शिक्षा करू नकोस. नाही तर आमच्या राणीसाहेबांची मोठी गैरसोय होईल. सासुबाईचं फराळाचं करायचं, चंदूनं पापडाचा हट्ट केला तर फळीवरला डबा काढून पापड अगदी कुरकुरीत भाजून त्याला द्यायचा, सर्वांच्या पोटात उनउनीत जेवण जावं म्हणून चुलित विस्तव ठेवायचा आणि एवढीशी थंडी पडली तरी पतीराजांना पाय धुवायला ऊन पाणी मिळावं ही काळजी घ्यायची! असा आहे आमच्या उमादेवीच्या राज्याचा बंदोबस्त! तेव्हा कृपा करून...'

ते असं काही बोलू लागले म्हणजे हसावं की रडावं हेच कळत नाही मला. मी गोंधळून जाते. ओठावर हसू फुटतं; पण काळजात कालवाकालव होते. श्रावणात ऊन-पाऊस पाठशिवणीचा खेळ खेळतात. संसार असाच असतो का? एकदा वाटतं, तिकडच्या डोळ्याला डोळा देऊन म्हणावं, 'तुम्ही प्रत्येक गोष्ट हसण्यावारी नेता, काहीतरी सांगून माझी समजूत घालता; पण हे सारं सारं खोटं आहे. देवानं माणसाला जीभ दिली तीच चूक झाली. या जगात खरं बोलतात ते फक्त त्याचे डोळे. हे पाहा तुमचे डोळे मला काय सांगताहेत ते? विजेचे बिल भरायला तुमच्यापाशी पैसे नाहीत. ते लपविण्याकरिता तुम्ही या साऱ्या गोष्टी सांगताय मला. चांगला ताप भरला तरी थोडं अंग मोडून आलंय असं म्हणणारे तुम्ही!'

खूप खूप बोलावंसं वाटतं असं; पण ते बोलण्याचा धीरच होत नाही मेला काही केल्या! ते रागावतील? छे! त्याची खात्री आहे मला. दहा वर्ष होत आली लग्नाला; पण दहा वेळासुद्धा स्वारी संतापली नसेल माझ्यावर!

काहीही बोला, वर यांचं आपलं गोड उत्तर तयार आहेच. सुमावन्सं म्हणतातच ना, 'वयनी, दादानं घेतलेलं बाळकडूसुद्धा गोड होतं, तू एकदा शाळेत जाऊन त्याच्या तासाला बैस. म्हणजे तुझ्या नवऱ्यावर मुलं किती खूष आहेत याची कल्पना येईल तुला!' खूष नसायला काय झालं? मधाला मुंग्या चिकटायच्याच! वन्सं असं काही बोलू लागल्या म्हणजे तिकडं माझं लक्ष नाही, असं मी दाखविते; पण त्यांचा एकेक शब्द असा गुदगुल्या करीत आत आत जातो! नि मग एकदम आजीची आठवण येते. माझा सुखी संसार पाहायला ती हवी होती.

अगबाई, किती वेळ असं दारात टिवल्याबावल्या करीत उभी राहायचं? पण आत जावं नि काम आवरायला लागावं असं वाटतच नाही आज! का बरं मन असं उडून गेलंय? ते कोपऱ्याच्या पलीकडं रस्त्याच्या कडेला एकटंच उभं असलेलं उंच झाड! वाऱ्याबरोबर त्याचं एकेक पान गळून पडतंय आणि पानापानाबरोबर माझ्या मनात एकेक जुनी आठवण फुलतेय! भिंतीला कान असतात म्हणे! पण देवानं तिला कानाऐवजी तोंड द्यायला हवं होतं. मग आमच्या खोलीच्या चारी भिंती

पाखरांसारख्या किलबिलू लागल्या असत्या माझ्याशी. अगदी पहिल्यापासून साऱ्या गोड आठवणींची उजळणी केली असती त्यांनी! नऊ-दहा वर्षांपूर्वीची ती रात्र. बाहेर कसं पिठासारखं चांदणं पडलं होतं. पायवाटेनं जाता-जाता रातराणीचा सुगंध यावा ना? तसं आमच्या खोलीत नाजूक पावलांनी येत होतं ते. मी बावरून खाली मान घालून उभी होते. माझा हात हळूच हातात घेऊन ते म्हणाले, 'आकाशात चंद्र मघाशीच उगवलाय! पण पृथ्वीवरला केव्हा उगवणार कोण जाणे!' मी खुदकन् हसले, त्या आनंदाच्या भरात मान वर केली... त्या क्षणी मला माहेरचा विसर पडला. आजीची आठवण अंधुक झाली. स्वत:लासुद्धा पार विसरून गेले मी.

हे असं कसं होतं, देव जाणे! पण होतं मात्र खरं! लहानपणी धाकट्या मामांच्या घरी गेले होते मी आजीबरोबर! श्रावणी सोमवारी हरिपूरच्या जत्रेला गेलो आम्ही सारी मुलं. संगमेश्वराच्या सुंदर देवळामागं कृष्णामाई कशी गात, नाचत, फुगडी घालत चालली होती. कुठून तरी दुरून धावत येऊन हसत हसत तिला मिळालेली ती वारणा अजून माझ्या डोळ्यांपुढं येते. तो संगम पाहून चकित झाले होते मी तेव्हा; पण आता मला नाही त्याचं इतकं नवल वाटत. जिथं मनामनांचे समुद्र मिळतात तिथं...

–पण खरोखरच आमच्या दोघांच्या मनांची मिळणी झाली आहे का? मग अलिअलिकडे ते असे चमत्कारिकपणानं का वागतात? बोलता बोलता मधेच थांबतात. माझ्याकडं नाही तर चंदूकडं पाहता पाहता एकदम दुसरीकडं बघू लागतात. साऱ्या साऱ्या गोष्टी थट्टेवारी नेतात. थोडे रोडावलेतसुद्धा ते हल्ली! काय होतंय त्यांना? कसली काळजी लागली आहे एवढी? डोळ्यांची? की आणखी कसली? ते काहीतरी लपवून ठेवताहेत माझ्यापासून! त्यांना कसलं व्यसनबिसन... एकच प्याल्यातली ती सिंधूसुद्धा पहिल्यांदा किती सुखी होती!

पूर्वी नव्हते ते असे वागत! चंदू झाला तेव्हाच्या साऱ्या आठवणी अजून कशा मनाला गुदगुल्या करतात! आजी म्हातारी, त्यात आजारी! म्हणून पहिलटकरीण असूनही मीच मामांच्या घरी जायचं टाळलं. भर मध्यरात्री माझ्या पोटात दुखायला लागलं. दवाखान्यात आधी नाव नोंदविलं होतं. भावोजींनी टांगा आणला; पण ते पडले लहान. म्हणून हेच टांग्यातून मला पोहोचवायला आले. तिथं नर्सबरोबर आत जाताना नजरेनं निरोप घ्यावा म्हणून मी यांच्याकडं वळून पाहिलं. भेदरलेल्या सशासारखे त्यांचे डोळे दिसत होते. माझ्या मनात आलं, अस्सं धावत त्यांच्याजवळ जावं नि म्हणावं, 'जिच्या पोटात दुखतंय ती हसतेय! नि तुम्ही मात्र...'

पुरुष फार हळवे असतात हेच खरं. त्यांनी बाहेर हवी तेवढी तरवार गाजवावी! पण घरातल्या गोष्टींत...

चंदूला पहिल्यांदा उचलून घेताना कशी गंमत झाली स्वारीची! म्हणे, नुसता

मऊ मऊ गोळा आहे. हातातून निसटून पडेल की काय, असं भय वाटतं!

चंदूचे आळीपाळीनं पापे घेत दोघांनी चारचार घटका केलेल्या त्या गोष्टी! इतकी वर्षं झाली; पण काल रात्रीच आम्ही त्या गोष्टी करीत होतो असं वाटतं. दुपट्यात गुंडाळलेल्या चंदूकडं टक लावून पाहात ते म्हणाले होते, 'उमा, मला धडपडत माझं शिक्षण करावं लागलं; पण चंदूवर मी तशी वेळ येऊ देणार नाही. मी साधा मास्तर झालो. तो बडा डॉक्टर होईल. गोरगरिबांच्या उपयोगी पडेल.'

सात वर्षांपूर्वीचे त्यांचे ते शब्द! आता स्वप्नातल्यासारखे वाटतात. चंदूची सायकलची साधी हौस पुरी करणं जिथं कठीण होऊन बसलंय तिथं...

किती वेळ अशी उभी राहणार आहे मी दारात? लहान मुलांना रंगीबेरंगी काचांचे तुकडे गोळा करायचा नाद असतो. मोठी माणसंसुद्धा त्या मुलांसारखीच असतात का? स्वप्नांचे, आशांचे, इच्छांचे चमकणारे तुकडे गोळा करून त्यांच्याशी ती खेळत असतात काय?

चालले वाहत मी पुन्हा! मघापासून या भोवऱ्यांतून बाहेर पडायला बघतेय; पण जाग आली तरी माणसाला अंथरुणावरून उठवत नाही ना? तसं होतंय माझं! जुन्या आठवणी चोखत बसून काही उपयोग नाही, हे कळतंय; पण त्यात रस आहे असा भासही होतोय?

सुमाताईचं कॉलेज आज लवकर सुटायला हवं होतं. अजून कशा आल्या नाहीत त्या? त्या आल्या असत्या तर मनावर आलेलं हे मळभ लगेच दूर झालं असतं! पोपट आहेत नुसत्या त्या! त्यांनी कॉलेजातल्या गमती सांगितल्या असत्या, कुणाला सांगायचं नाही अशी शपथ घालून नवी कविता म्हणून दाखविली असती, आमची वयनी किती सुंदर वेणी घालते असं गोडगोड बोलून माझ्याकडून वेणी घालून घेतली असती...

किती हुषार आहेत वन्सं. परवाची त्यांची ती प्रेमावरली कविता किती सुरेख आहे! मला साधं पत्रसुद्धा नीट लिहिता येत नाही बाई!

आताआताशी इतका उशीर का होतो त्यांना घरी यायला? बी.ए.च्या पहिल्या वर्षी फारसा अभ्यास नसतो म्हणे! पण आमच्या सुमाताई पाहाव्या तर दररोज उशिरा येतात. उशीर व्हायचं एकेक नवं कारण रोज सांगतात. काल काय, लायब्ररीत वाचत बसले होते! आज काय, अमेरिकेहून आलेल्या विद्वानाचं व्याख्यान होतं! असा राग येतो मला या साऱ्या विद्वानांचा! कशाला येतात ही माणसं आमच्या वन्संच्या कॉलेजात? ती आली नाहीत तर सुमाताई लवकर घरी परत येतील. मग त्यांच्या वयनीला असं ओकंओक वाटणार नाही. ती झटपट कामाला लागेल!

कुणीतरी घराकडंच येत होतं. छे! वन्सं नाहीत त्या. कुणीतरी पुरुष मनुष्य...
अगबाई, हे दिगंबर की काय? इकडचे जीवश्चकंठश्च बालमित्र; पण गेल्या

वर्षांत स्वारी कधी इकडं फिरकली नाही. मग आजच...

दिगंबरांना जुगाराचा नाद आहे, ते छंदीफंदी आहेत, असं यांच्या तोंडून कितीदा तरी ऐकलंय मी! अशा माणसाशी हे मैत्री तरी कशाला ठेवतात? कुजलेल्या आंब्याजवळचा चांगला आंबासुद्धा नासून जातो.

की...

नुसत्या कल्पनेनंच माझ्या अंगावर काटा उभा राहिलाय!

दिगंबरांच्या नादानं हे जुगारबिगार तर खेळायला लागले नाहीत ना? प्रपंचाची ओढगस्त होते म्हणून असल्या फंदात ते पडले तर? सट्टा, सोडत, आकडे... आणखी काय भानगडी असतात या जुगाऱ्यांच्या, कुणाला ठाऊक! पण असल्या नादाला लागलेला मनुष्य आज अंबारीतून मिरवितो नि उद्या त्याच्या हातात उलटी अंबारी येते, असं आजी नेहमी तळमळून सांगायची, 'निढळाच्या घामानं पिकतं ते सोनं, बाकीची सारी विष्ठा' हे तिचं मोठं आवडतं वाक्य होतं. आजोबा पहिल्यांदा फार श्रीमंत होते म्हणे! पुढं असल्याच काही नादानं ते धुळीला मिळाले. शेवटी आजीच्या गळ्यात सारा प्रपंच बांधून ते कुठं बेपत्ता झाले.

हल्ली इकडून अगदी चमत्कारिक वागणं होतं. त्याचं कारण असं काहीतरी भयंकर नसेल ना? हाती पैसा नाही म्हणून ते भलत्यासलत्या नादाला लागले नसतील ना?

आई अंबाबाई...

अगबाई, दिगंबर आलेच की. विचारू का त्यांना?

२

दिगंबर

चार-साडेचार वाजता शंकरच्या घरी जावं, उमावहिनीशी घटकाभर बोलावं, सुमित्रा कॉलेजातून आली असली तर तिची थोडी थट्टामस्करी करावी, शंकर शाळेतून परत आला की त्याच्याबरोबर वहिनीच्या हातचा चविष्ट चहा घ्यावा... घरगुती चहा ही अगदी निराळी चीज आहे. तिची किंमत शंकरला कधीच कळायची नाही. 'माझ्यासारख्या वर्षानुवर्षे हॉटेलात चहा पिणाऱ्या माणसालाच वहिनीच्या चहाची खरी लज्जत कळते...' आणि उठता उठता शंकराच्या कानात 'उद्या तुला शंभर रुपये द्यायचं कबूल केलं होतं मी! पण...' असं काहीतरी पुटपुटत आंबट तोंड करावं व तिथून झटकन सटकावं, अशा बेतानं मी खोलीबाहेर पडलो; पण...

दारातच उमावहिनी उभी होती! का कुणास ठाऊक, कदाचित पुष्कळ दिवसांनी पाहिल्यामुळे असेल, ती एकदम पोक्त झाल्यासारखी वाटली मला. लग्नातली ती काळीसावळी पण हसरी आणि रसरशीत सोळा-सतरा वर्षांची मुग्ध तरुणी मला समोर कुठेच दिसेना!

काळ किती क्रूर असतो! या क्षणी मनुष्य शर्यत जिंकतो, लखपती बनतो. पुढच्या क्षणी तो शर्यत हरतो, हातात चौपदरी घेतो. दहा वर्षांत उमावहिनी अशीच बदलली. दहा वर्षांत वीस पावसाळे पाहिल्यासारखी!

तिनं माझ्याकडं मोठ्या विचित्र नजरेनं पाहिलं. फासा उलटा पडला म्हणजे जुगारी भ्रमिष्ट दृष्टीनं त्याच्याकडं बघत राहतो; तिच्या त्या निर्मळ, टपोऱ्या डोळ्यांत तसाच काहीतरी भास होत होता.

लगेच ती हसून म्हणाली, 'या दिगंबरभावोजी! अगदी उंबराचं फूल झालाय् तुम्ही हल्ली!'

काहीतरी उत्तर द्यायचं म्हणून मी उद्गारलो, 'गुलाबाचं फूल होतो कधी मी, वयनी? त्याचे काटे तेवढे माझ्या वाट्याला आले आहेत!'

मी जीभ चावली. कालिदासाला मनातल्या मनात शिव्या हासडल्या. आपल्या माणसांना दुःख सांगितलं म्हणजे ते हलकं होतं, असं काहीतरी त्या बेट्यानं लिहून

ठेवलंय! त्या काळात कदाचित ते खरं असेल; पण या विसाव्या शतकात? आजच्या जगात जो तो स्वतःच्या दुःखानं गांजून गेला आहे! माझ्यासारख्यानं आपलं दुःख सांगून दुसऱ्याला अधिक दुःखी करण्यात काय अर्थ आहे?

आयुष्य हा जुगार आहे. दुःखं ही त्यातली हार आहे. ती माणसानं कुणालाही सांगू नये. सुख ही त्या जुगारातली जीत आहे. ती हवं तर साऱ्या साऱ्या जगाला सांगावी. माणसानं सुख वाटून घ्यावं; पण दुःख एकट्यानं सोसावं!

'आत या ना! चहा टाकते मी.' हे वहिनीचे शब्द ऐकून मी गोंधळलो. चहा घ्यायचा तर तिच्याशी बोलत बसायला हवं! शंकरला देण्यासाठी खिशात पैसे घालून मी आलो असतो तर लगेच बडबडायला लागलो असतो. 'एक पेला पुरायचा नाही हं मला, वयनी! निदान दोन पेले हवा. या देशात दारूबंदीच्या पाठोपाठ चहाबंदी केव्हा होईल याचा नेम नाही. तेव्हा जितका चहा पिऊन घेता येईल तितका पीत असतो मी हल्ली!'

–पण तोंडाला कुणीतरी कुलूप घातल्यासारखी स्थिती झाली माझी! शाळेपासून शंकरचं माझ्यावर इतकं प्रेम. सख्खा भाऊसुद्धा अशी माया करणार नाही. आजपर्यंत वेळीअवेळी त्यांनं मला मदत केली. प्रसंगी तोंडचा घास काढून मला दिला. त्याची बायको एक जुनेरं नेसून संसाराचे कष्ट उपसतेय. तिला नवं लुगडं घ्यायचं त्याच्या मनात असेल! कधी नाही ते शंभर रुपये त्यांनं माझ्यापाशी मागितले. तीस तारखेला नक्की देतो असं आपण त्या दिवशी त्याला वचन दिलं. आज एकोणतीस तारीख!

या महिन्यात आपल्या हातात फारसे पैसे आलेच नाहीत. जे आले ते पाहुण्यासारखे! जसे आले तसे गेले. ते उडविताना शंकरची आठवण मला होई. नाही असं नाही. आत कुठंतरी टोचे, काहीतरी टोचे; पण लगेच मनात येई, उद्या आपल्याला खूप पैसे मिळतील. आता शर्यतीचा मोसम सुरू झाला आहे. एखाद्या घोड्याची कृपादृष्टी जर आपल्याकडं वळली... साडेसाती केव्हाच संपलीय् आपली, तेव्हा...

मी मुकाट्यानं वहिनीच्या मागून आत जाऊ लागलो. माजघरातल्या दारावर खडूनं तीनचाकी सायकलचं एक वेडंवाकडं चित्र काढलं होतं. ते पाहून मी मनापासून हसलो आणि म्हणालो, 'वयनी, ही चंदूची चित्रकला दिसतेय्.'

वहिनी वळली. त्या चित्राकडे पाहून तीही थोडीशी हसली; पण ते हसणं निर्जीव होतं. आजारी माणूस हसतं ना, तसं!

वहिनीचा चहा होत असतानाच माई उठून आल्या. त्यांना पूर्वीपेक्षा कमी दिसू लागलं असावं! दुरून काही त्यांनी मला चटकन ओळखलं नाही. 'मी दिगंबर.' असं मी म्हटलं तेव्हा त्यांनी लगेच विचारलं, 'आज कुठं वाट चुकलास बाबा?'

आता त्या म्हातारीला काय सांगायचं? कुठलीही थाप इथं पचायची नाही. काही सांगितलं तरी तिचं समाधान व्हायचं नाही. हिच्यासारखी माणसं पाहिली म्हणजे

मनात येतं, ग्रहांसारख्याच माणसात दोन जाती असाव्यात; एक सौम्य नि दुसरी उग्र. पहिली गुरू-शुक्रांची जात नि दुसरी शनि-मंगळांची. मी आणि शंकर शाळासोबती झालो तेव्हापासून त्याच्या या सावत्र आईला मी पाहात आलो आहे...

माईंनी माझी उलटतपासणी सुरू केली, 'काय करतोस हल्ली?'

'बिझनेस.'

'तुझं ते यस्प्फ्यस् समजत नाही बाबा मला. अरे दिगंबर, इंग्रज गेला ना इथनं? मग आता मराठीत बोल की जरा!'

'धंदा करतो मी, माई.'

'धंदा? कसला रे, बाबा?'

आता काय सांगू कपाळ? माझ्या धंद्याचा घोड्याशी संबंध आहे म्हणून सांगितलं तर टांगेवाला कधीपासून झालास, असं ही बाई विचारायची!

मी काहीच बोलत नाही असं पाहून माईंनी पुढचा प्रश्न केला, 'दुसरं लग्न कधी करणार बाबा? असं वर्षच्या वर्ष एकट्यानं राहणं बरं नव्हे. का बारशाचे पेढे द्यायला आलाहेस?'

गाडीचे रूळ बदलणं आवश्यक होतं. मी उत्तर दिलं, 'माई, माझ्या लग्नाचं मग बघू! पण सुमीचं लग्न आता...'

माईंची मुद्रा एकदम फुलली. त्या पटकन म्हणाल्या, 'एखादं स्थळ बघ ना बाबा. शंकर काही लक्ष देत नाही. पोरीला आता एकोणिसावं संपून विसावं लागेल. तूच पाहा, दिगंबर, वाढलेली मुलगी म्हणजे उरावरली जळती शेगडी. सुमीला कॉलेजात घालू नकोस म्हणून मी सांगत होते शंकरला. पोरीनं हट्ट धरला नि हे बंधुराज म्हणाले, 'तिची हौस आहे तर शिकू दे.' तूच सांग दिगंबर, बी.ए. होऊन तरी काय भाकऱ्याच भाजायच्या ना नवऱ्याच्या घरी? असा काय बंगलेवाला नवरा मिळणार आहे सुमीला? तसे तिच्या लग्नासाठी त्यांनी दोन हजार रुपये ठेवले आहेत रे! तिचा पैचासुद्धा भार पडणार नाही शंकरवर! पण दोन हजारांनी काय कात होणार या दिवसांत? फार तर मास्तर मिळेल. वकील-डॉक्टर काही मिळणार नाही. परवा देवळात बायका बोलत होत्या बघ. विलायतेला जाऊन डॉक्टरीण होऊन आलेली मुलगी! तिचं लग्न ठरवलंय् वडिलांनी मुंबईला; पण हुंडा किती ठाऊक आहे का?'

बोलता बोलता माई एकदम थांबल्या. दोन्ही हातांची बोटं त्यांनी मला एकदा दाखविली. मग मुठी मिटून त्या पुन्हा उघडून दाही बोटं दाखविली.

म्हातारी माणसं बोलायला लागली, की गजरांच्या घड्याळाची आठवण होते. कॉलेजात असताना पहाटे उठायचं म्हणून मी नेहमी पाचाचा गजर लावीत असे. गजर होऊ लागला, की या कुशीवरून त्या कुशीवर होत तो बंद करायचा आणि

पुन्हा झोपी जायचं, असा माझा अभ्यास चाले तेव्हा!

आताही तसंच करणार होतो मी. इतक्यात उमावहिनी चहा घेऊन आली. तिनं सासुबाईच्या पुढं चहा ठेवला, मग माझ्या हातात पेला दिला.

मी विचारलं, 'तुमचा चहा कुठं आहे, वयनी?'

'आता वन्सं येतील. शाळेतून येणं होईल, तेव्हा घेईन मी. उठल्यासुटल्या चहा घेतला, की त्याची चटक लागते माणसाला. मग तेसुद्धा एक व्यसन होऊन बसतं त्याचं.'

शेवटची दोन वाक्यं बोलताना वहिनीनं माझ्याकडं अशा काही अर्थपूर्ण दृष्टीनं पाहिलं, की...

छे! तो माझ्या मनाचा भास असावा. व्यसनी माणसाचं मन किती भित्रं असतं. रानात पान पडलं, तरी कान टवकारून धावत सुटणाऱ्या सशासारखं ते कशानंही कावरंबावरं होतं! वहिनी एक साधं सत्य सहज बोलून गेली; पण तिच्या शब्दांनी मला किती अस्वस्थ करून सोडलं. माझ्या मनात आलं, या पवित्र जागेत पाऊल टाकायचा आपल्याला काय अधिकार आहे? वहिनीच्या अंगावरलं हे विटकं वस्त्र! ते काय साधं जुनेरं आहे? अहं! पतीच्या पाठोपाठ हसतमुखानं वनात जाणाऱ्या सीतामाईचं वल्कल आहे ते! मिळेल त्या बाईच्या गळ्यात गळा घालणाऱ्या बाहेरख्याली पुरुषाला त्याचं पावित्र्य कळायचं नाही. छंदीफंदी मित्रावर शंकर प्रेम करतो हा त्याचा मोठेपणा! पण त्या प्रेमाची परतफेड माझ्या हातून कधी झाली आहे का? शंकर मुलखाचा संकोची, अतिशय स्वाभिमानी, कधी नाही ते शंभर रुपये त्यानं माझ्याकडं मागितले. ते काय तशीच अडचण असल्यावाचून? आपण मात्र हातात असलेले पैसे उधळून...

छे! काही करून उद्या शंकरला शंभर रुपये द्यायचेच. तो पापासाहेब... तशा दोन-चार वेळा त्याच्या-आपल्या बैठकी झाल्या आहेत. चांगला लठ्ठ पांढरा हत्ती आहे. सिमीट आणि लोखंड यांचा काळाबाजार करून गडगंज पैसा मिळवलाय म्हणे लेकानं! त्याच्याकडं शब्द टाकायला काय हरकत आहे?

चहा पिऊन होताच मी उठलो. वयनी म्हणाली, 'बसा ना भाऊजी, घटकाभरात येतील ते.'

'घाईचं काम आहे जरा, वयनी. विसरून गेलो होतो मी ते. शंकरला एक निरोप सांगायला आलो होतो. त्याला म्हणावं तुझं काम उद्या होईल. त्याची काळजी करू नकोस.'

जाता जाता मी माईना म्हणालो, 'सुमीच्या लग्नाचा बार लवकर उडवून देऊ या हं, माई. एक चांगलं स्थळ आहे माझ्या आढळात.'

'एवढं पुण्य पदरी घे बाबा.' माई अगदी अजीजीनं म्हणाल्या.

मी चालू लागलो तेव्हा माझं मलाच हसू आलं. कुठलं स्थळ नि काय? इतरांच्या सुखदु:खांचा विचार करायला मला वेळ मिळतोय कुठं? कसल्या ना कसल्या नशेत गुंग असणारा प्राणी मी! सुख धुंडावं, मिळेल त्या क्षणभंगुर सुखाच्या धुंदीत डुंबावं आणि साऱ्या जगाला विसरून जावं, हा माझा खाक्या!

पण... नाही, मला शंकरचा विसर पडणार नाही! कुठंही... स्वर्गात. तंद्रीतून जागं होऊन मी सहज बाजूला पाहिलं. गुलमोहराच्या झाडाखाली एक तरुण मुलगी एका तरुणाशी बोलत उभी होती. चांगलंच रहस्य दिसलं त्यांचं. सुमी तर नसेल ना ती?

■

३

सुमित्रा

काय दचकले मी!

दिगंबरच असावेत ते! दादाचे दोस्त आहेत ते! हल्ली आमच्याकडं फारसे येत नाहीत; पण–

त्यांनी पाहिलं असेल का? मला ओळखलं असेल का? काही संशय येऊन संध्याकाळी ते दादाला भेटायला तर येणार नाहीत ना? त्यांनी दादाला काही सांगितलं तर? तर... काय होईल!

ते भरभर चालत होते. फार गडबडीत असावेत. रस्त्याला बाजूला गुलमोहराच्या झाडाखाली आम्ही दोघं उभी होतो. माधव पाठमोरा असावा! मी मात्र... एक डोळा रस्त्याकडं आणि एक माधवकडं अशी माझी स्थिती होती. एकीकडं मन हुरहुरत होतं, दुसरीकडं थरथरत होतं.

दिगंबरांनी कदाचित पाहिलंही नसेल. पाहिलं असलं तरी ओळखलं नसेल. आणि ओळखलं म्हणून काय झालं? मला माधवशी बोलायची चोरी थोडीच आहे? कॉलेजातली मुलंमुली काय अशी बोलत उभी राहात नाहीत? कॉलेज म्हणजे काही संन्याशाचा मठ नव्हे!

पण...

त्यांनी जाता-जाता सहज वळून पाहायला आणि माधवनं हातात पुस्तक देता देता माझा हात क्षणभर घट्ट धरायला एकच गाठ पडली. त्यानं असं काही करायला नको होतं. अशानं रस्त्यातल्या माणसांचं उगीच लक्ष जातं आपल्याकडं! कुणी बरं म्हटलं आहे ते! माणसाला डोकं एकच असतं; पण जिभा मात्र हजार असतात.

खूप खूप रागवावंसं वाटतंय मला माधववर! अस्सं परतावं, धावत धावत जावं, त्याला गाठावं नि म्हणावं, 'आजपासून तुझी-माझी गट्टी फू!'

गट्टी फू करायला माधव आणि मी काय आता लहान मुलं आहोत?

आणि त्याच्यावर रागवायचं तरी बाई कसं? रागसुद्धा कवितेसारखा आतून फुलून यावा लागतो. त्याचं नुसतं सोंग आणून काय फायदा? मी अशशी तावातावात

गेले नि त्यानं 'का गं परतलीस?' म्हणून विचारलं, तर माझ्या तोंडातून शब्दसुद्धा बाहेर पडणार नाही. उलट, डोळे खाली वळतील आणि जे त्याच्यापासून लपवून ठेवायचं तेच त्याला सांगत सुटतील! माणसाचे डोळे फार लवकर फितूर होतात.

दिगंबरांनी मला पाहिलं नसतं तर बरं झालं असतं एवढंच! एरवी माधवचा तो स्पर्श मला नको होता असं थोडंच आहे! मोठे मोठे कवी प्रेमाचं वर्णन करताना दुरून दिसणाऱ्या सौंदर्याचं इतकं स्तोम का माजवितात कुणाला ठाऊक! प्रीतीचं खरं काव्य स्पर्शात आहे. अवघं एका क्षणाचं आयुष्य असतं त्याचं; पण त्या क्षणात युगायुगांच्या आठवणी कानात कुजबुजून जातात! विजेचा बंद पडलेला प्रवाह सुरू व्हावा आणि काळोखात बुडून गेलेलं गाव एकदम लखलखू लागावं तसं काहीतरी... अंहं! कुशल वादक सारंगी वाजवू लागला, की त्या क्षणापर्यंत मुक्या असलेल्या तारातून नाजूक मधुर सूर किलबिलत बाहेर पडावेत तसं काहीतरी...

–पण माझं हे वागणं बरोबर आहे का? चार-पाच महिने होत आले माधवच्या नि माझ्या या मैत्रीला. गतवर्षी कॉलेजातल्या मासिकाच्या निमित्तानं आमची ओळख झाली. त्याला माझी कविता खूप आवडली. त्याची गोष्ट मला फार चांगली वाटली. ते सारं ठीक होतं; पण ही अलिकडची आमची मैत्री? दूध तापू लागलं, की त्याच्यावर दाट साय यावी तशी... छे! एखादी परकरी पोर पातळ नेसताच मुग्ध तरुणी दिसू लागावी तशी!

माणसाचा स्वभाव किती लबाड असतो! इतरांना नव्हे तर स्वत:लासुद्धा तो फसवीत सुटतो. माझी नि माधवची मैत्री आहे असं अजून म्हणते मी! पण ही नुसती मैत्री आहे का? मैत्री अशी कधी चांदण्याच्या चोरपावलांनी आयुष्यात येत नाही. ती उन्हासारखी राजरोस वाजत-गाजत येते. आमची नुसती मैत्रीच असती तर परवा माझ्या पुस्तकातला माधवचा फोटो घेऊन चंदू तो वहिनीला दाखवायला निघाला, तेव्हा माझी छाती धडधडायला का लागली? त्यानं त्या फोटोविषयी घरात काही बोलू नये म्हणून त्याला किती लाच द्यावी लागली मला. त्या दिवशी चॉकलेट दिलं, काल लिमलेट दिलं आणि आज...

आज सकाळी स्वारी गोष्टींच्या पुस्तकाचा हट्ट धरून बसली. कॉलेजातून येताना ते आणायचं कबूल केलं मी, तेव्हा कुठं स्वारीनं आईला ती जम्मत सांगणार नाही म्हणून वचन दिलं. मोठी लबाड असतात ही लहान मुलं. दररोज वचन देतात आणि दररोज ते मोडतात.

कॉलेज सुटल्याबरोबर बाजारात जावं, एखादं लहानसं गोष्टींचं पुस्तक विकत घ्यावं आणि घरी येऊन वहिनीच्या हाताखाली काहीतरी करायला लागावं असं म्हणत होते मी; पण पुस्तकाच्या दुकानात माधव भेटला. तो सहज आला की...

सूर्य कुठं आहे हे सूर्यफुलाला कुणी सांगतं काय?

मी चंदूसाठी चार-सहा आण्याचं छोटंसं पुस्तक घेणार होते; पण ते काही माधवनं मला घेऊ दिलं नाही. हे महाभारतातल्या गोष्टींचं पुस्तक घेतलं त्यानं. दोन रुपयांचं. मोठं मस्त आहे पुस्तक. आत रंगीत चित्रं आहेत. चंदू अगदी खूष होऊन जाईल हे पाहिल्यावर.

दुकानातून बाहेर पडल्यावर थेट घरी जाणार होते मी; पण माधवनं फार आग्रह केला. मला नाही म्हणवेना. आम्ही दोघं हॉटेलात गेलो. तिथले ते उनउनीत बटाटेवडे मोठे खमंग होते. दादाला फार आवडतो बटाटावडा. एकदा वाटलं, थोडे उनउनीत वडे घेऊन घरी जावं; पण दादा शाळेतून परत येणार साडेपाच-सहाला. तोपर्यंत ते थंडगार होतील! नि वहिनीनं हे कुठून आणलेत म्हणून विचारलं तर? तिला काय सांगायचं? माधवबरोबर हॉटेलात गेले होते म्हणून?

माझी नि माधवची ही मैत्री... मैत्री कसली? प्रीती... अशी गुप्त ठेवण्यात मी चूक तर करीत नाही ना? एकदा वाटतं, हे सारं वहिनीला सांगून टाकावं. ती पहिल्यांदा घरात आली तेव्हा तिच्या मांडीवर डोकं ठेवून, नाही तर तिला मिठी मारून आठनऊ वर्षांची सुमी आपल्या चिमण्या जगातली सारी सुखदुःखं तिला सांगत होती ना? ती शेजारची शांती माझ्याशी अशी भांडली! त्या कुलकर्ण्यांच्या कमळीनं कॉपी करून माझ्या वर नंबर मिळविला. अरुदादा मोठा वात्रट आहे, तो 'झुरळ, झुरळ, सुमीच्या केसात झुरळ' म्हणून ओरडतो नि मी घाबरून केस सोडले म्हणजे 'भूत! अरे बाप रे! भूत.' असं म्हणून मला चिडवतो. आज शाळेत शकुंतलेची गोष्ट मुलांना मी बरोबर सांगितली. तिच्या मुलानं सिंहाचे दात मोजले ना? तेसुद्धा. बक्षीस म्हणून शाळेच्या बागेतली फुलं घेऊन जायला बाईंनी मला सांगितलं. त्या फुलांनी तुझ्यासाठी वेणी करणार आहे मी. माझी ती मैत्रीण आहे ना? पमी! तिच्या कुत्रीला पांढरीशुभ्र पिल्लं झाली आहेत. त्यातलं एक काळ्याबाळ्या कानाचं मोठं छान दिसतं. ते आपण आणूया... एक नि दोन! अशा हजार गोष्टी छोटी सुमी वहिनीला रोज रोज सांगत असे.

वयनी म्हणजे परब्रह्म होतं माझं तेव्हा! अजूनही आहे म्हणा; पण... माधवशी माझी इतकी घनिष्ठ मैत्री झालीय् याचा पत्तासुद्धा लागू दिला नाही मी तिला अजून. तिच्यापासून काही काही चोरून ठेवू नये असं फार फार वाटतं. ती रात्री स्वयंपाकघरात आवराआवर करू लागली की तिच्या मागं मागं करीत राहावं, 'काय हवंय् आज आमच्या लबाड वन्संना?' म्हणून तिनं लाडकेपणानं विचारलं, की 'काही नाही! तुझ्या कुशीत झोपणार आहे मी आज!' असं उत्तर द्यावं. 'इश्श! हे काय हो वन्सं? पुढल्या वर्षी बी.ए. होणार तुम्ही! पण तुमचं पोरपण काही अजून गेलं नाही. उद्या सासरी तुमचं कसं होणार देव जाणे! हा प्रपंच सोडून तुमची पाठराखीण म्हणून मला जन्मभर तिथंच राहावं लागणारसं दिसतंय्!' असं काही तरी ती बोलू लागली, की

गुदगुल्या झाल्यासारखं हसावं आणि शेवटी आपल्या अंथरुणावर येऊन तिनं पाठीवरून हात फिरविला, की एकदम तिच्या कुशीत डोकं खुपसावं नि म्हणावं, 'वयनी, मला तुला एक गोष्ट सांगायची आहे गं!' किती वेळा असा बेत केला मी! मग वहिनी हनुवटीला हात लावून माझं मस्तक वर करण्याचा प्रयत्न करील; पण बिळात लपणाऱ्या सशासारखी मी तिच्या कुशीत अधिकच शिरेन. मला कुरवाळत ती म्हणेल, 'सांगा ना.' मी लाजत गुणगुणेन, 'मला नाही बाई सांगता येत. तूच ओळख.'

वहिनीपाशी मन उघडं करावं असं हजारदा तरी ठरवलं असेल मी! पण दर वेळी वाटतं, आज नको, उद्या सांगू. हे सारं कसं घडलं, माधवाची नि माझी मैत्री कशी जडली, हे तिला सांगायचं मला भय वाटतंय् की काय, कुणास ठाऊक! कदाचित सारी हकीगत ऐकल्यावर ती म्हणेल, 'वन्सं, माधव एका श्रीमंत वकिलाचा मुलगा आहे. आपण गरीब माणसं. कुठं बनारसी शेला, कुठं सोलापुरी चादर! आपल्याला असलं स्थळ परवडणार नाही. तुमचा माधव स्वभावानं चांगला असेल, रूपानं सुंदर असेल, तुम्ही त्याला फार फार आवडत असाल; पण त्यानं आपल्या वडिलांना विचारलं आहे का? सुमाताई, भावजय म्हणून नव्हे, तुमची थोरली बहीण म्हणून मी तुम्हाला सांगते, गुडघाभर पाण्यातच आहात तोपर्यंत मागं फिरा. पुढं पाणी किती खोल असेल, त्याला कुठं ओढ असेल, त्यात कुठं कुठं भोवरे असतील...'

'मन चिंती ते वैरी न चिंती' तसं झालंय् माझं. नाही नाही त्या शंका मनात येतात. एकदा वाटतं, मी असं आंधळेपणानं प्रेमात पडायला नको होतं! गतवर्षी इंटरमध्ये असताना आपण केवढे मोठेमोठे बेत करीत होतो! अरुदादा अजून बी.ए. झाला नाही. त्यामुळं दादाला एकट्याला संसाराचा गाडा ओढावा लागतोय्. तो कधी कुणाला आपलं दु:ख बोलून दाखवीत नाही; पण माझ्या नि अरुदादाच्या शिक्षणात त्यानं तिळाइतकंसुद्धा काही कमी पडू दिलं नाही. आपणही लवकर बी.ए. व्हायचं, मग नोकरी करून दादाला हातभार लावायचा. माझ्या लग्नाची आईला घाई झालीय्; पण ते थोडं उशिरा झालं म्हणून असं काय मोठं जग बुडणार आहे?

पानांच्या गर्दीतून जशी नकळत वेलीवर पहिली कळी हसू लागते, तशी प्रीती माणसाच्या मनात उमलते का? छे बाई! काही कळत नाही, की मी मनानं दुबळी आहे? माधवला भेटण्याचा मोह मला आवरता येत नाही. त्यानं कसलाही आग्रह केला, तरी त्याला नकार देता येत नाही. कुणी मैत्रिणीनं चहा घ्यायला बोलावलं असतं, तरी आता मी तिच्याबरोबर गेले नसते!

–पण मघाशी माधवला नाही म्हणणं माझ्या जिवावर आलं. त्याच्याशी बोलता बोलता वेळ कसा जातो ते समजतच नाही. आम्ही दोघं बाहेर आलो, तेव्हा पाच

वाजायला आले होते. मी लगबगीनं चालू लागले. माधवही हातात सायकल घेऊन माझ्याबरोबर येत होता. वाटेत ते आशा थेटर लागलं. इंग्रजी चित्रपट लागला होता, 'रोमिओ अँड ज्युलिएट'. माधव म्हणाला, 'फार सुंदर चित्र आहे. साडेसहाच्या शोला जाऊया आपण.' लहानपणी मी गोष्टींचा हट्ट धरला, की दादा शेक्सपिअरच्या एकेका नाटकाची गोष्ट अशी रंगवून सांगत असे. त्या साऱ्या गोष्टी मला फार आवडायच्या. थेटरावरल्या सुंदर चित्राकडे पाहता पाहता मला त्यांची आठवण झाली. शिवाय, कितीतरी दिवसांत मी चित्र पाहिलं नव्हतं. कॉलेजात मुलींच्या खोलीत ती कुमुद रोज रोज नव्या चित्रपटांच्या गोष्टी सांगते, सिनेमाची मासिकं आणते, गोड गोड गाणी गुणगुणते. तिचा क्षणभर हेवा वाटल्याशिवाय राहात नाही मला. मी तरी माणूसच आहे ना?

मी माधवला मानेनं होकार दिला. तो दिल्यावर मात्र मनाला रुखरुख लागली. घरी पोचेपर्यंत सव्वापाच होणार. पुन्हा सहाला परत यायचं! रोज रोज वहिनीला सबब तरी काय सांगायची? गेले तीन-चार महिने हे अस्सं चाललंय! माझ्यावर आईहून अधिक माया करणाऱ्या वहिनीशी मी लपंडाव खेळत आहे.

हे बरं का?

मी घरात पाऊल टाकताच वहिनीनं हसत मला विचारलं, 'वन्सं, तुम्ही शाळेत आहात की कॉलेजात? पाच-पाच वाजेपर्यंत कॉलेजात शिकवितात तरी काय बाई असं?'

चंदूकरता आणलेलं गोष्टीचं पुस्तक तिच्या हातात देत मी म्हटलं, 'माझ्या लाडक्या भाच्यासाठी पुस्तक आणायला गेले होते मी. कशी छान छान चित्रं आहेत बघ आत.'

वहिनीनं पुस्तक उघडलं. त्या पानावर सैरंध्रीचं चित्र होतं. पराक्रमी पांडवांची पत्नी विराटाच्या राजवाड्यात दासी म्हणून वावरत होती. त्या चित्राकडं पाहता पाहता वहिनीच्या डोळ्यांत पाणी तरळल्याचा भास झाला मला. लगेच तिनं ते पुस्तक मिटलं आणि ती म्हणाली, 'चला लवकर, चहा निवून जाईल.'

चहा पिता पिता मी वहिनीला म्हटलं, 'तुला रोमिओ अँड ज्युलिएटची गोष्ट ठाऊक आहे का गं?'

ती हसत उत्तरली, 'तुमची वयनी मराठी सातवीपर्यंतच शिकलीय, वन्सं. तिला रामविजय ठाऊक आहे. तुमचा रोमिओ का फोमिओ तिला बिचारीला कुठून...'

'फार छान गोष्ट आहे हं! तो इंग्रजी चित्रपट आलाय् इथं.'

वहिनी काहीच बोलली नाही.

'एका मैत्रिणीनं माझं तिकीट काढलंय् बघ मला न विचारता. साडेसहाच्या खेळाचं. मोठी द्वाड आहे ही माझी मैत्रीण. जे लहरीला येईल ते करते. जाऊ ना मी?'

मी भरभर बोलत होते; पण वहिनीच्या डोळ्याला डोळा देण्याचा धीर काही मला झाला नाही.

तिच्या लक्षात हे आलं असावं! लाडकेपणानं माझा गालगुच्चा घेत ती म्हणाली, 'तर तर वयनीच्या अगदी अर्ध्या वचनातच असाल नाही? तुम्ही मैत्रिणीबरोबर मजेत सिनेमा बघायला चला नि इकडं सासुबाईंनी तुमची चौकशी केली म्हणजे मी आपलं खोटं बोलत बसते... वन्सं आज अभ्यासासाठी मैत्रिणीकडं गेल्या आहेत, आज वन्संच्या कॉलेजात कुणातरी मडमेचं व्याख्यान आहे.'

'या खोटं बोलण्याचं जे पाप लागेल ते चित्रगुप्ताला माझ्या नावावर मांडून ठेवायला सांगीन. मग तर झालं?'

मी नाचतच माझ्या खोलीत गेले. आरशापुढं उभी राहिले. माधवला कसलं बरं पातळ आवडत असावं, याचा विचार करू लागले.

गुलाबी? की अंजिरी?

अंजीर खातात. गुलाबाचा नुसता सुगंध घ्यायचा असतो. गुलाबीच चांगलं!

–पण माधवची आवड निराळी असली तर? ती कशी कळायची आपल्याला! मनामनांचे टेलिफोन या जगात कधी सुरू होणार?

टेबलाच्या कप्प्यातून मी माधवचा फोटो काढला आणि त्याला विचारलं, 'असं काय बरं? सांग ना. लवकर सांग. तुला कुठला रंग आवडतो?'

त्यानं उत्तर दिलं, 'तुला आवडतो तोच! प्रेम म्हणजे दोन मनांचं मीलन!'

छे! चित्रं कधी बोलतात का? मी लगबगीनं गुलाबी पातळ नेसू लागले. दादाची शाळेतून यायची वेळ झाली होती. तो यायच्या आधी...

प्रीती इतकी भित्री का असावी? ती आंधळी आहे म्हणून? साऱ्या जगावर तिचं राज्य पसरलं आहे म्हणे! पण त्या राज्यात इनमीन तीन माणसांसुद्धा जागा असत नाही. तिच्या अफाट राज्यात फक्त दोनच माणसं का राहतात?

■

४

शंकर

शाळेतून बाहेर पडायला जवळ जवळ सहा वाजले. उद्या महिन्याचा शेवटचा दिवस; पण दिगंबरकडं जायचंय् उद्या संध्याकाळी. तो आहे धुमकेतू. वेळेवर गेलं तरच स्वारीचं दर्शन व्हायचं, म्हणून आजच शक्य तेवढं काम आवरलं.

वाटेत आशा टॉकीज लागली.

माणसाचं मन किती भित्रं असतं. ही डोळ्यांची कटकट सुरू झाल्यापासून जिथं तिथं आपल्याला नीट दिसतंय् की नाही हे पाहावंसं वाटतं. म्हणून थेटरावरून जाता जाता एकदम थांबलो. चित्राचं नाव वाचू लागलो. 'रोमिओ ॲण्ड ज्युलिएट' ही अक्षरं कशीबशी वाचली. थोडीशी अंदाजानंच. दृष्टी मंद होत चालली आहे, ही शंका काही मनातून नाहीशी झाली नाही.

खाली मान घालून मी चालू लागलो. इतक्यात पलीकडून सुमी गेल्यासारखी वाटली. मी वळून पाहिलं. ती काही मैत्रिणींच्या घोळक्यात नव्हती. कुणीतरी तरुण मुलगा असावा तिच्याबरोबर.

मी डोळे ताणून तिच्याकडं बघत राहिलो. ती थेटराच्या आवारात शिरली. चित्र पाहायला ती आली असावी. तिच्याबरोबरचा तो मुलगा कोण आहे, हे लक्षात येईना.

माझं मलाच हसू आलं. कमी दिसतं म्हणून माझी अलिकडं एकसारखी तक्रार सुरू आहे. असं असताना दुरून एक तरुण मुलगी जाते काय, ती सुमीच असावी असं मला वाटतं काय आणि तिच्याबरोबरचा तो तरुण कोण असावा, याविषयी माझं मन उगीचच साशंक होतं काय? सुमीएवढ्या उंच, सुमीसारख्या पाठीवर दोन वेण्या सोडणाऱ्या, सुमीप्रमाणेच लगबगीनं चालणाऱ्या मुली या दीड-दोन लाखांच्या गावात काय थोड्या असतील? छे! माणूस स्वभावत: संशयी आहे हेच खरं!

–पण ती मुलगी गुलाबी पातळ नेसली होती. अगदी ओळखीचं वाटलं ते पातळ. ती सुमीच असावी बहुधा!

किती वेडा आहे मी! हे गुलाबी पातळ मला फार आवडलं होतं. एक उमेला नि एक सुमीला अशी दोन घेणार होतो मी; पण दोन पातळांपुरते पैसेच नव्हते

खिशात. उधारी तर करायची नाही. म्हणून एकच घेतलं. 'वन्संना कॉलेजात जायचं असतं. त्यांच्या अंगावर काहीतरी झुळझुळीत हवं!' म्हणून उमेनं ते सुमीला दिलं. त्या दिवशी मी थट्टेनं तिला म्हणालोदेखील, 'शंकराची बायको तू. तू अशीच लंकेची पार्वती राहायचीस.' ती नुसती हसली. असलं गुलाबी पातळ नेसून उमेनं एकदा आपल्यापुढं उभं राहावं आणि आपण तिला डोळेभरून पाहावं, ही माझी इच्छा तशीच जागच्या जागी राहिली. त्यामुळंच तर या मुलीच्या गुलाबी पातळाकडं आत्ता आपलं लक्ष गेलं नसेल ना? माणसाची अतृप्त वासना कोणत्या तरी रूपानं प्रगट झाल्याशिवाय राहात नाही, असं फ्रॉइड म्हणतो ते खरं असलं पाहिजे.

मी चालायला सुरुवात केली; पण एकदा मागं वळून थेटरवरल्या भव्य चित्रातील ज्युलिएट पाहण्याचा मोह काही मला आवरता आला नाही. तिची आकृती मोठी मोहक होती. तिच्याकडं पाहता पाहता दहा वर्षांपूर्वीची उमा मला आठवली. या चित्रातल्या ज्युलिएटसारखीच ती प्रीतीची मधुर स्वप्नं पाहात होती. ज्युलिएट मरून गेली; पण उमा? आयुष्य लाभलं असूनही ती स्वप्नं प्रत्यक्षात तिनं कधीच अनुभवली नाहीत.

एक विचित्र कल्पना माझ्या मनाला चाटून गेली. रोमिओ आणि ज्युलिएट यांची प्रेमकथा जगाला अमर वाटते. शेक्सपिअरचं हे दुःखान्त नाटक लहानथोरांच्या मनाला चटका लावून जातं. त्या दोघांच्या मरणामुळंच ही कथा लोकांना इतकी आवडत असावी. ज्युलिएट उमेसारखी सामान्य गृहिणी झाली असती, रोमिओ सुखवस्तू सरदारांच्या कुळात जन्माला न येता माझ्याप्रमाणं एखाद्या गरीब दशग्रंथी ब्राह्मणाच्या घराण्यात जन्म पावला असता, मास्तरकी करीत सहा माणसांचा संसार त्याला चालवावा लागला असता, तर शेक्सपिअरच्या या नाटकातलं काव्य कितपत शिल्लक राहिलं असतं?

असले विक्षिप्त विचार हल्ली माझ्या मनात वारंवार येतात. मग माझं मलाच भय वाटू लागतं. लहानपणी रामायण-महाभारतातल्या गोष्टी मला फार आवडत. त्यातली दुःखंसुद्धा किती भव्य, किती उदात्त वाटायची. शाळा-कॉलेजात सर्व प्रकारची काव्यं आणि कथा मी वाचू लागलो. गडकरी, खाडिलकर, कालिदास, भवभूती, शेक्सपिअर, हार्डी, टॉलस्टॉय, टर्जीनिव्ह, रवींद्रनाथ– कितीतरी ग्रंथकार माझे जिवलग मित्र बनले. त्यांनी मला आनंद दिला, उत्साह दिला. आयुष्याच्या पाऊलवाटेवरल्या काट्याकुट्यांची त्यांच्या जादूनं फुलं बनली; पण ती सारी फुलं आज कुठं आहेत? गेल्या चार-पाच वर्षांत त्यांच्या पाकळ्या झडू लागल्या आणि आता तर त्यांचे नुसते सुकून गेलेले इवलेसे देठ मनात उरले आहेत. म्हणूनच दुपारी संस्कृतच्या तासाला चारुदत्ताचा तो श्लोक मी पूर्वीइतक्या रसाळपणानं शिकवू शकलो नाही. 'न भीतो मरणादस्मि केवलं दूषितं यशः', 'मला मरणाचं भय वाटत

नाही, अपकीर्तीची भीती वाटते' असं दरिद्री चारुदत्त म्हणतो. श्लोक शिकविता शिकविता मी स्वत:च्या मनात डोकावून पाहिलं. ते म्हणत होतं, 'हे काव्य आहे, सत्य नाही. हा चारुदत्त खरा नाही. आपल्यामागं बायकामुलांचं कसं होईल, याची त्याला पळभरसुद्धा काळजी वाटली नसेल? असं कसं होईल? गृहस्था, सात-आठ महिन्यांपूर्वी तू विषमानं आजारी पडलास. दोन-तीन दिवस अगदी मृत्यूच्या दारात होतास तू. क्षणाक्षणाला तू परमेश्वराला एकच प्रार्थना करीत होतास, 'मला जगू दे. माझ्या चंदूसाठी, उमेसाठी, सुमीसाठी– साऱ्या कुटुंबासाठी मला जगू दे. मास्तरकीत त्यांचं पोट भरलं नाही तर दुसरं काहीतरी मी करीन; पण माझ्या माणसांसाठी मला जगू दे.'

संस्कृतचा तास संपवून शिक्षकांच्या खोलीकडं येता येता तर अनेक विचित्र कल्पना माझ्या मनात पिंगा घालू लागल्या. पावसात चारुदत्ताला भेटायला जाणाऱ्या वसंतसेनेचं कॉलेजात असताना मी कौतुक केलं होतं. आजच प्रथम माझ्या मनात आलं, धो धो पावसात असं भिजत जाणं इतकं सोपं नाही. शूद्रकाला काव्य करायचं होतं म्हणून त्यानं वसंतसेनेची प्रकृती त्या रात्री बिघडू दिली नाही; पण काळोख पडला तरी चंदू शाळेतून घरी परत आला नाही, म्हणून मुसळधार पावसात छत्री न घेता उमा त्याला शोधायला गेली तर? तर तिला न्यूमोनिया होऊन डॉक्टरचं दोनचारशे रुपये बिल भरायची वेळ माझ्यावर येईल.

हे सारे कवी, आहे तसं जीवन का रंगवीत नाहीत? त्यात काव्य नाही, असं त्यांना वाटतं की काय? राक्षसाच्या हातून उर्वशीला सोडविणारा राजा आणि रेशनच्या पैशाची व्यवस्था मोठ्या कष्टानं, पण हसतमुखानं करणारा कारकून यात अधिक पराक्रमी कोण?

अलिअलिकडं असे प्रश्न माझं मन वारंवार विचारतं. त्याच्या दृष्टीनं साऱ्या काव्यांचा रंग विटला आहे. असं का व्हावं? आपल्या साऱ्या जुन्या श्रद्धा ढासळत चालल्या आहेत काय?

विचारांच्या तंद्रीतून जागं होण्याचा मी प्रयत्न केला. बाजारात आलो होतो मी. कोपऱ्यावरच फुलांची पाच-सहा दुकानं होती. ताज्या, सुंदर वेण्या येणाऱ्या-जाणाऱ्या बायकांवर आपली मोहिनी घालीत हसत होत्या. त्या दुकानांपुढं दोन-तीन मोटारी उभ्या होत्या. भारी किमतीची पातळं नेसलेल्या आणि नाना तऱ्हांनी नटलेल्या तरुण, प्रौढ बायका वेण्या खरेदी करीत होत्या. किती दिवसांत... छे महिन्यांत, उमेसाठी मी वेणी घेतली नव्हती. वाटलं, काही करून आज एक वेणी घेऊन जावं. मी किंचित वळलो, दुकानाच्या दिशेनं चार पावलं टाकली. मग एकदम थांबलो. माझ्यापुढं अनेक प्रश्नचिन्हं दत्त म्हणून उभी राहिली. एक वेणी कशी पुरेल? सुमीसाठी दुसरी घ्यायला नको का? पण दोन वेण्यांची किंमत आज आपल्या

खिशाला कशी परवडेल? उद्या महिन्याची शेवटची तारीख. परवा आपला पगार होणार. तोही झाला तर! अशा स्थितीत खिशात असलेली चिल्लर दोन वेण्या घेऊन कमी करणं मूर्खपणाचं होणार नाही का? दिगंबरानं उद्या शंभर रुपये द्यायचं कबूल केलं आहे. कधी नाही तो धीर करून त्याच्याकडं आपण पैसे मागितले आहेत. दिगंबर व्यसनी बनला, वाहवत गेला तरी मनानं प्रेमळ आहे. कुठून ना कुठून शंभर रुपये आणून उद्या तो ते निश्चित आपल्याला देईल. मग दोन वेण्याच काय उमेला तसलं गुलाबी पातळसुद्धा घेता येईल.

मी मुकाट्यानं मागं वळलो; पण पावलापावलाला माझ्या काळजात एक सूक्ष्म, तीक्ष्ण काट्याचं टोक सलत होतं. विद्वान दशग्रंथी ब्राह्मणाचा मुलगा मी. काळ बदलला म्हणून वडिलांशी भांडून मी इंग्रजी शिक्षणाकडं वळलो. त्यांच्यावर आपला भार पडू नये म्हणून नेहमी धडपडलो. नादारी शिष्यवृत्ती असं काही ना काही मिळवीत एम्.ए. झालो. वशिला असता तर चटकन कुठंतरी प्रोफेसर होऊन गेलो असतो; पण ते काही जमलं नाही. गरिबीतही वडलांनी कुणापुढं मान वाकविली नव्हती. ते संस्कार मनावर कायम होते. ते नेहमी म्हणायचे, 'भिकेच्या पोळीपेक्षा कष्टाची भाकरी बरी.' शेवटी शेवटी त्यांच्या धंद्याचा जम अगदी विस्कटला होता. तरी पै पै करून सुमीच्या लग्नाकरता म्हणून त्यांनी दोन हजार रुपये साठविले होते. चिमुकली सुमी हे आमच्या घरातलं शेंडेफळ. तिच्यावर फार जीव होता त्यांचा. मृत्यूशय्येवर दोन हजार रुपये असलेलं ते बँकबुक त्यांनी माझ्याकडं दिलं आणि डोळ्यांत पाणी आणून सांगितलं, 'शंकर, मी तुला सावत्र आई आणली; पण तुला कधी सावत्रपणानं वागवू दिलं नाही तिला. तूही अरविंद आणि सुमित्रा ही तुझी सख्खी भावंडं आहेत असं मान. अरविंद मुलगा आहे. त्याची मला इतकीशी काळजी वाटत नाही. तुझ्यासारखं तोही आपलं शिक्षण करील; पण सुमी, आई-बापाचं धाकटं मूल अगदी अभागी असतं. त्याला त्याचं सुख फारसं मिळत नाही. सुमी चांगल्या स्थळी पडावी म्हणून साऱ्या जन्माची पुंजी मी तुझ्याकडं देत आहे. ती तिच्याच सुखासाठी वापर आणि एक लक्षात ठेव, या पैशातली पै न् पै कष्टाची आहे. मी ती प्रामाणिकपणानं मिळवली आहे. साधी एकदाष्णी करतानासुद्धा मी कधी चुकारपणा केला नाही. अंगात ताप असताना थंड पाण्यानं स्नान करायला कधी कचरलो नाही मी. देवापाशी निर्मळ शरीरानं, पवित्र मनानं जायला हवं. तू असाच वाग. देव दयाळू आहे. तो तुला काही कमी पडू देणार नाही.

बाबांचे हे शेवटचे शब्द मला राहून राहून आठवतात. रात्री विचार करीत मी अंथरुणावर पडतो तेव्हाच नव्हे, तर रस्त्यानं चालतानासुद्धा, बाजारातून जाताना तर कुणीतरी तापलेलं तेल कानात ओतावं, तसे ते वाटतात.

'देव दयाळू आहे. तो तुला काही कमी पडू देणार नाही.' किती क्रूर शब्द आहेत

हे. उमेला फुलं फार आवडतात; पण तिच्यासाठी एक वेणी घेतानासुद्धा आतासारखा मला विचार पडतो. मग हे शब्द उपाशी राहिलेल्या हिंस्र जनावरासारखे मला खायला येतात. हरत-हेच्या सुंदर कपड्यांनी भरलेली ही वस्त्रभांडारं, नाना प्रकारच्या नव्या नव्या दागिन्यांनी नटलेला हा सराफकट्टा, रंगीबेरंगी खेळण्यांनी हसणारी ही दुकानं... उमा काय यातल्या एखाद्या पातळानं अधिक सुंदर दिसणार नाही? सुमाच्या मोहक लांबट चेहऱ्याला काय यातल्या कर्णभूषणांनी शोभा येणार नाही? चिंध्यांचा चेंडू घेऊन खेळणाऱ्या चंदूच्या चेहऱ्यावर अशी खेळणी मिळाली, तर काय आनंद फुलणार नाही!

–पण... पण त्या सर्वांचं नशीब माझ्याशी... एका मास्तराशी जखडलं गेलं आहे. त्यांची कुठलीही हौस उभ्या जन्मात तृप्त होणार नाही.

शिक्षकाचा पेशा मी आवडीनं पत्करला. गेली दहा वर्षं तो प्रामाणिकपणानं पार पाडला. किती कळ्या मी फुलविल्या, किती फुलझाडांना लागणारी कीड हलक्या हातानं मी नाहीशी करून टाकली. किती डोळ्यांत मी आनंदाची निरांजनं उजळविली; पण अशी भरलेल्या बाजारातून रिकाम्या हातांनी घरी जायची वेळ आली, की माझ्या जिवाची तडफड सुरू होते. ते सारं समाधान सुंदर स्वप्नासारखं विरून जातं. मोहक रंगांची पातळं पाहताना उमेच्या अंगावरल्या विटक्या वस्त्राची आठवण होते. लग्नगाठीनं बांधल्या गेलेल्या त्या अश्राप जिवावर आपल्या हातून अन्याय होतोय, असं सारखं मनात येतं. ज्यात खूप पैसा मिळेल; उमेला, सुमीला, चंदूला, माझ्या साऱ्या माणसांना सुखात ठेवण्याइतका पैसा हातात घोळू लागेल, असा दुसरा कुठला तरी धंदा...

स्वत:च्या दुबळेपणाची खंत वाटू लागते. 'वेड्या, दुबळेपणाचंच दुसरं नाव सज्जनपणा आहे' असं कुणीतरी कानात गुणगुणतं. त्या शब्दांसरशी आत्म्याची तडफड सुरू होते. 'नाही, नाही' म्हणून तो आक्रोश करून उठतो, तो आक्रोश हे केवळ अरण्यरुदन आहे का?

हे दु:ख कुणालाही सांगता येण्याजोगं नाही. अगदी उमेलासुद्धा. माझं मलाच ते भोगायला हवं. जे कुणीही वाटून घेऊ शकत नाही, असं मरणासारखं भयंकर दु:ख आहे हे!

बाजारातल्या साऱ्या सुंदर वस्तू पाहात असताना माझं मन अलिकडं असंच तडफडतं, चडफडतं. ही तडफड व्यर्थ आहे, असं मी स्वत:ला दररोज बजावतो. उद्यापासून या वस्तूंकडं पाहायचं नाही, त्यांच्याविषयी कसलीही लालसा बाळगायची नाही, असा मी निश्चय करतो; पण प्रत्येक दिवशी या वेड्यावाकड्या विचारांच्या चक्रव्यूहात मी सापडतो. त्यातून बाहेर येण्याचा मार्गच मला दिसत नाही. चक्रव्यूहात सापडलेल्या अभिमन्यूचं मरण हे वीरमरण तरी होतं; पण हे कणाकणानं सुरू

असलेलं माझ्या मनाचं मरण...

समोर औषधाचं दुकान होतं. मधे डॉक्टरांनी डोळ्यांसाठी एक औषध लिहून दिलं होतं. त्याची किंमत किती आहे ते तरी एकदा पाहावं, अशी कल्पना मनात आली. दुकानात शिरलं, की साहजिकच साऱ्या तापदायक विचारांचा विसर पडेल.

मी लगबगीनं कोटाच्या वरच्या खिशातल्या चिट्ठ्याचपाट्या काढल्या. पहिला कागद– विजेचं बिल होतं ते मागच्या महिन्याचं. दुसरा कागद, तिसरा कागद... सारी बिलंच बिलं होती. डॉक्टरांनी दिलेला तो कागद कुठं गहाळ झाला की काय कळेना! मी सारे कागद डोळ्यांजवळ नेऊन पाहिले. शेवटी तो कागद सापडला. त्याच्यावर लिहिलं होतं, 'सुपर व्हिटॅमिन कॉन्सेन्ट्रेट. पंचवीस हजार यू.एस.पी. युनिट्स' अप जॉन कंपनीचं औषध होतं ते.

मी दुकानाच्या पायऱ्या चढलो. तो कागद दुकानदाराच्या हातात देऊन 'या औषधाची किंमत काय' म्हणून विचारलं. तो उत्तर देणार इतक्यात दुकानापुढं एक कोरी करकरीत, सुंदर मोटार उभी राहिली. 'यावं, पापासाहेब' म्हणत मोटारीतल्या व्यक्तीचं स्वागत करण्याकरता तो पुढं गेला; पण गाडीतून कुणी पुरुष खाली उतरलाच नाही. एक तीस-पस्तीस वर्षांची बाई लगबगीनं दुकानात शिरली. 'नमस्ते, मिसेस पापासाहेब' दुकानदार अगदी वाकून नमस्कार करीत म्हणाला. त्या बाईनं त्याच्याकडं पाहिलं न पाहिलंसं केलं आणि 'गुड इव्हिनिंग' असं पुटपुटत ती खुर्चीत बसली. एक सुंदर कुलंगी कुत्रं तिनं डाव्या खांद्याच्या बाजूला हळूच धरलं होतं. 'टॉम, टॉम' करून ती त्याला कुरवाळीत होती.

तिनं दुकानदारापुढं एक कागद टाकला. 'हे जनावराचं औषध आहे मॅडम, माणसाचं नाही.' असं तो म्हणाला तेव्हा मला हसू येऊ लागलं. मोठ्या कष्टानं मी ते आवरलं.

दुकानदाराकडं रागानं पाहत ती उद्गारली, 'टॉमचं औषध घ्यायलाच आलेय मी. जरा जल्दी कर. मला अजून क्लबात जायचंय्... तिथून सिनेमाला जायचंय्.'

दुकानदारानं झटपट बाटली काढली, चटपट बिल खरडलं. 'बारा रुपये दहा आणे' असं म्हणत ते मोठ्या अदबीनं त्यांनं त्या बाईपुढं केलं. तिनं पर्स सर्रकन उघडली. झर्रकन् एक हिरवी नोट काढली, ती दुकानदारापुढं फेकली. त्यानं सत्त्याऐंशी रुपयांच्या नोटा भरभर मोजल्या. पैसे पर्समध्ये कोंबून आपल्या कुत्र्याकडं मोठ्या प्रेमानं पाहात ती बाई दुकानातून बाहेर पडली.

तिची मोटार निघून गेल्यावर दुकानदारानं पुन्हा माझा कागद पाहिला आणि तो म्हणाला, 'बारा रुपये दहा आणे.' 'उद्या घेऊन जाईन औषध' असं पुटपुटत मी दुकानातून बाहेर पडलो.

जे विचार टाळण्याकरता मी दुकानात शिरलो होतो, तेच पुन्हा घोंगावू लागले.

कुठंतरी जाऊन स्वस्थ बसावं. ही सारी कर्मकटकट क्षणभर विसरून जावं, म्हणून जवळच असलेल्या एका सार्वजनिक बागेकडे मी वळलो. मधल्या कोपऱ्यावर कसली तरी सभा सुरू होती. मी खाली मान घालून मुकाट्यानं चाललो होतो. इतक्यात अगदी रस्त्याच्या कडेला असलेला एक विद्यार्थी दुसऱ्याला कोपरानं डिवचून म्हणाला, 'अरे, तो पाहा अरविंद बोलतोय्. बेंबीच्या देठापासून ओरडतोय् लेकाचा! वक्तृत्व१क म्हणजे शंख करणं अशी बेट्याची समजूत झालीय!'

ते दोघेही खो खो करून हसले. अरविंदाचं भाषण ऐकण्याकरिता म्हणून ते पुढच्या गर्दीत मिसळले. त्यांच्या बोलण्यानं माझं कुतूहल जागृत झालं. अरू असल्या भानगडीत हल्ली फार पडतो हे मला ठाऊक होतं; पण त्याचं भाषण मी कधीच ऐकलं नव्हतं. अभ्यास नाही तर नाही, वक्तृत्वात तरी तो काय दिवे लावतो ते पाहावं म्हणून मी थांबलो. विड्या ओढीत उभ्या असलेल्या दोन उंच माणसांच्या मधून मी व्यासपीठाकडं पाहू लागलो.

अरविंद खणखणीत आवाजात बोलत होता. एखादा राक्षसपार्टी नटाप्रमाणं तो हातवारे करीत होता. त्याचे शब्द मला स्पष्टपणे ऐकू येऊ लागले...

> *'क्रांती म्हणजे काय? क्रांती म्हणजे जुनं जग जमीनदोस्त करणं. त्याच्या जागी नवं जग निर्माण करणं. एकानं मीठभाकरी आणि दुसऱ्यानं श्रीखंडपुरी खाणं, हा आजच्या जगाचा न्याय आहे. याच्यापेक्षा अधिक मोठा अन्याय दुसरा कुठला असू शकेल? आमच्या नव्या जगात सारी माणसं श्रीखंडपुरी खातील हे लक्षात ठेवा. आपली सारी सुधारणा मालगाडीच्या वेगानं चालली आहे. तिला मेलगाडीचा वेग आणणं म्हणजे क्रांती करणं हे विसरू नका.'*

मागच्या बाजूला मोटार थांबल्यासारखी वाटली. मी वळून पाहिलं. गाडीत झकपक पोशाख केलेली तीन-चार माणसं होती. एक बाई लगबगीनं खाली उतरू लागली. उतरता उतरता ती म्हणत होती, 'अगं बाई, काहीतरी मोठा अपघात झालेला दिसतोय्. बघून तरी जाऊया.' पुढच्या बाजूला बसलेल्या पुरुषानं तिला पुरं उतरू दिलं नाही. तो झटकन् पुढं झाला आणि गर्दीत घुसून लगेच परत आला. बाईंनं मोठ्या उत्सुकतेनं विचारलं, 'हात गेलाय् की पाय?' तो उत्तरला, 'डोकं!' बाई मघापेक्षाही अधिक घाईनं खाली उतरू लागली. तेव्हा तो म्हणाला, 'अगं, बघण्यासारखं काही नाही. एक वेडपट बडबडतोय्... क्रांती! क्रांती!! क्रांती!!!' शेवटचे शब्द उच्चारताना त्यानं हात वर करून आणि मुठी वळून अरविंदाची इतकी हुबेहूब नक्कल केली, की त्या बाईप्रमाणं मलासुद्धा हसू लोटलं.

मोटार निघून गेल्यावर मी पुन्हा पुढं पाहू लागलो. अरविंद ओरडतच होता—

'मित्रहो, क्रांतीशिवाय आपला तरणोपाय नाही. तुमच्यासारखे लाखो लोक आज अर्धपोटी राहताहेत... तुमच्या लाखो बायकांना आपली लाज राखायला धड धडुतंसुद्धा मिळत नाही... तुमची लाखो मुलं नाना प्रकारच्या रोगांना बळी पडत आहेत. क्रांतीशिवाय हे तुमचे प्रश्न सुटणार नाहीत.'

अरविंद बोलत होता ते एका दृष्टीनं खरं होतं; पण मला ते सारं खोटं, अगदी नाटकी वाटत होतं. दूरच्या डोंगरामधून येणाऱ्या प्रतिध्वनीसारखे त्याचे शब्द भासत होते.

मला तिथं उभं राहवेना. मी घराकडं वळलो.

दिवेलागणीची वेळ झाली होती. पुढचं दार नुसतं लोटलं होतं. ते हळूच उघडून मी आत आलो. माजघरातल्या कोपऱ्यात देवापाशी उमा समई लावीत होती. त्या सौम्य प्रकाशात तिचा कोमेजलेला चेहरा उजळल्याचा भास होत होता. तिनं चंदूला देवापुढे हात जोडून बसवलं होतं. समई लावून होताच तिनं देवाला नमस्कार केला आणि चंदूपाशी बसून हात जोडून ती म्हणू लागली,

'चपळपण मनाचे मोडता मोडवेना.'

तिच्या मुद्रेवरला तो सौम्य सात्त्विक भाव पाहून माझ्या अंगभर आनंदाचे नाजूक तरंग उठले. उमा माझी आहे या कल्पनेनं मी पुलकित झालो. माझ्याहून सात-आठ वर्षांनी लहान असलेली ही सहधर्मिणी संसारातली सारी दु:खं सोसायला कुठून बळ मिळविते हे कोडं जणू काही क्षणार्धात मला उलगडलं.

उमेनं पुन्हा तो चरण आर्त स्वरानं उच्चारला,

'चपळपण मनाचे मोडता मोडवेना.'

चंदू घुमा बसला होता. त्याच्याकडं वळून ती लाडकेपणानं म्हणाली, 'म्हण ना राजा!'

'अहं, आज नको. उद्या म्हणीन. उद्या दोनदा म्हणीन.'

'आज का नको?'

'आत्यानं किती छान छान गोष्टींचं पुस्तक आणलंय. त्यातली ती त्रिशंकूची गोष्ट अर्धीच राहिलीय् माझी. ती वाचता वाचता तू ओढून आणलंस मला. ती आधी वाचू दे. मग...'

'अहं, ते काही नाही...' असं उमा अंमळ तीव्र स्वरानं म्हणाली न म्हणाली तोच 'चंदू' अशी मी हाक मारली. टप्पा घेऊन चेंडू उडावा तसा तो पाटावरून उठून धावत आला. उमेनं माझ्याकडं मोठ्या मजेदार नजरेनं पाहिलं. तिच्या दृष्टीत प्रेम होतं नि रागही होता. 'असे लाड करून तुम्हीच बिघडवून टाकलंय त्याला.' असं तर तिला स्पष्टपणे म्हणायचं होतंच; पण त्याशिवाय, 'किती किती मायाळू आहात तुम्ही! म्हणूनच माझ्यापेक्षा तो तुम्हाला असा चिकटतो,' हेही तिला सुचवायचं होतं. स्त्रीच्या मनात एकीकडं वीज चमकते, तर दुसरीकडं चांदणं फुलतं. किती हृदयगम संगम असतो हा!

गोष्टीचं पुस्तक दाखविण्याकरिता चंदू हात धरून मला बाहेरच्या खोलीत नेऊ लागला. त्याच्याकडं लटक्या रागानं पाहात ती म्हणाली, 'अजून चहासुद्धा घेतला नाही त्यांनी. नि लागला अंगाशी झोंबायला! माणूस बाहेरून किती दमून येतं...'

'अगं, मुलं अशीच असतात. तूसुद्धा लहानपणी असंच करीत होतीस.'

आईचा पूर्ण पराभव झाला अशा समजुतीनं चंदूनं टाळ्या पिटल्या. उमा हसत स्वयंपाकघराकडं वळली. मधेच तिच्या मनात काहीतरी आलं. ती परतून मला म्हणाली, 'फार उशीर झालाय! झोप उडून जाईल चहानं. कॉफीच टाकते मी!'

ती आत गेली. मी तसाच उभा होतो. शरीरानं निश्चल पण मनानं सुखलहरींवर तरंगत मी स्वत:लाच विचारीत होतो, 'खरंच हिला इतकं प्रेम करायला कुणी शिकवलं?'

बाहेरच्या खोलीत जाऊन मी चंदूचं पुस्तक चाळू लागलो. किती अभिमानानं तो त्या पुस्तकाकडं पाहात होता. 'दादा, मला चांगला पुठ्ठा घालून द्या हं याला!' असं त्यानं म्हटलं, तेव्हा माझ्या मनाला एक अनामिक हुरहूर स्पर्श करून गेली. नकळत बालपणाची आठवण झाली मला. किती सुंदर असतं ते चिमणं जग! त्यातले अश्रू दंवबिंदूंसारखे, आकांक्षा रंगीबेरंगी फुलपाखरांसारख्या, आनंद प्राजक्ताच्या फुलांसारखा. तांबड्या पेन्सिलीच्या तुकड्यांपुढं राजदंड तुच्छ वाटतो त्या वयात. आईच्या ओझरत्या स्पर्शात स्वर्गातली सारी सुखं साठलेली असतात तेव्हा. क्षणभर मला चंदूचा हेवा वाटला. तो स्वर्गात स्वच्छंद फिरत होता. मी पृथ्वीवरल्या काट्याकुट्यांतून वाट काढीत होतो.

महाभारतातल्या कितीतरी सुंदर गोष्टी त्या पुस्तकात सचित्र दिल्या होत्या. त्रिशंकू, विश्वामित्र, अश्वत्थामा, कर्ण, द्रौपदी, अर्जुन, घटोत्कच... अनेक नावं झरकन् माझ्या डोळ्यांपुढून गेली. चित्रंही मोठी, चांगली होती.

मी पुस्तक टेबलावर ठेवताच चंदूनं ते उचललं. भरभर पानं उलटून तो एका गोष्टीत गढून गेला. पलीकडे पडलेल्या सुमीच्या पुस्तकातलं एक मी सहज उचललं. 'केशवसुतांची कविता' होती ती. सात-आठ महिन्यांपूर्वी वाढदिवसाची भेट म्हणून मी ते तिला दिलं होतं. कॉलेजात गेल्यावर कविता करायचा छंद जडला

होता तिला. पुस्तक देण्याचं ते एक कारण होतं; पण त्यापेक्षाही मोठं कारण म्हणजे वाढदिवसादिवशी तिला कसला तरी लहानसा दागिना घ्यावा, ही माझी इच्छा गेली दोन-तीन वर्षं मनातल्या मनातच राहिली होती.

मी सुमीचं ते कवितेचं पुस्तक चाळू लागलो. अधुनमधून तांबड्या पेन्सिलीच्या रेखीव खुणा पाहून माझी उत्सुकता जागृत झाली. मी त्या ओळी वाचू लागलो... *'किती राहावे तुजविण आता धीर न मजला क्षण धरवे!'*, *'म्हण मला आपुला प्रिय जिवलग हे मधुरे'*. बहुतेक ओळी प्रेमविषयक होत्या. मी क्षणभर गोंधळलो. सुमी प्रेमाबिमात पडली नाही ना? माझं मलाच हसू आलं. अजून ती मला दहा वर्षांपूर्वीची परकरी पोरच वाटत होती. माणसाचं मन किती सनातनी आहे! काळ क्षणाक्षणाला पुढं धावत असतो; पण ते मात्र कुठल्या तरी जुन्या, आवडत्या जागी घुटमळत राहातं.

मी आत गेलो. उमेनं कॉफी मोठी छान बनविली होती. चार-पाच उनउनीत घोट पोटात जाताच मला मोठी हुषारी वाटली. केवळ शरीराचीच नव्हे, तर मनाचीही ग्लानी गेली, असा भास झाला. कॉफीला मोठा मधुर वास येत होता. मी म्हटलं, 'कॉफीत आज घातलं आहेस तरी काय असं?'

कांदे चिरण्याकरिता कोपऱ्यातली विळी उचलता उचलता मागं वळून हसत ती म्हणाली, 'कॉफीत काय घालणार? कॉफी!'

'आणखी?'

'साखर, दूध!'

'अंहं. काहीतरी लपवून ठेवतेहेस तू!'

किंचित् वाकलेली, मागं वळून पाहणारी आणि गंभीर मुद्रेनं पण मिष्किल नजरेनं उत्तर देणारी उमा मोठी गोड दिसत होती. माझ्याकडं रोखून पाहात ती उद्गारली, 'अगबाई, विसरलेच होते मी!'

'तेच म्हणत होतो मी! आणखी काय घातलं आहेस तू कॉफीत?'

ओठांची पाकळीसुद्धा न फुलविता ती उत्तरली, 'पाणी!'

'छे! गोड वास येणारं काहीतरी... कस्तुरीबिस्तुरी कुठून पैदा केली आहेस की काय?'

आता मात्र तिचे ओठ उमलले. 'हं' असा उद्गार ठसक्यानं काढीत तिनं शेगड्यांच्या डाव्या बाजूचं कपाट उघडलं आणि एक छोटा पितळेचा डबा उचलला. हिच्यापाशी खरोखरच कस्तुरी आहे की काय, ते मला कळेना! इथं कुणी लेकानं उभ्या जन्मात कस्तुरी पाहिली होती? फक्त 'कस्तुरीमृगा'वरली अन्योक्ती तेवढी चांगली शिकवित असे मी!

डब्याचं झाकण उघडून तो माझ्यापुढं करीत ती म्हणाली, 'ही पाहा आपल्या घरातली कस्तुरी.'

ती तर वेलदोड्याची सालं होती. ती पाहून मी चकित झालो. कॉफीचा तो गोड वास या सालातून निर्माण झाला होता, हे क्षणभर मला खरंच वाटेना. मग माझ्या मनात आलं, संसारातला सारा सुगंध सुगृहिणी असाच निर्माण करीत असते.

वह्यांचे गट्ठे तपासायचं काम शिल्लक होतं. मॅट्रिकला जाणाऱ्या मुलांची पूर्वपरीक्षा जवळ येत चालली होती. त्यांची उत्तम तयारी व्हावी म्हणून काही टिपणं करायचा पुष्कळ दिवस बेत चालला होता. डोळ्यांच्या तक्रारीमुळं ते काम तसंच चालढकलीवर पडलं होतं. बाहेर जावं नि ते करीत बसावं, असं मनात आलं; पण पाऊल काही स्वयंपाकघराबाहेर पडेना. लहान मूल आईभोवती घुटमळत राहातं ना? तशी स्थिती झाली होती. उमेशी उगीचंच काहीतरी बोलत बसावं, असं वाटत होतं. अलिअलिकडे बाहेरच्या कटु अनुभवांनी तुफानात सापडलेल्या होडीसारखी माझ्या मनाची अवस्था होई. ते कुठं वाहवत जाईल किंवा कुठल्या काळलाटेनं त्याचे तुकडे तुकडे होतील, याची मला कल्पना येत नसे. घरात पाऊल टाकलं, उमेशी हसतखेळत काही बोललं म्हणजे मग ते बावचळलेलं मन थोडं स्थिर होई. होडी हळूहळू किनाऱ्याला लागे.

आत्ताही तसंच झालं. विळी उघडून कांदे चिरायला बसता बसता उमेनं हसत वर पाहिलं नि विचारलं, 'पुन्हा कॉफी करून देऊ का?'

या प्रश्नांत अनेक अर्थ भरले होते. असं बायकोभोवती स्वयंपाकघरात घोटाळत राहाणं बरं दिसतं का? सासुबाईंची देवळातनं परत यायची वेळ झाली. त्यांनी तुम्हाला इथं पाहिलं तर! चंदू बाहेर वाचीत बसला आहे. तो केव्हा आत येईल याचा नेम आहे का? तुम्ही असे माझ्यापाशी बसलात म्हणजे मलासुद्धा बरं वाटतं. झिमझिम पावसात फिरायला जावं, चतुर्थीच्या चंद्रकोरीकडं पाहात बसावं, कसलंही फूल असो, ते नाजूक हातांनं तोडून केसात खोचावं, गाढ झोपलेल्या चंदूकडं डोळे भरून पाहावं... यात जे सुख आहे तेच तुमच्याशी एक शब्दसुद्धा न बोलता, तुमच्याकडं वर मान करूनदेखील न पाहता, नुसतं तुमच्या सहवासात असण्यात आहे. पण...

उमेनं मधेच वर पाहिलं. कांदे चिरता चिरता तिचे डोळे पाण्यानं भरून आले होते. मी हसत म्हटलं, 'अगदी रडूबाई आहेस तू!'

'नाही कोण म्हणतं?'

मी थट्टेनं म्हणालो, 'तुझ्यासारख्या रडव्या बायका नकोहेत समाजाला! लढाऊ बायका... बंडखोर स्त्रिया आम्हाला हव्या आहेत!'

'मी का रडते ते ठाऊक आहे का? कांदे चिरताना सगळ्यांच्याच डोळ्यांतून पाणी येतं!' लगेच माझ्याकडे भावपूर्ण दृष्टीनं पाहत ती म्हणाली, 'माझे डोळे पुसायला तुमच्यासारखं माणूस देवानं मला दिलं आहे. मग मी कशाला पुसू ही आसवं?'

ती काय बोलली ते तिचं तिला तरी कळलं की नाही, कुणाला ठाऊक! पण माझ्या मात्र मनात आलं, खरं काव्य प्रणयाच्या पहिल्या फुलोऱ्यात नाही. ते संसारात, त्या फुलांच्या निर्माल्यात आहे. ते सुखदुःखांच्या संमिश्र अश्रूंत आहे.

माई कुणाशी तरी बोलतेय असं वाटलं. लगबगीने मी बाहेर आलो. ती देवदर्शन करून परत आली होती आणि चंदूशी बोलत होती. ती माजघरात येताच मी तिला बसायला पाट दिला. त्याच्यावर बसता बसता ती म्हणाली, 'अरे शंकर, सुमीला काय अशी जन्मभर बेगम ठेवणार आहेस तू? आता देवळात पुराणाला गेले होते मी. तिथं साऱ्या बायकांच्या लग्नाच्या गोष्टी चालल्या होत्या बघ. त्या साऱ्यांच्या सुलभेचं जुळलं. त्या पोंक्ष्यांच्या प्रमिलेचं जुळण्याच्या बेतात आहे. सारी माणसं गाडीत चढताहेत नि गाडी सुटायची वेळ झाली, तरी तू आपला झोपून राहिलाहेस! हे एक स्थळ मी टिपून आणलंय बघ. मुलगा कुठं मुंबईला असतो म्हणे. घरी थोडी जमीन आहे. हुंडा काही फार नाही. फक्त दोन हजार. तो काही तुला जड नाही. तेवढे पैसे तुझ्यापाशी आहेतच. उद्या सकाळी उठल्याबरोबर या स्थळाची चौकशी करायला जा.'

माईनं पुढं केलेली चिठ्ठी घेऊन मी तिच्यावरला पत्ता वाचला आणि तिचं बोलणं ऐकत स्वस्थ उभा राहिलो. सुमीला तिच्या मनासारखं स्थळ बघून द्यावं, अशी माझीसुद्धा इच्छा होती. पुढल्या वर्षी ती बी.ए. होईल. मग पोरीच्या संमतीनंच पुढं काय करायचं ते करू, असं मी स्वतःशी घोकीत होतो. शिवाय, तिचं लग्न अगदी उद्या ठरलं तरी...

बाहेर येऊन उमेनं माईला विचारलं, 'काय करू फराळाला?'

'साबुदाण्याची खिचडी कर.'

पायाळू मनुष्याला गुप्त धन कुठं पुरून ठेवलं आहे, हे कळतं म्हणे! लहान मुलांना घरात होणाऱ्या खाद्यपदार्थांचा पत्ता तसाच लागत असावा. चंदू एकदम ओरडतच बाहेरून आला आणि म्हणाला, 'आई, मला खिचडी हवी! मला खिचडीच हवी!'

उमा किंचित तुसडेपणानं उत्तरली, 'अंहं. आज तुला मिळायची नाही.'

'का?'

'तू मघाशी प्रार्थना करायची सोडून पळून गेलास ना? म्हणून देवबाप्पा तुला शिक्षा करणार आहे आज.'

'करू दे. दादा मला खिचडी देतील.' मला मोठ्या लडिवाळपणाने मिठी मारीत चंदू उद्गारला. त्या मिठीत केवढं सुख साठविलं होतं. हजारो लोकांच्या सभेत सन्मानाकरिता गळ्यात घातलेल्या असंख्य हारांपेक्षा या एका चिमुकल्या मिठीचा आनंद...

लगेच मनातला काटा सलला. एका दरिद्री शिक्षकाचा हजारो लोकांच्या सभेत

कधी सन्मान होणं शक्य आहे काय?

चंदूचं कौतुक करित माई म्हणाली, 'शंकर, थेट तुझ्यासारखा होणार बघ हा पोरटा. तुलासुद्धा लहानपणी साबुदाण्याची खिचडी फार आवडायची. तिकडून फराळाला येऊन बसणं झालं, की तू हातातलं पुस्तक टाकून धावत यायचास...' बोलता बोलता माईच्या आवाजात सहसा न आढळणारा ओलावा आला. जुन्या आठवणी तिच्या डोळ्यांपुढं उभ्या राहिल्या असाव्यात. मलासुद्धा क्षणभर वाटलं, मी चंदूएवढाच का राहिलो नाही? तसा राहिलो असतो तर किती बरं झालं असतं!

सुन्न मनानं मी खोलीत गेलो. बिछान्यावर लवंडलो. मी काय करित आहे हे पाहण्याकरिता मधेच उमा येऊन गेली. बरं वाटत नाही आज. मला जेवायला उठवू नकोस, असं तिला मी सांगितलं. मग कुशीवर वळलो आणि अंधारात भिंतीकडं पाहात विचार करू लागलो. माझा डोळा केव्हा लागला ते मला समजलंच नाही.

मी अर्धवट जागा झालो, तेव्हा बाहेर चंदू ओक्साबोक्शी रडत होता. त्याला आणखी खिचडी हवी होती. उमा त्याची समजूत घालीत होती. घरात साबुदाणा अगदी थोडा होता, म्हणून आजीपुरतीच खिचडी केली, असं ती त्याला पुन:पुन्हा सांगत होती; पण काही केल्या ते त्याला पटत नव्हतं.

उठून बाहेर जावं आणि चंदूची समजूत घालावी, असं मनात आलं; पण उठण्याचा उत्साहच माझ्या अंगी नव्हता. मी तसाच अर्धवट गुंगीत पडून राहिलो.

काही वेळानं स्वयंपाकघरातून सुमी नि अरविंद यांचे आवाज ऐकू येऊ लागले. अरविंद म्हणत होता, 'आजच्या माझ्या व्याख्यानाला तू हवी होतीस, वयनी. टाळ्यामागून टाळ्या पडत होत्या. हशामागून हशा उसळत होता. आज क्रांतीवर असं झकास बोललो म्हणतेस. उद्या सकाळच्या वर्तमानपत्रात ते सारं येईल बघ. मुद्दाम वाच ते!'

यावर सुमी अशी मिष्कीलपणानं हसली, की सांगून सोय नाही. लगेच अरविंद चिडून ओरडला, 'क्रांतीवर व्याख्यान देणं म्हणजे काही मैत्रिणीबरोबर सिनेमाला जाणं नव्हे, सुमिटले. चौकातल्या त्या व्यासपीठावर हजारो लोकांपुढं एकदा नुसती उभी राहून पाहा. पाय लटपट कापायला लागतील. लगेच हॉस्पिटलमध्ये जायची वेळ येईल बँडेज बांधून घ्यायला!'

तुझ्या व्याख्यानाला मी हजर होतो हे अरविंदाला सांगावं, असं माझ्या मनात आलं. मी उठून खोलीबाहेर आलो. पाहतो तो तिथल्या पालपट्टीवर चंदू मुसमुसत झोपी गेला आहे. डोळ्यांतून ओघळलेल्या अश्रुबिंदूंच्या खुणा त्याच्या गालांवर स्पष्ट दिसत होत्या. त्याच्या पुढ्यात एक छोटी ताटली होती. तिच्यात एवढीशी खिचडी होती. घासभरसुद्धा नसेल ती! उमेचा असा राग आला मला! लगेच मनात आलं, ती तरी बिचारी काय करणार? साबुदाणा काही फुकट मिळत नाही बाजारात!

चंदूला उमेच्या अंथरुणावर झोपविण्याकरिता मी हळूच उचलले; पण उचलता उचलता तो अर्धवट जागा झाला. त्याच्या गालावरल्या सुकलेल्या आसवांवरून मी हात फिरविताच त्याला हुंदका आला.

उमेच्या अंथरुणावर मी त्याला ठेवू लागलो; पण मला बिलगून तो म्हणाला, 'मी नाही आईपाशी निजणार, अगदी वाईट्ट आहे ती!'

तो पेंगुळला होता; पण त्याचा गोष्टीचा हट्ट पुरविणं प्राप्त होतं. अधिक साबुदाणा आणणं मला परवडलं नसतं; पण हव्या तेवढ्या गोष्टी सांगणं... तेवढंच माझं भांडवल होतं!

'कुठली गोष्ट सांगू? सोन्याची अंडी घालणाऱ्या कोंबडीची? की...?'

'अंहं. तसली गोष्ट ऐकायला मी काय कुक्कुबाळ आहे का आता?'

मी हसलो. जगात प्रत्येकजण स्वत:ला मोठा मानीत असतो. चंदूही त्यातलाच.

किंचित जड झालेल्या आवाजात तो म्हणाला, 'त्रिशंकूची गोष्ट सांगा. छान आहे ती!'

'ती तर मघाशी तू वाचीत होता.'

'पुन्हा ऐकायचीय ती मला. मोठी गंमत आहे तिच्यात.'

मी सांगू लागलो– चंदू 'हूं, हूं' करीत ऐकत होता. त्याला झोप लागली असावी असं मधेच मला वाटलं. मी थांबलो; पण गुलाम जागा होता. त्यानं लगेच विचारलं, 'मग काय झालं, दादा?'

गोष्ट संपत आली. त्रिशंकूला इंद्रानं स्वर्गातून खाली ढकलून दिलं; पण विश्वामित्रानं आपल्या तपश्चर्येच्या बळावर त्याला खाली पडू दिलं नाही. तो अधांतरीच राहिला.

चंदूनं विचारलं, 'तो कद्धी कद्धी खाली पडला नाही?'

'अंहं. विश्वामित्राच्या तपामुळं तो मधल्यामधेच राहिला.'

'मला तसं तप करता येईल, दादा?'

'तप करून तू देवापाशी काय मागणार? फार लहान आहेस तू अजून.'

चंदू बराच वेळ विचार करीत राहिला– 'ध्रुवानं नाही का लहानपणी तपश्चर्या केली?' असं काहीतरी मला विचारण्याचा त्याचा बेत असावा.

एकदम मान वर करून तो म्हणाला, 'त्या त्रिशंकूनं सर्कस का हो काढली नाही, दादा? खूप पैसे मिळाले असते त्याला!'

चंदूचा दादा नावाजलेला शिक्षक होता; पण या प्रश्नाचं उत्तर त्याला देता आलं नाही.

हां-हां म्हणता चंदू घोरू लागला. मी मात्र कितीतरी वेळ त्रिशंकूच्या त्या कथेचा विचार करीत अंथरुणावर तळमळत होतो.

■

५

उमा

मी दचकून जागी झाले. कुणीतरी झोपेत ओरडलं. चंदूच असावा. मुलांना नाही नाही ती स्वप्नं पडतात!

मी डोळे उघडले. माझ्या पलीकडे चंदू शांतपणे झोपला होता. तिकडली झोपमोड होऊ नये म्हणून त्यांच्या अंथरुणावरून मी त्याला अलगद उचलले आणि माझ्या अंथरुणावर आणून ठेवलं. त्या वेळी तो जसा झोपला होता तस्साच होता अजून. जशी काही अपूर्वाईच्या लुगड्याची घडीच!

मग ओरडलं कोण? की मलाच स्वप्नात भास झाला तो?

छे! त्या विचित्र आवाजानं माझ्या अंगावर उठलेले शहारे अजून मला जाणवत होते. कुणीतरी ओरडलं खास!

मला राहवेना. ते शांतपणे झोपले आहेत की नाही ते पाहावं म्हणून मी उठले. त्यांच्या बिछान्यापाशी गेले. वाकून पाहिले. चमकले, शहारले. त्यांचे डोळे उघडेच होते. मी दिसताच 'उमा' अशी कापऱ्या स्वरानं हाक मारून त्यांनी माझा हात घट्ट धरला. ओलसर वाटला तो मला. त्यांना घाम आलाय् की काय, ते मला कळेना. या थंडीच्या दिवसांत घाम म्हणजे...

मी घाईघाईनं विचारलं, 'कणकण आली होती संध्याकाळी? मग मला का सांगितलं नाही? मी काढा करून दिला असता. किती बाई हा संकोची स्वभाव!'

माझा हात दोन्ही हातात घट्ट धरून मला जवळ बसवीत ते म्हणाले, 'तुम्हा बायकांना दुसऱ्याच्या पोटात काही ना काही कोंबायची भारी हौस असते. मग ती गोड पक्वान्नं असोत, नाही तर कडू काढे असोत!'

त्यांच्या दोन्ही हातांचा ओलसरपणा अजूनही मला जाणवत होता. मी विचारलं, 'घाम कसला आलाय इतका आज हा?'

ते हसत उद्गारले, 'असा भ्यालो म्हणतेस मी!'

'स्वप्नात?'

'हं!'

आजीचा स्वप्नावर भारी भरंवसा. आयुष्यातल्या प्रत्येक मोठ्या संकटाची सूचना आपल्याला स्वप्नात मिळाली होती, असं ती नेहमी म्हणे. ते आठवलं. यांना पडलेलं स्वप्न केव्हा ऐकीन असं झालं मला.

चंदूला गोष्ट सांगावी तसे ते सांगू लागले... 'पृथ्वीवर जागजागी फुलं फुलली होती. आकाशभर चांदण्या चमकत होत्या. मधे मात्र जिकडंतिकडं काळोख पसरला होता. त्या काळोखातच आपण दोघं भटकत होतो. दिसेल त्या वाटेनं पुढे जात होतो. फुलांच्या प्रत्येक बागेकडं तू आशाळभूतपणानं पाहात होतीस. तुला केसात माळायला चार फुलं हवी होती. मी प्रत्येक बागेच्या मालकास हात जोडून म्हटलं, 'फुलांच्या आशेनं काटे तुडवीत ही माझ्याबरोबर चालली आहे. हिच्या नाजूक पावलांकडं पाहा. त्यांची चाळण झाली आहे. त्या पावलांच्या तळव्यांना मेंदी लावली आहे, असं तुम्हाला कदाचित वाटेल; पण ती मेंदी नाही. काटे लागून आलेलं रक्त आहे हे! मला वास घ्यायला एकसुद्धा फूल देऊ नका; पण हिच्या सुंदर केसात घालायला तीन-चार ताजी, सुवासिक फुलं घाल तर... कसलीही घ्या!

प्रत्येक बागेचा मालक माझ्याकडं तुच्छतेनं पाही आणि हातानं मला पुढं जायला खुणवी. प्रत्येक बागेच्या कोपऱ्यात फुलांच्या राशी पडल्या होत्या. अत्तरांचे व्यापारी आरडत-ओरडत, लिलाव पुकारीत त्यांचा सौदा करीत होते. प्रत्येक बागेत मालकाची मुलं दंगा करीत फिरत होती. फुलांचे ताटवेच्या ताटवे पायाखाली तुडवीत होती. प्रत्येक बागेत मालकांचे नाना प्रकारचे नातेवाईक शिरत होते आणि फुलांचा चोळामोळा करून त्यांच्या सुगंधाचा आस्वाद घेत होते; पण चार फुलांची भीक कुणीच घातली नाही मला!

मी शरमलो, चिडलो, संतापलो. 'ही भिकारी फुलं आपल्याला कशाला हवीत? ती पाहा आकाशात फुलं फुलली आहेत. त्यांतील थोडी मी तुझ्यासाठी तोडून आणतो,' असं म्हणत मी धावत सुटलो. दूर दूर कुणीतरी पतंग उडवित होतं. तो पतंग उंच उंच जात होता. त्याची दोरी धरून कितीतरी लोक भरभर आभाळात चढत होते. चांदण्या खुदत होते. 'नको, नको' म्हणून ओरडत तू माझ्यामागं धावत होतीस; पण तुझ्याकडं लक्ष न देता मी पुढं गेलो. घाईघाईनं ती दोरी धरली. हां-हां म्हणता मी वर चढलो. अगदी ढगात गेलो. आता चांदण्या आपल्या हाताला लागणार असं मला वाटू लागलं. इतक्यात...'

श्वास रोखून धरून मी हे सारं ऐकत होते; पण आता मला राहवेना. मी मधेच

बोलून गेले. 'मग काय झालं? ती दोरी तुटली!'

माझ्या हाताची थरथर त्यांना कळली असावी. एकदम हात सोडून माझं मस्तक त्यांनी दोन्ही हातांनी नाजूकपणानं थोपटलं आणि ते किंचित वाकवून जणू काही कानात कुजबुजल्याप्रमाणं ते म्हणाले, 'अगदी वेडी आहेस तू, उमिटले. हे स्वप्न होतं सारं. हे स्वप्न मला का पडलं सांगू? झोपताना चंदूला त्रिशंकूची गोष्ट सांगत होतो मी. तो स्वर्गात जायला निघाला होता ना? तसाच मीही...'

मी एकदम त्यांच्या तोंडावर हात ठेवला. थट्टेनं का होईना, काहीतरी अभद्र बोलू नये, असं आम्हा बायकांना नेहमीच वाटतं. काळवेळ काय सांगून येते? अशुभ शब्दाचं शल्य आमच्या मनात सारखं सलत राहतं.

बोलण्याकरिता त्यांचे ओठ किंचित विलग झाले; पण मी त्यांना बोलू दिलं नाही. मी म्हणाले, 'आता अळीमिळी गुपचिळी हं. तुम्हाला झोप लागेपर्यंत मी इथं बसणार आहे.'

ते हसत उत्तरले, 'एक शब्द गळला.'

'कुठला?'

'थोपटत!'

काहीतरी मजेदार उत्तर द्यायचं माझ्या मनात होतं; पण बोलण्यानं बोलणं वाढत जातं म्हणून मी मन आवरलं. ते असं काही बोलू लागले म्हणजे मी प्राजक्तासारखी आतून फुलते. त्यांचं बोलणं जिवाचा कान करून ऐकावं, असं मला वाटतं.

मी उशापाशी बसले, त्यांचं डोकं मांडीवर घेतलं आणि केसावरून हळूच हात फिरवू लागले. देवानं केस मोठे छान दिले होते त्यांना. मऊ, काळे कुळकुळीत, किंचित कुरळे; पण एक दिवस त्यांनी त्यांची निगा राखली असेल तर शपथ! कधी तेल नाही की कधी फणी नाही. 'चंदू शाळेला निघाला म्हणजे मी त्याचा भांग काढते ना? तसा उद्यापासून तुमचाही काढणार आहे. काय मेलं जंगल माजलंय् हे' असे शब्द माझ्या अगदी जिभेवर आले होते; पण थट्टेनं थट्टा वाढत जाईल नि त्यांना जागरण होईल, म्हणून मी गप्प बसले.

मध्यरात्रीच्या शांत एकांतात, त्यातही काळोखात, माणूस अधिक विचार करतं की काय, कुणाला ठाऊक! पण त्यांच्या केसावरून हात फिरविता फिरविता मला आजीचं बोलणं आठवू लागलं. लहानपणी आम्हा मुलींना वाटायचं आजी थट्टेनं असं बोलते. म्हाताऱ्या माणसांचा वेळ जाता जात नाही म्हणून ती थट्टेखोर होतात; पण आजीचे जे शब्द मी थट्टेचे मानीत होते, त्यातल्या प्रत्येकात अनुभवाचा गूढ अर्थ भरला होता. किती गमतीनं ती मला म्हणायची, 'छबे, ती बाहुली झोपली. ऊठ आता जेवायला. अगं, मुलीच्याच जन्माला आली आहेस. हेच करायचंय् जन्मभर. आज बाहुलीची काळजी करतेहेस, उद्या नवऱ्याची करशील. परवा मुलांची करशील.

कुणाची ना कुणाची काळजी करण्याकरताच देवानं स्त्रीजात घडविली आहे बाई. माझंच बघ ना. इतकी वाकले; पण पाठीवरलं ओझं काही कमी होतंय का? देवाची इच्छा नाही तशी. नाही तर तुला पोरकी करून माझ्या घरी त्यांं कशाला आणली असती?'

ते गाढ झोपले असं वाटलं तेव्हा मी हळूच उठले आणि अंथरुणावर जाऊन पडले. कितीतरी वेळ या कुशीवरून त्या कुशीवर होत होते मी! आज माझी झोप रुसून कुठं लपून बसली आहे ते मला कळेना. जवळच गाढ झोपलेला चंदू किती सुखी होता. त्याला फक्त घासभर खिचडी मी दिली होती. इच्छा असून, आईचं आतडं 'दे दे' म्हणत असून मी त्याला रडविलं होतं; पण ते सारं दुःख विसरून तो स्वस्थ झोपला होता.

आजीचं ते विचित्र तत्त्वज्ञान एकदम आठवलं मला...

पूजेकरता अंगणातली फुलं तोडायला ती गेली म्हणजे कळ्यांना गोंजारून म्हणायची, 'कशाला घाई करता बायांनो? झाडावर आहात त्या बऱ्या आहात!' फुललेली फुलं तोडता तोडता ती त्यांना म्हणायची, 'गुलामांनो, देवाच्या डोक्यावर जाऊन बसायला मिळणार म्हणून हसताय होय? पण एक गोष्ट विसरू नका... आज एकदाच उगवतो.' पूजा झाल्यावर अंगणातल्या वृंदावनात निर्माल्य नेऊन टाकताना ती म्हणायची, 'अरे वेड्यांनो, रडताय कशाला? मी आहे ना तुमच्या सोबतीला? तुम्हाला ठाऊक नाही; पण ही छबी आहे ना माझ्यामागं उभी? तिच्याएवढी होते मी एकदा!'

आजीच्या अशा अनेक आठवणी मनात जाग्या झाल्या. लग्नाच्या रात्री तान्ह्या मुलाप्रमाणं मला पोटाशी धरून ती रडली. मग आसवं आवरून ती म्हणाली, 'मुलगी म्हणजे देणं आहे पोरी दुसऱ्याचं. ते दिल्याशिवाय सुटका नाही; पण छबे, मी सांगते तेवढं कधी विसरू नकोस. मी म्हातारी झालेय. माझ्याभोवतीचं जग बदललंय. सांगतेय ते कदाचित आवडणार नाही तुला; पण तुझ्या आजीनं साठ-पासष्ट पावसाळे पाहिले आहेत हे विसरू नकोस बाई. नवऱ्यासारखा दुसरा दागिना नाही जगात. घरकुलाच्या चार भिंतीसारखी सावली माणसाला इंद्राच्या राजवाड्यातसुद्धा मिळायची नाही. माणूस तोडणं जितकं सोपं, तितकंच ते जोडणं कठीण. सुख कधी एकट्यानं खाऊ नकोस, दुःखं कधी वाटायला जाऊ नकोस.'

आजीचा हा सारा उपदेश मी कध्धी कध्धी विसरले नाही. त्याच्याबाहेर कधी गेले नाही. अगदी लक्ष्मणाची रेषा मानली मी ती! इतकं मन मारलं मी. इतकी

धडपडले; पण अलिअलिकडं घर काही पहिल्यासारखं हसरं दिसत नाही. कुठंतरी काहीतरी चुकतंय. तान्ह्या बाळानं किरकिर करावी; पण त्याला काय होतंय् ते आईला कळू नये, तशी अवस्था झाली आहे माझी. हे हल्ली असं विचित्र का वागतात, पूर्वीसारखे हसतखेळत नाहीत. माझी थट्टा करणंसुद्धा कमी झालंय. आजच संध्याकाळी कुठं पूर्वेचा सूर्य पश्चिमेला उगवला. स्वारी स्वयंपाकघरात थट्टा करीत बसली. कधी न पाहिलेल्या कस्तुरीचा तो सुगंध अजून माझ्या मनात दरवळतोय; पण हल्ली असं मोकळेपणानं वागणं एखाद्या वेळीच होतं. नाही तर शाळेतून येतात, चहा घेतात आणि अंथरुणावर डोळे मिटून पडतात. डोळ्यांच्या काळजीनं का ते इतके बेचैन झाले आहेत? छे!

एकदम दिगंबरांची आठवण झाली मला. ते येऊन गेले हे यांना सांगायला विसरलेच होते मी. दिगंबर आज मुद्दाम कशाकरिता बरं आले असावेत? त्यांनी सांगितलेला तो निरोप... काहीतरी वेडंवाकडं करायला, जुगारबिगार खेळायला तर लागले नाहीत ना हे?

मघाच्या त्यांच्या त्या स्वप्नाचा अर्थ काय असावा? स्वप्नं काय उगीच पडतात माणसाला? मनी वसे ते स्वप्नी दिसे. पतंगाची दोरी धरून ते उंच उंच आभाळात गेले!

म्हणजे? एकदम श्रीमंत होण्याकरिता काही भलतंसलतं यांनी केलं नाही ना? कुणी सांगावं बाई? त्या दोरीचा फास व्हायचा नि गळ्याला लागायचा!

दिगंबर असल्याच काही भानगडीसाठी यांच्याकडं आले असतील का? शाळेत भांडणंबिंडणं होऊन नोकरी जाण्यासारखं काही घडलं नाही ना?

लहानपणी आजीबरोबर कोल्हापूरच्या अंबाबाईच्या दर्शनाला गेले होते मी! त्या दिवशी देवळातले विजेचे दिवे गेले होते. अंधारात आजीच्या मागोमाग मी प्रदक्षिणेला गेले; पण कुठं वळायचं ते ठाऊक नव्हतं मला. पावलोपावली माझं डोकं आपटू लागलं. आताच्या विचारांनी माझ्या मनाची स्थिती तशीच झाली. उद्या रात्री धीर करून स्वारीला सारं स्पष्ट स्पष्ट विचारायचा मी निश्चय केला, तेव्हा कुठं मनावरला भार थोडा हलका झाला. मग मी चंदूला जवळ ओढून कुशीत घेतलं, त्याच्या गालाला गाल लावला आणि डोळे मिटून स्वस्थ पडले. माझ्या मनातलं संशयाचं वादळ हळूहळू नाहीसं झालं. काळवंडलेलं आभाळ प्रसन्न दिसू लागलं.

सकाळी चहाच्या वेळी ते हसत चंदूशी खेळत बसले होते. त्यांच्या मुद्रेकडे पाहताच रात्री यांना भयंकर स्वप्न पडलं असावं, हे कुणाला खरंसुद्धा वाटलं नसतं. भावोजींचं चित्त मात्र ठिकाणावर नव्हतं. ते सारखे आतबाहेर करीत होते. इतक्यात रस्त्यावर वर्तमानपत्र विकणारा मुलगा ओरडला. लगेच ते धावत बाहेर गेले. त्यांच्या

पेल्यात मी चहा ओतणार होते; पण भावोजी रस्त्यावर कुणाशी तरी वाद घालीत उभे राहतील आणि इकडे चहा निवून जाईल, म्हणून त्यांचा नि माझा चहा किटलीत ठेवून मी तशीच वाट पाहात बसले.

ते लवकरच परत आले; पण होते मात्र मोठ्या घुश्श्यात. त्यांच्या हातात वर्तमानपत्राचा एक अंक होता. तो माझ्या अंगावर फेकीत ते म्हणाले, 'हरामखोर लोक आहेत हे, वयनी. कालच्या माझ्या भाषणाइतकं जोरदार भाषण जन्मात ऐकलं नसेल या गाढवांनी; पण त्याच्याविषयी एक अक्षर छापलं आहे का पाहा! 'क्ष' मंत्र्यांनी लोकांना त्यागाचा उपदेश केला. 'ज्ञ' साहित्यिकांनी सार्वजनिक संडासाचा दगड बसविला. 'ढ' पुढारी पशुपालनाच्या परिषदेकरिता आले, त्यांच्या स्वागताकरिता स्टेशनावर 'अ ब क ड'पासून 'र ट फ'पर्यंत सुप्रसिद्ध मंडळी जमली होती, त्या पुढाऱ्यांना पुच्छगुच्छ अर्पण करण्यात आले...'

भावोजींचे ते शब्द ऐकताच आम्ही सारी खो-खो हसू लागलो. तिकडून विचारणं झालं, 'अरे अरविंद, पुष्पगुच्छ असतील. जरा नीट बघ.'

माझ्या अंगावर टाकलेलं वर्तमानपत्र उचलून त्यांच्याकडं देत भावोजी जोरजोरात म्हणाले, 'हे बघा दादा, पुच्छगुच्छच छापलंय. हा काही मुद्रणाचा दोष नाही. छापलंय तेच बरोबर आहे. या लोकांची लायकीच तेवढी आहे. क्रांती कशाशी खातात हेसुद्धा ठाऊक नाही या दीडशहाण्यांना! दादा, तुम्ही आहात स्वभावानं मवाळ. तुम्हाला आमचं म्हणणं पटायचं नाही; पण आम्ही क्रांती केल्याशिवाय राहणार नाही, हे लक्षात ठेवा. मजूर, शेतकरी, हमाल, टांगेवाले, विडी कामगार यांची दु:खं शाळेत बसून आणि संस्कृत श्लोकांचा अर्थ करून कधी कळायची नाहीत? बूर्ज्वा मनुष्य स्वभावानं कितीही चांगला असला तरी...'

तिकडच्या कपाळावर आठी दिसू लागली. ते रागारागानं काहीतरी बोलतील नि मग दोघांचा उगीच वादविवाद सुरू होईल म्हणून मी भावोजींना म्हटलं, 'भाऊजी, हा गरम गरम चहा घ्या आधी. म्हणजे बोलायला चांगला जोर येईल.'

चहा झाल्यावर सासुबाईंनी यांना त्या स्थळाकडं जाऊन यायला सांगितलं. 'शाळेचं थोडं काम आहे. ते संपवून जातो' असं त्यांनी उत्तर दिलं. काम संपवून आंघोळीला आल्यावर ते सासुबाईंना म्हणाले, 'माई, आत्ता वेळ नाही गं. मी संध्याकाळी त्या स्थळाची चौकशी करीन!'

चष्मा काढून ते आंघोळीला चालले होते. त्यामुळे सासुबाईंच्या चेहऱ्यावरला राग त्यांच्या लक्षात आला नाही; पण तो पाहून मी मात्र चरकले. एका दृष्टीनं सासुबाईंचं बरोबरच होतं. स्थळाच्या बाबतीत अशी चालढकल चालत नाही; पण हे यांना कसं सांगायचं? मी मनात निश्चय केला. आज रात्री यांच्याशी, खोटं खोटं का होईना, भांडलं पाहिजे. त्याशिवाय, हे सारं समजणार नाही.

वन्संनी गोळ्यांची आमटी करायला सांगितली होती. ती सर्वांनाच आवडली. तिकडूनसुद्धा मनापासून खाणं झालं. सारी मंडळी आनंदानं जेवून उठली तेव्हा मला फार बरं वाटलं. मी आणि सासुबाई जेवायला बसणार होतो. इतक्यात मला आठवण झाली. कांदे, बटाटे, तेल... कितीतरी गोष्टींचा ठणठणाट झाला होता घरात. दुपारी आणायलाच हव्या होत्या त्या.

मी लगबगीनं खोलीत गेले. ते अंगात कोट घालीत होते. पाच-सहा वर्षे होऊन गेली होती या कोटाला! त्याचा तो विटका रंग पाहून माझ्या मनात आलं, ते काही नाही. या महिन्याचा पगार झाला, की पहिल्यांदा यांना नवा कोट शिवायला लावला पाहिजे.

मी हसत त्यांच्यापुढं जाऊन उभी राहिले. काही न बोलता हात पसरला. मला काय हवं ते त्यांनी ओळखलं. माझ्या हाताकडं पाहात ते मुद्दाम म्हणाले,

'भाग्यरेषा तशी वाईट नाही. पण...'

ते असं काही बोलायला लागले, की मलाही गंमत वाटते. त्यांच्यासारखंच मजेदार उत्तर द्यायची लहर येते; पण पुष्कळदा ते जमत नाही. मी म्हणाले, 'तुम्हाला ज्योतिष कळतंय की नाही, याची परीक्षा घ्यायला आले आहे मी!'

'अस्सं?' वाकून माझ्या तळहातावरच्या रेषा न्याहाळीत ते म्हणाले, 'ही हृदयरेषा सुंदर आहे; पण धनरेषा...'

'पाच रुपये हवेत मला घरखर्चासाठी!' हात तसाच पसरलेला ठेवून मी म्हणाले.

खिशात हात न घालता ते म्हणाले, 'हे उलट होतंय. भक्तानं देवीपाशी काहीतरी मागायचं! ते सोडून उलट देवीच...'

मी हसत हसत उद्गारले, 'सारं जगच उलटं चाललंय हल्ली. त्याला काय करणार?' लगेच मी थांबले. तिकडं सासुबाई स्वयंपाकघरात पाटावर खोळंबून बसल्या असतील, याची मला आठवण झाली. मी लगबगीनं म्हणाले, 'तुमचं काय? तुम्ही आणखी तासभर माझी मस्करी करीत बसाल? पण पाच मिनिटं उशीर झाला, तर आम्हाला काय काय बोलणी खावी लागतात, ती तुम्हाला कुठं ठाऊक आहेत?– दिवसाढवळ्या कसल्या गुलुगुलू गोष्टी करतात बाई नवराबायको? आमच्या वेळी रात्री दहाच्या आधी नवऱ्याच्या खोलीत पाऊल टाकायची छाती नव्हती बायकोची!'

ते एकदम गंभीर झाले. खिशातून नोट काढून ती त्यांनी माझ्या हातात टाकली. पुन्हा खिशात हात घालून उरलेसुरलेले पैसे बाहेर काढले. ती चार-पाच निकलची नाणी देता देता ते हसत म्हणाले, 'आता खरा संन्याशी झालो हं मी!'

एरवी एकांतात ते असं काहीतरी गमतीनं बोलले असते, तर त्यांना घट्ट मिठी

मारून त्यांच्या कुशीत डोकं लपवीत मी म्हटलं असतं, 'तुम्ही खूप व्हाल संन्याशी नि तापसी; पण मी बरी होऊ देईन तुम्हाला?'

–पण हातातल्या पैशाकडं पाहता पाहता हे शब्द काही माझ्या तोंडातून बाहेर पडले नाहीत. त्यांची गोड थट्टासुद्धा मला सोन्याच्या सुरीसारखी वाटत होती. पैसे घेऊन मी आत जाणार, इतक्यात चंदू धावत धावत आला. तो मघाशीच शाळेला गेला असावा, अशी माझी समजूत होती. त्यांना घट्ट मिठी मारून तो म्हणाला, 'दादा, आज तीस तारीख.'

'अरे वा! तुला तारखा चांगल्या कळायला लागल्या म्हणायच्या!'

'आज मला सायकल आणून द्यायचं कबूल केलंय तुम्ही मागच्या पहिल्या तारखेला!'

मी चकित झाले. हा करार केव्हा झाला होता, कोण जाणे!

'आज विसरणार नाही ना तुम्ही? कित्ती महिने झाले! देतो देतो म्हणून फसविताय तुम्ही मला?'

मी चंदूकडं वळले आणि दटावणीच्या स्वरात म्हटलं, 'चंदू, वडीलमाणसांना असं बोलतात का?'

त्यांनी मधेच मला थांबविलं. चंदूला कुरवाळीत ते म्हणाले, 'आज संध्याकाळी बरोबर साडेसहा वाजता श्रीयुत चंद्रकांत, इयत्ता पहिली, हे सायकलवर बसून चंद्रलोकावर स्वारी करायला...'

हे वेड्यासारखं असं काय बडबडताहेत ते मला कळेना.

चंदू गाल फुगवून त्यांना म्हणाला, 'आज मला फसवलंत तर बघा हं. मी देवबाप्पाला सांगीन. लहान मुलांना कुणी फसविलं तर देवबाप्पा त्याला मार देतो. आज सायकल आणायलाच हवी. नाही आणलीत तर तुमच्याशी गट्टी फू करीन मी?'

ते हसत होते, चंदूच्या बोलण्याचं कौतुक करीत होते.

सासुबाईना वाढून मी पुढल्या दारी गेले. चंदू त्यांचं बोट धरून शाळेला चालला होता. दोघांच्या गोष्टी रंगात आल्या असाव्यात. आनंदानं नुसता नाचत होता तो!

दोघे अगदी दिसेनासे होईपर्यंत मी दारात उभी होते. संध्याकाळी हे चंदूला सायकल कुठून आणून देणार, ते मला कळेना. एकदम कालची संध्याकाळ माझ्या डोळ्यांपुढं उभी राहिली. दिगंबरभावोजी काल यांच्याकडं कशाला आले होते? ■

६

दिगंबर

'अरे बापरे! अकरा वाजले!' डोळे उघडून उशाशी असलेल्या घड्याळाकडे पाहताच मी धडपडून उठण्याचा प्रयत्न केला. लगेच मी अंथरुणावर ऐसपैस हातपाय पसरले. आपल्याला शाळेला जायला उशीर होत आहे, आई पाठीत रट्टे घालून आपल्याला उठवीत आहे, असं स्वप्न मला पडत होतं. शर्यतीतल्या घोड्यांच्या नावाप्रमाणं लहानपणीच्या आठवणीसुद्धा मनात किती खोल जाऊन बसलेल्या असतात. स्वप्नातसुद्धा त्या माणसाची पाठ सोडीत नाहीत.

छोट्या दिगूचं ते आंबटगोड आणि मोठ्या दिगंबराचं हे लहरी, जुगारी, कडवट जग यांचा आता काय संबंध उरला आहे?

बालपणीच्या आठवणीत रमणाऱ्या चिमण्या मनाचा उपहास करीत माझं मोठं मन म्हणू लागलं, 'अकरा वाजोत नाही तर बारा होवोत. मी अस्सा लोळत पडणार. ऊठ म्हणून मला हुकूम करायची कुणाची छाती आहे? एकटा जीव सदाशिव!

'अकरा झाले म्हणून चार घास कसेबसे पोटात कोंबून धावत शाळा गाठायला मी काय शंकरसारखा आहे? शंभर एके शंभर करीत त्याच्यासारख्या रडतराउताचा जन्म जायचा. कितीही शहाणी झाली तरी ही ओझ्याची गाढवं. घोड्यांची नि त्यांची बरोबरी कशी होणार?'

उशीत डोकं खुपसून मी विचार करू लागलो. एका ना एका शर्यतीत खूप पैसे मिळतील, या आशेनं तीस तारखेला शंभर रुपये द्यायचं आपण शंकरला वचन दिलं. चार आठवडे झाले त्याला; पण कुठल्याही घोड्याची मेहेरनजर अजून आपल्याकडं वळली नाही. कधी पाच, कधी दहा अशी शंकरनं गेल्या सहा-सात वर्षांत कितीदा तरी मला मदत केली आहे. आपला दोस्त उपाशी राहू नये म्हणून त्यानं पोटाला चिमटा घेतला आहे. आपण एकदासुद्धा त्याच्या उपयोगी पडलो नाही.

आजपर्यंत त्यानं कधी कुठली अडचण मला सांगितली नाही. मी त्याची कधी चौकशी केली नाही. उभ्या आयुष्यात पहिल्यांदा त्या दिवशी त्यानं शंभर रुपये मला

मागितले. तीस तारखेला ते खास देतो असं मी त्याला छातीवर हात ठेवून सांगितलं; पण जुगाऱ्याची छाती आणि त्याचं कपाळ यात फार अंतर असतं. संध्याकाळी शाळा सुटली, की तो माझ्याकडं मोठ्या आशेनं येईल. त्याला काय सांगायचं? जिथं माझ्यापाशीच विष खायला पैसा नाही...

फक्त एक कोरा करकरीत रुपया पाकिटात आहे. या दुसऱ्या महायुद्धानं विषसुद्धा फार महाग झालं असावं. एक मनुष्य हमखास मरेल, इतकं ते एका रुपयाला मिळत असेल का? त्या झोपेच्या गोळ्या तर खूपच खाव्या लागतात म्हणे. मृत्यूला महानिद्रा म्हणतात ते काय उगीच? फार महाग पडत असेल ते मरणाचं औषध! त्यापेक्षा जगलेलं काय वाईट?

उशाजवळचं पाकीट हातात घेऊन त्यातला बंदा रुपया मी बाहेर काढला. या क्षणी उभ्या जगात माझा एवढाच एक मित्र होता.

किती कृतघ्न आहे मी! शंकरच्या मैत्रीवरून कुबेराची संपत्ती ओवाळून टाकावी! मी जुगारी, तो संसारी. मी व्यसनी, तो निर्व्यसनी; पण त्याच्या जिव्हाळ्यात कधी काडीचं अंतर पडलं नाही. त्यानं माझ्यावर इतकं प्रेम का करावं, हे माझं मलाच कळत नाही. प्रेम हासुद्धा एकप्रकारचा जुगार आहे का? मात्र शंकरनं मला एक गोष्ट पटविली. दया, क्षमा, माणुसकी– जगात जे जे काही चांगलं आहे ते ते प्रेमाच्या पोटीच जन्माला येतं.

मला सख्खा भाऊ मानणारा शंकर! फक्त शंभर रुपयांची गरज आहे आज त्याला; पण ती भागवायला त्याचा दोस्त असमर्थ आहे!

बायको क्षयानं मेली, त्या दिवशी मी रडलो होतो. हे आयुष्यातलं शेवटचं रडणं आहे, असं मी त्या वेळी मनाला बजावलं होतं; पण माणसाचे अश्रू कधीच आटत नाहीत, हेच खरं.

संध्याकाळी शंकरला काय सांगायचं?

उशीत तोंड खुपसून मनमुराद रडावं, असं मला वाटू लागलं. हे रडू कुणी ऐकणार नाही, ही आसवं पुसायला कुणी आई, बायको, मित्र येणार नाहीत; पण ती निदान माझ्या मनाचा भार तरी हलका करतील!

मेलेल्या नजरेनं मी हातातल्या रुपयाकडं पाहात होतो. काल संध्याकाळी माझ्या पाकिटात पाचाची एक नोट होती. त्यातले चार रुपये रात्रीच्या चैनीत मी उडविले. ते शंकरसाठी राखून ठेवले असते तर...

माझं मलाच हसू आलं. हा संसारी मनाचा विचार झाला. जुगारी मन असं रखडत, तंगड्या तोडीत कधीच चालत नाही. ते घोड्यावरून धावतं, फाशाच्या तालावर नाचतं, पतंगासारखं उंच उंच उडण्यात आणि वाऱ्याशी झगडता झगडता फाटून चिंध्या होण्यात त्याला आनंद वाटतो. काही करून त्याला धुंद व्हावं लागतं.

कुठल्या तरी नशेत जगावं लागतं.

नाही तर शंकरनं पैसे मागितल्यापासून शंभर रुपये काय माझ्या हातात आले नव्हते? पण ते वाऱ्यासारखे वाहत आले नि पाण्यासारखे बघता बघता पळाले. त्या दिवशी मुंबईला दीडशे रुपये मिळाले होते शर्यतीत; पण रेसकोर्सवरच एका नव्या पोरीचं लज्जतदार वर्णन ऐकलं. मी बेचैन झालो. त्या रात्री चार घटकाच्या शरीरसुखासाठी मी शंभर रुपये उधळले. शंकरला दिलेल्या शब्दाची आठवण होत असून ते त्या पोरीवरून ओवाळून टाकले. तो मोह त्या दिवशी मी आवरला असता तर...

मोह आवरता येत नाही म्हणून तर मनुष्य व्यसनी बनतो. सारी व्यसनं एकमेकांचे दोस्त असतात– पैसा, दारू, बाई...

किती किती उशिरा कळतंय हे मला. समुद्रात ओहोटीच्या लाटांनी मनुष्य ओढला जावा, तसा तो व्यसनांनी शरीराचा गुलाम बनतो. त्याला पावित्र्य कळतं; पण वळत नाही. नाही तर उमावहिनीसारख्या स्त्रीच्या हातचा चहा काल संध्याकाळी घेतल्यावर रात्री मी नेहमीच्या नरकात तोंड घातलं नसतं? पण शरीराला ठराविक वेळी व्यसनाची धुंदी हवीहवीशी होते. धुंदी म्हणजे शांती वाटते त्याला. ती शांती असते खरी! पण कसली? स्मशानातली आणि तीही क्षणभंगूर.

मी घड्याळाकडं पाहिलं. साडेअकरा झाले होते. शंकरला तोंड दाखवायची दिगंबरला शरम वाटते म्हणून घड्याळ आपली वाटचाल थोडीच थांबविणार होतं? किती झालं तरी ते यंत्र आहे. मी माणूस आहे. माणूस यंत्र होऊ शकत नाही. यातच त्याचं मोठेपण आहे. नुसतं मोठेपण नाही, दुःखही!

माणूस यंत्र होत नाही? कोण म्हणतं असं?

काल संध्याकाळचा पापासाहेबांचा अनुभव इतका ताजा असताना मी असं म्हणावं?

पैशाची सोय उद्या होऊ शकत नाही, असा निरोप उमावहिनींपाशी ठेवून शंकरच्या घरून निघणार होतो मी! पण उमावहिनींच्या गोड वागण्यानं माझं मन भारावून गेलं. मी इतके दिवसांनी तिला तोंड दाखविलं; पण किती अगत्यानं तिनं माझं स्वागत केलं.

आपला घोडा पुढं आला म्हणजे शर्यतीच्या मैदानावर होणारा आनंद नि विटकं वस्त्र नेसलेल्या उमावहिनीसारख्या गृहिणीकडे पाहून होणारा आनंद– फार अंतर आहे या दोन्हीत. पहिल्यात नुसता उन्माद आहे, दुसऱ्यात उदात्त असं काहीतरी आहे. शंकरला द्यायचा नकार मला वहिनीपाशी सांगता येईना तो त्यामुळंच. याच वेळी मला पापासाहेबांची आठवण झाली. मागच्या गोव्याच्या फेरीत स्वारीची अनायासे ओळख झाली आहे. चांगलंच उखळ पांढरं केलंय या दहा वर्षांत बेट्यानं.

लवकरच नगराध्यक्ष होण्याचं मनोराज्य करीत होता तो! गोव्यातल्या हॉटेलात तर्र होऊन जेव्हा स्वारी रंगात आली आणि आपले काळ्या बाजारातले पराक्रम सांगू लागली, तेव्हा आम्ही सारे थक्क झालो. दारूबंदीविरुद्ध वेळीअवेळी लिहिणारा तो विक्षिप्त पत्रकार, हवापालटाचं निमित्त करून गोव्यात आलेले ते बडे पुढारी, दारूच्या प्याल्यात खरं काव्य असतं हे उमरखय्यामच्या आधारानं सिद्ध करणारा तो विद्वान प्राध्यापक. आयुष्य हा जुगार आहे, असं मानून बेछूटपणानं वागणारा माझ्यासारखा फटिंग... आम्हा सर्वांच्या मनात आलं, पापासाहेब आम्हा सर्वांना क्षणात विकत घेऊ शकेल.

पापासाहेबांना दारूपासून घड्याळापर्यंत अनेक गोष्टी गोव्यातून चोरून आणायच्या होत्या. त्या बाबतीत त्यांनी माझी मदत मागितली. मी ती दिली. तसे काही फार दिवस झाले नव्हते या ओळखीला. म्हणून शंकरच्या घरून मी थेट त्याच्या बंगल्यावर गेलो. स्वारी दिवाणखान्यात कुणातरी बड्या असामीशी बोलत बसली होती. मी आत गेलो, नमस्कार केला. 'आईये, आईये, जनाब' म्हणून पापासाहेबांनी माझं स्वागत केलं. समोर बसलेल्या गृहस्थाशी माझी ओळख करून द्यायला ते वळले. इतक्यात तोच म्हणाला, 'मी ओळखतो या दिग्याला. आमचा लंगोटियार दोस्त आहे तो!'

मी चमकून त्याच्याकडं निरखून पाहिलं. अरेच्या! इंग्रजी तिसरीत का चौथीत आमच्या वर्गात हे पात्र होतं की! मोठा टग्या होता हा गुंड्या पंडित. परीक्षेत कॉपी करून पास व्हायचा लेकाचा! पुढं मॅट्रिकच्या परीक्षेत तोच प्रयोग करून पाहिला स्वारीनं! पण तो अंगलट आला. मात्र गेल्या दहा-पंधरा वर्षांत गृहस्थाचं नाव सारखं वर्तमानपत्रात चमकत होतं. साहित्य संमेलनापासून पत्रकार परिषदेपर्यंत प्रत्येक व्यासपीठावर ही स्वारी असायचीच. पत्रकार, ग्रंथकार, भूतभविष्य सांगणारा ज्योतिषी, दाढी वाढविलेला वेदांती, कुठल्यातरी राजकीय पक्षाचा पुढारी, हिंदू कोडाचा टीकाकार वगैरे भूमिकाही त्यानं अधूनमधून पार पाडल्या होत्या. लढाईच्या दिवसांत एका कापडगिरणीशी संधान बांधून त्यानं आपलं बस्तान चांगलं बसविलं होतं म्हणे! तो लक्षाधीश झाला आहे, असं मला कुणीतरी बोलता बोलता सांगितलं होतं; पण इंग्रजी चौथीतला फाटका गुंड्या पंडित इतका रुबाबदार गृहस्थ झाला असेल, अशी मात्र माझी कल्पना नव्हती. पावणेदोनशे पौंड मांसावरला त्याचा तो भारी किमतीचा सूट, लठ्ठ डाव्या मनगटावरलं ते सोनेरी पट्टा असलेलं घड्याळ, धुराड्याप्रमाणे दिसणारा तोंडातला तो पाईप, कालच स्वारी विलायतेच्या विमानातून या देशात उतरली असावी, असं दिसत होतं.

'नमस्कार गुंडोपंत.' मी म्हटलं.

'आय् ॲम नॉट गुंडोपंत. ऐम् गुरुनॉट.' गुंड्यानं झोकात उत्तर दिलं. लगेच

तोंडातला पाइप काढून तो खो-खो हसत उद्गारला, 'लेका दिग्या, अगदी शाळेतल्याइतकाच गावंढळ राहिला आहेस तू अजून. स्त्रीदाक्षिण्य हा शब्द कधी तुझ्या कानावर पडला आहे का?'

त्याच्यापलीकडं एक बाई बसली होती खरी. तिची ती रंगरंगोटी, ते कापलेले केस, तो फुलपाखरी पोषाख यावरून ती एखादी सिनेमानटी असावी, असा मी तर्क केला होता. ती गुंड्याची सौभाग्यवती असेल, ही कल्पनाच माझ्या डोक्यात आली नाही.

'नमस्कार, मिसेस गुंडोपंत,' असं म्हणत मी तिला हात जोडणार, इतक्यात तोच कपाळाला आठी घालून म्हणाला, 'या मिस् सीतादेवी, जागतिक कीर्तींच्या भारतीय नटी!'

माझा नमस्कार त्या बाईनं घेण्यापूर्वीच गुंड्या ताडकन् उठला. ती बाईही पर्समधल्या आरशात चेहरा पाहण्याच्या पावित्र्यात उभी राहिली. पापासाहेब त्या दोघांना निरोप द्यायला बाहेर गेले.

मी दिवाणखान्यातील चित्रं पाहू लागलो. ट्रायसिकलवर मोठ्या ऐटीनं बसलेल्या एका गोड पोरीचा फोटो मध्यभागी टांगला होता. सायकल चालविण्याचा आनंद तिच्या हसऱ्या चेहऱ्यावर स्पष्टपणानं प्रतिबिंबित झाला होता.

शंकरच्या घरी माजघरातल्या दारावर खडूनं काढलेलं ते सायकलचं वेडंवाकडं चित्र माझ्या डोळ्यांपुढं उभं राहिलं. मुलं सर्वत्र सारखीच असतात. मुलंच काय, मोठी माणसंसुद्धा!

पावलं वाजली. पापासाहेब पाहुण्यांना पोहोचवून परतले असावेत, असं मला वाटलं. म्हणून मी वळून पाहिलं. एक सोळा-सतरा वर्षांची, वेण्या पुढे रुळत असलेली उंच मुलगी चॉकलेट खात खात जिन्यावरून उतरत होती. तो सायकलवरला फोटो बहुधा हिचाच असावा. मी तिच्याकडं पाहात राहिलो. मात्र तिच्या दृष्टीनं मी एक दिवाणखान्यातील पुतळा होतो की काय, कुणाला ठाऊक! ती सरळ रेडिओकडे गेली. कुठलं तरी स्टेशन लावण्याची तिची इच्छा असावी; पण त्यासाठी हातातला चॉकलेटचा पुडा व ते खाण्याचा उद्योग क्षणभरसुद्धा दूर ठेवण्याची तिची इच्छा नसावी.

एकदम माझ्याकडं वळून ती म्हणाली, 'अहो मिस्टर, सिलोन स्टेशन लावा जरा.'

पापासाहेब आत आल्यामुळे मी हिंदुस्थानात राहिलो. नाही तर त्या चॉकलेटवालीनं मला केव्हाच हद्दपार करून लंकेत पाठविलं असतं.

पापासाहेब माझ्याशी काहीतरी बोलणार होते. इतक्यात बंगल्यासमोर कुणाची तरी गाडी मोठ्या वेगानं आली आणि खर्रर् करित उभी राहिली. मोठा कर्कश-

कर्णकट आवाज होता तो!

त्या गाडीतून कुणीतरी रागारागानंच खाली उतरलं असावं. त्या व्यक्तीनं मोटारीचं दार असं थाडकन् बंद केलं, की खाणीतल्या सुरुंगाच्या स्फोटाचीच मला आठवण झाली.

बूट वाजवीत एक उंचेलीशी बाई तरतरा आत आली. तिनं आपला मोर्चा पापासाहेबांच्या दिशेनं वळविला. पंचांगात कुठल्यातरी प्राण्यावर बसलेल्या संक्रातीचं चित्र असतं ना, तसा तिचा सारा पवित्रा वाटत होता. ती पापासाहेबाची बायको असावी, हे तिच्या अभिनयावरून उघड होत होतं.

ज्यांच्यात लढाई केव्हा सुरू होईल आणि तह केव्हा होईल हे ब्रह्मदेवालासुद्धा सांगता येणार नाही, अशी जगातली दोन माणसं शोधायची झाली, तर कुठल्याही दांपत्याचीच निवड करावी लागेल. प्रेक्षक म्हणून समोर सुरू झालेलं युद्ध पाहणं आता मला प्राप्तच होतं. सुदैव एवढेच, की त्या बाईनं मोठ्या प्रेमानं पोटाळलेल्या कुलंगी कुत्र्यानं मालकिणीच्या बाजूनं भुंकायला सुरुवात केली नाही.

पापासाहेबांच्या धर्मपत्नीनं रडवा चेहरा करून पहिली फैर सोडली, 'तुमचं माझ्यावर प्रेमच नाही.'

'कशावरून?'

'टॉम इतका आजारी आहे. सकाळपासून एकदा तरी तुम्ही त्याच्या प्रकृतीची चौकशी केलीत का?'

'तू एवढी आईसारखी त्याच्यावर माया करीत असताना...'

'मी आई? मी कुत्र्याची आई? लाज तरी कशी वाटत नाही हो तुम्हाला असं वेडंवाकडं बोलायला? जेव्हा तेव्हा तुम्ही माझा असा पाणउतारा करता; पण माझ्या वडिलांनी तुम्हाला घरजावई करून घेतलं म्हणून आज तुम्ही इतके श्रीमंत झालात, हे विसरू नका.'

नवरा काहीच बोलत नाही, असं पाहून बाई पतिराजांना म्हणाल्या, 'हे पाहा. मी सिनेमा सोडून मुद्दाम घरी आले; पण तुम्ही काही एका शब्दानं माझी चौकशी केली नाही. मी एक पैज मारून आले आहे!'

'पैज? कुठं?'

'क्लबात!'

'कुणाबरोबर?'

'तो नवा कलेक्टर आला आहे ना? त्याच्या बायकोबरोबर!'

'तिची मर्जी सांभाळली पाहिजे हं आपण!'

'माझं खेटर अडलंय्...'

परक्या मनुष्यासमोर ही खेटराखेटरी होत आहे, हे पापासाहेबांच्या लक्षात आलं

असावं. एखाद्या जनावराला चुचकारावं अशा स्वरात ते म्हणाले, 'तुझी पैज तरी ऐकूया. तिच्यापेक्षा सुंदर साडी हवी असेल तुला. नाहीतर एखादा नवा दागिना, पॅरिसचा नमुना! की मोटारीचं नवं मॉडेल.'

'तुम्हाला सुचतंय् काय दुसरं! तुमचं लक्ष माझ्याकडं नाही, माझ्या कुत्र्याकडं नाही, माझ्या मुलीकडं नाही. अहो, कुमूद अगदी 'ढ' आहे म्हणे अभ्यासात! त्या सटवीची मुलगी आहे त्याच वर्गात. तिनं सांगितलं तसं आईला आणि त्या बयेनं चारचौघींत ते बोलून दाखविलं. मेल्या टपलेल्या असतात टोची मारायला! आडून ऐकत होते मी सारं. तुम्ही म्हणे काळाबाजार करून गबर झालाय्, मी म्हणे नुसते झकपक कपडे करून सिनेमा पाहात फिरते. कुमुदला काही केल्या फॉर्म मिळायचा नाही म्हणे यंदा शाळेत! मग मॅट्रिकला बसणं लांबच राहिलं! शेवटी मी रागारागानं पुढं गेले आणि म्हणाले, तुमच्या सर्वांच्या नाकावर टिच्चून कुमुदनं फॉर्म मिळविला नाही, तर ती माझी मुलगीच नव्हे!'

'शाबास! बायको असावी तर अशी. अगं, शाळेतला फॉर्म म्हणजे काही दिल्लीचं परमीट नव्हे! तेसुद्धा आमचे आप्पासाहेब हवं तेव्हा... Every man has his price हे लक्षात ठेवा, मिसेस् पापासाहेब.'

'तुम्हीच लक्षात ठेवा काय ते. कुमुदला फॉर्म मिळाला नाही तर मी जीव देईन.'

बाई तरातरा जिना चढून गेली. नवरा-बायकोचा हा सारा सुखसंवाद नाईलाजानं ऐकावा लागल्याबद्दल पापासाहेबांची क्षमा मागावी की काय, या विचारात मी होतो. इतक्यात तेच माझ्याकडे वळून म्हणाले, 'दिगंबर, तुम्हाला बायको नाही असं तुम्ही गोव्यात म्हणाला होता. फार सुखी आहात तुम्ही!'

स्त्री-जातीविषयी पापासाहेबांची मुलाखत घ्यायला आलेला पत्रकार नव्हतो मी काही. मी लवकर गाडीचे रूळ बदलवून टाकले. मला शंभर रुपयांची गरज आहे, ही गोष्ट त्यांच्या कानावर घातली. ते ऐकताच धरणीकंपाचा धक्का बसल्यासारखा चेहरा करून ते चुकचुकले, 'दोन घटका आधी यायला हवं होतं तुम्ही दिगंबर. अहो, तो गुंडोपंत सिनेमा कंपनी काढतोय्. पंचवीस हजारांचा चेक घेऊन गेला तो माझ्याकडून. बँकेत अगदी पै शिल्लक नाही आता माझी. तुम्हाला कदाचित खरं वाटायचं नाही हे; पण बडं घर आणि पोकळ वासा अशी स्थिती आहे आमची. धंद्यात ही अशी मंदी. त्यात नगरपालिकेच्या भानगडीत मी पडलोय्. मी नगराध्यक्ष व्हावं, अशी आप्पासाहेबांची फार इच्छा आहे. काय करता ? या निवडणुकीपायी इतक्या जळवा चिकटल्या आहेत म्हणता मला... अहो, ... Every man has his price. दुनिया हा वेड्यांचा बाजार नाही, दिगंबर. तो ठगांचा बाजार आहे.'

पुढची बडबड ऐकायला मी तिथं राहिलोच नाही. मुकाट्यानं निघून आलो. मात्र त्यांच्या बंगल्याच्या पायऱ्या उतरीत असताना मी मनात म्हणत होतो, 'बच्चूजी,

याद राखून ठेवा. पुन्हा गोव्यात तुमची-आमची गाठ पडेल. परत येताना माझी मदत तुम्हाला लागेल. त्या वेळी तुमचे दात तुमच्या घशात घातले नाहीत तर मी नावाचा दिगंबर नव्हे.'

रस्त्यात आल्यावर मला वाटलं, मीच महामूर्ख. म्हणून कोल्ह्याकडं तोंड वेंगाडायला गेलो. व्यसनी मनुष्याला काय हवे तितके मित्र असतात, त्यातला कुणी ना कुणी शंभर रुपये मला सहज उसने देईल. अजून चोवीस तास अवकाश आहे.

त्या चोवीस तासांतले फक्त पाच तास उरले होते आणि माझ्यापाशी अवघा एक बंदा रुपया होता.

■

७

सुमित्रा

पहिला तास संपला. साऱ्या मुली घोळका करून वर्गाबाहेर आल्या. माझी पावलं त्यांच्या बरोबरीनं पडत होती; पण माझं मन मात्र त्यांच्या चिवचिवाटात नव्हतं. माझे डोळे इकडे-तिकडे भिरीभिरी पाहात होते. माझे कान माधवचा आवाज कुठून ऐकू येतो की काय, याचा शोध घेत होते. कॉलेजला येताना माधवची आठवण होऊ द्यायची नाही, त्याची गाठभेट घ्यायची नाही, असा मनाशी निश्चय करीत आले होते मी. माणसानं आपलं मन थोडं तरी ताब्यात ठेवायला नको का? मी बेत करीत होते– आज कॉलेज सुटलं, की तडक घरी जायचं नि वहिनीला म्हणायचं, 'वयनी, आज तुला सुट्टी. रात्रीचा स्वयंपाक मी करते. दोन-तीन वर्षांत सिनेमाला गेली नाहीस तू. आज तू नि दादा जा 'रोमिओ ॲण्ड ज्युलिएट'ला. राजाराणी एकदा तरी बरोबर जाऊ देत बाहेर.

माणसाचे चांगले बेत देवाला आवडत नसावेत. नाही तर आज आमचे इंग्लिशचे प्रोफेसर आजारी कशाला पडले असते? आता दुसरा तास टिवल्याबावल्या करीत काढावा लागणार, हे उघड होतं. बाकावरून उठता उठता मला माधवची आठवण झाली. यात माझी काय चूक होती? ते प्रोफेसर आले असते तर मी कशाला माधवची आठवण करीत राहिले असते?

या तासाला तो मोकळा असेल? असला तर भेटेल का? कॉलेज सुटल्यावर त्याच्याशी बोलत बसायचं नाही, हा आपला निश्चय कायम आहे; पण या मधल्या रिकाम्या वेळात त्याच्याशी थोड्या गप्पागोष्टी केल्या म्हणून असं काय मोठं बिघडणार आहे? काल रात्री सिनेमा सुटल्यावर घाईघाईने मी घरी गेले. नाही तर त्याचा नि माझा वाद चांगलाच रंगला असता! तो म्हणत होता, शेक्सपिअरनं ज्युलिएटचं प्रेम फार सुंदर रंगविलं आहे. मी म्हणत होते, रोमिओचं प्रेमच अधिक उत्कट, अधिक खरं वाटतं.

वर जाण्याकरिता मुली जिन्याकडे वळल्या. मी सहज मागं पाहिलं. माधव हातात कसलं तरी पुस्तक घेऊन येत होता. लगबगीनं जवळ येऊन त्यानं ते पुस्तक

माझ्या हातात दिलं. मी म्हटलं 'थँक्स'. 'नो मेन्शन' असं तो हसत म्हणाला आणि निघून गेला. किती सरळ, साधी गोष्ट होती ही; पण या कॉलेजातल्या साळकायामाळकाया अगदी डोळ्यांत तेल घालून बसलेल्या असतात. त्या कुलकर्ण्यांच्या कमळीनं हे पाहिलं. नुसता कावळ्याचा रंगच नाही, त्याची दृष्टीसुद्धा मिळाली आहे बाईसाहेबांना.

मग काय विचारता? एकेकीची अशी सरबत्ती सुरू झाली... 'मुहूर्त कधीचा आहे ते आम्हाला कळू द्या म्हणावं!' 'का आपलं शाकुंतल नाटक आहे? सारं गुपचूप!', 'रजिस्टर्ड आहे की अनरजिस्टर्ड आहे गं? सुमित्राच्या लग्नाविषयी नाही बोलले हं मी! संक्रांतीला तू हलव्याचं पार्सल पाठविणार आहेस ना? मी त्याच्याविषयी विचारीत होते!', 'तू श्रीमंतीण शोभशील खरी, डौल किती येईल तुला. मग आम्हाला विसरशील!', 'माधवचे वडील बडे वकील आहेत हं. फी उकळल्याशिवाय मुलालासुद्धा लग्नाचा सल्ला देणार नाहीत ते.'

मी चिडून काहीतरी बोलेन, मग माझी टिंगल करायला मिळेल, अशी काव काव करणाऱ्या या पोरींची कल्पना असावी.

–पण मी त्यांच्या बारशाला जेवले होते. मी मुकाट्यानं कोपऱ्यातील एक खुर्ची गाठली आणि गंभीर मुद्रेनं माधवनं दिलेलं पुस्तक उघडून त्याचं नाव मी पाहिलं; गडकऱ्यांची 'वाग्वैजयंती' होती ती. मी शेवटची पानं चाळू लागले. 'गोफ' या कवितेच्या पहिल्या ओळीवर माझे डोळे खिळले. किती गोड ओळी होत्या त्या...

पदर आणिले तुझे काहि तू,
माझे आणी मीहि तसा
हासत खेळत गोफ गुंफिला
कळले नाही कधी कसा
एकमेकाभवती फिरता
गिरकी जीवाना आली
चढत चालला खेळ जसा तो
नजरहि धुंद तशी झाली!

मी उत्सुकतेनं पुस्तक चाळू लागले. 'प्रेम व मरण' या कवितेत माधवनं एक गुलाबी चिट्ठी ठेवली होती. 'आज संध्याकाळी फिरायला येशील ना? येच. नदीवरल्या शंकराच्या देवळामागं तुझी वाट पाहतो. बरोबर सहा वाजता! सहा वाजून एक मिनिट झालं आणि तू आली नाहीस तर... तर जवळ नदी आहेच.'

एखादी मुकी कळी पाहता पाहता फुलावी, तसं मला या ओळी वाचताना वाटलं. माझं मन माझं राहिलं नाही. ते मनही राहिलं नाही. ती एक सतार झाली.

माधवचे शब्द... ते शब्द नव्हते. ती वादकाची बोटं होती. अपरिचित पण अत्यंत मधुर अशा स्वरलहरींबरोबर माझ्या शरीराचा अणुरेणू नाचू लागला.

द्वाड कमळी गुप्त पोलिसाचं काम करीत माझ्या मागं येऊन उभी राहिली आहे, याची या तंद्रीत मला कशी कल्पना यावी? एकदम टाळ्या पिटीत ती ओरडली, 'अगं, इकडं या. इकडं या साऱ्याजणी! दुष्यंत महाराजांचं पत्र पाहायला या.'

मी चपापले, पुस्तक मिटलं आणि रागारागानं कमळीकडं पाहू लागले; पण ती पडली मुलखाची खट्याळ! ती अधिकच हसू लागली. साऱ्या मुलींनी माझ्याभोवती कोंडाळं करताच ती म्हणाली, 'शकुंतलेनं दुष्यंताला लिहिलेलं पत्र आपण गतवर्षी 'शाकुंतला'त वाचलंय. अर्थात दुष्यंतानं त्या पत्राला पाठविलेलं उत्तर वाचायचा आपल्याला पूर्ण हक्क आहे. होय की नाही?'

असा राग आला मला त्या चोंबड्या कमलिटलीचा! आता ती माझ्या हातातून पुस्तक हिसकावून घेते की काय, हे मला कळेना; पण आमच्या वर्गातल्या पंडिताबाई अभावितपणे माझ्या मदतीला धावून आल्या. त्यांनी कमळीला विद्वत्तापूर्ण प्रश्न केला– 'दुष्यंत महाराजांनी पत्र कशावर लिहिलं आहे? शकुंतलेनं कमलपत्रावर आपलं मनोगत...'

ताराने मधेच तोंड घातलं, 'या काळात कमळाची पानं कुठं शोधायला जाणार दुष्यंत महाराज? त्यांनी आपलं गुलाबाच्या पानावर म्हणजे गुलाबी नोटपेपरावर...' तोंडाला पदर लावून ती फिदिफिदी हसू लागली.

'प्रेमपत्र लिहायला अळवाचं पान काय वाईट? ते कमळाच्या पानाइतकंच मोठं असतं, सुंदर दिसतं.' स्वतःला व्यवहारपंडित समजणाऱ्या पद्धानं मल्लीनाथी केली.

तारा लगेच उत्तरली, 'नि शिवाय खूप स्वस्तही असतं. चार पैशाचं अळू घेतलं, तर पंचवीस प्रेमपत्रं लिहिता येतील.'

शाळा-कॉलेजातल्या मुला-मुलींच्या गप्पा म्हणजे फूटबॉलचा खेळ असतो. त्या खेळात धावत जाऊन चेंडू लाथेनं उंच आणि लांब उडविण्यात गंमत असते ना? कुठला तरी शब्द पकडून जमेल तसली कोटी करण्यात मोठ्या होऊ लागलेल्या मुला-मुलींनासुद्धा अशीच मौज वाटते.

आत्ता तसंच झालं. या खेळामुळंच मी कमळीच्या तडाख्यातून शीरसलामत सुटले. आधुनिक काळातलं प्रेमपत्र कुठल्या झाडाच्या पानावर अधिक सुंदर दिसेल, याची चर्चा त्या पोरी करू लागल्या. पिंपळाच्या पानापासून माडाच्या पानापर्यंत सर्व पानांवर त्यांच्या कोट्या सुरू असताना मी दुसऱ्याच विचारात गुंग होते. एखाद्या मुलाचं नि मुलीचं थोडंसं रहस्य होताच या मुली अशी वेडीवाकडी थट्टा का करतात? यांना काय मनातून या गोष्टी आवडत नसतील? कुणाचं बरं वाक्य आहे ते? 'प्रेम हे यौवनाच्या वेलीवरलं फूल आहे.' या थट्टेत केवळ उथळपणा असतो

की मत्सरही असतो? आपल्याकडं फारसे प्रेमविवाह होत नाहीत. म्हणून तर मुलं-मुली प्रेमाची अशी कुचेष्टा करीत नसतील ना?

पुढल्या दोन्ही तासांना मी वर्गात बसले होते. कानावर शब्दामागून शब्द पडत होते; पण मन एखाद्या फुलपाखरासारखं स्वच्छंद भटकत होतं. या फुलावरून त्या फुलावर. रात्री थेटरात माधवनं माझा हात हातात घेतला. कितीतरी वेळ तो मी तसाच राहू दिला. ही चूक नाही का? कुणाची? त्याची की माझी? मी तो झटकन् सोडवून घ्यायला नको होता का? पण त्या स्पर्शात सुख होतं... विलक्षण सुख होतं! सुख हे कधी पाप होतं का? आपल्या आजपर्यंतच्या संस्कारानं ते पाप वाटतं. मुलीनं असं वागणं रूढीला मान्य नाही; पण रूढी ही एक नुसती गंजलेली बेडी आहे, असा अनेक वेळा अनुभव येतो.

पाप आणि पुण्य! प्रेम हे पाप आहे? छे! भक्ती ही प्रीतीचीच पुढची पायरी आहे. मग प्रेम हे पाप कसं होईल? सारे कविप्रेमाची इतकी स्तुती-स्तोत्रे गातात, ती काय उगीच? भिकारीसुद्धा राधाकृष्णाच्या प्रेमाची गाणीच अधिक गातात. ती लोकांना फार फार आवडतात. मग प्रेम हे पाप कसं होईल?

काल रात्री घरी जायला फार उशीर झाला. दादा रागावेल, अशी धाकधूक वाटत होती; पण बरं नाही म्हणून तो झोपला आहे, असं वहिनी म्हणाली. फार बरं वाटलं तेव्हा मला. तसं वाटणं चुकीचं नाही का? दादाच्या जिवावर आमच्या सर्वांच्या उड्या. त्याला काय होतंय हे विचारायला मी त्याच्या खोलीत जायला हवं होतं. तो जागा असला तर त्याचे पाय चेपायला हवे होते. आजारी माणसापाशी बसलं, बोललं म्हणजे त्याला हुषारी वाटते; पण काल रात्री मी यातलं काही काही केलं नाही. कृष्णाची द्रौपदीवर नसेल इतकी दादाची माझ्यावर माया आहे. मग... मी कृतघ्न आहे का? छे! मी घरी आले तरी रोमिओ आणि ज्युलिएट यांच्या जगातच वावरत होते. त्यामुळंच. किती भावनापूर्ण होतं त्यांचं प्रेम! पण त्या प्रेमाचा शेवट किती भीषण...

रात्री झोपच येईना मेली! पडद्यावर ती शोकांत प्रेमकथा पाहताना मला मोठा आनंद झाला होता; पण शांत अंधारात त्या कथेचं भय वाटू लागलं मला. जगात प्रीतीचा शेवट नेहमी असाच होतो का? तो का? म्हणजे माधव रोमिओ आणि मी ज्युलिएट होणार? छे! ज्युलिएटच्या घरच्या मंडळींसारखा माझा दादा काही माथेफिरू नाही. तो नेहमी माझ्या मागंच उभा राहील; पण कुणाचं बरं वाक्य आहे ते? The path of love did never run smooth. प्रीतीच्या मार्गावर नेहमीच काटे पसरलेले असतात. काटे? पावलोपावली पायात रुतणारे, मोडणारे, सलणारे काटे? अगं बाई, कोण ओरडलं हे? मी? पायातल्या काट्यांच्या वेदना दु:सह होऊन मी किंकाळी फोडली?

मी तर जागी आहे. चंदू ओरडला असावा हा! संध्याकाळी स्वारीच्या हातात महाभारतातल्या गोष्टींचं पुस्तक पडलं. अगदी पेंगळून जाईपर्यंत तो ते वाचीत बसला असावा? त्या गोष्टीतला एखादा राक्षस त्याच्या स्वप्नात आला असेल. छे! मी ऐकला तो आवाज चंदूचा नव्हताच मुळी. वहिनीचाही नव्हता तो. मग काय दादा ओरडला? मोठी माणसं झोपेत घाबरतात? ओरडतात? त्यांना कशाचं बरं भय वाटत असेल इतकं? दादासारखी सज्जन माणसंसुद्धा या जगात सुरक्षित नाहीत?

वहिनीला गाढ झोप लागली असेल. दिवसभर कष्ट करून दमते बिचारी! भुईला पाठ टेकायला तिला वेळच मिळत नाही. दादा ओरडला हे तिला झोपेत कळलंच नसेल. मी उठू का? दादाच्या खोलीपाशी जाऊन त्याला हाक मारू का?

ही किलबिल कसली ऐकू येतेय? इतक्यात उजाडलं? छट्! उजाडलं असतं तर डोळे असे जड वाटले नसते. ही किलबिल नाही. दादा नि वहिनी काहीतरी हळूहळू बोलताहेत. माझ्या लग्नाबिग्नाच्या गोष्टी तर नसतील ना? पाऊल न वाजविता त्याच्या खोलीच्या दाराशी जाऊन उभं राहावं का? दादाच्या मागं माईचं सारखं टुमणं लागलंय्. तेव्हा ती दोघं काय बोलताहेत ते चोरून ऐकायला...

अंहं! चोरून ऐकणं ही चूक आहे. काय बरं बोलत असतील ती दोघं? वहिनी कधी कुठलं पुस्तक वाचीत नाही, कधी सिनेमा पाहात नाही. सारख्या पिठामिठाच्या, चहासाखरेच्या आणि सकाळ-संध्याकाळच्या स्वयंपाकाच्या गोष्टी चाललेल्या असतात तिच्या! असल्या गोष्टींत दादाला काय आनंद वाटणार? तो अलिकडे अगदी उदास दिसतो! त्याचं कारण हेच असेल का? त्याच्या शाळेत आलेल्या त्या नवीन बाई फार हुषार आहेत म्हणे. लग्नही झालेलं नाही त्यांचं. तशी बायको आपल्याला मिळायला हवी होती, असं काहीतरी त्याच्या मनात हल्ली येऊ लागलं नसेल ना? मागच्या वर्षी कॉलेजात 'लग्नाची बेडी' नाटक झालं होतं. त्यातला तो डॉक्टर कांचन नाही का एका सिनेमानटीच्या मागं लागत? ती नटी सीता-सावित्रीसारखी होती म्हणून त्या यामिनीचा संसार सुरळीत राहिला. ती चवचाल असती तर? पण सारे पुरुष त्या कांचनसारखे थोडेच असतील? छे! आपला दादा बहुधा तसा नाही. आणि आपला माधव? तो तर नाहीच नाही! त्याचं खरं प्रेम फक्त माझ्यावर आहे.

आपला माधव? त्याला आपला म्हणण्याचा मला काय हक्क आहे? असं कसं होईल? माधव माझाच आहे. प्रेमाचा हक्क सर्वांत मोठा असतो.

तब्बल दोन तास मी या आठवणीत गुंग होते. एखादी होडी नदीच्या पुरात सापडावी आणि लाटा नेतील तिकडे वाहात जावी, तशी माझी स्थिती होती.

दुसरा तास संपला. मनाच्या या ओढाळपणाची माझी मलाच लाज वाटली. हे एकोणिसावं वर्ष मला. माझा दादा जुना कोट घालून शाळेत जातो, माझी वहिनी

घरात विटकं जुनेरं नेसून काम करते. त्यांच्या पैशावर आणि कष्टावर मी कॉलेजात येते; पण इथं येऊन मी करते काय? हा चहाटळपणा... तासाची घंटा होताच मी लगबगीनं उठले. दारात, व्हरांड्यात, बागेत, फाटकात... कुठंही माधव दिसू नये अशी माझी इच्छा होती. संध्याकाळी त्यानं मला फिरायला बोलावलं म्हणून काय झालं? मी जायला हवं असं थोडंच आहे? तो श्रीमंत वकिलाचा मुलगा आहे. रिकामटेकडेपणानं भटकायला त्याचं काय जातं? तशी मी थोडीच आहे? माझी वहिनी घरी दिवसभर कामाचे डोंगर पालथे घालीत असते. तिला थोडी तरी मदत मी करायला नको का? निदान हातगुंडा म्हणून तरी...

सुदैवानं कॉलेजच्या फाटकापर्यंत माधव मला भेटला नाही. बघू दे खुशाल वाट! आज संध्याकाळी त्याच्याबरोबर फिरायला जायचं नाही, असं स्वतःला बजावीत मी तुरूतुरू घरी आले. मनानं एखादा निश्चय केला म्हणजे माणूस जलद चालायला लागतं की काय, कुणाला ठाऊक! दारात उभी असलेली वहिनी हसत म्हणाली, 'वन्सं, गावात सर्कसबिर्कस आलीय का?'

बहुधा चंदूनं ही बातमी आणली असावी. त्यानं सर्कशीला जायचा हट्ट धरला असेल म्हणून वहिनीनं हा प्रश्न मला...

मी पायऱ्या चढता चढता म्हटलं, 'नाही बाई, कोपऱ्यावर कुठं जाहिराती दिसल्या नाहीत!'

'असं कसं होईल? एक वाघ मोकळा सुटलाय् ना?'

'वाघ?'

'हो! नि तो आमच्या सुमाताईच्या मागं लागलाय्. म्हणून तर त्या अशा धावत आल्या कॉलेजातून!' हे बोलता बोलता तिनं मला जवळ ओढलं. अगदी चंदूला घ्यावं तसं. लगेच ती माझ्या कपाळावरला आणि तोंडावरला घाम पदरानं टिपू लागली. माझं मन आनंदानं भरून आलं. 'वयनी, इतकी माया करायला तुला कुणी गं शिकवलं?' असं तिला विचारावंसं वाटलं; पण या प्रश्नाचं तिचं उत्तर मला ठाऊक होतं... 'ते तुमच्या बंधुराजांना विचार.'

वहिनीच्या खांद्यावर मान ठेवून तिच्या तोंडाकडे टक लावून पाहात मी उभी राहिले. तिनं धड वेणीफणीसुद्धा केली नव्हती. घरातल्या धबडग्यानं तिचा चेहरा किती कोमेजून गेला होता; पण भावलेल्या गुलाबात सौम्य मोहकपणा असतो ना, तो तिच्या मुद्रेवर होता. माझ्या मनात आलं, स्वर्गातली अप्सरा खाली उतरली तरी दादा काही वहिनीला सोडून तिच्या मागं लागणार नाही!

कधी नाही तो माधव बोलवायला घरी आला. तरीसुद्धा आज संध्याकाळी बाहेर जायचं नाही. वहिनीचं काही ना काही काम करीत राहायचं, असं मी पुन्हा स्वतःला बजावलं. आजचा स्वयंपाक मीच करणार असं वहिनीला सांगितलं तेव्हा कुठं माझ्या

मनाचं समाधान झालं.

आमची वहिनी मोठी विचित्र आहे. ती मला काहीच करू देईना. चहा तिनंच केला. संध्याकाळची भाजी तिनंच चिरली. शेवटी मी चिडून म्हणाले, 'वयनी, तू मला असा लाडोबा करून ठेवते आहेस; पण शेवटी काय होईल ठाऊक आहे का?'

'आहे.'

'काय?'

'पाठराखीण म्हणून मला यावं लागेल तुमच्या सासरी, एवढंच ना? तेच हवंय मला. चार दिवस बड्या घरचा पाहुणचार तरी चाखायला मिळेल.'

'बडं घर?' मी चमकून विचारलं. 'तुला कुणी सांगितलं?' असं काहीतरी बोलायचं माझ्या मनात होतं; पण मी गोंधळले, अडखळले. लगेच सावध होऊन जीभ चावली मी.

वात्सल्यानं भरलेल्या दृष्टीनं माझ्याकडे पाहत वहिनी म्हणाली, 'हिरकणी सोन्याच्या कोंदणातच शोभते. कळलं का सुमताई? चांगलं गर्भश्रीमंताचं स्थळ चालत येईल आमच्या वन्संचा शोध करीत.'

वहिनीला भविष्य कळतं की काय, ते मला कळेना. मी उठले. तिच्याजवळ जाऊन तिला मिठी मारली आणि म्हणाले, 'प्रेम आंधळं नि आशा वेडी असते.'

भाजी चिरता चिरता मधेच थांबून ती उत्तरली, 'मला नाही तुमच्यासारखं काव्य करता येत; पण आशा वेडी आहे म्हणूनच हे जग चाललं आहे. ती शहाणी असती तर... तर साऱ्या जगाला वेड लागायची वेळ आली असती.'

किती किती सुंदर बोलते आमची वहिनी! मी लहान असते तर असं गोड गोड बोलणाऱ्या वहिनीला पापेच पापे दिले असते! लगेच मनात आलं, मी मोठी झाले असले तरी वहिनीच्या दृष्टीनं लहानच नाही का?

मी हळूच तिच्यापुढं गाल केला. ती हसली. इतक्यात हातात फुलपात्र घेऊन पुराणाला जायच्या तयारीनं दत्त म्हणून माई आमच्यापुढं उभी राहिली. मी ओशाळले नि 'किती अभ्यास आहे हा बाई उद्याचा!' असं पुटपुटत माजघरात गेले.

म्हातारं घड्याळ ठोके देऊ लागलं... एक, दोन, तीन, चार, पाच! प्रत्येक ठोक्याबरोबर माझं हृदय धडधडू लागलं. माधव आपल्या बंगल्यावर फिरायला जायची तयारी करायला लागला असेल! आज कसा बरं असेल त्याचा पोषाख? त्याला सारंच कसं सुंदर दिसतं? धोतराचा काचा, पायजमा, पँट, बुशकोट, नेहरू शर्ट... काहीही शोभतं. काल थेटरात मी त्याच्याजवळ बसले होते, तेव्हा बेंगरूळ तर दिसत नव्हते ना? माझं ते गुलाबी पातळ छान होतं म्हणा; पण त्या मागं सोडलेल्या वेण्या! त्या पुढं सोडल्या तर बरं दिसेल का? आज ते अस्मानी पातळ नेसावं की...

मी घड्याळाकडं पाहू लागले. ते क्षणाक्षणाला पुढं चाललं होतं. लहानपणी शाळेला जाताना घड्याळ किती हळूहळू चाललं आहे, असं मला वाटे. त्याने भरभर धावावं आणि मी शाळेला जायच्या आतच ती सुटायची वेळ व्हावी, असं माझ्या मनात येई; पण आता मला वाटू लागलं, हे म्हातारं घड्याळ वयाच्या मानानं फार चपळ आहे. फार जलद धावतंय ते. अजून मी तोंड धुतलं नाही, पावडर-कुंकू केलं नाही, केसाकडं लक्ष दिलं नाही. कुठलं पातळ नेसायचं ते ठरविलं नाही. नि हे सारं करून काय कुठं जवळ जायचं आहे? नदीवर... शंकराच्या देवळापाशी...!

म्हणजे?

आज माधवला भेटायचं नाही, असं मी ठरविलं होतं ना? मग–

मला संध्याकाळी यायला जमणार नाही, असं कॉलेजात मी त्याला सुचवायला नको होतं का? आता तो तिथं अगदी सहाच्या ठोक्याला येईल. आपली खूप खूप वाट पाहील तो. त्याच्या मनात नाही नाही त्या शंका येतील. येता येता वाटेत मला कुठं अपघात तर झाला नसेल ना, या कल्पनेनं तो व्याकूळ होईल. त्याची अशी फसवणूक करणं चांगलं का?

फसवणूक?

–आणि माईला, दादाला, वहिनीला कुणणाला न सांगता मी त्याच्या गाठीभेटी घेते, त्याच्याबरोबर फिरायला जाते, काल सिनेमाला गेले होते, ही सारी त्यांची फसवणूक नाही का?

काय करावं हे मला समजेना. घड्याळ तर पुढं धावत होतं. पाच वाजून पाच मिनिटं झाली होती त्यात.

काल रात्रीची थेटरातली माधवच्या स्पर्शाची सुखद स्मृती एकदम माझ्या मनात जागृत झाली. अगदी निरभ्र आकाशात वीज चमकावी ना? तशी! तो स्पर्श... तो पुन्हा व्हावा... माधवचा हात हातात घेऊन नदीच्या पाण्यात पाय सोडून बसावं... मेघांचा सप्तरंगी शालू नेसून आणि नक्षत्रांची फुलं केशकलपात खोवून संध्या पृथ्वीवरल्या त्या भव्य आरशात स्वत:चं रूप पाहू लागली म्हणजे तिची गोड गोड थट्टा करावी, आम्ही दोघांनी वाकून पाण्यात पाहावं नि तिला म्हणावं... 'कितीही नट्टापट्टा केलास तरी तू दुर्दैवी आहेस. तो पाहा तुझा प्रियकर तुला सोडून चाललला आहे दूर देशात. उषेच्या मोहानं तो तुझा त्याग करीत आहे. प्रियकराकडून वंचित झालेल्या कुठल्या तरुणीला शरीराचा शृंगार आनंद देईल? पण आमची गोष्ट तुझ्याहून निराळी आहे. जोडीत गोडी असते हा अनुभव आम्ही घेत आहोत, तो जन्मभर घेणार आहोत. केवळ याच जन्मी नाही, तर पुढल्या जन्मीसुद्धा...'

वाऱ्याबरोबर उंच उंच उडत जाणाऱ्या पतंगासारखं माझं मन किती दूर दूर गेलं होतं. माई माझ्या अंगावरून गेली; पण मला त्याची शुद्धच नव्हती. तिला

दरवाजापर्यंत पोहोचवून वहिनी परत आली नि तिनं मला हाक मारली. तेव्हा कुठं मी या तंद्रीतून जागी झाले.

मी गडबडीनं म्हणाले, 'जरा बाहेर जाऊन येते मी, वहिनी. एका मैत्रिणीच्या वडिलाचं बारसं आहे...'

'वडिलांचं बारसं?' खो-खो करीत वहिनी उद्गारली.

'बहिणीचं!' मी शरमून जीभ चावीत उत्तर दिलं.

लगेच ती म्हणाली, 'स्वयंपाक करणार होता ना आज तुम्ही?'

'आज नको. उद्या करीन. प्लीज हं. प्लीज, वहिनी!'

वहिनी हसत होती. मी घड्याळाकडं पाहात होते. पाच वाजून बारा मिनिटं! ∎

८

शंकर

पाच बारा! नीट दिसेना; पण पाच बाराच असावेत ते!

वर्गातून बाहेर पडताच शाळेच्या इमारतीवरल्या मोठ्या घड्याळाकडं मी पाहिलं. आज अगदी निश्चय केला होता मनाचा! दिगंबरकडं जाऊन पैसे घ्यायचे. मग बाजारात जाऊन सारी सायकलदुकानं पालथी घालायची. हरतऱ्हेच्या सायकली पाहून त्यातली एक पसंत करायची. हे सारं आटपायला दोन तास सहज लागतील. शाळा सुटली, की चंदू घरी येऊन दारात माझी वाट पाहात बसेल. पोराला किती वेळ ताटकळत ठेवायचं? म्हणून आज शेवटची घंटा झाली की लगेच वर्गाबाहेर पडायचं, असं मी ठरविलं होतं; पण स्वभावाला औषध नाही. केशवसुतांची 'गोफण' ही कविता शिकविताना अगदी रंगून, भान विसरून गेलो मी!

केशवसुत माझ्यासारखेच एक सामान्य गरीब शिक्षक होते; पण त्यांच्या कल्पनेची झेप किती मोठी! त्यांच्या भावनेची तीव्रता किती विलक्षण! आपल्या नखांनी स्वतःचं हृदय फाडणारा आणि त्या भग्न हृदयाच्या तंतूतून चिवट दोर काढून त्यांची गोफण वळणारा हा कवी पंचवीस रुपयांवर मास्तरकी करीत जन्मभर वणवण फिरला, हे क्षणभर खरंही वाटत नाही; पण ते एक उदात्त, अमर सत्य आहे. केशवसुतांच्या या आयुष्याकडं पाहिलं म्हणजे माझ्यासारख्याला केवढा धीर येतो! या कवीनं जगाच्या बाजारात आपला आत्मा कधी विकला नाही. लोकांना कविता आवडेल किंवा नाही, याची त्यानं कधी पर्वा केली नाही. हृदयात जे सलत राहील, जे जळत राहील, ज्यानं सात्त्विक सुख दिलं, ज्यानं दाहक दुःख दिलं, त्या त्या साऱ्या गोष्टींचा अर्क काढून या कवीनं एकच रसायन तयार केलं... काव्य.

असं काव्य शिकविताना वेळेचं भान कुणाला राहणार?

'वैर तयांना जे गरिबी शिकवितात बालांस.'

या ओळीचं विवेचन मी करू लागलो, तेव्हा माझा आवाजसुद्धा किती चढला होता. स्वत:चेच शब्द. सहज सुचलेले; पण एखाद्या देवळाच्या गाभाऱ्यातल्या प्रार्थनेप्रमाणं अजून ते माझ्या कानात घुमत आहेत... 'गरीब! गरिबांच्या मुलांनी का म्हणून गरीब राहायचं? त्यांच्यापाशी काय बुद्धी नाही! त्यांच्याजवळ काय शक्ती नाही? जीवनाला पोषक अशा गोष्टी निर्माण करण्याच्या कामी अधिक घाम कुणाचा गळतो? देशाचं संरक्षण करताना अधिक रक्त कोण सांडतात? डोळ्यांत उभे राहिलेले अश्रू आतल्या आत परतवीत आपली बुद्धी समाजाच्या प्रगतीसाठी कोण वेचतात?'

मी बोलता बोलता थांबलो. बहुतेक मुलांचे चेहरे उजळले होते, फुलले होते. पहिल्या पावसाची सर पडून गेली, की झाडं कशी टवटवीत दिसू लागतात तसे. ती पापासाहेबांची कुमुद नि तिच्या जवळच्या दोन-तीन मुली मात्र जांभया देत बसल्या होत्या. चार-पाच पोरंही कंटाळल्यासारखी दिसली. उभ्या जन्मात कविता न वाचणारी आणि श्रीमंत बापाच्या बळावर खालच्या वर्गातून वरच्या वर्गात चढणारी मुलं ही! त्यांना सांगत असलेलं गरिबाचं दु:ख कसं कळावं? पण हा अकरावीचा वर्ग आहे म्हणावं. वर्गशिक्षक मी आहे. पूर्वपरीक्षा जवळ आली आहे, साऱ्या विषयांत पास झाल्याशिवाय कुणालाही फॉर्म देणार नाही मी.

आज या कवितेच्या तासाला खुषीत आलेल्या मुलांत दोघांचे चेहरे अधिक भावनापूर्ण भासत होते. एक तो हरिजन विद्यार्थी गायकवाड, त्याला इंग्रजी शाळेत घालायलाच त्याची आई तयार नव्हती! आपण मुद्दाम त्याच्या घरी गेलो, थोडी मदत केली, आईची समजूत घातली, म्हणून या मुलाची गाडी रुळावर आली. उद्या हा मॅट्रिक होऊन कॉलेजात गेला, की त्याच्या आईला भेटायला पाहिजे. तिची आनंदी मुद्रा पाहून केवढं समाधान वाटेल मला!

नि ती दुसरी मुलीच्या बाकावर नेहमी कडेला बसणारी बालविधवा! तिचं नाव प्रथम ऐकलं, तेव्हा मी चकित झालो. हे नाव सहसा कुणी ठेवीत नाही– अपर्णा. अपर्णा म्हणजे पार्वती, उमा. उमेला भारी आवडेल ही मुलगी. तिच्या मुद्रेवर कारुण्य आणि करारीपणा यांचं किती विलक्षण मिश्रण नेहमी दिसतं; पण या कवितेच्या तासाला त्या कारुण्याच्या छटा कुठल्या कुठं नाहीशा झाल्या. मी बोलत होतो त्यातला शब्द न् शब्द ती जणू काही मनात साठवून ठेवीत होती. चांदण्यात नकळत काळोख उजळावा, तशी तिची मुद्रा या तासाला...

शिक्षकांच्या खोलीकडं जाता-जाता मी मागं वळून पुन्हा घड्याळाकडं पाहिलं. मघापेक्षा थोडं दूर होतं ते; पण आता मला त्याचे काटे मुळीच दिसेनात. मी चरकलो. चष्मा काढून भिंगं पुसली. तो लावून पुन्हा पाहिलं; पण काही दिसेना.

म्हणजे माझे डोळे...

भीतीनं एखाद्या दगडी पुतळ्यासारखी माझी स्थिती केली.

शून्य दृष्टीनं त्या वर्तुळाकार घड्याळाकडं पाहता पाहता माझ्या डोळ्यांसमोर तिचाकीचं पुढचं चाक उभं राहिलं. चंदू शाळेतून घरी परत आला असेल. त्या महाभारतातील गोष्टीच्या पुस्तकात आज त्याचं बिलकूल लक्ष लागणार नाही. तो राहून राहून रस्त्यावर येईल. दूर दूर पाहून दादा दिसत नाहीत म्हणून निराश होईल. लहान मुलांचं सुखदु:खाचं जग किती चिमणं असतं. जणू काही चिमणीचं घरटंच! मात्र त्या घरट्यातल्या कापसाला सिंहासनापेक्षा अधिक किंमत असते. आज सायकल मिळाली, की चंदूला असा आनंद होईल... शाकुंतल लिहून हातावेगळं करताना कालिदासाला झालेला आनंद, अमेरिकेकडली जमीन दिसताच कोलंबसाला झालेला आनंद आणि आज चंदूला होणारा आनंद यात तसं पाहिलं, तर काय अंतर आहे?

हा आनंद मी आतापर्यंत त्याला देऊ शकलो नाही. कितीतरी दिवस त्याचा हट्ट चाललाय. त्याला कितीदा तरी मी वचन दिलं नि कितीदा तरी ते मोडलं. मी तरी काय करू? हरिश्चंद्राला डोंबानं फुटका रांजण दिला होता ना भरायला? तसा आहे आमच्यासारख्याचा संसार. काहीही करा, तो रांजण भरतच नाही. पहिल्या तारखेला या रांजणात पगार ओतावा आणि दहा तारखेला तो उलटा करून पाहावा. एक पै सांडणार नाही खाली. चार पैसे हातात उरत असते, तर चंदूची सायकलची हौस मी केव्हाच भागविली असती. उमेच्या अंगावर झुळझुळीत पातळं असावीत, असं काय मला वाटत नाही? सुमीच्या कानाची पाळी मोठी सुंदर आहेत. ती नवीन प्रकारची कर्णभूषणं तिच्या कानात मोठी शोभून दिसतील. आषाढी-कार्तिकीला पंढरपूरला जाऊन यावं, राजापूरला गंगा आली म्हणजे त्या स्नानाचं पुण्य पदरात पाडून घ्यावं, असं माईच्या मनात एकसारखं येतं; पण यातलं कुठलंच जमत नाही कधी मला. गणिताच्या पुस्तकातली पाल भिंतीवर चढताना तीन इंच पुढं जाऊन दोन इंच मागं येते. त्या बिचारीला कधीतरी त्या भिंतीवरली तुळई गाठता येईल; पण असली उदाहरणं शिकविणाऱ्या आम्हा शिक्षकांचा संसार... तो कोण सावरणार?

वर्गातून बाहेर पडताना 'गोफण' कवितेतील आवेश जणू काही माझ्या अंगात संचारला होता. केवढा उत्साह वाटत होता मला; पण ती कविता शिकवून पाच-दहा मिनिटं झाली नाहीत तोच हे विषण्ण विचार मनात घोंगावू लागले.

गेली दोन-तीन वर्षं हे असं होतंय. एकाच वेळी दोन भिन्न जगात मी राहात आहे, वावरत आहे, जगत आहे. शाळेत पाऊल टाकलं, की माझ्यातील दहा वर्षांपूर्वीचा शंकर जागृत होतो. टिळक-गुरुजींच्या सहवासातले सारे सुवर्णक्षण डोळ्यांपुढं उभे राहतात. प्रतिकूल परिस्थितीशी केवढी मोठी झुंज घेऊन त्यांनी गोरगरिबांकरिता, सामाजिक सुधारणेकरिता ही शाळा उभारली. त्यांची ती साधी

राहणी, ती रसाळ वाणी, ती समाजसुधारणेची स्वप्नं, ते दीन-दलितांवरलं प्रेम... गायकवाडसारखी शेकडो मुलं या शाळेत आजपर्यंत शिकून गेली असतील!

शाळेत पाऊल टाकलं, की सभागृहातल्या टिळक-गुरुजींच्या प्रतिमेला मी वंदन करतो. मग शिक्षकांच्या खोलीकडे वळतो. आपल्या अनेक सहकाऱ्यांना हे सारं नाटक वाटतं. मुलांवर वजन मारण्याच्या तंत्राचा हा एक भाग आहे, अशी ते उघड उघड माझी कुचेष्टा करतात. मी नुसता हसतो. मग टिळक-गुरुजींच्या मृत्यूची ती मध्यरात्र माझ्या डोळ्यांपुढं उभी राहते. त्यांचा जीव शाळेभोवती घुटमळत होता. काळोखात कुठंतरी दोन काजवे चमकावेत, तसे त्यांचे डोळे भासत होते. शाळेची तत्त्वनिष्ठ परंपरा पुढं चालावी, प्रत्येक पिढीच्या गरजेप्रमाणं तिनं आपलं शिक्षण बदलावं, पुस्तकी ज्ञानापेक्षा मुलांच्या आत्मिक संस्कारांवर तिनं अधिक भर द्यावा... एक ना दोन? अशा अनेक इच्छा क्षणोक्षणी अधिक अधिक निस्तेज होणाऱ्या त्यांच्या डोळ्यांत तरळत होत्या. त्यांच्याबरोबरच्या तीन-चार शिक्षकांप्रमाणे मीही आजारात त्यांची सेवा करीत होतो. गुरुजींनी एकदम माझा हात हातात घेतला. तो थंडगार होत चालला आहे, या जाणिवेनं मी शहारून गेलो; पण आता वाटतं, तसा पवित्र स्पर्श उभ्या आयुष्यात पुन्हा आपल्याला लाभणार नाही. माझा हात हातात घेऊन खोल गेलेल्या आवाजात ते म्हणाले, 'शंकर, तू शाळेचा आजीव सेवक हो. तुझ्यासारखी तरुण, निष्ठावान माणसं ज्या संस्थेत असतील, तिला कळीकाळाचंसुद्धा भय नाही.' मी गोंधळून गेलो. वडील म्हातारे झाले होते. अंथरुणाला खिळले होते. माझे दोन हातांचे चार हात तर झालेच होते. आता ते सहा व्हायची वेळ जवळ आली होती. माई, सुमित्रा, अरविंद यांची जबाबदारी माझ्या शिरावर होती. त्यात सावत्रपण. कुठं तीळ कमी पडला, तरी त्याचा सूळ व्हायचा.

मला गुरुजींच्या त्या करुण दृष्टीकडे पाहवेना. घायाळ होऊन पडलेल्या पक्षिणीची नजर अशीच दिसत असावी. कष्टानं शेवटचा श्वास टाकताना एकच विचार तिला त्रस्त करून सोडीत असेल... 'माझी पिलं... अर्धवट पंख फुटलेली माझी पिलं.'

टिळक-गुरुजींचे माझ्यावर अनेक उपकार होते. वडिलांच्या इच्छेविरुद्ध मी इंग्रजी शाळेत गेलो, तेव्हा त्यांची समजूत त्यांनीच घातली होती. 'वेदविद्या कालची विद्या होती. इंग्रजी विद्या ही आजची विद्या आहे. उद्याची विद्या निराळी होईल. ती तुमच्या नात-नातींना शिकवावी लागेल. जसा देश तसा वेष. जसा काळ तशी विद्या!' हे त्या वेळचे त्यांचे शब्द मी कधीच विसरलो नाही. पुढं शाळेतसुद्धा त्यांनी किती मदत केली मला! हे पुस्तक वाच, आयितवारी संस्कृतसाठी घरी ये. आगरकर हे त्यांचं सर्वांत मोठं दैवत. आगरकरांच्या हाताखाली शिकल्याचा त्यांना केवढा अभिमान होता. ते नेहमी म्हणत, 'त्या एका नंदादीपानं माझ्यासारख्या शेकडो

पणत्या लावल्या. या पणत्यांवर उद्या हजारो दिवे प्रकाशमान होतील, समाजातला काळोख उजळवून टाकतील.'

किती विचित्र रात्र होती. त्या रात्रीची आठवण झाली, की केशवसुतांच्या त्या ओळी अतिशय अर्थपूर्ण वाटू लागतात...

'रात्र बोलते पाहा तमास
परि आत पडे प्रकाश फार'

रात्रीच्या एकांतात मनुष्य चटकन अंतर्मुख होतो. जीवनाच्या गूढतेचं आणि भव्यतेचं खरंखुरं दर्शन त्याला रात्रीच्या काळोखातच होतं. निदान मला तरी त्या रात्री ते झालं. आजीव सेवक होण्याचं वचन मी टिळक-गुरुजींना दिलं. त्या वचनामुळे तर परवाच्या जूनमध्ये पगार-कपातीचा प्रश्न आला, तेव्हा हसतमुखानं मी दहा रुपये कमी करायला संमती दिली; पण टिळक-गुरुजींशी विशेष संबंध न आलेल्या आणि नाईलाजानं शिक्षकाचा पेशा पत्करलेल्या अनेकांनी त्या कपातीला विरोध केला. 'शंकररावांना कुठल्यातरी शब्दकोड्यात बक्षीस मिळालंय खास. आमची कोडी बरोबर आली म्हणजे आम्हीही कपात सोसू' अशी एकानं आपल्यावर कुत्सित टीकासुद्धा केली त्या दिवशी.

शिक्षकांच्या खोलीतून आरडा-ओरडण्याचे आवाज ऐकू आले. मी भानावर आलो. किती वेळ असा विचार करीत मी व्हरांड्यात उभा होतो, कुणास ठाऊक! मी वळून शाळेच्या घड्याळाकडं पाहिलं. काही दिसत नव्हतं. मात्र व्हरांड्याच्या टोकाला दोन मुलं उभी असलेली दिसली. मुलं कसली? दोन अस्पष्ट आकृत्या होत्या त्या. त्यांच्यापैकी कुणाला तरी हाक मारावी नि किती वाजले ते विचारावं, असं माझ्या मनात आलं. इतक्यात, खोलीतून कुणीतरी तीन-चार वेळा टेबलावर मूठ आपटली, कुणीतरी 'बस्स, बस्स! ठरलं!' असं ओरडलं. शेवटची घंटा होताच शाळेतून सटकणारे अनेक शिक्षक आज मागं राहून काय करीत आहेत, ते मला कळेना. आजीव सभासदांची सभा तर पुढल्या महिन्यात होती. माझं कुतूहल जागं झालं. मी झटकन खोलीकडं वळलो आणि आत गेलो.

पंधरा-वीस शिक्षकांचा घोळका घरी जाण्याकरिता अर्धवट उठला होता. दोघे-तिघेच काय ते खुर्चीत बसून होते. त्या घोळक्यातील नाडकर्णी माझ्याकडं मिष्कीलपणानं पाहात म्हणाले, 'काय शंकरराव, हल्ली तुम्ही शाळेतच राहता वाटतं? शंकर जसा कैलासावर असतो तसे?'

त्या आचरट टोमण्याकडं दुर्लक्ष करून मी केळकरांना विचारलं, 'एवढी जोरजोरानं खलबतं कसली चालली होती?'

'खलबताशिवाय लढाई जिंकता येत नाही, शंकरराव!'

'लढाई?'

ते मिष्कीलपणानं हसत म्हणाले, 'जीवन ही लढाई आहे ना? निदान या महागाईनं तरी ते तसं वाटतंय्! गव्हर्निंग बॉडी कपातीची सक्ती करणार आहे म्हणे आमच्यावर. तिला तोड काढली आहे आम्ही. टिळक-गुरुजींची ती छोटी बंगली आहे ना शाळेबाहेर?'

'त्यांच्या शेकडो विद्यार्थ्यांनी पै-पै गोळा करून मोठ्या प्रेमानं त्यांना बांधून दिलेली? त्याचं स्मारक म्हणून शाळेनं...'

'हो, हो! तीच. तिचा लायब्ररी म्हणून आपण उपयोग करतोय् सध्या; पण लायब्ररी काय या आमच्या धर्मशाळेतसुद्धा ठेवता येईल. ती बंगली विकावी आणि यंदाची तूट भरून काढावी अशी सूचना...'

'गुरुजींचं स्मारक आहे ती बंगली. त्यांच्या श्वासाश्वासानं पवित्र झाली आहे ती! ती विकायची? छे, छे, छे!' मर्मावर घाव बसल्यासारखं होऊन कंपित स्वरानं मी बोलून गेलो.

'जेहेते कालाचे ठायी हरिश्चंद्रालासुद्धा आपली बायका-पोरं विकावी लागली होती, शंकरराव!' केळकरांना हरिदासी थाटानं बोलायची सवयच होती. त्यांच्या या वाक्यानं चांगलाच हशा पिकला. मी मात्र समोरच्या गांधीजींच्या भव्य चित्राकडं पाहात स्तब्ध राहिलो. त्याच्या खाली असलेल्या मोठ्या कॅलेंडरवरली तीस तारीख वाऱ्यानं फडफडत होती.

बहुतेक शिक्षक हसत, खेळत, थट्टामस्करी करीत बाहेर पडले.

तीस तारीख... दिगंबर... चंदूची सायकल... मी लगबगीनं हातातली पुस्तकं ठेवली आणि वळलो. पाहतो तो गायकवाड माझ्यापुढं उभा.

'काय रे?'

'मी शाळा सोडणार आहे, सर!' खाली मान घालून तो जड आवाजानं म्हणाला. दोन्ही हात एकमेकांत घट्ट गुंफून त्यानं ते पुढ्यात धरले होते. त्या हाताची थरथर मला स्पष्ट जाणवत होती.

त्याला धीर देण्याकरिता मी म्हटलं, 'अरे, मॅट्रिकची परीक्षा इतकी जवळ आली. तुझा अभ्यासही चांगला आहे. अशी अवेळी शाळा सोडलीस, तर तुझं जन्माचं नुकसान होईल.'

'पण... पण सर...' त्याला पुढं बोलवेना. त्याचा गळा भरून आला होता. मी पुढं होऊन त्याच्या खांद्यावर हात ठेवला. दोन-तीनदा त्याला थोपटल्यासारखं केलं. त्याचे डोळे पाणावले.

माझ्या थोपटण्यानं त्याचं मन थोडं शांत झालं असावं. डोळे पुसून तो

म्हणाला, 'माझी धाकटी बहीण आलीय घरी. नवऱ्यानं टाकून दिलीय तिला. दररोज दुपारी नि रात्री जेवायला बसलं, की आई म्हणते, इतक्यांच्या पोटात काय भरू, पोरा? तुझ्या वह्यांची पानं का माझी म्हातारीची हाडे? शाळेतसुद्धा आईचे ते शब्द माझ्या मनाला टोचत राहतात, सर. वाटतं, मंडईत जाऊन हमाली करावी; पण आईचं हे दु:ख...'

दोन्ही हातांनी तोंड झाकून घेऊन तो स्तब्ध राहिला. त्याच्या पाठीवरून हात फिरवीत मी म्हटलं, 'मी येईन आज तुझ्या घरी नि घालीन तुझ्या आईची समजूत.'

गायकवाड जड पावलांनी निघून गेला. इतक्यात खुर्चीत सिगारेट ओढीत बसलेले जोशी धूर सोडीत सोडीत म्हणाले, 'शंकरराव, असली लाखो पोरं आहेत या देशात. त्यांच्या आयांची समजूत तुम्ही कशी घालणार? उपाशीपोटी माणसाला ब्रह्मज्ञान समजत नाही महाराज! क्रांतीशिवाय दुसरा उपाय नाही याला. जेव्हा रक्ताचे पूर वाहतील तेव्हाच...'

मी निरखून पाहिलं. ते जाधव आणि दातार कुठलं तरी शब्दकोडं सोडवीत बसले होते. शब्दकोश हाताशी असावा म्हणून ते शाळेत हे काम करीत बसले होते.

कुणाची तरी पावलं वाजली म्हणून मी वळून पाहिलं. अकरावीतली ती पापासाहेबांची मुलगी कुमुद आली होती. तिनं एक पत्र माझ्या हातात दिलं आणि वेणीचा उजवा शेपटा चाबकासारखा फिरवीत उभी राहिली.

पत्र तिच्या वडिलांचं होतं. माझी शिकवणी हवी होती कुमुदला. दरमहा तीस रुपये द्यायला तयार होते ते. मुलगी कॉलेजात गेल्यावरसुद्धा शिकवणी चालू ठेवू असं त्यांनी लिहिलं होतं.

क्षणभर मला मोह पडला. पण...

ही वर्षानुवर्षे लाडावलेली श्रीमंत पोरगी काही शिकेल की नाही, याचीच मला शंका होती. शिवाय, माझे डोळे... शाळेच्या कामाचाच त्यांच्यावर इतका ताण पडत होता की...

मी कुमुदला म्हटलं, 'तुझ्या वडिलांना म्हणावं, हल्ली शिकवण्या करीत नाही मी! माझे डोळे फार बिघडले आहेत.'

शेपटा फिरवीत कुमुद ऐटीत निघून गेली. 'घात' की 'भात' या कोड्यात पडलेले जोशी एकदम मान वर करून म्हणाले, 'शंकरराव, उगीच नाकारलीत ही शिकवणी. अहो, आपण शिक्षक राष्ट्राचे शिल्पकार आहोत ना? मग घ्या छिनी, गाळा घाम, ठोका दगड आणि घडवा देवांच्या मूर्ती. मग त्या मूर्तीच्या पुढ्यातला नैवेद्य कुणी का खाईना.'

दातार एकदम उसळून म्हणाले, 'माझा दृष्टिकोन थोडा निराळा आहे, शंकरराव. अहो, हे श्रीमंत तुम्हा-आम्हाला या नाही, त्या तऱ्हेनं लुटतात. मग आपणही ते

सापडतील तिथं त्यांना का कापू नये? बोला, का कापू नये? पापासाहेब म्हणजे बडं प्रस्थ आहे, शंकरराव. काळ्या बाजारात आपलं उखळ त्यांनं असं पांढरं केलं आहे, की ते बघून तुमचे डोळे पांढरे होतील.'

दिगंबरकडं जायला आपल्याला फार उशीर झाला आहे, याची जाणीव मला टोचू लागली. मी घाईघाईनं शाळेच्या फाटकाबाहेर पडलो.

इतक्यात मागून कुणाची तरी हाक ऐकू आली, 'सर...'

मी वळून पाहिलं. हातात पुस्तकं आणि वह्या घेतलेली अपर्णा माझ्या मागं उभी होती. ती शाळेतच काही करीत होती की...

किंचित पुढं होऊन ती म्हणाली, 'तसं काही माझं काम नाही, सर; पण मघाशी कविता तुम्ही फार छान शिकवलीत. शाळा सुटल्यावर ती पाठ करीत बसले होते मी. आमच्या घरी पाठ करायला...' ती एकदम थांबली.

तिच्याशी काय बोलावं हेच मला कळेना.

ती हसत म्हणाली, 'आज रात्रभर झोप यायची नाही मला!'

'का?'

'तुमची ही कविता! तुम्ही असं काही चांगलं शिकविता आणि मग...'

'अशा शिकविण्यानं मुलांना निद्रानाशाचा विकार जडण्याचा संभव आहे, हे ठाऊक नव्हतं मला.' मी हसत हसत म्हणालो.

ती किंचित लाजली. लगेच गंभीर होऊन ती म्हणाली, 'मघाशी तुमचा तास संपल्यावर माझ्या मनात काय आलं सांगू? मी तुमची बहीण व्हायला हवं होतं. म्हणजे चोवीस तास अशा कविता ऐकायला मिळाल्या असत्या मला; पण तेवढं कुठं आहे माझं भाग्य? बराय्. नमस्ते.'

तिच्या पाठमोऱ्या आकृतीकडं मंत्रमुग्ध होऊन मी पाहात राहिलो. एकदम उमेचा भास झाला मला.

■

९

उमा

वन्सं साडेपाचला आपल्या मैत्रिणीकडे गेल्या, तेव्हा कुठं चंदू अजून शाळेतून आला नाही, याची मला आठवण झाली. दररोज तो सव्वापाचला येतो. मग आजच...

नाही नाही त्या शंका मनात येऊ लागल्या. मनासारखा वैरी नाही माणसाचा कुणी. परवा ट्रकखाली कुणाची तरी मुलगी सापडली, असं भावोजी वर्तमानपत्रातून वाचून सांगत होते. ती आठवण होताच जिवाचा कसा थरकाप झाला. मुलांचं काय? रमत-गमत, रस्त्याच्या बाजूच्या पाट्या वाचीत, स्टेशनातली आगगाडी बघत, कोकिळेचा आवाज ऐकू येवो, नाही तर गाढवाचा आवाज कानावर पडो, त्याची वेडीवाकडी नक्कल करीत, ती घरी यायची. रस्त्यावरून धावणाऱ्या धुडांकडं त्यांचं लक्ष असतंय कुठं? अशा वेळी वाटतं, कशाला हे नवे नवे शोध लावताहेत माणसं? जुन्या काळच्या त्या बैलगाड्या आपल्या बऱ्या होत्या. गाडी उलटली तरीसुद्धा माणूस दगावायचं नाही. आजीबरोबर आम्ही सारी मुलं नरसोबाच्या वाडीला गेलो होतो. तेव्हा आमची गाडी अशीच उलटली होती. आम्ही सारी मुलं एकदम किंचाळलो. मग आम्हाला वाटलं, आपण गाडीत बसून एक कोलांटी उडी घेतली. यापेक्षा अधिक काय झालं?

माणसाचं मन मोठं विचित्र आहे. चंदूला शाळेतून उशीर झाला, की हे नवे नवे शोध मला नकोसे होतात; पण काही काही वेळा वाटतं, आपल्या आवडत्या माणसाच्या मनात काय चाललं आहे, हे हळूच सांगणारं यंत्र हे शहाणे लोक अजून का शोधून काढीत नाहीत? म्हणजे माझ्यासारखीचा जीव तरी भांड्यात पडेल. गेल्या दोन-तीन वर्षांत स्वारीच्या मनात काहीतरी फरक पडू लागलाय. काही विचारावं तर बोलणं थट्टेवारी नेतात. म्हणतात, 'नसती काळजी करीत बसल्याशिवाय बायकांना चैनच पडत नाही.' ते नवं यंत्र निघालं म्हणजे मी यांचं सारं गुपित शोधून काढीन. डॉक्टर छातीवर तपासतात ना? रात्री यांना झोप लागल्यावर मी ते यंत्र हळूच तसं लावीन; पण कुठं लावायचं ते बाई? छातीला की डोक्याला? मनाला लावायचं

म्हणजे माणसाचं मन कुठं असतं?

–पण तेच यंत्र त्यांनी मला लावून पाहिलं तर? मीसुद्धा रोज रोज फसवत नाही का त्यांना? कुणाचं सुंदर पातळ पाहिलं, की तसं आपल्याला असावं असं पुष्कळदा मला वाटतं. परवा त्या समोरच्या डॉक्टरीणबाईंनी मुद्दाम येऊन नवे बिल्वर दाखविले. त्या गेल्यावर कितीतरी वेळ मी बेचैन होते. मन शांत व्हावं म्हणून मी देवापुढं जाऊन बसले. तरी चैन पडेना. मग मी देवाला म्हटलं, 'देवा, तुझ्या घरी असा अन्याय का? सारं गाव या डॉक्टरांच्या नावानं खडे फोडतंय; पण त्याची बायको राजाच्या राणीसारखी नटून मिरविते. आणि मी मात्र... फार फार चांगले आहेत हे. शाळेचं काम किती मन लावून करतात. कुणी गरीब विद्यार्थी आला, तर त्याला कधी रिकाम्या हातानी परत पाठवीत नाहीत. यांची बायको म्हणवून घेताना अभिमान वाटतो मला; पण मी आरशापुढं बसले, एक तरुण स्त्री म्हणून आपल्या रूपाकडं आणि वक्षाकडं पाहू लागले, कुठं देवळात नाहीतर हळदी-कुंकवाला गेले म्हणजे आत आत कुठंतरी मला काटे टोचू लागतात. देवा, हा अन्याय कधी दूर करणार आहेस तू? काय पाप केलं होतं मी मागल्या जन्मी?

दुःख अधिक झालं की माणूस रडतं ना? तसं होतं ते बोलणं.

–पण देव माणसांशी कधी बोलला आहे? द्रौपदीची लाज राखण्याकरिता त्यानं वस्त्र पुरविली, असं नुसतं आम्ही ऐकायचं. रस्त्यानं जाणाऱ्या भिकारणीच्या लाजेचं त्याला कधीच काही वाटत नाही. द्रौपदीच्या थाळीत हवं तेवढं अन्न त्यानं निर्माण केलं; पण आमच्यासारख्यांच्या घरी... त्यांना सांजा फार आवडतो; दोन्ही प्रकारचा– गोड आणि तिखटमिठाचा; पण आताआताशी तेवढासुद्धा कधी त्यांना करून द्यायला मिळत नाही. चारचौघांच्या घरात एकट्यासाठी करणं आजीनं मला शिकविलं नाही आणि एकट्यानं खाणं त्यांच्या वडिलांनी त्यांना शिकविलं नाही.

कधी... कधी बदलणार हे सारं? कधी जाणार हे दळिद्र? का या जगात न्याय नाहीच? जगात जर न्याय नसेल, तर माणसानं तरी न्यायानं का वागावं? चांगलं का राहावं?

माझ्या विचाराचं मलाच भय वाटू लागलं. लहानपणी आजीबरोबर कुठल्या तरी खेडेगावी गेले होते मी. तिथली पोरं घरातल्या तट्ट्यावर बसायची. ते पाहून मीही तसं बसायचा हट्ट धरला. थोडा वेळ दुसऱ्याच्या मदतीनं मी नीट बसले. मग वाटलं, आपण एकट्यानं ऐटीत बसावं. मी तशी बसले नि ते तट्टू जेव्हा चौखूर उधळलं... असले विचित्र विचार मनात येऊ लागले, की मला त्या तट्ट्याची आठवण येते. हे विचार माणसाला कुठं घेऊन जातील आणि कुठल्या खड्ड्यांत फेकून देतील, ते देव जाणे!

मनाला चाळा हवा होता काहीतरी. मी बाहेरच्या खोलीत गेले. सुमाताईच्या

पुस्तकावरच चंदूचं कालचं गोष्टीचं पुस्तक पडलं होतं. ते उचललं आणि उघडलं. द्रौपदी-वस्त्रहरणाचं चित्र निघालं. त्या द्रौपदीच्या दु:खी मुद्रेकडं पाहता पाहता मला वाटलं, हिच्यापेक्षा हजारो पटींनी सुखी आहे मी! पराक्रमी पांडवांची पट्टराणी होती ही; पण तिच्या नशिबी ही विटंबना आली. या जगात न्याय आहे की...

ते पुस्तक तसंच ठेवलं मी. यांच्या पुस्तकातलं एखादं चांगलं पुस्तक घ्यावं नि ते चाळत बसावं म्हणून मी आमच्या खोलीत आले. फळीवरल्या पुस्तकातून हात फिरविला. त्यांच्यावर धूळ बसली होती. अलिकडं सुट्टीच्या दिवशी ते पूर्वीसारखी पुस्तकं काढून झाडीत नाहीत किंवा एखादं पुस्तक घेऊन वाचीत बसत नाहीत, हे आज माझ्या मनाला एकदम जाणवलं. शिवता शिवता चटकन सुई बोटात जावी, तसं झालं. यांचं पुस्तकांवर इतकं प्रेम! ही सारी सारी पुस्तकं एकेकाळी किती आवडती होती त्यांची. वसंतइतकी, चंदूइतकी, माझ्याइतकी. एकदा अंगात कसर असतानाही पुस्तकं झाडीत बसले होते. मी त्यांची थट्टा केली. लगेच ते हसून म्हणाले, 'चंदू स्वच्छ असावा, नीटनेटका दिसावा, म्हणून तू तरी कशाला एवढी धडपडतेस मग?'

एकेक पुस्तक कसं विकत घेतलं, हेसुद्धा त्यांनी किती गमतीनं सांगितलं होतं. त्यांना कालिदासाचं 'शाकुंतल' हवं होतं. कॉलेजात वर्गाला नव्हतं ते; पण यांना त्याचा अभ्यास करायचा होता. वडिलांकडून मधल्या सुट्टीतल्या चहाकरिता दररोज एक आणा यांना मिळे. चहा म्हणजे जीव की प्राण इकडला; पण महिना-दीड महिना यांनी तो मधल्या सुटीतला चहा सोडून दिला. त्या साठविलेल्या पैशांतून 'शाकुंतल' घेतलं. 'शाकुंतल वाचताना मला चहाची फार आठवण होते' असं ते त्या दिवशी म्हणाले नि हसू लागले. मलाही हसू आवरेना; पण त्या दिवशीसारखे हल्ली ते हसतसुद्धा नाहीत. काय झालंय त्यांना? कसं शोधून काढायचं हे?

'शाकुंतल'ची आठवण होताच ते पुस्तक एकदा डोळ्यांनी पाहावं, असं मला वाटलं. सात-आठ संस्कृत पुस्तकं इकडं-तिकडं केल्यावर ते हाताला लागलं. इतकी धूळ साचली होती त्याच्यावर. मी ते उघडलं मात्र, त्याच्यातून एक झुरळ बाहेर पडलं.

ते पुस्तक तसंच वर टाकून मी माजघरात आले. सहा वाजायला आले होते, तरी चंदूचा पत्ता नव्हता. माझ्या मनात आलं, आज सायकल आणतो असं शाळेत जाताना यांनी त्याला कशाला सांगितलं? तो परस्परच त्यांच्याकडं गेला असेल. हट्टी मुलं भारी अवखळ आणि अचपळ असतात, विजेसारखी! कुठं जातील, कुठं कडकडतील, कुठं धडपडतील, हे सांगता यायचं नाही. आणि चंदूला ते सायकल देणार तरी कुठून? महिन्याचा पगारच जिथं संसाराला पुरत नाही... टाचग्या लुगड्यासारखं झालंय सारं जिणं! नाही तर ते विजेचं बिल कशाला इतके दिवस

ठेवलं असतं यांनी? नाही नाही म्हटलं, तरी बाजारात किरकोळ देणीसुद्धा बरीच झाली आहेत. उपाशी राहीन; पण उसनं मागणार नाही. उधारी करणार नाही, असा यांचा पण! मग हे सायकल आणणार कशी? ते देशभक्त आप्पासाहेब... त्यांनी नुकताच मोठा बंगला बांधलाय, म्हणे! ते यांचे मित्र आहेत– अगदी कॉलेजपासूनचे. चळवळीत पोलीस त्यांच्या मागावर होते, तेव्हा यांनी त्यांना लपवून ठेवलं होतं या घरात.

फार जुनी गोष्ट आहे; पण...

चंदूला सायकल देणं काही कठीण नाही आप्पासाहेबांना!

हे त्यांच्याकडं जाऊन ती मागतील?

छे! प्राण गेला तरी... काय अभद्र शब्द आले माझ्या जिभेवर!

चंदू धावतच शाळेतून आला. त्या धांदलीत पायरीवर पडून त्याला कुठं खोक पडतेय की काय, असं भय वाटलं मला. मी लगबगीनं पुढं झाले. मला मिठी मारून त्यानं माझ्याकडं पाहिलं आणि विचारलं, 'सायकल कुठं आहे माझी?' तो टक लावून माझ्याकडे पाहत होता. साऱ्या जगातली आशा त्याच्या डोळ्यांत एकवटली होती जणू काही. त्याला काय उत्तर द्यावं, ते मला कळेना. मला घुसळून तो म्हणाला, 'शाळेतील मुलं टुकुटुकू करीत होती मला– तुला सायकल नाही म्हणून! हा डॉक्टरांचा बाळू, तो वकिलाचा भाऊ, त्या साऱ्यांना सांगून आलोय, की उद्या माझ्या सायकलवर बसूनच मी शाळेत येणार म्हणून. कुठाय माझी सायकल? कुठाय? सांग ना आई? दादा कुठं आहेत?'

'ते अजून शाळेतून आले नाहीत, बाळ.'

'–नि माझी सायकल?'

'सायकलला तीन पाय असले, तरी तिला काही आपणहून चालता येत नाही.'

मी हसत त्याला म्हटलं; पण त्याच्या मुद्रेवरला राग आणि निराशा यांच्या छटा काही कमी झाल्या नाहीत.

तो काही केल्या आत खायला येईना. पायरीवरच त्यांची वाट पाहत बसला.

त्याची समजूत घालायचा पुष्कळ प्रयत्न केला मी. शेवटी, त्याच्या आवडीचे फोडणीचे पोहे करून देऊ का, म्हणून विचारलं; पण लहान मुलं काही कमी नसतात. 'सायकलवर बसूनच मी पोहे खाणार आहे' असं त्यानं मला मोठ्या कुर्र्यात सांगितलं.

स्वयंपाकाला उशीर होतोय, हे मला कळत होतं; पण चंदूचा विचित्र हट्ट बघून माझं मन अगदी उडून गेलं. वाटलं, जिथं मुलांचे हट्ट पुरविले जातील, तिथंच देवानं त्यांना जन्म द्यावा. आमच्यासारख्या गरिबांच्या घरात तो या चिमण्या जीवांना कशाला जन्माला घालतो? बिचाऱ्यांची एक हौस पुरत नाही आमच्या हातून.'

–पण लगेच मनात आलं, चंदूला घट्ट पोटाशी धरावं, त्याचे खूप खूप मुके घ्यावेत नि त्याला म्हणावं, 'राजा, तुझ्या आईवर रागावू नकोस. त्यांच्यावर रागावू नकोस. आईबापांना आपली मनं उघडून दाखविता येत नाहीत, बाळ. ती दाखविता येत असती, तर... तिथं तुमच्यासाठी आसवांचे मोती आणि रक्ताची माणकं करीत असतात ते! पण...'

एक सुंदर मोटार अचानक दारात येऊन उभी राहिली. मला नवल वाटलं. थोडीशी गोंधळलेही मी! यांच्याकडं मोटारीतून कोण आलंय ते कळेना. गृहस्थ चांगला श्रीमंत दिसत होता. डुलत डुलत व हातातली चांदीची छडी फिरवीत तो पुढं आला. चंदूनं 'ते घरात नाहीत' म्हणून त्याला सांगितलं. 'पापासाहेब येऊन गेले म्हणून सांगा मास्तरसाहेबांना' असं अर्धवट माझ्याकडं पाहत तो म्हणाला. लगेच 'कसं काय छोटे मास्तरसाहेब?' असं म्हणत चंदूच्या हनुवटीला लाडकेपणानं हात लावून तो निघून गेला.

ते लक्षाधीश पापासाहेब हेच का?

काल दिगंबरभावोजी एकाएकी उपटले. आज हे श्रीमंत गृहस्थ आले. तसा मनुष्य चेहऱ्यावरून सज्जन दिसला; पण यांच्याकडं अशी काय कामं निघाली आहेत या लोकांची?

दिगंबरभावोजी जसे जुगारी, तसा हा मनुष्य...

चेहऱ्याचा काय नेम सांगावा कुणी? कडधान्यांतील चोर ते भिजत घालून शिजविल्यावरच कळतात.

दिगंबरभावोजींसारखाच हाही गृहस्थ असला तर?

ते काही नाही. आज रात्री यांना सांगायचंच, 'दिगंबरभावोजींची झाली एवढी मैत्री पुरे झाली.'

१०

दिगंबर

घड्याळात पाच वाजले. मी खोलीत अस्वस्थपणानं येरझारा घालू लागलो. शंकरची शाळा सुटली असेल. तो घाईघाईनं आपल्याकडं यायला निघाला असेल, आणखी दहा-पंधरा मिनिटांत माझ्या खोलीवर येईल, या विचारासरशी मी अगदी गोंधळून गेलो. मैदानावर शर्यत सुरू झाली, की साऱ्याच जुगाऱ्यांची काळिजं थाडथाड उडू लागतात. जणू काही बेफाम धावणाऱ्या घोड्यांच्या टापांचे प्रतिध्वनीच तिथं उठत असतात. ती धडधड ऐकणं ज्यांचं त्यालासुद्धा काही वेळा असह्य होतं; पण आपला घोडा मागं पडला, आपण हरलो, हे कळल्यावरसुद्धा तिथून पळून जावंसं वाटत नाही माणसाला.

लहानपणापासून इतकी संकटं आली; पण मी कधी भिऊन पळून गेलो, असं झालं नाही. क्षयी बायकोचंसुद्धा भय वाटलं नाही मला. ती मेली त्या दिवशी चार पैसे कमवायचे आणि तीन पैसे दोन पया नाही तर चार पैसे एक पै खर्च करायची, असलं दीडदमडीचं दरिद्री आयुष्य यापुढे कंठायचं नाही, असा निश्चय मी केला. मी जुगारी बनलो. कधी जिंकलो, कधी हरलो; पण एकदासुद्धा भ्यालो नाही, पळालो नाही.

आज मात्र शंकरसारख्या एका गरीब शाळामास्तराचं तोंड चुकवायची इच्छा माझ्या मनात राहून राहून निर्माण होत आहे. असं का व्हावं? ज्यांनं सिंहाशी झुंज केली, त्यानं सशाला घाबरावं? नातेवाईक ही पिकलेल्या शेतातील पाखरं असतात, हा अनुभव मी घेतला. खोकत खोकत उपदेश करणाऱ्या म्हाताऱ्यापलीकडं समाजाची काही किंमत नाही, हे मी ओळखलं. या सर्वांच्या निंदेला न जुमानता माझ्या वाटेनं मी गेलो. जगानं मला फसवलं. मी जगाला फसवायला लागलो.

–पण शंकरला फसविण्याची हिंमत काही केल्या मला होत नाही. खोलीला कुलूप लावून मी निघून गेलो, तर त्याला फसविल्यासारखं होईल. तो कदाचित काही म्हणणार नाही, माझ्यावर रागावणारसुद्धा नाही; पण... त्याच्याशी खोटं वागावं, हे पटतच नाही मनाला.

खरं-खोटं, पाप-पुण्य, नीती-अनीती हा नुसता शब्दांचा काथ्याकूट आहे, कल्पनेचा बाजार आहे, असं मी अलिकडं मानीत आलो. जग हा बोलूनचालून तमाशा आहे. त्यात पैशाच्या तालावर सारे नाचतात... अगदी मुरळ्यांसारखे, कोल्हाटणीसारखे! पुढारी, लेखक, पत्रकार, कलावंत... सारे सारे एका माळेचे मणी असतात, असं मी म्हणत आलो. या सर्वांच्याकडं तुच्छतेनं पाहत राहिलो.

–पण शंकरची आठवण झाली, की माझी उर्मट मान खाली जाते. आपल्या आयुष्यात कुठंतरी, काहीतरी चुकतंय, असं वाटू लागतं. बालमित्र म्हणून त्याच्याविषयी वाटणारी ही ओढ नाही नुसती. तो वेळी-अवेळी माझ्या उपयोगी पडला म्हणून मनात जागी होणारी कृतज्ञताही नाही. असं देऊन देऊन त्यानं काय पैसे दिले असतील मला? उद्या एक घोडा लागला, तर क्षणात मी ते फेडून टाकीन.

मग शंकरला फसवायला मी का भितोय? सज्जन मनुष्यापुढं इतरांची मान खाली का जाते?

सहा वाजायला आले, तरी शंकर आला नाही. मला बरं वाटलं. 'तासभर तुझी वाट पाहून मग मी बाहेर पडलो,' असं त्याला शपथेवर सांगायला मी मोकळा झालो; पण मी एकदम दचकलो. वाटेत त्याला कुठं अपघात-बिपघात तर झाला नाही ना? परवाच तो आपली डोळ्यांची तक्रार वाढतेय, असं म्हणत होता. आईकडनं आलेला अधु डोळ्यांचा वारसा. त्यात जुन्या समजुतीच्या वडिलांकरिता चाळीशी न लावता शाळेत केलेला अभ्यास! छे, आता आपल्याला पैसे मिळाले, की शंकरला मुंबईला घेऊन जायचं, अगदी उत्तम डॉक्टरला त्याचे डोळे दाखवायचे.

खोलीबाहेर पडण्याकरिता कपडे करावेत म्हणून मी उठलो. इतक्यात दारात कुणाचीशी पावलं वाजली. मी चपापून पाहिलं. शंकर दारात उभा होता.

मी हसण्याचं नाटक करून त्याचं स्वागत केलं. त्याच्या पाठीवर थाप मारीत मी म्हटलं, 'दोस्त, ठरल्याप्रमाणे तू आज आलास, हे फार बरं झालं. नाही तर...'

पुढं काय बोलावं, ते माझं मलाच कळेना. क्षण, दोन क्षण मोठ्या भयंकर शांततेत गेले. मग शंकरच चाचरत म्हणाला, 'आज तू देणार होतास ते शंभर रुपये...'

मी खो-खो हसत म्हणालो, 'शंभर? फक्त शंभर? अवघे शंभर? अगदी शुद्ध मास्तर आहेस तू, शंकर. परमेश्वर प्रसन्न होऊन तुझ्यासारख्याला विचारायला लागला, की बोल, तुला कोणती अप्सरा हवी?– रंभा, मेनका, उर्वशी, तिलोत्तमा? तर तू उत्तर देशील, ती पलीकडच्या गल्लीत ठमाकूंची ठकू आहे ना? ती चालेल मला. ती पिठलंभात चांगला करते.'

तो मधेच म्हणाला, 'असं म्हणण्याइतका मी वेडा नाही, दिगंबर.'

'मग तू कोणत्या अप्सरेचं नाव घेशील?'

'उमा!' असं तो उद्गारला; पण लगेच तो लाजला. जणू काही कालच लग्न झालं होतं त्याचं. त्याच्या त्या उद्गारात किती भावना भरलेल्या होत्या!

तो चुळबूळ करीत माझ्याकडं पाहू लागला. मी त्याचे दोन्ही हात हातात घेऊन ते घट्ट दाबीत म्हणालो, 'गृहस्था, तू शंकर नाहीस. शंकरापुढला आहेस. माझ्यासारख्या दोस्ताकडं येऊन तू फक्त शंभर रुपयांची मागणी करतोस? दुपारपासून मी तुला पाच हजार रुपये द्यायचा विचार करीत आहे.' तो बावळटासारखा तोंड उघडून माझ्याकडं पाहू लागला. मी हसत म्हणालो, 'पाचावर तीन शून्य. दोन नव्हेत. कळलं का, मास्तर?'

खाली पाहत, जणू काही स्वतःशीच बोलत तो म्हणाला, 'शंभर रुपये बस्स आहेत आता मला. डोळ्यांसाठी डॉक्टरांनी सांगितलेली काही औषधं घ्यायचीत. फार दिवस झाले त्यांनी सांगितल्याला. अशी हयगय करून उपयोग नाही. उमेसाठी एक-दोन पातळं... फार हाल केले तिचे मी! आणखी कितीतरी दिवस चंदू सालकलचा हट्ट करतोय्. फार फसवलं पोराला. आज, उद्या, परवा... आज अगदी सायकल घेऊनच येतो, असं वचन दिलंय मी त्याला.'

माझ्या काळजात क्षणभर चर्र झालं; पण बेफिकिरीचा आव आणून मी म्हणालो, 'अरे, माझ्यासारखा दोस्त तुझा पाठीराखा असताना तू चंदूला पाच-पन्नास रुपड्यांची भिकारडी सायकल घेऊन देणार? छे? कमीतकमी त्याला छोटी मोटार द्यायला हवी. तुला मी पाच हजार रुपये दिले, तरी तू काय त्याला ती भातुकलीतली सायकलच घेऊन देणार?'

शंकर माझ्याकडं आश्चर्यानं पाहू लागला. शर्यतीत मला खूप पैसे मिळाले असावेत, अशी त्याची खात्री झाली होती. सिंदबादचं अद्भुत साहस ऐकताना एखाद्या लहान मुलाच्या मुद्रेवर जो आश्चर्याचा भाव उमटतो, तो त्याच्या चेहऱ्यावर स्पष्टपणे दिसत होता. सज्जन माणसं ही मनानं लहान मुलं असतात हेच खरं. आणि आमच्यासारखी बनेल माणसं... छक्क्यापंज्यांनी भरलेल्या जगाशी आपला सामना आहे, हे ओळखून जगणारी माणसं... म्हातारी असतात. मिळून काय, जग बनलं आहे ते पोरांसोरांचं नि म्हाताऱ्याकोताऱ्यांचंच. त्यात तरुण अशी माणसं...

मी चपापलो. शंकरचा चेहरा एकदम बदलला होता. एखाद्या रोग्याला भयंकर वेदना होत असाव्यात आणि त्या मुकाट्यानं सोसायचा प्रयत्न केला, तरी इच्छेविरुद्ध त्याच्या चेहऱ्यावर दुःख उमटत राहावं, तसं त्याच्याकडे पाहून वाटलं मला. त्यानं माझा हात हातात घेतला. किती कढत लागत होता तो! माझ्या त्या हाताचा तळवा घामानं ओला झाला होता. माझा हात घट्ट दाबून माझ्या डोळ्याला डोळा न देता शंकर अडखळत म्हणाला, 'दिगंबर, आज मला पाच हजार रुपये कुणी दिले तर... तर माझ्या कातड्याचे जोडे करून त्याच्या पायात घालीन मी. गेली चार-पाच वर्षं

मी कशी काढली हे... अरविंद, अजून काही उद्योग करीत नाही. सुमीच्या लग्नाचं लवकरच पाहायला हवं.' आपल्या आवाजात कंप निर्माण होत आहे, याची जाणीव होताच तो मधेच एकदम थांबला.

माणसाच्या भावना दृष्टीपेक्षासुद्धा स्पर्शातून अधिक उत्कटतेनं प्रगट होतात. शंकरनं माझा हात दाबताच आमच्या वीस-पंचवीस वर्षांच्या मैत्रीची मूर्ती माझ्या डोळ्यांपुढं उभी राहिली. किती साधी, निष्कपट, पण भावपूर्ण मुद्रा होती त्या मूर्तीची! शंकरचे दोन्ही हात खूप जोरानं हालवीत मी म्हणालो, 'शंकर, या वेड्या बालमित्राला तू कधी कधी अंतर दिलं नाहीस. माझ्या भुकेच्या वेळी आपल्या चतकोरातला अर्धा तुकडा तू मला दिला आहेस. जगाचे अनुभव घेता घेता माझ्या मनाचा दगड झाला आहे; पण त्या दगडावरसुद्धा एक नाव कोरलेलं आहे, ते तुझं. तू माझ्याकडे आलास, त्याच दिवशी मी ठरविलं, की आपल्याला हाताला आता जे पैसे लागतील, त्यातले निम्मे तुला द्यायचे. परवाच्या रेसमध्ये मला दहा हजार...'

तो पुन्हा माझ्याकडं बालकाच्या निष्पाप आणि अद्भुताच्या दर्शनानं प्रफुल्लित होणाऱ्या दृष्टीनं पाहू लागला. जे मरण इतका वेळ मी टाळीत होतो, ते दत्त म्हणून माझ्यापुढं उभं राहिलं. केव्हा तरी शंकरला सत्य सांगायलाच हवं, असा निश्चय करून मी हसत म्हणालो, 'असा पाहतोस काय वेड्यासारखा? अरे बाबा, नशीब माणसाशी नेहमीच जुगार खेळत असतं. कधी ते जिंकतं, कधी माणूस जिंकतो. त्या दहा हजारांपैकी पाच हजार मी तुला देणार होतो; पण त्या घोड्यानं... घोडा कसला? गाढवच होता तो... सारा घात केला. लगेच मी पलीकडं पडलेला रुपया उचलला, तो हवेत उडविला आणि उद्गारलो, 'उभ्या जगात या क्षणी माझी इस्टेट काय ती एवढी आहे, शंकर!'

तो काही बोलला नाही; पण त्याचा चेहरा एकदम काळवंडला. मग हळूहळू तो उठून उभा राहिला. वीज पडलेलं झाड दिसतं ना! तसा तो मला वाटला. त्याच्याकडे मला पाहवेना.

शंकर निघून गेल्यावर कितीतरी वेळ मी तसाच बसलो होतो. तो येण्यापूर्वीच मी बेपत्ता झालो असतो तर त्याला याच्यापेक्षा कमी दु:ख झालं असतं, असा विचार माझ्या मनात आला. तो आल्याबरोबर मी नकारघंटा वाजविली असती तर? छे! माझ्या रक्ताचा थेंब न् थेंब जुगारी झालाय. निराशेशीसुद्धा खेळण्यात त्याला सुख होतं. म्हणून तर त्याच्याबरोबर मी असा बडबडत बसलो.

–पण शंकरला काय वाटलं असेल? मांजरानं उंदराशी खेळावं, तसा मी त्याच्याशी...

धावत रस्त्यावर जावं. शंकर कुठं दिसतो का पाहावं आणि त्याची क्षमा मागावी असा विचार...

–पण मी जागेवरून उठलो नाही. मी माझ्या स्वभावाप्रमाणं वागलो होतो. द्रौपदी पणाला लावताना धर्मराज शुद्धीवर नव्हता, असं थोडंच आहे! पण जुगाऱ्याला नशा हवी असते. उंच उंच डोंगरावर चढण्यात आणि खोल दरीत पडण्यात त्याला आनंद होतो. घोडा, पैसा, शब्द... काहीही त्याला चालतं; पण त्यात धक्के हवेत. उलथापालथ हवी. आता शंकरशी मी शब्दांनी जुगार खेळलो, तोसुद्धा या सुखासाठीच असेल का?

माझा खेळ झाला; पण त्याचा जीव गेला असेल.

स्त्री, दारू, जुगार, साऱ्यांची नशा मी अनुभवली आहे. सारी कोमेजणारी फुलं. कुणी क्षणात, कुणी घटकेत. वर्षानुवर्षे न कोमजलेलं एकच फूल मला मिळालं आहे, शंकरची मैत्री!

–पण या मैत्रीसाठी आपण आतापर्यंत काय केले आहे?

ते काही नाही. आता शर्यतीत पैसे मिळाले, की त्यातले निम्मे त्याला नेऊन द्यायचे नि म्हणायचे, 'घे चंदूला सायकल. कर सुमीचं लग्न!'

■

११

सुमित्रा

नदीवरलं शंकराचं देऊळ दिसू लागलं. सहाला पाच-दहा मिनिटं होती. कुणीतरी देवळातली घंटा वाजवू लागलं. मला वाटलं, सहाचे टोलेच पडताहेत. मला उशीर झालेला पाहून माधव म्हणेल, 'प्रेम उतावळ असतं हे खरं ना? मग आता तूच सांग. तुझं माझ्यावर अधिक प्रेम आहे की माझं तुझ्यावर?' असं म्हणेल तो! छे; पण त्यानं म्हणावं असं मात्र मला वाटतं.

तरी किती घाईनं आले मी! जणू काही गाडीच गाठायची होती मला.

जादूटोण्यासारख्या गोष्टींवर आम्हा अलिकडल्या मुलींचा विश्वास नाही म्हणून बरं. नाही तर कुणीतरी माझ्यावर चेटूक करून मला नदीकडं ओढून नेत आहे, असंच माझ्या मनात आलं असतं. वहिनीला मदत करण्यासाठी घरी शेगडी पेटवून स्वयंपाकाला लागणार होती एक मुलगी सहा वाजता; पण ती आहे कुठं? तर गावाबाहेर नदीच्या काठावर! असल्या गोष्टी काय जादूटोण्यावाचून होतात? 'मालती-माधवा'तली मालती नाही का एकाएकी नाहीशी होत? तसंच आहे हे!

मात्र या संकेताच्या जागी येताना माझी पावलं पुढं पडत होती; पण मन मागं ओढत होतं. वहिनीला, दादाला, माईला, कुणालाही थांग न लागू देता मी हा प्रेमाचा खेळ खेळू लागले आहे. हे बरं का? दादाला हे आवडेल का? न आवडायला काय झालं? मागच्या वर्षी मला 'शाकुंतल' सांगताना किती रंगून जात असे तो! शकुंतलेपेक्षा निराळं असं मी तरी काय करतेय? वेलीला काही फुललेलं फूल लागत नाही. पहिल्यांदा अगदी इवलीशी अशी कळी येते तिथं. पानाआड लपणारी, कुणाला न दिसणारी, लाजेनं मनातल्या मनात चूर होणारी. माझं नि माधवचं प्रेम तसंच आहे.

मी देवळाजवळ गेले. भिरीभिरी इकडं-तिकडं पाहिलं. माधव कुठंच दिसत नव्हता. देवळातून एक म्हातारेबुवा काठी टेकीत बाहेर पडले. मी घाटाकडं पाहिलं. वरच्याच पायऱ्यांवर दोन माणसं बसली होती. एक तरुण स्त्री नि एक तरुण पुरुष. त्या बाईचं पंचरंगी पातळ मोठं सुंदर दिसत होतं. लहानपणी मी काकाकुवा पाहिला

होता, याची आठवण झाली मला ते पातळ पाहून.

माधव कुठंच दिसेना. असा राग आला त्याचा! मला बरोबर सहाला बोलावून स्वारी कुठंतरी रमत राहिली असेल. हेच का याचं माझ्यावरलं प्रेम? असा घुस्सा आला मला. आल्या पावली घरी परत जावं.

कुणीतरी हसलं. टाळी वाजविली. मी त्या बाजूला वळून पाहिलं. देवळाच्या मागच्या बाजूच्या झाडावर माधव बसला होता.

छान!...

मी लगबगीनं तिकडे गेले आणि म्हटलं, 'माकडापासून माणूस झाला, हे खरं वाटत नव्हतं मला; पण आज पटलं ते.'

'–पण मला नाही अजून पटत.'

'म्हणजे?'

'एक माणूस अजून जमिनीवरच उभं आहे. ते जेव्हा उड्या मारीत झाडावर येईल...'

आम्ही दोघं एकमेकांकडं पाहत असे हसत राहिलो; जणू काही आम्हाला पूर्वजन्मींची ओळख पटत होती! माझ्या मनात आलं, अस्सं झाडावर चढावं, माधवचा चांगला गालगुच्चा घ्यावा नि त्याला कानात विचारावं, अगदी हळू, वारासुद्धा ऐकणार नाही अशा स्वरात विचारावं, 'लबाडा, इतके दिवस कुठं लपून बसला होता रे? मागच्या जन्मी... त्याच्या मागच्या जन्मी... जन्मोजन्मी आपण खेळगडी होतो, हे तुला आठवत नाही का?'

–पण मी झाडावर चढायच्या आधी माधवच खाली उतरला. घाटावर ती दोघं माणसं बसली होती. आणखी कुणी ना कुणी येण्याचाही संभव होता. म्हणून आम्ही नदीच्या काठानं दूर दूर जाऊ लागलो. खूप लांब गेल्यावर माधवनं एक छान जागा शोधून काढली. लहानसा डोहच असावा तिथं. एक भला मोठा खडक त्या डोहात वाकून पाहात होता. देवळात शंकरापुढं नंदी असतो ना, तसा दिसत होता तो!

आम्ही दोघं त्या खडकावर बसलो. फार दूर नाही, फार जवळ नाही. दिवस लहान असल्यामुळे संध्याकाळच्या सावल्या सभोवताली पसरू लागल्या. त्या शांत, निर्जन जागी मी एकटीच असते, तर त्या काळसर सावल्यांचं मला भय वाटलं असतं; पण माधवच्या सोबतीनं त्या पाहता पाहता मला वाटलं, आई नाही का पेंगुळलेल्या मुलाच्या अंगावर हळूच पांघरून घालीत? तशी ही संध्या साऱ्या सृष्टीला झोपविण्याकरिता...

मी एकदम दचकले. माधवनं पलीकडे पडलेला एक मोठा दगड उचलून गमतीनं डोहात टाकला होता. 'डुबुक' असा त्याचा आवाज मोठा विचित्र झाला. माझी ती कल्पनेची समाधी भंग पावली.

खडकावरून खाली पाय सोडून आम्ही मोठ्या मजेत गप्पागोष्टी करू लागलो. शाळा, कॉलेज, कविता, सिनेमा, मित्र, मैत्रिणी... एक ना दोन. हजार विषयांवर आम्ही बोलत होतो, हसत होतो. मधेच थांबत होतो, एकमेकांकडं उगीचच पाहात होतो. ओठातल्या ओठात आनंद लपवीत होतो. दूध काढता काढता चरवी भरावी आणि तोंडाशी दाटलेल्या पांढऱ्या शुभ्र फेसानं ती शोभिवंत दिसावी, तशी आमची मनं झाली. आम्ही पुष्कळ बोललो; पण अजून खूप खूप बोलायचं राहिलं आहे, असेच आम्हाला वाटत होतं.

वहिनी देवापुढं निरांजन लावते ना, तशी आकाशात चंद्रकोर दिसू लागली. मी लगबगीनं उठले; पण माधवनं मला हात धरून खाली बसविलं. 'घरी काय सांगू?' म्हणताच तो म्हणाला, 'सांग, मैत्रिणीबरोबर सिनेमाला गेले होते म्हणून.'

रात्र तलम चंदेरी वस्त्रं नेसून विश्वाच्या वीणेवर विश्रांतीची शांत रागिणी आळवू लागली होती. तिच्या एकेक मधुर स्वराची एकेक सुंदर तारका होत होती. त्या साऱ्या तारका एकीमागून एक माझ्या कानाला लागत होत्या आणि गुंजारवाहूनही गोड अशा स्वरात म्हणत होत्या, 'कळलं, कळलं बरं तुझं गुपित आम्हाला.'

किती वेळ आम्ही दोघं एकमेकांचे हात हातात घेऊन एकही शब्द न बोलता बसलो होतो, कुणाला ठाऊक! कदाचित घड्याळाचे काटे पुढं सरकलेच नसतील. कालपुरुषही प्रीतीच्या दर्शनानं मुग्ध होऊन जागच्या जागी थबकत असेल. पुढं पाऊल टाकायचं भानच त्याला राहात नसेल.

माधवनं माझ्याकरिता सुंदर वेणी आणली होती. तो ती माझ्या हातात देऊ लागला. मी ती न घेता रुसल्याचं सोंग केलं आणि त्याच्याकडं पाठ फिरवून बसले. त्या सोंगात किती सुख होतं! तो ती वेणी माझ्या केसात गुंफू लागला. त्याला नीट घालता येईना. मी हसत टोमणा मारला, 'पुरुष असेच बावळट असतात का रे?' तो हसत उत्तरला, 'नाही कोण म्हणतो? म्हणून तर ते बायकांच्या तावडीत सापडतात नि मुठीत राहतात.'

वेणी केसात घालून मी उठू लागले, तेव्हा माझा हात धरून मला खाली बसवीत माधव म्हणाला, 'अंहं. इतक्यात नाही. प्रेम आंधळं असतं. घड्याळात किती वाजले, हे त्याला कधीच दिसत नाही.'

त्याच्या हातातून हात सोडवून घेण्याचा प्रयत्न करीत मी म्हटलं, 'प्रेम आंधळं असेल; पण ते बहिरं नसतं ना? मघाशीच कुठले तरी टोले ऐकू आले.'

'स्वप्नात आहेस तू.' मला खाली बसवीत तो म्हणाला.

अनेक गोड आठवणींची उजळणी झाली. अगदी पहिल्यांदा आम्ही एकमेकांना कुठं पाहिलं, त्या वेळी दोघांनाही कसं वाटलं, मग आमची कुठं, कशी ओळख वाढली, ती वाढावी म्हणून दोघांनीही काय काय गमतीच्या गोष्टी केल्या, ओळख

वाढता वाढता आम्हाला प्रीतीचा साक्षात्कार कसा झाला, लोलक म्हणून घ्यावं नि तो हिरा ठरावा, हा अनुभव दोघांना कसा आला, मग एकमेकांच्या गाठीभेटीची उत्सुकता कशी वाढली, परस्परांचे फोटो जवळ ठेवण्यात केवढा आनंद वाटू लागला. मित्रमैत्रिणींनी थट्टा करताच अंगावर रोमांच कसे कसे उठू लागले, नाना प्रकारची भावी सुखाची स्वप्नं कशी पडू लागली... साऱ्या साऱ्या गोष्टी आम्ही बोललो. जितकं जुनं, तितकंच नवं होतं ते. प्रत्येक आठवण म्हणजे कधीही न कोमेजणारं जाईचं फूल होतं.

बोलता बोलता मी मधेच थांबले आणि माधवच्या बोटात बोट गुंफीत म्हणाले, 'माधव, रोज रोज मी वयनीला सांगते, अमक्या मैत्रिणीबरोबर सिनेमाला गेले होते, तमक्या मैत्रिणीबरोबर फिरायला गेले होते. किती दिवस असंच खोटं बोलायचं रे आपल्या माणसाशी?'

'प्रेमात आणि युद्धात सर्व काही क्षम्य असतं, सुमा!'

त्याच्या थट्टेकडं लक्ष न देता मी म्हटलं, 'वयनीनं जर सुटा-बुटातली ही माझी मैत्रीण पाहिली तर...'

हसत तो मधेच उद्गारला, 'अगं, मीसुद्धा आईला असंच सांगतो... आज आमच्या मित्राकडं आईस्क्रीम-पार्टी होती. या थंडीच्या दिवसांत हं! आज तमक्या मित्राकडं गाणं होतं. गाणं म्हटलं, की आपल्या चिरंजीवाचा कपाळशूळ उठतो, हे कुठं आईच्या लक्षात असतं? उद्या जर माझा हा पाचवारी पातळ नेसलेला मित्र आईनं पाहिला तर?...'

हे बोलणं हसण्यासारखं होतं; पण मला हसू येईना. या गुप्त गाठीभेटी, या प्रणयचेष्टा... या सर्वांचा शेवट काय होणार आहे? मी ताऱ्यांशी खेळत आहे की विस्तवाशी खेळत आहे?

मी आर्जवी स्वरानं म्हटलं, 'तुझ्या वडिलांना विचार की रे तू एकदा, माधव. नाही तर...'

मला पुढं बोलू न देता तो म्हणाला, 'त्यांना विचारायचं केव्हा, सुमा? ते आहेत बडे वकील. बायकामुलांशी बोलायलासुद्धा त्यांना वर्षावर्षांत सवड मिळत नाही. सकाळी उठल्यापासून खून आणि दरोडे यांत ते जे गुंतलेले असतात, ते रात्री झोपेपर्यंत. 'खून खून' म्हणून ते झोपेत ओरडत कसे नाहीत, याचंच आश्चर्य वाटतं मला.'

मला हसविण्याकरिता माधव हे सारे बोलत होता, हे मला कळलं; पण काही केल्या मला हसू येईना. पौर्णिमेच्या रात्री चंद्राला एकदम ग्रहण लागावं, तशी माझ्या आनंदाची स्थिती झाली. माधवच्या वडिलांना आमचं हे प्रेम पसंत नसलं तर...?

मी अवतीभोवती पाहिलं. कुठल्या तरी गर्द अरण्यात, किर्र काळोखात मी

बसले आहे, असा क्षणभर भास झाला मला. मी कंपित मनानं वर पाहिलं. वर कसले तरी लहान लहान पांढरे शुभ्र तुकडे चमकत होते. माझ्या आशा, माझी स्वप्नं... त्याचे हे तुकडे असतील का? तुकडे का असेनात. ते गोळा करून हृदयाशी धरून मी सारा जन्म काढीन. देवाघरी गेलेल्या आपल्या बाळाची खेळणी आई नाही का जपून ठेवीत? तसे हे तुकडे... पण ते गोळा कसे करायचे? मला उडता येईना. पंख... पंख हवेत मला.

माधवनं माझा खांदा धरून मला हलविलं, तेव्हा या विचित्र तंद्रीतून मी जागी झाले. मी रागावून गप्प बसले आहे, अशी त्याची समजूत झाली होती. तिचा फायदा मी घेतला. अश्रू हेच स्त्रीचं हुकमी हत्यार असतं, असं कुणीतरी म्हटलं आहे ना? ते किती सत्य आहे! माझ्या शेकडो शब्दांनी जे साधलं नाही, ते मौनानं मिळविलं. माझ्या डोळ्यांतल्या पाण्यानं माधव विरघळला. वडील खुषीत आहेत, असं पाहून ही गोष्ट त्यांच्या कानावर घालण्याचं माधवनं मला वचन दिलं. अगदी लवकर, शक्य तितक्या लवकर.

मी आनंदानं वर पाहिलं.

किती किती प्रकारच्या हिरकण्या वर चमकत होत्या! जणू काही कुबेरानं आपलं रत्नभांडार माझ्यासाठी उघडून ठेवलं होतं... 'घे, यातलं हवं ते घे' असं तो मला म्हणत होता.

आम्ही दोघं गावात शिरलो तेव्हा साडेनऊ वाजून गेले होते. मी घरी जाईपर्यंत सहज दहा होणार. रस्त्यावरली रहदारी अगदी विरळ झाली होती. भर उन्हाळ्यात नदीचं पात्र अगदी रोडावलेलं, खांडवे पडलेले असं दिसतं ना, तसा राजरस्ता भासत होता.

गांधी चौक आला. मला सरळ जायचं होतं. माळावरल्या बंगल्याकडे जाण्याकरिता माधवला उजवीकडं वळायचं होतं. आम्ही दोघं थांबलो. एकमेकांकडं पाहिलं. आमचे डोळे म्हणत होते, 'उद्या कॉलेजात गाठ पडणार आपली! तोपर्यंत? तोपर्यंत काय नुसते एकमेकांचे फोटो पाहात बसायचं आपण? किती कठोर आहे हे जग! प्रेमिकांची मनं कळतच नाहीत त्याला.'

माधवचा हात हातात घ्यावा आणि या साऱ्या भावना मुकेपणानं त्याला सांगाव्यात, अशी तीव्र इच्छा माझ्या मनात निर्माण झाली. मी हात थोडासा पुढंसुद्धा केला. इतक्यात, आयत्या वेळी सिनेमाला निघालेलं कुठलं तरी एक लटांबर अगदी आमच्या जवळ आलं. 'विसरू नकोस हं' असं हळूच पुटपुट मी मानेनं माधवचा निरोप घेतला आणि चालू लागले.

रस्त्यात मधे चिटपाखरूसुद्धा दिसत नव्हतं. अशा वेळी दिव्यांच्या अंधुक प्रकाशात वाटेवर पडलेल्या झाडांच्या आणि घरांच्या वेड्यावाकड्या सावल्या मोठ्या

विचित्र भासत. लहानपणी स्वप्नात येणाऱ्या भुतांची अंधुक आठवण नकळत मनात जागी होई. लगेच मी स्वत:शीच हसे. बाणाच्या 'कादंबरी'तली महाश्वेता भर मध्यरात्री पुंडरिकाला भेटण्याकरिता अरण्यात गेली नव्हती का? ती जायला निघाली तेव्हा तिची सखी तरलिका तिला म्हणाली, 'अशा अपरात्री अरण्यात एकटंच कसं जायचं बाई? सोबतीला नको का कुणी?' तेव्हा महाश्वेतेने तिला हसत उत्तर दिलं, 'अगं वेडे, आपल्याबरोबर केवढं मोठं सैन्य आहे, याची कल्पना नाही तुला.' आपल्या मालकिणीला वेड तर लागलं नाही ना, अशी तरलिकेच्या मनात शंका आली. ती तिच्याकडं चकित होऊन पाहू लागली, तेव्हा महाश्वेता हसत म्हणाली, 'अगं, ते पाहा प्रत्यक्ष मदन धनुष्यबाण घेऊन माझ्यामागून येत आहे. काळोखात मी वाट चुकेन म्हणून हातात दिवा घेऊन माझ्यापुढं कोण चाललं आहे, ते तरी तू कुठं पाहिलं आहेस? मूर्तिमंत चंद्र मला वाट दाखवतोय.'

महाश्वेता, शकुंतला, वसंतसेना, ज्युलिएट... साऱ्या प्रेमात पडलेल्या नायिका घरापर्यंत मला सोबत करीत होत्या. एवढी लांब वाट केव्हा सरली, ते मला कळलंच नाही. रस्त्यावरला एक खडा मला बोचला नव्हता. मी चालत आले नव्हते हेच खरं! वायूलहरींवर तरंगत सुगंध येतो ना? तशी त्या प्रणयिनींच्या मधुर स्वप्नांचे पंख लावून घरी आले होते.

घराची पायरी चढू लागताच मी पृथ्वीवर उतरले. माझी छाती धडधडू लागली. दहा वाजले असतील. 'इतका वेळ कुठं होतीस,' म्हणून दादानं विचारलं तर? तो रागावला तर? नाहीतरी तरुण मुलींनी असं दहा-दहा वाजेपर्यंत बाहेर राहणं काही बरं नाही.

पुढचं दार नुसतं लोटलेलं होतं. मला आश्चर्य वाटलं. अजून दादा आला नाही? मी भीत भीत माजघरापर्यंत गेले. तिथे जो प्रकार माझ्या दृष्टीला पडला...

अरे देवा!... दादा असं काही करील, असं स्वप्नातसुद्धा वाटलं नव्हतं मला कधी!

∎

१२

शंकर

दिगंबरच्या खोलीतून मी बाहेर पडलो, तेव्हा मनाला मुंग्या आल्या होत्या. अगदी बधीर बधीर होऊन गेलं होतं ते. एखादा आंधळा एकेक पाऊल टाकीत रस्त्यावरून जातो ना, तसा मी चाललो होतो. अंगावरून जाणाऱ्या-येणाऱ्यांचे चेहरे मला नीट दिसत नव्हते. गजबजलेल्या राजमार्गावरल्या नाना प्रकारच्या आवाजांपैकी एकही मला स्पष्ट ऐकू येत नव्हता. माझे पाय चालत होते. माझं मन बेशुद्ध होऊन पडलं होतं.

दिगंबरपेक्षा स्वत:चाच अधिक राग आला मला! त्याच्यावर मी इतका विश्वास का ठेवला? मीच भोळा. छे! भोळा कसला? शुद्ध गाढव.

इतके दिवस त्याच्यापुढं हात पसरला नव्हता; पण पोराचा एक साधा हट्ट पुरविता येत नाही, ही गोष्ट मनाला खाऊ लागली. एखादी विषारी जखम चरत जाते ना, तशी. किती विचित्र दु:ख आहे हे! एकुलता एक मुलगा तिचाकीचा हट्ट धरतो. त्याच्या या हट्टात गैर असं काय आहे? आपला बाप शाळेत मास्तर आहे, तो इंग्रजीत फाडफाड बोलतो, अवघड संस्कृत श्लोक म्हणतो, हे त्याला ठाऊक आहे. आपली आत्या सुंदर पातळ नेसून दररोज कॉलेजात जाते, हे तो पाहात आहे. आपली आजी रात्री साबुदाण्याच्या खिचडीचा फराळ करते, हेही त्याला दिसतं. 'नीट शिकावं. शिकलं की खूप खूप पैसे मिळतात.' हा आईचा उपदेश रोज रोज त्याच्या कानावर पडत असतो. आपला बाप पुष्कळ शिकला आहे, या गोष्टीचा संबंध त्याचं बालमन या उपदेशाशी जोडीत असलं, तर त्यात दोष कुणाचा?

–पण त्याचा सायकलीचा साधा हट्ट या चार-पाच महिन्यांत मी पुरवू शकलो नाही. त्याच्याशी वायदे करावेत आणि ते मोडावेत, असं तीन-चारदा झालं. त्याच्या तोंडाकडं बघण्याची मला शरम वाटू लागली. शक्यतो कुणाकडं उसनं मागायचं नाही, कुणाचं कर्ज काढायचं नाही, अनेक वर्षं मोठ्या कष्टानं पाळलेला नेम शेवटी मी मोडला. कुठलंही व्रत मोडताना माणसाच्या मनाला फार दु:ख होतं. मलाही ते झालं; पण वात्सल्य आंधळं असतं. नकार पदरात पडू नये म्हणून बड्या माणसापुढं

हात पसरायचं ठरविलं. समक्ष गेलं, तर आपला स्वाभिमान जागृत होईल, याचनेचे शब्द जिभेवर आले तरी ओठांबाहेर पडणार नाहीत, म्हणून पत्र पाठविलं.

अँड्रोक्लीज आणि सिंह ही गोष्ट फक्त शाळेच्या आवारातच खरी वाटते. जगाचं सत्य स्वरूप न जाणणाऱ्या मुलांनाच ती शिकवायची असते. मनुष्यप्राणी इतका स्वार्थी, इतका कृतघ्न...

फक्त शंभर रुपयांची मागणी केली होती मी आप्पासाहेबांकडे. किती वर्षांपूर्वीचा कॉलेजातला मित्र! वाहत वाहत बेचाळिसच्या चळवळीत पडली स्वारी. लपून राहायची वेळ आली, तेव्हा श्रीमंत आईबापसुद्धा आसरा देईनात. हा सापडला तर भला मोठा दंड भरावा लागेल, याचं भय वाटत होतं त्यांना. अशा स्थितीत आठ-आठ दिवस मी त्याला आमच्या घरी गुप्तपणानं ठेवलं. आपल्यावर काहीतरी किटाळ येईल, ही पीडा घरी नको, असं बाबांनी रागारागानं सांगितलं; पण ते मी ऐकलं नाही. मैत्रीला न जागेल तो मनुष्य कसला?

ते दिवस गेले. त्या काळात देवळावर दरोडे घालून मिळविलेली लूट या देशभक्तांनी दाबली, असं लोकं म्हणतात. खरंखोटं देव जाणे; पण चळवळ संपताच हा आप्पा देशभक्त आप्पासाहेब झाला. काँग्रेस कमिटीचा चिटणीस बनला. उठल्या-सुटल्या गांधींच्या वचनाचे आधार देऊ लागला. नेहरूंसारखी जाकीट-सुरवार चढवून फिरू लागला. स्वातंत्र्य मिळाल्यावर तर याचा फोटो नाही, असं वर्तमानपत्र उरलं नाही. या काळात तो एकदासुद्धा आपल्या घरी फिरकला नाही. कसा फिरकणार? तो पुढारी, मी मास्तर. तो मोटारीतून फिरणारा, मी पायी रखडणारा. मात्र मोटारीतून जाताना मी कुठं दिसलो, तर अजून तो हात हलवून ओळख दाखवितो.

त्या हात हलविण्यावर भरवंसा ठेवून मी त्याला पत्र पाठविलं. फार फार गरज आहे, असं लिहून शंभर रुपये मागितले. शंभर रुपये हा त्याच्या लेखी झाडाचा पाचोळा असेल. मधे कुठल्यासा मंत्री याची भागीदारी असलेल्या एका कारखान्याचं उद्घाटन करायला आला होता, त्या वेळी यांनं दिलेल्या मेजवानीलाच हजार-पाचशे रुपये खर्च झाले असतील. त्या टोलेजंग समारंभाची साग्रसंगीत वर्णनं आणि सुंदर छायाचित्रं स्थानिक वर्तमानपत्रांनी केवढ्या हिरीरीनं छापली होती!

आप्पाला ते पत्र लिहिताना मला प्राणांतिक वेदना झाल्या. माणसाचा स्वाभिमान त्याच्या मेंदूसारखा, त्याच्या काळजासारखा नाजूक असतो. त्या स्वाभिमानाला कोणी टाचणीनं टोचलं, तरी वर्मी कुऱ्हाडीचा घाव बसल्यासारखं वाटतं त्याला. त्यातून बाबांचं उदाहरण माझ्यापुढं होतं. दशग्रंथी ब्राह्मणाचा चरितार्थ त्यांच्या लहानपणी चांगला चालत असे; पण कळू लागल्यापासून मी पाहात होतो, त्यांचं उत्पन्न सारखं घटत होतं. घरात पावलोपावली काटकसर करावी लागत होती. झाड

ज्या हवेत वाढायचं, ती हवाच बदलली होती; पण ते कधीच दुर्मुखले नाहीत. ते नेहमी म्हणायचे, 'माणसाची जीभ मोठी चवचाल असते. तिला तूप-पोळीची सवय झाली, की मीठभाकर नकोशी होते; पण उद्या देवानं मीठ न देता नुसती भाकरी दिली, तरी मी ती आनंदानं खाईन; पण मीठ मागायला कुणाच्या दारात जाणार नाही.'

असंच एकदा ते बोलले. लहानगी सुमी मांडीवर बसून त्यांच्या जानव्याशी खेळत होती, मधूनमधून त्यांच्या अंगावरल्या भस्माच्या पट्ट्यांकडे मोठ्या कुतुहलानं पाहत होती. हे बोलणं ऐकून तिनं एकदम मान वर केली नि बाबांना विचारलं, 'देवबाप्पानं तुम्हाला नुसतं मीठच दिलं तर? ते खाल तुम्ही?'

सुमीचा तो प्रश्न ऐकून त्या वेळी मी खूप हसलो होतो. 'अगं लबाडे' म्हणून मांडीवरून उचलून घेऊन बाबांनी तिचे पटापट मुके घेतले होते.

'आमची सुमित्रा प्रोफेसर होणार हं' असं माईनं कौतुकानं म्हटलं होतं; पण त्या आठवणीनं आता मला हसू येईना.

मीठ! नुसतं मीठच माझ्या वाट्याला यावं, अशी देवाची इच्छा दिसते. आप्पा एवढा बडा देशभक्त झालाय! गावात त्याची दोन चांगली चाललेली दुकानं आहेत. शिवाय, खेड्यात जमीनजुमला. पुन्हा कटकट नको म्हणून का होईना, तो शंभर रुपयाची नोट पत्र हातात पडताच माझ्याकडे पाठवून देईल, अशी मला आशा होती. त्या आशेनंच अनेक वेळा लिहून फाडलेलं ते त्याच्या नावाचं पत्र शेवटी मला पोस्टात टाकायला लावलं. दुसऱ्या दिवशी कुणाची मोटार वाजली, की वाटे आप्पाच माझ्याकडं आला असावा. मी दारात दिसताच तो एकदम माझ्या गळ्यात हात टाकून म्हणेल, 'अरे शंकर, अगदी नंदीबैल आहेस तू. कॉलेजात कधी वादविवाद-सभेत तोंड उघडलं नाहीस, लेका. मी दडपून बोलत गेलो... अगदी इंग्रजीचे खून करित, मराठीचा मुडदा पाडीत! मराठी काय आमची मातृभाषाच. मुलांच्या लाथासुद्धा आईला गोड लागतात. इंग्रजीचे खून पाडताना मी मनात म्हणत असे, 'हा सूड आहे. आमच्यावर सक्तीनं लादली गेलेली भाषा आहे ही. आमच्या मागच्या पिढीतल्या क्रांतिकारकांनी इंग्रजांचे खून केले. आम्ही गांधींचे सच्चे चेले. आम्ही माणसाच्या अंगाला बोट लावणार नाही; पण या भाषेला मात्र सळो की पळो करून सोडू. असे आम्ही मोठे झालो. आणि तू? इतका हुषार असून फुकट गेलास तू! कॉलेजात अल्लल्... डुर्रर केलं असतंस, बेचाळीसमध्ये आमच्याबरोबर एखादा रूळ उखडला असतास, लोक उपाशी मरत असताना दागिने घालून काय बसला आहात म्हणून दोन-चार देवांना जरा खडसावून विचारलं असतंस, तर आज माझ्या जोडीचा पुढारी होऊन बसला असतास. जमिनीला पाय लागला नसता, लेका तुझा. ते जाऊ दे. भिकारड्यासारखे शंभर रुपये काय मागितलेस? हे दोनशे घे. आणखी

हवे असले तर सांग. अरे, शिक्षक हे राष्ट्राचे शिल्पकार आहेत, असं सभासभांतून आम्ही कोकलत असतो, ते काय उगीच! हं, आता फक्कडसा चहा करायला सांग वहिनीला. मात्र झटपट हं. मला दिल्लीला जायचंय् दुपारी. एक-दोन परमिटची प्रकरणं आहेत...'

त्या दिवशी दोन-तीन वेळा दाराशी मोटार थांबली, असं मला वाटलं. दर वेळी चंदू पाहून आला नि म्हणाला, 'समोरच्या डॉक्टरांकडे कुणीतरी आलंय.'

देशभक्त आप्पासाहेबांना पत्र पाठवून चार-पाच दिवस झाले, तेव्हा कुठं ते पैसे देण्याचं टाळीत आहेत, हे माझ्या लक्षात आलं. निदान दिलगिरी प्रदर्शित करणारं त्यांचं पत्र लवकरच आपल्या हाती पडेल, अशी आशा मी बाळगून होतो; पण तेवढंसुद्धा सौजन्य त्यांनी दाखविलं नाही. मात्र त्यानंतर मोटारीतून ऐटीनं माझ्याकडं पाहात हात हालवायला स्वारी एकदासुद्धा विसरली नाही. देशभक्त मित्राचा हा अनुभव, लहान लहान गोष्टींत सर्वत्र दिसणारा माणुसकीचा अभाव, शाळेतल्या सहकाऱ्यांच्या पदोपदी कानावर पडणारे निराशेचे आणि अश्रद्धेचे उद्गार, यांनी माझं मन कसं विटल्यासारखं झालं. म्हणून मी मुकाट्यानं दिगंबरकडे गेलो. त्याला शंभर रुपये मागताना किती विचित्र वाटलं मला. जिथं माझा जन्म झाला, जिथं बाबांनी प्रामाणिकपणानं सारं आयुष्य घालविलं, जिथल्या विद्यार्थ्यांकरिता गेली दहा वर्षे मी अखंड धडपडलो, तिथं माझ्या मनाची जखम, जुगारी मित्रांखेरीज मला कुणाला दाखवितासुद्धा येऊ नये? मी मुखदुर्बळ असेन; पण अप्रामाणिक नाही. मी साधा शिक्षक असेन; पण मी मन:पूर्वक माझं काम करीत आलो आहे. माझ्यासारख्या मनुष्याला उभ्या जन्मात आपल्या मुलाची एक साधी हौस भागविता येऊ नये? मघाशी 'गोफण' कविता शिकविण्यासाठी आपण केशवसुतांच्या कवितेचं पुस्तक उघडलं, तेव्हा 'मजुरांवर उपासमारीची पाळी' ही कविता एका पानावर आपल्याला दिसली. तो मजूर म्हणतो, 'या संध्याकाळच्या वेळी पाखरं पिलांसाठी चारा घेऊन घरट्याकडं चालली आहेत; पण बायका-पोरांच्या भुकेल्या तोंडात घालायला माझ्यापाशी काय आहे? माझ्या लाडक्यांनो, रिकाम्या हातांनी मी घरी कसा परत येऊ? हे तोंड तुम्हाला कसं दाखवू? मी कपाळकरंटा कशाला जन्माला आलो? जन्माला आलो, त्याच वेळी का मेलो नाही मी?'

पंधरा-सोळा वर्षांपूर्वी ही कविता आपण वाचली, तेव्हा त्या मजुराविषयी आपल्याला विलक्षण सहानुभूती वाटली होती; पण आज, आज त्या मजुराच्या स्थितीतच आपण आहोत. मी सायकल घेऊन येणार म्हणून चंदू किती आशेनं माझी वाट पाहात दारात उभा असेल! तो एकसारखा उमेला म्हणत असेल, 'आई, आता बाजारात भाजी आणायला चालत जायला नको तुला. माझ्या सायकलवरून मी तुला नेईन.' सुमीची तो थट्टा करीत असेल, 'आत्या, तुझ्या लग्नात वरातीला

मोटार आणायची नाही हं. माझ्या सायकलवरनं तुला आणि तुझ्या नवऱ्याला घेऊन जाईन मी.'

बालकाचा आशाभंग? छे! त्याच्यासारखं दुसरं पाप नाही. चंदूला तोंड कसं दाखवायचं? त्याची समजूत कशी घालायची? तो झोपेपर्यंत आज आपल्याला घरी जाणं शक्य नाही. नाहीतर...

दिगंबरच्या खोलीतून बाहेर पडताच खूप रात्र होईपर्यंत बाहेर भटकत राहायचं, माझ्या मनानं ठरवलं असावं. म्हणून तर वाट फुटेल तिकडं माझे पाय मला नेत होते. शहरातल्या रस्त्यारस्त्यावर नाना रंगांच्या सुंदर पोशाख केलेल्या माणसांच्या जणू काही रांगोळ्या काढल्या जात होत्या. पोहरे भरून भरभर वर यावेत नि झरझर रिकामे व्हावेत, त्याप्रमाणे मोठमोठ्या दुकानांतून माणसं खरेदी करून बाहेर पडत होती. दुसरी माणसं खरेदी करण्याकरिता आत जात होती; पण मी कुणाला नीट ओळखलं नाही, कुणी मला ओळखून हाक मारली नाही.

भटकत भटकत जाणाऱ्या पायांनी मला हरिजनवस्तीकडं आणलं. एकदम गायकवाडची आठवण झाली मला. स्वतःच्याच दुःखात इतका वेळ चूर होऊन गेल्याबद्दल माझी मलाच लाज वाटू लागली. मागं तो आजारी होता, तेव्हा त्याच्या समाचारासाठी तीन-चार वेळा मी त्याच्या घरी गेलो होतो. त्याची आठवण होताच माझं मरगळलेलं मन थोडीशी हालचाल करू लागलं. मी त्याच्या घराकडं वळलो. मधेच एका छोट्याशा घुमटीपुढल्या पटांगणात गर्दी दिसली. एखादा गावठी जादूगार किंवा तसलाच दवावाला हरिजन वस्तीत आला असेल, अशा कल्पनेनं मी तिकडं जाणार नव्हतो; पण बोलणाऱ्याचा आवाज ओळखीचा वाटला. थोडा पुढं झालो. पाहतो, तो अरविंदाचं व्याख्यान मोठ्या जोरात सुरू आहे. बाबांचा खणखणीत आवाज त्याला लाभला होता. मी जितका सभाभिरू, तितकाच तो सभाधीट होता. तो कालच्यासारखा ओरडत होता, 'क्रांती-क्रांती-क्रांती!' माझ्या मनात आलं, अस्सं पुढं जाऊन त्याचा दंड धरावा नि त्याला म्हणावं, 'तुला जी काही क्रांती करायची आहे, ती आपल्या घरात कर आधी. स्वतःचे कपडे धूत जा. म्हणजे तुझ्या वयनीचे कष्ट थोडेतरी कमी होतील. अभ्यास करून एकदाचा बी.ए. हो; वडीलभावाला थोडीतरी मदत होईल मग तुझी. तो काट्याकुट्यांतून, दगडधोंड्यांतून, खाचखळग्यांतून संसाराचा मोडका गाडा कसाबसा ओढीत आहे आणि तू त्या गाड्यात बसून रंगीत दांड्याचा चाबूक हवेत फिरवीत, मजेत गाणी म्हणत आहेस. त्याचा एकुलता एक मुलगा सायकलसाठी जीव पाखडतोय, त्या चिमण्या पाखराचं दुःख ज्याला कळत नाही, त्यानं साऱ्या जगातली दुःखं दूर करण्याचा आव कशाला आणावा? ज्याला स्वतःचा फाटलेला सदरा शिवता येत नाही, त्यानं आभाळाला ठिगळं लावायचा बकवास करण्यात काय फायदा आहे?

मनाच्या या फडफडीनं माझं मलाच हसू आलं. थोडंसं भयही वाटलं. दुःख पचवीन म्हटलं तरी ते पचत नाही माणसाला. ते विषासारखं असतं. हलाहल प्राशन करताना महादेवाचा कंठ निळा पडला होता.

बाबा मृत्यूशय्येवर पडले असताना मी त्यांना वचन दिलं आहे... सुमीला पोटच्या पोरीसारखं सांभाळीन, अरविंदाला कधी दूर लोटणार नाही, माईला आपण सावत्र आई आहोत, असा भाससुद्धा होऊ देणार नाही. ते वचन पाळायचं तर अरविंदावर असं रागावून कसं चालेल? जसे ऋतू, तसे माणसाचे स्वभाव. ते सारे सारखेच हवेत, असा हट्ट धरणं वेडेपणाचं नाही का?

मी गायकवाडच्या घराजवळ आलो. घर कसलं? चार म्हाताऱ्या भिंतींवर एक कौलारू छप्पर उभं होतं म्हणून त्याला घर म्हणायचं झालं. ठेंगण्या दारातून आत जाताना मी वाकलो तरी माझं डोकं थोडंसं आपटलंच. गायकवाडनं आणून दिलेल्या पालपट्टीवर बसताच खालची उंचसखल जमीन खुपू लागली. लाकडाचा कोंडलेला धूर माझ्या अधू डोळ्यांना असा झोंबू लागला, की सांगून सोय नाही. धुराशी काळोख स्पर्धा करीत होता. गायकवाडच्या बहिणीनं एक जळती चिमणी समोर आणून ठेवली, तेव्हा कुठं मला नीट दिसू लागलं.

गायकवाडच्या आईची समजूत घालणं वाटलं होतं तितकं कठीण गेलं नाही. मी अगत्यानं घरी आलो होतो, याचाच त्या म्हातारीला आनंद झाला. 'गुळाचा च्या मास्तरसाहेबांना चालंल का?' असं तिनं चाचरत विचारलं. 'चहा घ्यायलाच आलोय मी!' असं मी उत्तर दिलं, तेव्हा ती मोठ्या खुषीत आली. निम्मी लढाई मी जिंकली. चहा झाला. मग मॅट्रिकची परीक्षा पास व्हायच्या आधी मुलांना शाळा सोडण्यात किती तोटा आहे, हे मी तिला सांगू लागलो. पहिल्यांदा तिनं थोडीशी खळबळ केली. बोलता बोलता देऊळ बांधून कळस चढविला नाही, ते फार अशुभ असतं, असं काहीतरी मी बोलून गेलो. लगेच तिचा विरोध मावळू लागला. उत्साहाच्या भरात मी तिला म्हणालो, 'तुम्ही कसलीही काळजी करू नका त्याची. पास होऊन नोकरी लागेपर्यंत त्याची जबाबदारी माझ्यावर आहे. जसा घरी माझा एक मुलगा आहे, तसाच हा दुसरा.'

वृद्ध मनुष्याच्या मुद्रेवरल्या आनंदाच्या छटा किती मोहक वाटतात? जणू काही वठलेल्या झाडाला पालवी फुटत आहे. एक शब्द त्यांना हसवितो, प्रेमाच्या ओझरत्या सुगंधानं त्यांची कोमेजलेली मनं पुन्हा पालवताना म्हातारीच्या डोळ्यांत उभं राहिलेलं पाणी मला पाहवेना. मी उठलो, तिचा निरोप घेतला. गायकवाडची पाठ थोपटली आणि रस्त्यावर आलो. पण...

फुलांचा हार करायला घेतलेली सुई त्यातच राहावी आणि हार गळ्यात घालता घालता चटकन् टोचावी, तशी माझ्याच शब्दांनी माझी स्थिती केली. भावनेच्या

भरात मी बोलून गेलो होतो, 'जसा घरी माझा एक मुलगा आहे, तसाच हा दुसरा...'

मनाच्या अगदी गाभाऱ्यातून कुणीतरी विचारीत होतं, 'तसाच? तसाच म्हणजे कसा? तिकडं घरी तुझा मुलगा सायकलसाठी डोकं फोडून घेत बसलाय नि इकडं तू... पोटच्या पोराचा साधा हट्ट ज्याला पुरा करता येत नाही, त्यानं परोपकाराच्या गप्पा उगीच कशाला झोडाव्यात? लहान मुलाशी लबाडी! पोटच्या गोळ्याची फसवणूक! ज्यांना सुखात ठेवता येत नाही, अशा पोरांना जन्म देण्यापेक्षा...'

माझ्या डोळ्यांपुढे चंदूचा आसवांनी लडबडलेला आणि रागानं चिडलेला चेहरा उभा राहिला. या क्षणी घरी काय घडत आहे, त्याचं चित्र मला दिसू लागलं. उमा चंदूची समजूत घालीत आहे. तो तिला दूर लोटीत आहे आणि स्फुंदत म्हणत आहे, 'बाबा लबाड आहेत. तू लबाड आहेस.' त्याच्या या शब्दांनी विव्हल झालेली उमा रागारागानं स्वत:शी पुटपुटत आहे, 'कशाला लग्न केलंत माझ्याशी? एक पोर; पण त्याची हौससुद्धा...'

ते चित्र मला पाहवेना. मी झपाझप चालू लागलो; पण ते माझ्यापुढं धावत होतं. माझी मनःस्थिती वेड्यासारखी झाली. ते चित्र चुकवून कुठंतरी दूर दूर धावत जावं, जिथं ते आपल्याला गाठणार नाही अशा जागी लपून बसावं म्हणून मी पाऊलसुद्धा उचललं. शेवटी दुर्योधन कुठल्या तरी डोहात लपून बसला होता ना?

इतक्यात माझ्या कानावर शब्द पडले, 'अहो मिस्टर, आंधळे आहात की काय? की विमाबिमा उतरून आलात?'

मी चमकलो. भ्रमिष्टपणानं आपण एका मोटारीखाली सापडत होतो, हे लक्षात येताच माझं अंग शहारलं, मन चरकलं. चूक माझीच होती. म्हणून आतल्या मालकाची माफी मागण्याकरिता मी हात जोडले, तोच तो बाहेर डोकावून पाहू लागला. लगेच तो उद्गारला, 'छे, छे, छे! हे काय, मास्तरसाहेब? आम्ही आपल्यापुढं हात जोडायचे? आपण आमच्यापुढं नाही. या, या, या आत! आपल्या पायाच्या धुळीनं आमची गाडी पवित्र होऊ दे.'

पापासाहेबांना मी ओळखलं. शाळेत दोन-चार वेळा सभा-समारंभासाठी आले होते ते. मला मात्र त्यांनी कसं ओळखलं हे...

ते गाडीत बसल्यावर कळलं. आत कुमूद होती. तिनंच वडिलांना गाडी एकदम थांबवायला सांगितलं असावं.

पापासाहेब मोठे बोलके, अगदी बडबडे दिसले. मी मोटारीच्या कोपऱ्यात अंग चोरून बसलो. लगेच ते म्हणाले, 'नीट बसा, मास्तरसाहेब. तुम्ही मास्तर... गुरुजी... आचार्य! 'गुरुर्ब्रह्मा गुरु' असं काही शास्त्रात सांगितलंच आहे की! आपल्या दर्शनाकरिता घरी गेलो होतो आम्ही; पण देवळात देवच नव्हता. मी मनात म्हटलं, नसेना! भाव तिथं देव! मास्तरसाहेब कुठं ना कुठं आपल्याला भेटल्याशिवाय

राहणार नाहीत. काय कुमुदबेन, आमचं भविष्य खरं ठरलं की नाही? अगं आहेस कुठं पोरी? हा व्यापाराचा जम बसला नसता, तर ज्योतिषीच होणार होतो मी.'

बंगल्यावरसुद्धा त्यांची टकळी एकसारखी सुरू होती. सिगारेट, तपकीर, लवंग, वेलदोडा यातलं काहीच मी घेत नाही, असं पाहून स्वारी उद्गारली,

'वा, वा, वा! अगदी जुन्या जमान्यातले ऋषी आहात मास्तर तुम्ही. वसिष्ठ-विश्वामित्राचे असे अवतार सध्या पाहायलासुद्धा मिळत नाहीत. चित्रपटात दाढ्या लावून काही लोक येतात; पण त्याचे ओठ सिगारेट ओढून काळे पडलेले असतात. वा, वा, वा! असा साधेपणा पाहिला, की वाटतं, हा बंगला, हा व्यापार, हा संसार... सारं सारं सोडावं आणि तुमच्यासारख्याच्या पायाशी बसून विद्येचा आनंद लुटावा; पण तेवढं कुठं आहे आमचं भाग्य?'

ही गाडी कुठं थांबणार, हे मला कळेना. इतक्यात एक सुस्कारा सोडून पापासाहेब म्हणाले, 'आम्हाला नाही तर नाही; पण आमच्या मुलाबाळांना तुमच्या तपश्चर्येचा लाभ मिळायला हवा, मास्तरजी. म्हणून माझी आपल्याला अशी नम्र प्रार्थना आहे, की आमच्या कुमुदकडं आपली कृपादृष्टी...'

मी शिक्षक आहे, की एखाद्या राष्ट्राचा प्रधानमंत्री आहे, हे मला कळेना; पण श्रीमंताची लाडात वाढलेली मुलं म्हणजे सारखं पाणी घातल्यामुळे ज्याची मुळं कुजू लागली आहेत, अशी फुलझाडं. त्याची निगा राखायचं काम मोठं कठीण. म्हणून उठण्याचा प्रयत्न करीत मी म्हटलं, 'पापासाहेब, हा डोळ्यांचा त्रास माझ्यामागं नसता तर...'

पापासाहेबांनी माझा हात धरून मला खाली बसविलं आणि मोठ्या गंभीरपणानं ते म्हणाले, 'डोळ्यांची काय पर्वा आहे तुमच्यासारख्या विद्वानांना? अहो, तो इंग्रजी कवी... आंधळा झाल्यावर त्यानं नाटक की कायसं लिहिलं... हा, हा! लिप्टन...'

हसावं की रडावं ते मला कळेना. नकळत माझ्या ओठातून शब्द गेला 'मिल्टन.'

'कसं बरोबर सांगितलं– मिल्टन. लिप्टनची एजन्सी होती आमच्याकडं. म्हणून चुकून त्याचंच नाव आलं तोंडात. तेव्हा काय म्हणत होतो मी? हं! पुढच्या महिन्यात कुमुदची शाळेची परीक्षा आहे. दोन महिन्यांनी तिची मॅट्रिकची मोठी परीक्षा आहे. आपल्या मदतीशिवाय ती या खवळलेल्या समुद्रातून पार होणार नाही, मास्तरसाहेब. आपण म्हणजे साक्षात् बृहस्पती! लोखंडाला परिस लागला, की त्याचं सोनं होतं, तशी कुमुदला आपली शिकवणी मिळाली की...'

घोरपड कशी चिकटते, ते मी कधी पाहिलं नव्हतं; पण पापासाहेबांचं हे सारं बोलणं ऐकून मला त्याची पूर्ण कल्पना आली.

पापासाहेबांची गाडी पुढं सुरू झाली. 'तीस रुपये देऊ तुम्हाला, मास्तरजी.

फुलाची पाकळी म्हणून हं. पुढल्या वर्षी कुमुद कॉलेजात गेली, की त्याचे चाळीस करू. त्याच्या पुढल्या वर्षी पन्नास!'

बंगल्याच्या दारात एक मोटार येऊन उभी राहिल्यामुळे त्यांना थांबावंच लागलं. आम्ही दोघे वळून पाहतो, तोच एक रंगीबेरंगी वेषभूषा केलेली बाई दाराशी कुत्रं धरून दिवाणखान्यात आली. काल औषधाच्या दुकानात याच बाईला आपण पाहिलं होतं, असं मला वाटलं. तिनं मात्र चेहऱ्यावर तसा भाव बिलकूल दाखविला नाही. माझी ओळख तिला करून देत पापासाहेब मला म्हणाले, 'ह्या कुमुदच्या मातोश्री!' 'मातोश्री म्हणण्याइतकी मी म्हातारी दिसते का हो, मास्तरसाहेब? माझं नाव आहे कांचनमाला. आमच्या कुमुदला चांगले शिकवा हं. अगदी पहिला नंबर येईल असं.' लगेच आपल्या कुत्र्याकडं वळून त्याचं कौतुक करीत कांचनमालाबाईनी मला विचारलं, 'मास्तरसाहेब, मला किनई कुत्री फार आवडतात. तुम्ही कोणकोणते प्राणी पाळले आहेत घरी?' 'फक्त उंदीर' असं उत्तर द्यायचं माझ्या मनात होतं; पण मी पडलो मुखदुर्बळ. माझ्याजागी दिगंबर असता, तर त्यानं उंदीर, झुरळ, मुंग्या अशी यादीच सांगितली असती.

अगदी आयत्या वेळी ठेवलेल्या शिकवणीचा कुमुदला कितीसा उपयोग होणार? शिवाय, डोळ्यांची तक्रार थांबल्याशिवाय शिकवणी धरायची नाही, असं मी पाच महिन्यांपूर्वी मनाशी ठरविलेलं. समईत तेल थोडं असलं, तर ते अधिक वेळ पुरावं म्हणून तिची ज्योत मंद केलीच पाहिजे.

पापासाहेबांना पटेल अशा शब्दात मी मनातल्या मनात नकार तयार करण्याचा प्रयत्न करू लागलो. इतक्यात तेच म्हणाले, 'चहा घेऊन चला हं, मास्तरसाहेब!'

पती-पत्नी जिना चढून वर गेली. मी एकटाच दिवाणखान्यात उरलो. तीस रुपयांना शिकवणी तशी वाईट नव्हती; पण जी मुलगी सतत सात वर्ष टिवल्याबावल्या करीत आली होती, ती महिना-दोन महिन्यांत शिकण्याने काय दिवे लावणार, ते मला कळेना.

'उद्या विचार करून कळवितो' असं उत्तर द्यावं नि या भानगडीतून मोकळं व्हावं, असा मी मनाशी निश्चय केला. क्षणभर पापासाहेबांचा हेवा वाटला मला. त्यांच्यासारखं जर बडबडता येत असतं, तर त्यांना साफ साफ नकार देऊन एव्हाना मी घरी चंदूची समजूत घालायला गेलो असतो.

घराची आठवण होताच मी दचकलो. आत्ता चंदू काय करीत असेल? रडून रडून अगदी थकला असेल तो! उमा मनात मला काय म्हणत असेल? छे! दिगंबरवर विश्वास ठेवण्यात फार मोठी चूक केली मी! दिगंबर मित्र नाही, मनुष्य नाही, काही नाही. तो फक्त जुगारी आहे. चार महिने सायकलची चालढकल चालविली होती मी! ती असह्य होऊन दुपारी चंदूला वचन देण्यात मोठी चूक घडली

माझ्या हातून.

अस्वस्थ होऊन मी उठलो. दिवाणखान्यात फिरू लागलो. चित्र पाहण्याचं सोंग करीत होतो मी; पण माझं सारं लक्ष होतं घरी. चंदूच्या बालमनाच्या दुःखाकडं, त्याच्या आईच्या वेदनांकडं. सुंदर निसर्गचित्रापासून उत्तान शृंगारिक चित्रांपर्यंत अनेक चित्रं दिवाणखान्यात टांगलेली होती. अधुनमधून फोटोही दिसत होते; पण माझं मन कुठंही स्थिर होईना. पाहता पाहता मी कांचनमालाबाईच्या एका भव्य फोटोपाशी आलो. त्याच्या पलीकडेच दुसरा एक तेवढाच मोठा फोटो होता. डोळे बारीक करून पाहिले मी! तरी त्यातल्या मुलीचा चेहरा नीट ओळखता येईना. ती बहुधा लहानपणीची कुमुद असावी. मोठ्या ऐटीनं तिचाकी चालवत होती ती त्या फोटोत.

तिचाकी... चंदू... उमा...

मी व्याकूळ झालो. इतक्यात पापासाहेब आले. त्यांच्यामागून त्यांचा महाराज चहा घेऊन आला. चहा पिताच पापासाहेब उठले व मला म्हणाले, 'मास्तरसाहेब, उद्यापासून संध्याकाळी सहाला यायचं आपण.'

तिचाकी... चंदू... उमा... शिकवणीचे तीस रुपये...

नकार देण्याची शक्ती आता माझ्यापाशी नव्हती. मी मानेनं कसाबसा होकार सूचित केला.

पापासाहेबांनी खिशात हात घातला. माझं हृदय आनंदानं धडधडू लागलं. मला खूष करण्याकरिता स्वारीनं महिन्याचे पैसे आगाऊ देण्याचं ठरविलं असावं, हे उघड होतं. झर्रकन् माझ्या डोळ्यांपुढून सायकलीची दुकानामागून दुकानं गेली. लगेच त्यातल्या एका सुंदर सायकलवर बसून चंदू फिरू लागला. उमा डोळे भरून त्याचं ते सुख पाहण्यात दंग झाली.

'हा आपला अॅडव्हान्स घ्या.' पापासाहेबांचे शब्द ऐकू आले.

'कशाला, कशाला?' असं म्हणत मी हात पुढं केला. 'Every man has his price' असं इंग्रजीत तोंडाला येईल ते ठणकावून देत पापासाहेबांनी माझ्या हातात एक नोट ठेवली. दहा रुपयांची नोट होती ती. लाज सोडून आणखी वीस रुपये मागावेत, असं मनात आलं; पण तोंडातून शब्द बाहेर पडेना. उभ्या जन्मात कुणापुढं तोंड वेंगाडलं नव्हतं मी! आजोबा अग्निहोत्री होते म्हणे! त्यांच्या अग्नीप्रमाणं स्वाभिमानाला मी जपत आलो होतो. त्यानं मला मुकं केलं. परक्यापाशी आपलं दैन्य प्रगट करायचं नाही, हा बाबांचा बाणा. तेच टिळक गुरुजींचं व्रत होतं. अगदी बायका-मुलांनाही आपलं दुःख सांगायचं नाही. अंगात ताप असला तरी ते तसेच शाळेत यायचे.

माया वेडी असते. ते दहा रुपये घेऊन दोन-तीन सायकलींच्या दुकानात मी गेलो. कुणीतरी ओळखीचा मनुष्य दुकानात दिसला, तर वीस रुपयांची उधारी

मिळेल, अशी आशा मनात मिणमिणत होती; पण ती मंद मंद होत विझून गेली. चांगल्या तिचाकी सायकलला पन्नास रुपये पडत होते. तीस रुपयांना अगदी साधी सायकल कशीबशी मिळाली असती; पण माझ्या खिशात फक्त दहा रुपये होते. क्षणभर वाटलं, असंच परत पापासाहेबांच्या बंगल्यावर जावं, सारा स्वाभिमान सोडून त्यांच्याकडं वीस रुपये मागावेत.

–पण पावलं तिकडं वळेनात. अनोळखी दुकानदाराकडं उधारीची विनंती करण्याचा धीरही होईना. बाजारातील दुकानं हळूहळू बंद होऊ लागली. चंदू रडून रडून झोपला असेल, आता घरी जायला हरकत नाही, असं वाटून शेवटी मी घराकडं वळलो. आकाशात मोठी सुंदर चंद्रकोर चमकत होती; पण ती पाहून माझ्या मनात अगदी अशुभ कल्पना आली. ज्या जागी माणसाचा प्राण जातो, तिथं दिवा ठेवण्याची रीत आहे ना, तशी भासली मला. माझं मन मेलं होतं.

मी घराजवळ आलो ते थबकत, दबकत. एखाद्या चोरासारखा. गरिबी हा केवढा मोठा गुन्हा आहे, याची इतकी तीव्र जाणीव आयुष्यात मला पूर्वी कधीच झाली नव्हती. ज्या चंदूला पोटाशी धरलं, की माझा शाळेतला सगळा शीण नाहीसा होतो, त्याचं तोंड आज मी चुकवीत होतो. त्याचं दु:ख मला कळत होतं; पण माझं दु:ख त्याला कसं कळावं? माईला, अरूला आणि सुमीला ते कळत नाही. उमेला मला ते सांगता येत नाही. मग ह्या चिमण्या जीवाला त्याची कल्पना कशी यावी?

हळूहळू पुढं होऊन मी वाकून पाहिलं. बाहेरच्या खोलीतला दिवा कुणीतरी लावला होता. बहुधा सुमी अभ्यास करीत असावी. चंदू झोपला की नाही, ते तिलाच विचारावं नि मग घरात जावं, म्हणून मी आणखी थोडासा पुढं झालो.

अंधारात विंचवावर पाय पडावा तसं झालं मला. बाहेरच्या खोलीत पेंगुळलेला चंदूच बसला होता. त्याच्या हातात एक पुस्तक होतं. कालचं गोष्टीचंच असावं ते; पण त्याचं लक्ष त्या पुस्तकात नव्हतं. तो मधून जांभया देत होता, मधून खिडकीकडं पाहात होता. तो एकदम उठला आणि खिडकीकडं आला. मी दचकलो. हळूच कोपऱ्यावरल्या झाडाआड उभा राहिलो. चंदू खिडकीचे गज धरून रस्त्याकडं कितीतरी वेळ टक लावून पाहात उभा होता. एखाद्या निराश्रित मुलाच्या चित्रासारखा. मला त्याच्याकडं पाहवेना. त्याची पाठ वळताच मी घराकडं पाठ फिरविली आणि झपझप चालू लागलो.

कुठं जायचं कळत नव्हतं. आणखी तासभर तरी बाहेर काढायला हवा होता. वणवण फिरून पाय शिणले होते; पण त्यांची कुरकूर ऐकायच्या मनःस्थितीत मी नव्हतो. एखाद्या यंत्राप्रमाणं मी चालू लागलो. चालता चालता नदीवर आलो. मंद चांदण्यात शंकराचं देऊळ मोठं सुंदर दिसत होतं. चित्रातल्या गणपतीपुढं नैवेद्य म्हणून एखादा मोदक ठेवलेला असावा ना, तसं.

माझं मलाच हसू आलं. पोटात कावळे ओरडू लागल्यावाचून काही माणसाला असली कल्पना सुचायची नाही.

वाटलं, देवळात जावं, देवापुढं साष्टांग नमस्कार घालावा आणि त्याला प्रार्थना करावी...

–पण प्रार्थना करायला देवावर श्रद्धा असावी लागते. बाबांची तशी होती. माझ्या पिढीला ती नाहीशी झाली. जगात देव नाही, हे खरं; पण तो असायला हवा होता. म्हणजे त्याच्यापुढं जाऊन माणसाला आपलं मन मोकळं करता आलं असतं. लहान मुलाला अंधारात आईचा धीर असतो, तसा दु:खात माणसाला कुणाचा ना कुणाचा धीर हवा. देवाशिवाय दुसरं कोण तो देऊ शकणार?

–पण सर्वांनाच आईच्या मायेची पाखर कुठं लाभते? खुद्द मीच अवघ्या पाचव्या वर्षी आईच्या सावलीला मुकलो होतो आणि तसाच वयाच्या पंधराव्या वर्षी ईश्वरावरल्या श्रद्धेला! टिळक गुरुजींनी मला नवी श्रद्धा दिली; पण ती जुन्या श्रद्धेचा विध्वंस करून दिली, हे चांगलं झालं की वाईट झालं?

विचार करकरून डोकं फुटायची वेळ आली होती. वडाच्या झाडाला नव्या नव्या पारंब्या फुटाव्यात, तशी मनाच्या प्रत्येक हालचालीतून नवी नवी कूस निर्माण होत होती.

घाटाची एकेक पायरी सांभाळून उतरत मी खाली गेलो. जिकडं-तिकडं शुकशुकाट होता. त्यामुळं पाण्याची झुळझुळ कानांना मोठी मंजुळ वाटली. पाण्यात पाय सोडून मी बसलो. विश्वाच्या या पर्वतप्राय पसाऱ्यात एका व्यक्तीच्या सुखदु:खाला मातीच्या कणाइतकीही किंमत नाही, अशी मी स्वत:ची समजूत घालू लागलो; पण नाठाळ मनाला ते तत्त्वज्ञान काही केल्या पटेना. चांगल्या कविता आठवून पाहिल्या, गीतेतले श्लोक मनाशी गुणगुणलो; पण व्यर्थ! शेवटी एकांतात बाहुपाशात विसावणाऱ्या उमेचं चिंतन केलं.

मन कशातच रमेना. पलीकडे पडलेला एक खडा उचलून मी सहज पाण्यात टाकला. पाण्यात भराभर वर्तुळं उठली. छे! ती वर्तुळं नव्हती. तिचाकीची चाकं होती. आनंदाच्या भरात चंदू आपली नवी सायकल चालवीत चालवीत नदीवर आला होता. त्याची सायकल घाटावरून गडगडत खाली आली. चंदू पाण्यात बुडला आणि ती तिचाकी उलटी होऊन तिची चाकं गरगरा फिरू लागली.

मी घरी आलो, तो अशा भ्रमिष्ट मन:स्थितीतच. किती वाजले होते, कुणाला ठाऊक! पुढचं दार नुसतं लोटलं आहे, हे पाहून मला आश्चर्य वाटलं. दार वाजताच उमा लगबगीनं बाहेर आली. मी तिरसट स्वरानंच प्रश्न केला, 'दार का लावलं नाही? आपल्या घरात चोराला काही मिळणार नाही म्हणून?' एवढं बोलून मी हसण्याचा प्रयत्न केला; पण ते हसणं किती पोकळ होतं! 'वन्सं आल्या नाहीत अजून' हे उमेचं

उत्तर ऐकताच माझ्या तळपायाची आग मस्तकाला गेली. तरणीताठी पोर! रात्री-अपरात्री इतका वेळ बाहेर राहते. काय चाललंय हे माझ्या घरात? वडीलमाणसाचं एवढंसुद्धा भय नाही तिला? मी काही अजून मेलो नाही. माझी परवानगी घेतल्यावाचून अपरात्री ती कुठं जाते? काय करते? उमा तरी किती मूर्ख आहे? आजपर्यंत एकदासुद्धा मला सांगितलं नाही तिनं हे!

'रात्र झालीय. दोन घास खाऊन स्वस्थ पडावं' असं म्हणत उमा आत गेली. मी खोलीत गेलो, कोट-टोपी अंथरुणावर फेकून दिली. कसेबसे हातपाय धुतले. पानावर येऊन बसलो. भात, आमटी, सारं उनउनीत होतं. मोठ्या गोडीनं मी तीन-चार घास खाल्ले. इतक्यात, माई आली आणि माझ्यासमोर पाट घेऊन बसली. तिच्याकडं पाहताच माझ्या काळजात चर्र झालं. तिनं ते कुठलंसं स्थळ पाहायला सांगितलं होतं. काय बरं त्याचं नाव? पण उभ्या दिवसात मला त्याची आठवणच झाली नाही. दिगंबर... शंभर रुपये... सायकल... चंदू...

पलीकडेच चंदूची ताटली दिसली. ती खरकटी नव्हती. नुसतं तिखटमीठ वाढलेलं होतं तिच्यात. तोंडातला घास घशात घुटमळू लागला. मी उमेला विचारलं, 'चंदू जेवला नाही?'

मानेनं नकार दर्शवीत ती अगदी हळू म्हणाली, 'इकडची वाट पाहात बसला होता बाहेरच्या खोलीत. तिथंच पेंगळून झोपलाय.'

चंदूला जागं करण्याकरिता मी पानावरून उठू लागलो. लगेच उमा म्हणाली, 'आपण जेवा, तो जागा होतोय का पाहते मी.'

उमा बाहेर गेल्यावर माईनं रागीट स्वरातच मला प्रश्न केला, 'सुमीसाठी ते स्थळ बघायला सांगितलं होतं तुला काल. गेला होतास का तिकडं?'

माझा घास तोंडातल्या तोंडात फिरू लागला. मन गुदमरलं. पाण्याचे दोन घोट घेऊन मी तो घास कसाबसा गिळला आणि खाली ताटाकडं पाहात उत्तर दिलं, 'आज वेळ झाला नाही माई, उद्या...'

'उद्या काय दुसरं लग्न करणार आहे तो मुलगा? मघाशी देवळात कळलं. दुपारीच त्याचं लग्न ठरलं. तू सकाळी गेला असतास तर...'

'चुकलो मी, माई.'

'तुझी काय चूक आहे बाबा? सारी चूक आहे माझ्या कपाळी. हा वनवास लिहून ठेवणाऱ्या सटवीची. बोलून-चालून तुझी सावत्र आई मी! तेल नि तूप मिसळलं तरी ते एक कसं होईल, बाबा? सावत्र बहिणीच्या लग्नाची कितीशी काळजी असणार तुला? नुसतं कातडं एक असून माया लागत नाही, शंकर. त्याला आतडंही...'

इतक्यात उमा एकटीच आत आली. चंदू जागा झाला नाही हे बरं झालं, असं

आता मला वाटू लागलं.

खाली मान घालून, घास हातात घेऊन मी माईला म्हणालो, 'माई, या अन्नाची शपथ घेऊन सांगतो, सख्खा आणि सावत्र असा भेद मी स्वप्नातसुद्धा केला नाही कधी! कळायला लागलं तेव्हापासून तूच माझी आई आहेस. तू माझ्यासाठी किती खस्ता खाल्ल्या आहेत, हे काळजावर कोरून ठेवलंय मी.'

माई उसळून म्हणाली, 'अलिअलिकडं तू कसा वागतोहेस, हे काय मला कळत नाही? कधी दोन गोड शब्द बोलत नाहीस. पाहावं तेव्हा कपाळाला आठ्या. सारं सारं माझ्या लक्षात येत चाललंय, शंकर. अरविंदानं कुठंतरी दहा-वीस रुपड्यांची नोकरी धरावी, मला नि सुमीला घेऊन निराळं बिऱ्हाड करावं आणि मग तुम्ही राजाराणींनी मजेत...'

'माई, सुमी मला चंदूइतकीच...'

'उगीच साखर पेरू नकोस. त्या कार्टीवर तुझी इतकी माया आहे ना? मग तिच्यावर थोडं तरी लक्ष ठेवायचं होतंस. दहा वाजून गेले; पण पोरीचा पत्ता नाही अजून. कुणी पळविली-बिळविली, की कुणाचा हात धरून हीच पळून गेली? काय समजायचं माणसानं?'

मी उमेकडं पाहिलं. तिला हे ऐकणं असह्य झालं होतं. ती काहीतरी बोलणार होती; पण मीच तिला गप्प बसायला खुणावलं. आगीत तेल ओता नाही तर तूप ओता, ती भडकल्याशिवाय राहायची नाही.

माई तावातावानं पुढे म्हणाली, 'तसाच तो कार्टा अरविंद! कुठं भटकतो, काय करतो, परीक्षेत एकसारखा नापास का होतो, याची चौकशी कधी तू केली आहेस का? तू घरातला कर्ता पुरुष. त्याचा चांगला कान धरून...'

मला राहवेना. माई उगीच आपल्याविषयी भयंकर गैरसमज करून घेत आहे. कुटुंबाच्या दृष्टीनं हे बरं नव्हे, असं वाटून मी बोलून गेलो. 'तुला वाईट वाटेल म्हणून त्या दोघांना मी कधी बोलत नाही, माई.'

या शब्दांनी ती अधिकच चिडली. दिवे ओवाळल्यासारखे हातवारे करून ती ओरडली, 'तर... तर! मला वाईट वाटेल म्हणूनच सुमीच्या लग्नाची खटपट करीत नाहीस तू. होय ना? बोल की! आता का दातखिळी बसली? सकाळी गेला असतास ते स्थळ बघायला, तर असे काय चार चव्वल खर्च होणार होते रे तुझे? तिच्या वडिलांनी मरताना दोन हजार रुपये ठेवले आहेत तुझ्याकडं तिच्या लग्नासाठी... होय ना?'

मी मुकाट्यानं मान हलविली; पण तिचं समाधान कसं करावं, ते मला कळेना. उद्विग्न मनानं मी स्तब्ध राहिलो. ताटातल्या भाताच्या गारगोट्या होऊ लागल्या होत्या; पण घास उचलावा, असं मला आता वाटेना.

मी काहीच बोलत नाही असं पाहून माई चडफडेल आणि गप्प बसेल, अशी माझी कल्पना होती; पण तिनं आपला तोफखाना पुन्हा सुरू केला, 'मग सुमीच्या लग्नाची अशी टंगळमंगळ का करतोहेस तू? म्हणतात ना, जाळावाचून कढ नाही नि मायेवाचून रड नाही. मीच मेली भोळी, मूर्ख, अजागळ. म्हणून इतके दिवस तुझ्यावर विश्वास ठेवून राहिले. ते दोन हजार रुपये दे माझ्याकडं. चार दिवसांत पोरीच्या डोक्यावर अक्षता टाकते की नाही, पाहा; पण आता गोड गोड बोलून असं फसवू नकोस मला. आईला फसवून नरकाचं साधन करू नकोस, बाबा.'

माझं डोकं गरगर फिरू लागलं. समोरच्या अन्नाची शिसारी आली मला. मनच इतकं कडू कडू होऊन गेलं, की...

उमेकडं न पाहता मी पानावरून उठलो आणि हात धुवायला गेलो; पण तिथंही उमा आणि माई यांचे आवाज माझा पाठलाग करीत आले. लपून बसलेल्या जखमी सावजाला शोधून काढणाऱ्या शिकारी कुत्र्यासारखे वाटले ते मला.

उमा म्हणत होती, 'ते उपाशी उठून गेले, सासुबाई. सारा दिवस शाळेत शिकवितात. अगदी थकून येतात. काल रात्री उपाशीच झोपले होते. आजही...' दुःख आणि राग यांचं विचित्र मिश्रण तिच्या आवाजात झालं होतं. बोलता बोलता ती एकदम थांबली.

–पण माईचा पारा अजून उतरला नव्हता. ती संतापून उमेला म्हणाली, 'मोठी आलीय नवऱ्याचा कैवार करणारी. पाचव्या वर्षांपासून त्याला सांभाळलंय मी, आहे का ठाऊक? कानामागून आली नि तिखट झाली. नवरा उपाशी उठला म्हणून इतकं काही काळजीचं नाटक करायला नको. रात्री खोलीत दार बंद करून मेवामिठाई खात बसाल राजाराणी!'

हातातला भरलेला तांब्या खाली पडतो की काय, असं मला वाटू लागलं. आज माईच्या अंगात कुठलं भूत संचारलं आहे, ते कळेना.

उमेला हे कुजकं बोलणं सहन झालं नाही. ती चिडून उत्तरली, 'सासुबाई, तुमच्या जिभेला काही हाडबिड...'

आता तर माईनं घरच डोक्यावर घेतलं. हट्टी, आक्रस्ताळ्या मुलासारखा गळा काढून ती म्हणाली, 'खरं आहे, बाई. माझ्या जिभेला हाड नाही, माझ्या डोक्यात अक्कल नाही. माझ्या काळजात माया नाही. काय बोलायचं असेल ते बोलून घे. छळायचं असेल ते छळून घे. तुझ्या दारात तुकडे मोडीत पडलेय. मारशील त्या लाथा...'

एवढंच बोलून माई थांबली नाही. ती जमिनीवर डोकं आपटून घेऊ लागली. काय करावं ते मला समजेना. भोवळ आल्यासारखं होऊ लागलं. हातावर पाणी ओतून मी कसाबसा आत गेलो आणि एखाद्या पिसाळलेल्या कुत्र्यासारखा उमेच्या

अंगावर जाऊन ओरडलो, 'मायलेकाच्या भांडणात तोंड घालायचं काय कारण होतं तुला? माई मला शिव्या देईल, मला मारील, काय वाटेल ते करील. तिनं मला लहानाचा मोठा केला आहे. पाचव्या वर्षांपासून माझा प्रतिपाळ केला आहे. माझी आई आहे ती.'

उमा चिडून काहीतरी बोलली असती, तर फार बरं झालं असतं; पण राग आवरून, खाली मान घालून ती थंडपणानं म्हणाली, 'मी तुमची बायको आहे. माझाही तुमच्यावर हक्क आहे. आपल्या नवऱ्याचा जर कुणी उगीच छळ करू लागलं, तर ते बायकोनं मुकाट्यानं पाहावं?'

पदरानं दिवा मालवायला जावं नि त्याच्या वाऱ्यानं ज्योत भडकून पदर पेटावा, तसं काहीतरी झालं. माई कपाळ आपटून घेऊन नाही नाही ते बडबडू लागली. मी उमेकडं पाहिलं. ती एखाद्या दगडी मूर्तीसारखी निश्चल उभी होती. माझं भान नाहीसं झालं. मनाचा तोल गेला. खांदा धरून तिला गदगदा हलवीत मी ओरडलो, 'उर्मट कुठली! पड, माईच्या पाया पड. तिची क्षमा माग.'

उमा जागची हलली नाही. माझा संताप अनिवार झाला. मी एकदा, दोनदा, तीनदा किंचाळलो, 'पड, पाया पड. पडतेस की नाही? पड, माईच्या पाया पड.'

माईच्या अंगात पिशाच्चं संचारलं होतं व उमेच्या अंगात ब्रह्मसमंध.

मी रागानं वेडा होऊन गेलो. मी काय करीत आहे, ते माझं मलाच कळलं नाही. माईचा असा भयंकर अपमान करणाऱ्या उमेला काहीतरी शिक्षा केलीच पाहिजे, असा निश्चय माझ्या जाणिवेला स्पर्श करून गेला असावा. पुढं काय झालं, ते क्षणभर मला कळलंच नाही. मग माझ्या लक्षात आलं, मी काडकन् उमेच्या मुस्कटात मारली होती. ती माझ्याकडं मोठ्या विचित्र दृष्टीनं पाहात होती. तिचे डोळे पाणावले होते; पण भरून आलेल्या ढगांतून वीज चमकावी, तशी तिची दृष्टी भासत होती.

अजून ती माईच्या पाया पडली नव्हती. तिनं माईची क्षमा मागितली नव्हती. बेभान होऊन मी ओरडू लागलो, 'पाया पड. पडतेस की नाही? पाया पड. माईच्या पाया पड.'

चंदू एकदम बाहेरून धावत आला. माझ्या आरडाओरड्यानं तो जागा झाला असावा. माझ्याजवळ येऊन त्यानं मोठ्या आशेनं विचारलं, 'दादा, दादा, माझी सायकल कुठं आहे? माझी सायकल कुठं आहे?'

काय उत्तर देणार मी? एखाद्या चिमण्या पाखरानं भिरीभिरी पाहावं त्याप्रमाणं त्यानं इकडं-तिकडं नजर फिरवली आणि सायकल कुठं दिसत नाही असं पाहून तो माझ्या अंगाशी झोंबत म्हणाला, 'कुठं आहे सायकल, दादा? तुम्ही माझी सायकल आणली नाही? का आणली नाही? खोटं बोलता तुम्ही. तुम्ही वाईट्ट आहात. तुम्ही

फसवलं मला. दादा खोटारडे, दादा खोटारडे...'

त्याचे शब्द तेवढे ऐकू येत होते. दुसरं काही काही कळत नव्हतं.

माई एकदम मधे म्हणाली, 'पाहिलंस, शंकर? तुझ्या चिमुरड्या मुलाचासुद्धा तुझ्यावर विश्वास नाही.'

चंदू माझं सारं अंग घुसळीत ओरडतच होता, 'दादा खोटं बोलतात. दादा खोटारडे... दादा खोटारडे!'

उमेनं तोंडावर हात ठेवून त्याला गप्प करण्याचा प्रयत्न केला; पण तो हात त्यानं ताडकन् काढून टाकला.

चंदू ओरडतच होता. सारं घर फिरतं आहे; वावटळीत गिरक्या खात खात वाळलेलं पान कुठं तरी उडत जावं, तसा मी दूर दूर जाऊन खोल खोल दरीत पडत आहे, असा मला भास झाला.

काही क्षणांनी मी सावध झालो. पाहतो तो चंदूला मी दोन-तीन चापट्या दिल्या आहेत. त्याला सोडवायला आलेल्या उमेलाही पुन्हा...

दारात कुणाची तरी सावली पडल्यासारखं वाटलं. मी वळून पाहिलं.

दिङ्मूढ होऊन हे सारं पाहात असलेली सुमी तिथं उभी होती.

मी शरमलो. दोन्ही हातांनी माझं तोंड झाकून घेऊन खोलीत गेलो.

मी आज उमेला मारलं. आयुष्यात करू नये ते केलं. दहा वर्षांपूर्वी ज्या हातानं जन्मभर तुझ्यावर प्रेम करीन, असं नुसत्या स्पर्शानं मी तिला वचन दिलं त्या हातानं मी तिला मारलं. माझं सारं शहाणपण, सारा सोशिकपणा, सारं प्रेम, सारं तत्त्वज्ञान कुठं गेलं?

१३

उमा

अकरा केव्हाच वाजून गेले होते; पण चंदू काही केल्या झोपेना. मी वन्संना वाढलं, तेव्हा तो माझ्याभोवतीच लुडबुडत होता. मधूनमधून माझा हात घट्ट धरून ठेवीत होता. त्यांनी मारल्यावर तो ओरडला असता, भोकाड पसरून रडत सुटला असता, तर एव्हाना तो नेहमीसारखा हसू-खेळू लागला असता. कदाचित झोपीही गेला असता; पण...

त्याला त्यांनी इतकं रागावून कधीच मारलं नव्हतं. दादांनी आईच्या अंगाला बोट लावलेलं त्यानं कधीच...

तो पाहणार तरी कुठून? लग्न झाल्यापासून मघापर्यंत त्यांचा एकच स्पर्श माझ्या ओळखीचा होता. अंगभर फुलं फुलविणारा, मनातली पाखरं जागी करणारा, मुक्या संगीतानं संसारातली सारी दु:खं विसरायला लावणारा तो स्पर्श; गेल्या दहा वर्षांत त्यानं किती वेळा मला धीर दिला, शक्ती दिली, आनंद दिला; पण आज तोच स्पर्श...

या जगात सुंदर रंगाच्या गोडगोड फळांना आतून अचानक कीड लागते; पण चंदूच्या चिमुकल्या जिवाला ते कसं कळावं?

वन्संनी फार आग्रह केला म्हणून मी पानावर बसले. चंदू अन्नाला शिवला नव्हता. चार घास पोटात गेले न गेले तो त्यांना पानावरून उठून जावं लागलं होतं. हे सारं डोळ्यांपुढं उभं राहून माझा घास हातातल्या हातात फिरू लागला. मी हसत वन्संना म्हणाले, 'जेवावंसं वाटतच नाही मला. ओकारी आल्यासारखी होतेय. जाते मी हात धुवायला.' हात धुऊन परत येता येता वन्संचं बोलणं कानावर पडलं. त्या चंदूला म्हणत होत्या, 'कोण हवं तुला? भाऊ की बहीण?'

चंदूनं प्रश्न केला, 'देव देणार आहे?'

त्या उत्तरल्या, 'हं!'

'केव्हा?'

'लवकरच.'

'–पण लवकर म्हणजे केव्हा? दादा दर महिन्याला तुला सायकल देतो म्हणून सांगतात नि मागितली म्हणजे...' तो बोलता बोलता थांबला. आतापर्यंत त्यानं दाबून ठेवलेलं दु:ख हुंदक्याच्या रूपानं बाहेर पडलं.

–पण वन्सं आपल्याच नादात होत्या. त्या म्हणाल्या, 'देव नाही तसं करणार. मात्र तुला काय हवं ते लवकर सांगायला हवंस तू त्याला. तुला बहीण हवी का भाऊ हवा?'

'बहीण.' किंचित थांबून तो चटकन् म्हणाला, 'अहं, बहीण काही विटीदांडू खेळायला येणार नाही माझ्याबरोबर. तिच्यापेक्षा भाऊच बरा. पण...' तो थांबला आणि उद्गारला, 'भाऊबिजेदिवशी मला भाऊ कसा ओवाळील? माझ्या वर्गातल्या साऱ्या मुलांना बहिणी आहेत. मला तेवढी नाही म्हणून देवाला मी म्हणणार, मला एक भाऊ दे आणि एक बहीण दे.'

चंदूची ही बडबड ऐकता ऐकता सुमाताईंची अगदी हसून मुरकुंडी वळली. दूध उतू यावं ना, तसं त्या हसत होत्या आणि चंदूचे गालगुच्चे घेत होत्या. मी आत जाताच त्या म्हणाल्या, 'सांभाळ हं बाई, वयनी. या खेपेला जुळं होणार आहे तुला.'

'चला, चावट कुठल्या.' असं मी तोंडानं म्हटलं खरं! पण त्यांच्या थट्टेनं मलासुद्धा गुदगुल्या झाल्या. मघाचं सारं सारं दु:ख मी विसरून गेले.

सारी झाकपाक झाली. भावोजींचा अजून पत्ता नव्हता. दररोज कसल्या सभा सुरू होत्या त्यांच्या, देव जाणे! स्वारी लहर आली तर कुणा मित्राच्या घरी जेवील नि तिथंच झोपेल. त्यांची वाट पाहात बसण्यात अर्थ नव्हता.

वन्सं झोपायला गेल्या. मीही चंदूला घेऊन खोलीकडं वळू लागले. ते लक्षात येताच चंदू झटकन दूर झाला नि म्हणाला, 'मी नाही खोलीत येणार, आई! मला दादांचं भय वाटतंय! मारतील मला पुन्हा!'

त्यांचं भय वाटतं असं आतापर्यंत चंदू एकदासुद्धा म्हणाला नव्हता! ते शब्द त्याच्या तोंडातून आज बाहेर पडले. सायकलपायी त्याच्या मनाला ही जखम झाली. त्या जखमेतून थेंबाथेंबानं ठिबकणारं हे रक्त... त्याचं मला भय वाटतं...

त्याची समजूत कशी घालावी, हे मला कळेना. खोलीत तिकडचा डोळा लागला असेल. मी समजूत घालायला जावं नि त्यानं रडायला सुरुवात करावी, असं झालं तर... तर त्यांची झोपमोड होईल. ते आधीच त्रासले आहेत. त्या त्रासात भर पडेल.

माजघरात एक पाट घेऊन मी त्याच्यावर बसले. चंदूला मांडीवर घेऊन मी थोपटू लागले. त्याच्या त्या केसांचा मऊमऊ स्पर्श मला कुठल्या तरी रम्य जगात घेऊन जाऊ लागला. चंदू झाला तेव्हा त्याच्या डोक्यावर एकसुद्धा केस नव्हता. हे त्याला पाहायला दवाखान्यात आले नि त्याच्याकडं पाहात म्हणाले, 'याचे केस कुठं गेले?'

'ते यायचेत अजून.' मी हसत उत्तरले.

'छे! हा टकल्या दिसतोय. मात्र टक्कल पडलेला मनुष्य मोठा भाग्यवान असतो हं! संस्कृतमध्ये म्हटलंच आहे ना? या जगात गरीब टकल्या कुठं मिळणार नाही.'

भर रात्री आगगाडी एखाद्या स्टेशनवर एकदम थांबावी आणि त्या धक्क्यानं कोपऱ्यात डुलकी घेत बसलेल्या माणसानं दचकून डोळे उघडावेत, तशी माझ्या मनाची स्थिती झाली. चंदू भाग्यवान आहे.

मांडीवरला चंदू चुळबूळ करीत होता. त्याला झोप येत नव्हती. चिमणीच्या घरट्यात पिलानं अस्वस्थपणानं धडपडत राहावं, मधेच बाहेर डोकावून पाहावं, तसं त्याचं चाललं होतं. दोन-तीनदा माझ्याकडं पाहून शेवटी तो म्हणाला, 'आई, झोप येत नाही ग मला. गोष्ट सांग तू. चांगली चांगली सांग हं.'

'ती भोपळ्याची सांगू? चल रे भोपळ्या टुणुकटुणुक.'

'अंहं. मी काय आता लहान आहे का ती गोष्ट ऐकायला? भोपळा म्हणजे काही आगगाडीचा डबा नव्हे, हे मला कळतं.'

'मग कसली सांगू? राक्षसाची?'

एकदम अंग शहारून तो म्हणाला, 'तसली नको. राक्षसाची भीती वाटते मला. ते माणसांना मारतात, खातात. आपले दादासुद्धा तसेच...'

मी मधेच म्हणाले, 'तुला कुठली गोष्ट हवी. तू सांग ना?'

'अश्वत्थाम्याची येते तुला? मग तीच सांग. ती वाचता वाचता झोप लागली मघाशी मला.'

'ती नीट आठवत नाही, रे मला.'

'खोटं बोलतेस तू. तुझ्या आजीनं या साऱ्या साऱ्या गोष्टी तुला सांगितल्या होत्या. तुला पाठ येताहेत त्या. तुला गोष्ट सांगायची नाही म्हणून तू...'

बारा वाजायला आलेले. चंदूनं आता भोकाड पसरलं, तर विनाकारण साऱ्या घराची झोपमोड होईल. मी मुकाट्यानं त्याला येईल तशी गोष्ट सांगू लागले...

'फार जुन्या काळची गोष्ट आहे हं ही.'

'ते ठाऊक आहे मला. त्या वेळी धनुष्यबाणांनी माणसं लढत. ऑटमबॉंब नव्हता त्यांच्यापाशी.'

'अरे, वा! पुष्कळच ज्ञान आहे म्हणायचं तुला. त्या वेळी द्रोणाचार्य म्हणून एक मोठे विद्वान ब्राह्मण राहात होते.'

'हे असलं कसलं गं नाव, आई? द्रोण! कुठंतरी जेवायला गेलो, की आपल्याला द्रोणातूनच आमटी वाढतात.'

'वेडा आहेस तू. आता हे विचारलंस. उद्या म्हणशील, त्यांच्या बायकोचं नाव

पत्रावळ होतं की काय?'

चंदूनं हसावं म्हणून असं काहीतरी आचरटपणाचं मी बोलून गेले. तो हसला. मला बरं वाटलं. मी पुढं सांगू लागले, 'द्रोणाचार्य खूप शिकलेले होते.'

'आपल्या दादांइतके?'

'त्यांच्याहूनसुद्धा जास्ती.'

'अरे, बाप रे.'

'पण ते फार गरीब होते.'

'खूप खूप शिकून ते गरीब कसे गं राहिले?'

'असं मधे बोलू नये सारखं गोष्ट सांगताना.

त्या द्रोणाचार्यांना एक मुलगा होता. तुझ्याएवढाच लहान होता तो. त्याचं नाव अश्वत्थामा. तुझ्यासारखाच होता तो. सारं लक्ष नेहमी खेळात. एके दिवशी अगदी सकाळी एका श्रीमंत सोबत्याच्या वाड्यात तो खेळायला गेला. ते दोघे खेळत होते. मधेच त्या मुलाची आई निरशा दुधानं भरलेलं फुलपात्र हातात घेऊन आली. नोकरानं नुकतीच धार काढली होती त्याच्या कपिला गाईची. त्या फुलपात्रातलं पांढरं शुभ्र दूध कसं खदखदून हसत होतं. आई दिसताच तो त्या अश्वत्थाम्याला म्हणाला, 'दूध प्यायची वेळ झाली माझी. ते पिऊन आलोच मी.' तो घटाघटा ते दूध प्याला आणि मिटक्या मारीत पुन्हा खेळायला आला. तसं दूध अश्वत्थामा कधीच प्याला नव्हता. ते प्यावं, अगदी आत्ता प्यावं, असं त्याला वाटायला लागलं; पण तो होता शहाणा. दुसऱ्याच्या घरी काही मागू नये, असं त्याच्या आईनं त्याला शिकविलं होतं. ते तो विसरला नव्हता. आपल्या सोबत्याला तो म्हणाला, 'मी घरी जातो.' तो सोबती त्याला आग्रह करायला लागला, 'मग जा रे, आणखी थोडं खेळूया.' पण अश्वत्थाम्याच्या डोळ्यांपुढं ते पांढरं शुभ्र दूध नाचत होतं. 'मी गेलो नाही तर आई रागावेल' असं सांगून तो घरी धावत आला आणि आईला म्हणाला, 'आई, आई, ते पांढरं शुभ्र दूध असतं ना! ते मला प्यायला दे. आजपर्यंत कद्धी कद्धी तू मला ते दिलं नाहीस. मी आता एका मुलाच्या घरी खेळायला गेलो होतो. त्याची आई त्याला ते रोज देते.' त्यानं आईच्या गळ्याला मिठी मारली आणि दुधाचा हट्ट धरला. त्याची आई त्याला कुरवाळीत होती. त्याच्या केसातून हात फिरवीत होती. त्याच्याकडं टक लावून पाहात होती; पण ती एक शब्दसुद्धा बोलली नाही. तिच्या डोळ्यांत पाणी मात्र उभं राहिलं. ती अशी का रडतेय, हे लहानग्या अश्वत्थाम्याला कळेना. तिला अधिकच

घट्ट मिठी मारून तो म्हणाला, 'आई, का रडतेस तू? माझ्या हातून काय चूक झाली?' ती त्याला पोटाशी धरून म्हणाली, 'नाही रे बाळा. तुझी काही चूक नाही.' 'मग तू अशी रडतेस का?' त्यानं पुन्हा प्रश्न केला. ती हसत म्हणाली, 'वेडा आहेस तू. मी रडतेय कुठं? तू येण्यापूर्वी चूल पेटवीत होते मी. काल आणलेली लाकडं आहेत ओली. त्याचा धूर झाला फार. त्या धुरामुळं माझ्या डोळ्यांत पाणी आलं असेल. थांब हं! तुला दूध देते मी.' अश्वत्थाम्याची आई घरात गेली. तिनं पांढरं शुभ्र पीठ घेतलं, त्यात पाणी घातलं आणि ते कालवून बाहेर आणून दूध म्हणून आपल्या मुलाला प्यायला दिलं. अश्वत्थाम्यानं अगदी नाचत ते दूध पिऊन टाकलं आणि तो आनंदानं गाऊ लागला, 'आज दूध प्यालो मी. आज दूध प्यालो मी.'

इतका वेळ गप्प बसलेला चंदू एकदम डोळे मोठे करून म्हणाला, 'त्याच्या आईनं फसवलं त्याला!'

मी काहीच बोलले नाही. तिनं पिठात पाणी का घातलं, ते दूध म्हणून आपल्या बाळाला देऊन तिनं त्याला का फसवलं, हे सारं सारं मला कळत होतं; पण ते चंदूला कसं सांगायचं? त्याला कसं कळायचं?

चंदू म्हणत होता, 'त्याची आई फार वाईट्ट होती.'

त्याचं तोंड कुरवाळीत मी म्हणाले, 'नाही रे बाळ. ती फार चांगली होती. तिची त्याच्यावर फार माया होती...' पुढं काय बोलायचं ते मला सुचेना. नकळत माझ्या डोळ्यांतून टपटप थेंब खाली पडू लागले. गरीब आईची माया... गरीब बापाची माया... तिचा मुलाच्या मस्तकावर होणारा हा अभिषेक... युगानुयुगं हा अभिषेक असाच चालत आला आहे? अश्वत्थामा आणि पांढरं शुभ्र निरसं दूध! चंदू आणि तीन चाकांची सुंदर सायकल!

किती किती जुनी गोष्ट; पण ती पुन्हा आज घडत आहे. अगदी माझ्या घरात. अश्वत्थाम्याची कहाणी त्याच्याबरोबर संपली नाही. ती पिढ्यान्पिढ्या चालूच आहे. त्या अश्वत्थाम्याचं नाव कुठं चंदू असेल, कुठं दुसरं काही असेल. आज सायकल आणतो, असं कबूल करून त्यांनी ती का आणली नाही, हे आता मला समजलं. ती पिठात पाणी घालणारी अश्वत्थाम्याची आई...

माझ्या डोळ्यांत उभं राहिलेलं पाणी पाहून चंदू गडबडला. त्यानं विचारलं, 'तू रडतेहेस, आई?'

'होय, रे राजा.' मी उत्तर दिलं, 'ही गोष्ट सांगताना माझी आजीसुद्धा अशीच रडायची. ती म्हणायची, देवा, पुढल्या जन्मी मला कसलाही जन्म दे. किडा-मुंगीचा दिलास तरी चालेल; पण पुन्हा याच जन्माला घातलंस, तर अश्वत्थाम्याची आई मात्र

करू नकोस.'

चंदू अडखळत म्हणाला, 'मग त्या, त्या आईनं पुढं काय केलं गं?'

'काही नाही. मी दूध प्यालो. मी दूध प्यालो म्हणून अश्वत्थामा आनंदात नाचत सुटला. आईनं त्याला घट्ट पोटाशी धरलं. अस्सं...'

मी चंदूला उचलून घेऊन त्याला मिठी मारली आणि त्याचं मस्तक थोपटीत म्हटलं, 'गोष्ट संपली. आता झोपायचं हं.'

तो हसला. माझ्या उरावरला मोठा भार हलका झाला. मी त्याला थोपटीत थोपटीत लहानपणी पाठ केलेल्या कुठल्यातरी गोड ओव्या म्हणू लागले. त्या ओव्यांच्या पाळण्यात झोके घेत घेत चंदूबाळ गाढ झोपी गेला.

मी त्याला हळूच उचललं, त्याचं डोकं खांद्यावर हळूच ठेवलं, झोप चाळवू नये म्हणून त्याच्या पाठीवरून दोन-तीनदा हात फिरविला आणि मांजराच्या पावलांनी खोलीत जाऊन माझ्या अंथरुणावर त्याला निजविलं. तो कुशीवर वळला; पण जागा झाला नाही. माझा जीव भांड्यात पडला.

खोलीचं दार मी तसूतसूनं लावलं. त्याची करकर होऊ नये, कडी वाजू नये म्हणून किती काळजी घेतली मी. मग त्यांच्या बिछान्यापाशी आले. रस्त्यावरल्या दिव्याचा प्रकाश थोडासा खोलीत आला होता. त्या अंधूक उजेडात मी वाकून त्यांच्या चेहऱ्याकडं पाहिलं. त्यांनासुद्धा गाढ झोप लागली होती. फार बरं वाटलं मला ते पाहून. त्यांचा स्वभाव नि मघाशी सासुबाईंच्या बोलण्यामुळे त्यांचा गेलेला तोल... कशाचा कशाशी मेळ बसत नव्हता. त्यांना झोप आली नसती, तर मघाच्या साऱ्या गोष्टीचा विचार करीत रात्रभर अंथरुणावर तळमळत पडले असते ते!

मी परत वळले; पण माझं पाऊल पुढे पडेना. वाटलं, ते जागे असायला हवे होते. म्हणजे त्यांना बिलगून मी म्हटलं असतं, 'मला जवळ घ्या. अगदी जवळ घ्या. मी रागावले नाही तुमच्यावर. मघाशी तुम्ही मारलंत मला. त्या माराचं मला काही वाटलं नाही. तुम्ही मात्र त्याचं दुःख करीत बसू नका. दुसरं काही नकोय मला. आणखी मारा हवं तर; पण मला जवळ घ्या आणि माझ्या कानात तुमच्या गोड वाणीनं एवढंच सांगा, 'उमा, उमिटले, तू माझी आहेस. मी तुझा आहे.'

मी सासुबाईंची सावत्र सून होते, वन्संची थोरली बहीण शोभणारी भावजय होते, चंदूला जीव की प्राण करणारी आई होते, त्यांच्या साऱ्या सुखदुःखांची भागीदारीण होते; पण त्याशिवाय, मी आणखी कुणीतरी होते. माझ्यातली ती अल्लड उमा आता जागी होऊ पाहात होती. चंदूची आई असलेल्या उमेनं त्याला हळूहळू थोपटून कसंबसं निजविलं.

मी चंदूपाशी आले. अंथरुणाला पाठ लागताच किती बरं वाटलं मनाला. चार-दोनदा या कुशीवरून त्या कुशीवर वळले मी; पण काही केल्या झोप येईना. चंदू

जागा होणार नाही, अशा बेतानं मी त्याचा पापा घेतला; पण त्याच्या गालातली जादू आज कुठं गेली होती कुणाला ठाऊक. बाहेर मध्यरात्र झाली होती; पण माझ्या मनाच्या पाकळ्या मिटेनातच. शेवटी मी नुसते डोळे मिटून स्वस्थ पडून राहिले. मात्र मन एकसारखं घोकीतच होतं, 'आज इकडलं मन स्वाधीन कसं राहिलं नाही? आणि घरी यायला इतका उशीर का झाला त्यांना?' एकच प्यालातला तो सुधाकर रात्री उशिरा घरी परत येतो, सिंधूला खोट्या सबबी सांगतो...

तसं हे काही...

त्या दिगंबराच्या नादानं हे जुगारी तर नाही ना झाले? आज इतक्या उशिरा आले. कुठं होते हे इतका वेळ? जुगारात हरले म्हणून तर हे इतके चिडले नसतील ना आज?

एक मन म्हणे, ते तसे नाहीत. कुठं गंगाजळ नि कुठं दारू! तसे हे आणि दिगंबर; पण मग स्वभावात छत्तीसाचा आकडा असून यांचं मेतकूट जमतं तरी कसं?

पावलं वाजल्यासारखी वाटली. मी हळूच डोळे उघडून पाहिलं. तिकडूनच उठणं झालं होतं. पाणी प्यायला स्वारी उठली असावी. मी एकदम चमकले. झोपेतल्या चंदूला खोलीत उचलून आणण्याच्या नादात पाण्याचा तांब्या आणावयास मी विसरले होते. उठून तो आणून धावा असं मनात आलं. पाहते तो ते माझ्या बिछान्याजवळ आले; पण ते माझ्या उशाशी बसले नाहीत. चंदूजवळ बसले. त्याच्या केसावरून हात फिरवीत ते म्हणाले, 'चंदू, तुझ्या या गरीब बापाला क्षमा कर. मी मारायला नको होतं तुला. पण...' ते शब्द ऐकून मला भडभडून आलं. वाटलं, उठावं नि म्हणावं, 'इतकं काय मनाला लावून घ्यायचं ते? चंदू तुमचा आहे. मी तुमची आहे. किती किती माया करता तुम्ही आमच्यावर! प्रेमाला जगातले सारे हक्क असतात. मारायचे... अगदी ठार मारायचेसुद्धा!

हे माझ्या मनात येतं न येतं, तोच ते थोडे पुढं सरकले. मी झटकन् डोळे मिटून झोपेचे सोंग केले. माझ्या केसावरून हळूच हात फिरवीत ते म्हणत होते, 'उमा, सुंदर फुलांचा वास घ्यायचा असतो. ती पायदळी तुडवायची नसतात, हे कळतं मला! ...पण ...तुझ्यासारखं सुंदर फूल देवानं मला दिलंय; पण गरिबी माणसाला मूर्ख बनविते, क्रूर करते, पशू करून सोडते. उमा, क्षमा कर मला.'

त्यांनी हळूच माझा हात उचलला. मी त्यांचा हात लगेच हातात घेतला. ते हसले आणि म्हणाले, 'जागी होतीस तू?'

मी उत्तर दिले, 'छे! अगदी गाढ झोपले होते मी. त्या झोपेत एक सुंदर स्वप्न पडत होतं मला. त्या स्वप्नात कुणीतरी माणूस माझ्या उशाशी आलं नि माझ्या कानात गुणगुणलं, उमा, क्षमा कर मला.'

'लबाड कुठली!' म्हणून त्यांनी माझे दोन्ही हात हातात घेऊन मला उठून बसविलं. ते काहीतरी थट्टेनं बोलतील म्हणून मी त्यांच्याकडं हसत पाहू लागले; पण ते एकदम गंभीर झाले आणि म्हणाले, 'स्वप्नं अशी खरी होत असती, तर तुझ्या-माझ्या सुखाला सीमा राहिली नसती. किती साधी होती नाही आपली स्वप्नं! पण तीसुद्धा... मला चांदणं फार आवडतं, हे आपल्या पहिल्या भेटीत तुला कळलं. तू म्हणालीस, 'दर पौर्णिमेला आपण खूप लांब लांब फिरायला जाऊ.' पण गेल्या पाच-सहा वर्षांत एकदासुद्धा आपण असे मिळून बाहेर जाऊ शकलो नाही. शिकवण्या संपवून घरी यायला मला नऊ नऊ वाजायचे. घरकाम करकरून तू थकलेली असायचीस. हळूहळू ते स्वप्न विरघळून गेलं. पहिल्या भेटीत माझी आवड जशी तुला कळली, तशी तुझी आवड मला कळली. तुला फुलं फार आवडायची. त्या रात्री मी स्वत:शीच म्हणालो, मी शिक्षक आहे. उमेची दागिन्यांची हौस भागविणं काही मला शक्य होणार नाही; पण तिची ही फुलांची हौस मात्र... मधूनमधून एक सुंदर वेणी आणून देईन मी तिला! उमा, या आपल्या दोन्ही इच्छा किती साध्या होत्या! पण त्या...'

त्यांना कसं गप्प बसवावं, ते मला कळेना. जखमेची खपली काढून का ती बरी होते? मनात आलं, त्यांना म्हणावं, 'मला फुलं नकोत, चांदणं नको, दुसरं काही नको. अशी काळोखात, काट्यांच्या बिछान्यावरसुद्धा मी सुखानं झोपेन, झोपतेच आहे. मात्र एक गोष्ट मला हवी. तुम्ही– तुमची थट्टा– तुमचं हसणं– तुमचा स्पर्श–'

–पण माणसाच्या मनाला देवानं किती किती अडसर लावलेले असतात! जे मनात होतं, ते काही जिभेवर उतरलं नाही.

मात्र मी त्यांच्या खांद्यावर डोकं ठेवलं आणि त्यांच्याकडं पाहात म्हणाले, 'असं काहीतरी काय बोलायचं? आपलं सर्वांत मोठं स्वप्न कुठलं होतं? ते खरं झालं नाही का?' मी मान वळवून झोपलेल्या चंदूकडं पाहिलं.

ते हसले आणि माझं मस्तक थोपटीत म्हणाले, 'मघाशी उगीच मारलं मी त्याला. आज सायकल विकत घेणं मला जमलं नाही; पण उद्या...'

'उगीच पोराला आशा लावू नका!' मला म्हणायचं होतं. 'खोट्या आशेपेक्षा खरी निराशा बरी!' पण त्यांना वाईट वाटेल म्हणून मी ते शब्द उच्चारले नाहीत.

माझं तोंड आपल्याकडं वळवून घेत ते म्हणाले, 'खोटं वाटतंय तुला. ठीक आहे. तो माझा खुंटीला टांगलेला कोट बघ. किती पैसे आहेत त्याच्यात? सांगू!'

लहान मुलासारखं त्यांच्या खांद्यावर डोकं घाशीत आणि हसत मी म्हटलं, 'शून्य.'

ते हसत उत्तरले, 'तुझ्या सात इयत्ता झाल्या आहेत, हे खरंच वाटत नाही मला.

अगदी कच्चं आहे तुझं गणित.'

'माझं की तुमचं? आज तीस तारीख. पगार व्हायला अजून तीन-चार दिवस तरी लागतील. दुपारी तर तांब्याचा पैसासुद्धा खिशात नव्हता तुमच्या.'

'–पण आता मी जादूनं...'

मला राहवेना. मी उठले. कोटाचे दोन्ही खिसे चाचपले. त्यात चाकू होता, पेन्सिल होती, दोन-चार लवंगा होत्या, चार-पाच चुरगळलेल्या चिठ्ठ्या-चपाट्या होत्या. मी वळून म्हणाले, 'जादू खोटी आहे.'

ते बसले होते तिथूनच म्हणाले, 'माणसाला श्रद्धा हवी. आतला खिसा बघ.'

त्या जुन्या झालेल्या कोटाच्या आतल्या खिशात मी हात घातला. एक नवी कोरी नोट माझ्या हाताला लागली. साऱ्या अंगभर आनंदाच्या झिणझिण्या नाचत सुटल्या. शंभराची नोट मी फारशी पाहिली नव्हती. नुसत्या हाताला ती कितीची आहे, ते कसं कळणार? ही शंभराची असली, तर उद्या चंदूला सायकल...

जखमी पाखरू उडण्याकरिता पुन्हा पंख फडफडावू लागलं.

मी ती नोट घेऊन त्यांच्याजवळ गेले आणि म्हटलं, 'अहो जादूगार, ही नोट कितीची आहे?'

'दहाची!'

उडू पाहणारं पाखरू पुन्हा धुळीत कण्हत पडलं.

ते मात्र खुशीत आले होते. माझी हनुवटी वर करून ते म्हणाले, 'पापासाहेब म्हणून एक खूप श्रीमंत व्यापारी आहेत. त्यांच्या मुलीची शिकवणी धरलीय मी उद्यापासनं– तीस रुपयाची. त्यातले हे दहा. यात वीस घातले, की चंदूची सायकल...'

'–पण ते वीस घालणार कुठनं?'

'ते वीस इथंच आहेत. खोलीतल्या फळ्यांवर बंदे रुपये नाहीत; पण खुर्दा आहे पुष्कळ. तो सारा एक केला तर...'

ते काय म्हणताहेत, ते माझ्या लक्षात येईना. फळ्यावर तर त्यांची पुस्तकं होती. त्या पुस्तकात यांनी बाजूला काढून ठेवलेले काही पैसे असतील? छे! त्यांच्या स्वभावातच नाही ते.

ते उठले आणि एका फळीपाशी जाऊन उभे राहिले. त्यांच्यामागून मी मोठ्या उत्सुकतेनं गेले. त्यांनी अगदी वरचं एक पुस्तक उचललं. रस्त्यावरला प्रकाश खोलीत येत होता. त्यात ते उघडून पाहिलं. ते अगदी डोळ्यांजवळ नेऊन आणि माझ्याकडं वळून म्हणाले, 'शाकुंतलच आहे हे. उमा, तूच सांग. यातल्या दुष्यंत राजाला बाजारात आठ-बारा आणे सहज मिळतील की नाही?'

मी चपापले. आपली आवडती पुस्तकं विकून त्याचे वीस रुपये ते चंदूच्या सायकलसाठी उभे करणार होते?

मी ते पुस्तक त्यांच्या हातातून हिसकावून घेतलं. ते परत फळीवर ठेवलं आणि त्यांचा हात धरून त्यांना अंथरुणावर नेऊन बसवीत म्हटलं, 'हे दहा रुपयेसुद्धा सायकलचे नाहीत हं.'

'म्हणजे?'

'ते तुमच्या डोळ्यांच्या औषधाचे आहेत.'

'माझ्या डोळ्यांना काय झालंय?'

'काय झालंय? मग आता ते पुस्तक इतकं जवळ का धरलं होतंत? थांबा, इकडे करा तुमचे डोळे. मी सांगते त्यांना काय झालंय ते!'

ते हसत उद्गारले, 'अरे वा! तू डॉक्टरीण कधीपासून झालीस?'

त्यांच्या मांडीवर डोकं ठेवून त्यांच्याकडे पाहात मी धीटपणानं म्हणाले, 'मी डॉक्टरीण कधी झाले, सांगू? ज्या दिवशी अग्निनारायणाच्या साक्षीनं तुमच्या पावलावर पाऊल टाकून सात पावलं चाललें त्याच दिवशी. नुसती डॉक्टरीणच झाले नाही या घरातली! त्या दिवशी आणखी पुष्कळ पुष्कळ झाले— मास्तरीण... मोलकरीण, स्वयंपाकीण आणि राणीसुद्धा... साधी राणी नाही... महाराणी!'

बोलता बोलता माझा गळा दाटून आला. 'उमा!' असा उद्गार काढून त्यांनी एकदम माझं मस्तक उचललं आणि...

त्या एका क्षणात माझ्या मनातला सारा काळोख उजळला, काळजाला टोचणारे सारे काटे बोथट झाले. त्यांच्या कुशीत डोकं खुपसून शांतपणे झोपी जावं, अशी तीव्र इच्छा मनात निर्माण झाली.

ती इच्छा त्यांना कळली की नाही, कुणाला ठाऊक! माझे दोन्ही हात हातात घेऊन ते दुखतील इतके घट्ट दाबीत ते म्हणाले, 'आज आपली कोजागिरी.'

'आज?'

'हो. जगापेक्षा निराळे आहोत आपण! आज सारी रात्र तुझ्याशी बोलत बसणार आहे मी!'

'नि उद्या आजारी पडणार आहे. होय ना?'

'आजारी पडायला काय झालं? वनवासात सीता आणि राम अशीच बोलत बसत असत. रात्र संपे; पण त्यांच्या गोष्टी मात्र कधी संपल्या नाहीत!'

त्यांचं मस्तक मांडीवर घेऊन चंदूसारखं त्यांना थोपटीत मी म्हणाले, '–पण त्या रामाला दुसऱ्या दिवशी दुपारी अकरा वाजता शाळेत जायची घाई नसे. त्या सीतेलाही सहा माणसांचा स्वयंपाक... शिवाय, त्या रामाचे डोळे अधू नव्हते. जागरणानं ते बिघडण्याचा संभव नव्हता!'

ते काहीतरी गंमतीदार बोलणार होते; पण मी त्यांना पुढं बोलू दिलं नाही. मांडी अवघडत होती, तरी घटकाभर तशीच बसले. मग हळूच दूर झाले. त्यांच्या अंगावर

पांघरूण घातलं आणि माझ्या अंथरुणावर येऊन पडले.

रात्री घरात झालेलं वादळ आता पूर्णपणे शांत झालं होतं. त्यांच्या स्पर्शातल्या मायेनं आणि शब्दांतल्या गोडव्यानं माझ्या मनाच्या साऱ्या जखमा भरून आल्या होत्या. असं असूनही मला झोप येईना.

मी झोपले आहे, अशा समजुतीनं माझ्या उशाशी बसून ते स्वत:शीच जे बोलले ते राहून राहून आठवत होतं. असे शब्द त्यांच्या तोंडून कधीच ऐकले नव्हते मी. 'गरिबी माणसाला मूर्ख बनवते... त्याला क्रूर करते!'

कधी नव्हते एवढे क्रूर झाले होते ते मघाशी!

त्या दिगंबरांनी जुगारात हजारो रुपये मिळविले, हजारो घालविले. त्यांची संगत यांना बाधली नसेल ना? आधीच पैशाच्या चणचणीत ते हैराण झाले आहेत. पीठ आहे तर मीठ नाही, असं घर चाललंय्. एक बिल भागवावं, तोच दुसरं दत्त म्हणून पुढं उभं राहतं. हे नाही, ते नाही, उमेला पातळ नाही, चंदूला सायकल नाही... रोज रोज घरात अशी नकारघंटा वाजविण्यापेक्षा कुठं आपलं नशीब उघडतं का पाहावं, अशी इच्छा यांना झाली असली तर?

पण जुगार म्हणजे...

चंदूच्या गोष्टीच्या पुस्तकातलं द्रौपदीच्या वस्त्रहरणाचं ते चित्र डोळ्यांपुढं उभं राहिलं. जुगाराच्या पायीच पांडवांच्या पट्टराणीची अशी विटंबना झाली...

अंथरुणावर उठून बसले. त्यांना हलवावं, जागं करावं, दिगंबरांविषयी विचारावं, माझ्यापासून काही काही चोरून ठेवू नका, असं गळ्याची शपथ घालून सांगावं...

छे! ते किती थकलेले दिसतात हल्ली. त्यांची अशी झोपमोड करणं बरं नव्हे. मी तळमळत अंथरुणावर पडले.

१४

शंकर

किती वेळ मी अंथरुणावर तळमळत पडलो होतो; पण मी जागा आहे, कुठल्यातरी काळजीनं बेचैन झालो आहे, अशी शंका उमेला येऊ नये म्हणून मी या कुशीचा त्या कुशीवरसुद्धा झालो नाही. मघाशी मी आवेगानं तिचं चुंबन घेतलं, तेव्हा अशीच एकमेकांच्या सहवासात रात्र घालवायची इच्छा तिनं किती नाजूकपणानं व्यक्त केली! मला काय ते सुख नको होतं? पण—

आताआताशी मी तिला असा कठोरपणानं दूर लोटतोय्. एकांतातल्या अत्यंत आनंदाच्या क्षणीसुद्धा एक भीती, भुतासारखा माझा पाठलाग करते. राहून राहून मला वाटतं, चंदूच्या पाठीवर दुसरं मूल झालं तर? उमेला मुलीची फार हौस आहे; पण...

घरात मी एकटा मिळविता. अरविंद कधी आपल्या पायावर उभा राहील देव जाणे! सुमीचं लग्न जमविणं ही काही सोपी गोष्ट नाही. अशा स्थितीत आणखी एक जीव घरात आला तर?

विचार करता करता मेंदूच्या चिंधड्या होतात. उमेच्या हौशेत तसं काय गैर आहे? वात्सल्याची नैसर्गिक भूक आहे ती! तिचा सारा वेळ घरात, काबाडकष्टांत जातो. शाळा, पुस्तके, विद्यार्थी वगैरे अनेक विसाव्याची ठिकाणं आहेत मला! तसं तिला काय आहे? तिचं सारं जग या चार भिंतींत सामावलं आहे. मग तिला आणखी एखादं मूल हवंहवंसं होणं स्वाभाविक नाही का? पुष्कळांना पाच-पाच, सात-सात मुलं असतात. मला फक्त दोन हवीत असं तिनं म्हटलं, तर त्यात तिची चूक काहीच नाही. सारी चूक माझी आहे. जग पैशाच्या मागं धावतंय, हे उघडउघड दिसत असताना ज्या धंद्यात पोटापुरताच पैसा मिळेल, असा धंदा मी पत्करला. या धंद्याचा स्वीकार करताना माझ्या हृदयात किती उदात्त कल्पना पिंगा घालीत होत्या. एखाद्या छोट्याश्या देवळाच्या गाभाऱ्यात फुलं, उदबत्त्या, कापूर यांचा संमिश्र सुगंध दरवळत राहावा, तशी माझ्या मनाची स्थिती झाली होती तेव्हा. दशग्रंथी ब्राह्मणाच्या कुळात माझा जन्म झालेला. विद्येचं स्वरूप बदललं, तरी तिचं सामर्थ्य मी तसंच

ठेवीन, अशी मनाशी खूणगाठ बांधून शिक्षक झालो. टिळक गुरुजींसारख्या त्यागी आत्म्याची पवित्र परंपरा चालवायची, अशी स्वत:शी प्रतिज्ञा करून मी शाळेचा आजीव सेवक झालो. डळमळू लागलेलं इंग्रजी राज्य आज ना उद्या कोसळेल, मग देशातली सारी दु:खं नाहीशी करण्याकरता तरुणांना नि:स्वार्थी सेवेकरता तयार करावं लागेल, या कार्याचा मोठा वाटा शिक्षकांना उचलता येईल, त्यांच्या जन्माचं सार्थक होईल, अशी सुख-स्वप्नं पाहात मी माझ्या धंद्याचा श्रीगणेशा गिरविला.

—पण आज त्या साऱ्या स्वप्नांचा चक्काचूर झाला आहे. त्या चुऱ्याचा प्रत्येक चमकणारा कण माझ्या काळजात सलत आहे. शाळेच्या व्यवहारात हळूहळू नव्या शिक्षकांचं बहुमत होत गेलं. त्यातले काही पोटार्थी, काही व्यवहारी, काही उडत्या पाखरासारखे! अगदी हाताच्या बोटावर मोजण्याइतके थोडे तत्त्वनिष्ठ. मध्यंतरी महागाईच्या पायी किती शिकवण्या कराव्या, याला ताळ राहिला नाही. शिकवणीच्या मुलांना परीक्षेचे प्रश्न आधी सांगणं, पालकांकडून पैसे घेऊन नालायक विद्यार्थ्याला वर चढविणं, नाही-नाही त्या गोष्टी गेल्या पाच-सहा वर्षांत घडू लागल्या, पगारात काट करून घ्यायची वेळ येताच टिळक गुरुजींचं स्मारक असलेली वास्तू विकायला हे लोक निघाले आहेत. चार जुने शिक्षक, चार नवे शिक्षक त्यांना विरोध करतात; पण हा बहुमताचा जमाना आहे. या जमान्यात राज्य चालवायलासुद्धा डोकं लागत नाही, काळीज लागत नाही. फक्त हात लागतात. ते हात ज्या बाजूनं वर होतील, ती स्वर्गात जाते.

यापुढं शाळेचा कारभारही असाच होणार! पैशासाठी वाटेल त्या भडभुंजाला शाळेचा अध्यक्ष करायला तयार होतील हे बुभुक्षित लोक! पवित्र गोष्टींची पूजा करायची, प्राण पणाला लावून ती सांभाळायची, बाजारात नेऊन तिचा लिलाव मांडायचा नाही, हे मी लहानपणापासून शिकत आलो; पण ते तत्त्वज्ञान या लोकांना जुनं, पोकळ, अर्थशून्य वाटतं. 'नव्या जगात फक्त एकच देव आहे... पैसा!' असं त्या दिवशी शाळेतच कुणी तरी म्हणालं ना?

पैसा! पैशाशिवाय माणूस जगू शकत नाही, हे सूर्यप्रकाशाइतकं स्पष्ट आहे. म्हणून काय त्यानं जगाच्या बाजारात स्वत:ला विकून घ्यायचं? पापानं काळ्याकुट्ट झालेल्या हातांनी आपल्या बायका-पोरांना कवटाळायचं? गळ्यात मिठी मारायचं सोंग करून शेजाऱ्याचा गळा कापायचा? पूजेला बसायचं ते केवळ नैवेद्यावर डोळा ठेवून?

उलट्या-सुलट्या विचारांनी डोकं कसं भणाणून गेलं. अलिकडे असंच होई माझं! केव्हा मध्यरात्री, तर केव्हा पहाटे तीन-चार वाजता अचानक मला जाग येई. अंगाला घाम सुटे. एखाद्या भयंकर अपघातात आपण सापडलो आहोत, असं वाटे. मग काही काही केल्या झोप येत नसे. वेलीत वेली गुरफटून, त्याची काटेरी जाळी

बनून, अरण्यात भयंकर गुंफा तयार व्हावी, तशी त्याच त्याच विचारांनी मनाची एक दुर्बल, हताश अवस्था निर्माण होई. तिचं भय वाटत असतानाही तिच्यातून मला बाहेर पडता येत नसे.

आताही तसंच झालं.

नऊ-दहा वर्षांपूर्वी आनंदानं ज्या मार्गाचा मी स्वीकार केला, तो कुठं जाणार आहे? मी थोडासा त्याग केला. त्याचा आनंद मला मिळत असेल; पण त्या त्यागाच्या पायी जे दैन्य आज माझ्या कुटुंबाला भोगावं लागत आहे, त्याला जबाबदार कोण? मीच नव्हे का? असा त्याग करण्याचा मला काय अधिकार आहे? उमेसारखी गुणी, प्रेमळ, सोशिक पत्नी मला लाभली; पण तिची कुठली हौस मी तृप्त करू शकलो आहे? चंदू माझा जीव की प्राण! उमेच्या डोळ्यांतली बाहुली! तिच्या जीवनवेलीवरलं एकुलतं एक फूल! पण हे फूल मी टवटवीत ठेवू शकत नाही. काय अर्थ आहे असल्या लाजिरवाण्या जिण्यात? टिळक गुरुजींनी मृत्युशय्येवर शिक्षक होण्याचा आग्रह मला केला नसता तर...

तर कदाचित मी वकील झालो असतो. वकील? छे! तिथं माझा मुखदुर्बळपणा आड आला असता. कदाचित सरकारी कारकुनीत चढत चढत पुढंमागं मी छोटा अधिकारी बनलो असतो. सुंदर घरात राहिलो असतो, उमेला फुलासारखी सांभाळली असती. सुमी आणि चंदू यांच्या साऱ्या हौशी तोंडातून बाहेर पडतात न पडतात तोच तृप्त झाल्या असत्या.

पिशाच्चासारखे हे विचार माझा पाठलाग करीत होते. आपल्या आयुष्याची आगगाडी भलत्याच रुळावरून धाडधाड करीत जात आहे, असा भास माझ्या आंबलेल्या शरीरातील शिणलेल्या मनाला होत होता.

कोंबडा आरवेपर्यंत हे असंच चाललं होतं. मग हळूहळू मला गुंगी आली. त्या गुंगीत गायकवाडचा चेहरा पुसट दिसला. तो माझ्या पायावर डोकं ठेवण्याकरिता वाकत होता. मी त्याला पोटाशी धरीत म्हटलं, 'वेडा कुठला! माणसाचं काळीज पायात नसतं. ते छातीत असतं!' मग कुणीतरी तरुणी लगबगीनं चालत असलेली दिसली. ती पाठमोरी होती. मी घाईघाईनं तिच्याजवळ गेलो. उमाच होती ती. मी एकदम पुढं झालो आणि तिचा दंड धरला; पण तिच्या चेहऱ्याकडं नजर जाताच मी शरमलो, मागं सरकलो नि तिला म्हणालो, 'अपर्णा, क्षमा कर मला. उमा समजून मी तुला...'

सकाळी चहा झाला म्हणून उमेनं मला उठवलं. तेव्हा बाहेर कोवळं कोवळं ऊन चोहीकडं हसत होतं. थेट तिच्यासारखं. हवेतली थंडी मोठी मजेदार होती. माजघरातल्या कोपऱ्यात तोंडाचा चंबू करून बसलेल्या चंदूसारखी. अरविंद हातात वर्तमानपत्रं

घेऊन आपल्या कालच्या व्याख्यानात असा हशा झाला आणि तशा टाळ्या पडल्या, असं सुमीला मोठ्या ऐटीनं सांगत होता; पण भाजी चिरित बसलेल्या सुमीचं त्याच्या बडबडीकडं बिलकूल लक्ष नव्हतं. मी तोंड धुवून माजघरात आलो. सुमीनं किंचित कातर दृष्टीनं माझ्याकडं पाहिलं. एखाद्या सशानं पळभर बिळातून बाहेर डोकावून पाहावं तसं. मी मनाशी म्हटलं, 'पोरगी मोठी लबाड आहे! रात्री दहा वाजेपर्यंत कुठं होतीस असं मी विचारीन, या भीतीनं आज ती भाजी चिरायला बसली आहे! पण म्हणावं, पोरांच्या साऱ्या युक्त्या थोरांना कळतात. एके काळी त्यांनीसुद्धा त्या अंमलात आणलेल्या असतात. रात्री नाटकाला गेलो म्हणजे सकाळीच अभ्यासाचं नाटक करीत मी नव्हतो का बाबांच्या पुढं बसलो? जीवनाचे मुखवटे तेवढे दर पिढीला बदलतात; पण त्याचा आत्मा एकच असतो.

पाटावर बसता बसता मी म्हणालो, 'कसं काय, सुमाताई?'

'बरं आहे!' मान वर न करता ती उत्तरली.

'वहिनीवर मेहेरनजर दिसतीय् आज तुझी!'

'हे रे काय, दादा?' माझ्याकडं बघितलं न बघितल्यासारखं करून मान वेळावीत सुमी उत्तरली.

'दादापेक्षा वहिनीवरच अधिक माया आहे तुझी, सुमे; पण एक लक्षात ठेव, दादा नसता, तर ही वहिनी मिळाली असती का तुला?'

सुमी, उमा, अरविंद सारीच हसली. चंदू मात्र कोपऱ्यात घुमा बसला होता. गौरीपुढं एखादं बाळाचं चित्र ठेवावं ना, तसा!

हातातलं वर्तमानपत्र माझ्याकडं फेकीत अरविंद म्हणाला, 'काय हरामखोर आहे हा संपादक, दादा! माझं कालचं भाषणसुद्धा मोठं जोरकस झालं! पण एक अक्षर छापलं नाही यांनं. ठीक आहे बच्चमजी. असा एक दिवस येईल की त्या दिवशी या संपादकाला माझा फोटो वर छापून खाली स्तंभभर माझं व्याख्यान द्यावं लागेल.'

चंदूची कळी खुलावी म्हणून मी अरविंदाला म्हटलं, 'अरु, तुझा नि चंदूचा एक चांगला फोटो काढून घे. संपादकाकडून फोटोची मागणी आली, की तो छापायला दे. म्हणजे आमच्या चंदूचीही छबी छापून येईल वर्तमानपत्रात!'

मी चंदूकडं हळूच पाहिलं. तो माजघरातल्या दाराकडं पाहात होता; पण त्याच्या मुद्रेवरला विचित्र गंभीरपणा जसाच्या तसा होता.

उमेनं माझा मोठा पेला भरला. चंदूला हाक मारून तो मला द्यायला सांगितलं. त्याच्या मनातली अढी मोडावी, म्हणून तिनं मुद्दामच ही युक्ती योजली; पण तिचा हेतू काही सफल झाला नाही. चंदू मुकाट्यानं उठला. चहा ड्रुचमळून बशीत पडू नये, अशा बेतानं त्यानं तो पेला उचलला. तो घेण्याकरिता मी हात पुढं केला; पण माझ्या हातात काही तो दिला नाही त्यानं. त्यानं माझ्या पुढ्यात तो ठेवला. त्याच्या

दृष्टीनं मी अस्पृश्य होतो. लगेच तो माजघराच्या दारापाशी गेला आणि हातानं काहीतरी पुसू लागला. काय बरं असावं ते? मला एकदम आठवण झाली. खडूनं एक वेडीवाकडी तिचाकी काढली होती तिथं चंदूनं. त्याच्या मुक्या रागाचं मला हसू आलं. मी मनाशी निश्चय केला. याचना करणं मोठं जड जातं आपल्याला; पण आज पापासाहेबांकडून शिकवणीचे उरलेले वीस रुपये आगाऊ मागून घ्यायचे आणि चंदूची सायकल आणायची. मात्र हे त्याला सांगायचं नाही. उद्या सकाळी एकदम घरात सायकल दिसली, म्हणजे तो आनंदानं वेडा होईल आणि उमेला म्हणेल, 'आई, कुणी गं आणली ही सायकल?' ती मुद्दामच मिश्कीलपणानं उत्तर देईल, 'मला नाही बाबा ठाऊक! त्यांना विचार जा.' मग तो सारा अबोला सोडून माझ्याजवळ येईल. गळ्याला मिठी मारील. आपण त्याला उचलून सायकलवर बसवू. मग तो लाडकेपणानं म्हणेल, 'तुम्ही बसा ना दादा माझ्यामागं. मी तुम्हाला शाळेत पोहोचवितो.'

या सुखस्वप्नानं आणि उमा, सुमी व अरविंद यांच्या किलबिलाटानं माझ्या मनावरील उदासपणाची छाया पार निघून गेली. दिव्याच्या वातीनं काजळी धरावी, ती विझते की काय, असं पाहणाऱ्याला वाटावं; पण काजळी झाडली, की पुन्हा तिचा चांगला प्रकाश पडावा, तशी माझ्या मनाची स्थिती झाली. आपल्यावर अवलंबून असलेली माणसंसुद्धा न कळता मनुष्याला किती धीर देतात, माणूस प्रेमावर जगतो, हेच खरं!

मधल्या सुट्टीपर्यंत मी याच आनंदाच्या लाटांवर तरंगत होतो. सुट्टीत मात्र माझ्या मनाची जखम पुन्हा वाहू लागली. चहा घेता घेता काही शिक्षकांत टिळक गुरुजींची बंगली विकण्याची चर्चा सुरू झाली. मला ती ऐकवेना. मी तिथून उठून बाहेर गेलो.

शिकवायला गेल्यावर ते शल्य मी विसरलो. तीस-चाळीस मुलांचा वर्ग हे किती चिमुकलं जग आहे! पण या जगात प्रवेश केला की साऱ्या दुःखाचा मला विसर पडतो. मोठमोठे लेखक जणू काही माझ्याशी गप्पागोष्टी करू लागतात. मी दुभाष्या होतो. त्यांच्या सुंदर कल्पना, उदात्त भावना आणि प्रेरक विचार मुलांपर्यंत नेऊन पोहोचविण्यात मी रमून जातो. मी मनात म्हणतो, 'नदीच्या कालव्याला नेहमी असाच आनंद लाभत असेल नाही?'

शेवटचा तास अकरावीवर होता. आज सानेगुरुजींचा 'तृणाची थोरवी' हा निबंध मी काढला. शिकविता शिकविता मी रंगून गेलो. तासाची घंटा केव्हा झाली, हे मला समजलंच नाही. समोर बसलेली कुमुद चुळबूळ करू लागली, तेव्हा वेळ फार झाला असावा, असं मला वाटलं; पण रंगलेलं गाणं मधेच थांबविता येतं का? तसं

थांबविलं, तर साऱ्या रंगाचा भंग होतो. मी बोलत होतो, प्रश्न विचारीत होतो, उत्तरं सुधारीत होतो, प्रत्येक वस्तूत आणि व्यक्तीत सौंदर्य, सामर्थ्य आणि साधुत्व यांपैकी काही ना काही कसं लपलेलं असतं, हे उदाहरण देऊन स्पष्ट करीत होतो. सानेगुरुजींच्या आठवणी सांगून त्यांचं जीवन लेखनात कसं प्रतिबिंबित झालं आहे, हे समजावून सांगत होतो.

साडेपाच वाजता माझा तास संपला. मी चष्मा काढला, तो पुसला आणि पुन्हा लावून वर्गाकडं पाहिलं. बहुतेक मुलं खुषीत होती. गायकवाड मंत्रानं भारल्यासारखा बसला होता. कुमुदच्या पलीकडंच अपर्णा बसली होती. तिचा चेहरा काही मला दिसला नाही. ती खाली मान घालून लिहीत होती.

एखाद्या विमानात बसून उंचउंच जावं, तिथून पृथ्वीवरल्या नद्या, लहान ओहोळासारख्या दिसाव्यात, डोंगर पटावरल्या सोंगट्यांसारखे भासावेत, द‍ऱ्या रंगाच्या चिमुकल्या बश्याप्रमाणं भासाव्यात, तशी या तासानं माझी स्थिती केली. कुठल्या तरी सुंदर, उदात्त जगात मी गेलो होतो. हे जग आणि काल रात्रीचं जग यात स्वर्ग-नरकाइतकं अंतर होतं. यातलं कुठलं जग खरं, हे मला कळेना. काळोखात स्वत:शीच कुढणारा आणि आयुष्याच्या आरंभी जो देवळाचा गाभारा वाटला तो एक सार्वजनिक चौक आहे, या अनुभवानं मनातल्या मनात जळणारा तो शंकर खरा, की कल्पनेचे पंख लावून एका उदात्त जगात प्रवेश करणारा आणि अनेक मुग्ध हृदयांना त्या जगाचं दर्शन करून देणारा हा शंकर खरा?

शिक्षकाच्या खोलीत माझी पंधरा मिनिटं मोडली; पण त्या खोलीतून मी बाहेर पडलो, तरी मघाचं ते मधुर वातावरण माझ्याभोवती तरंगत होतं. एखाद्या गोड गाण्याचे सूर ऐकू येईनासे झाले, तरी कानात घुमत राहतात, तसं!

सानेगुरुजींची सुंदर वाक्ये मनात घोळीत मी शाळेच्या फाटकापाशी आलो. तिथं एक मुलगी उभी होती. ती किंचित पुढं होताच स्पष्ट दिसली. अपर्णाच होती ती.

'सर, आजसुद्धा किती सुंदर शिकवलंत तुम्ही!' ती मोठ्या भावपूर्ण स्वरानं म्हणाली.

मी हसलो. शिक्षक झाल्याचा अभिमान वाटला मला. भर उन्हात आश्रयाला आलेलं माणूस 'हुश्श' करीत असेल, तेव्हा झाडाला असंच वाटत असेल नाही?'

मी गमतीनं म्हणालो, 'अशी रोज स्तुती करू नये कुणाची, अपर्णा!'

'का?'

'मग ते माणूस हरभऱ्याच्या झाडावर चढतं.'

'गवत किती सुंदर दिसतं! त्याच्या चिमण्या जीवनातसुद्धा किती रस असतो, हे तुम्ही नाही का आता समजावून सांगितलं? तसं त्या हरभऱ्याच्या झाडाचं सौंदर्यही तुम्ही...'

आपण काहीतरी अधिक-उणं बोललो असं वाटूनच की काय ती मधेच थांबली आणि उजव्या हाताचं एक बोट चटकन् तोंडापाशी नेऊन ते तिनं अर्धवट चावले.

लगेच हसत ती उद्गारली, 'मी इथं का उभी राहिले होते सांगू? गुरुदक्षिणा द्यायला.' बोलता बोलता तिनं हिरव्यागार केळीच्या पानाचा एक पुडा आपल्या पिशवीतून बाहेर काढला. तो सोडून माझ्या हातात दिला. एक सुंदर गुलाबाचं फूल माझ्याकडं पाहात हसू लागलं, 'मी लावलेल्या झाडाचं आहे हे. वयनींना द्या आणि त्यांना म्हणावं...'

'तुझी नि तिची ओळख आहे?'

मानेनं नाही म्हणत अपर्णा उत्तरली, '—पण मी येणार आहे एकदा त्यांना पाहायला. आणि...' ती एकदम थांबली. खाली पाहू लागली.

'आणि काय?'

'तुम्ही घरातल्या साऱ्या मंडळींवर कशी माया करता ते बघायला. शाळेतल्या मुलांवर ज्यांचं इतकं प्रेम आहे ते घरी...'

माझं अंग शहारलं. काल रात्री घरी मी चंदूला मारलं, उमेला मारलं, हे या भोळ्या पोरीला कळलं तर? मग तिची ही माझ्यावरील श्रद्धा कितीशी कायम राहील?

सहा वाजता पापासाहेबांच्या घरी पोचलं पाहिजे, याची मला आठवण झाली. अपर्णाचा निरोप घेत मी म्हणालो, 'केव्हाही ये आमच्या घरी.'

पदराचं टोक दातात धरून कोपऱ्यातल्या पारिजातकाच्या झाडाकडे पाहात ती म्हणाली, 'आमच्या वयनीचं नाव सांगाल मला?'

'उमा.'

■

१५

उमा

सासुबाई चौघडी घेऊन आडव्या झाल्या. नेहमीसारखी मी एकटी घरात वावरू लागले. हातात काही ना काही काम करित होते; पण मन स्वस्थ नव्हतं. भांडी घासली, धुतली, पुसली, अडगवली. मग रेशनचे तांदूळ निवडायला घेऊन बसले. किती खडे होते त्यात! अगदी डोळे फुटायची वेळ आली. ते खडे वेचता वेचता वाटलं, माणसाची मनं अशीच असतात, नाही तर काल रात्री भलत्या वेळी सासुबाईंनी जो तमाशा...

काही झालं तरी मी या घरातली सून आहे. वडील माणसांविषयी असा अपशब्द लहानांनी वापरू नये; पण हे मेलं मन...

सासुबाईचं राहू द्या. त्या तापटच आहेत; पण यांनी काल रात्री जो आक्रस्ताळेपणा केला... माझ्या छातीत धडकी भरली, बाई! उन्हा-पावसात ज्या घराचा आसरा शोधायचा त्याचीच भिंत अंगावर कोसळू लागली, तर माणसानं काय करावं?

काय झालं होतं त्यांना रात्री इतकं रागवायला? रात्री काय? अलिअलिकडं ते असेच वागतात. मुंबईला जाऊन चांगल्या डॉक्टरला डोळे दाखवून या म्हटलं, तर ऐकत नाहीत. आणखी काही होत असेल का त्यांना? मी घाबरून जाऊ नये, म्हणून माझ्यापासून काही चोरून ठेवीत असतील का ते? त्या कुठल्याशा गोष्टीत तिळा उघड म्हटलं की गुहा उघडत असे ना? तसं माणसाचं मन उघडण्याचा एखादा मंत्र असता, तर किती बरं झालं असतं!

एकदम मला त्यांचे रात्रीचे शब्द आठवले, 'उमा, क्षमा कर मला. गरिबी माणसाला मूर्ख बनविते. क्रूर करते.'

मी तांदूळ दूर सारले. धुणं धुवायला गेले. ते धुतलं. मग सारे कपडे वाळत घालू लागले. मनात म्हटलं, 'त्यांचा शर्ट मानेपाशी उसवायला लागलाय. नवे शर्ट शिवायला हवेत त्यांना. ते कधीच लक्ष देत नाहीत आपल्या कपड्यांकडं. मला नाही असला गबाळेपणा आवडत!'

–पण हे सारं करित असताना त्यांचे ते शब्द माझ्या मनात डाचत होतेच.

एखाद्या औषधाचा कडूपणा जिभेवर रेंगाळत राहावा, सारखं घशाशी यावा तसे!

सुमाताई आल्या. त्यांचा नि सासुबाईचा चहा केला. 'डोकं दुखतंय' म्हणून वन्सं आपल्या खोलीत जाऊन झोपल्या. सासुबाई पुराणाला गेल्या. मी चंदूची वाट बघत पुढच्या दारी उभी राहिले. रस्त्यावर फारशी वर्दळ नव्हती. आजारी माणसासारखं ऊन निस्तेज दिसत होतं. मधूनच गार वाऱ्याची झुळूक येऊन अंग शहारे. मग रस्त्यावरच्या त्या उघड्याबोडक्या झाडांची चार-दोन पानं टपटप खाली पडत.

मी उभी होते त्यांच्या रात्रीच्या शब्दांचा विचार करीतच!

त्यांना फार मोठा पगार नाही, हे काय मला ठाऊक नव्हतं? पण चारचौघांसारखे आम्ही संसार करीत आलो होतो. कुठल्या दागिन्याचा मी कधी त्यांच्यापाशी हट्ट धरला नाही. प्रपंचात कधी कुठली उधळमाधळ केली नाही. असं असून ते असं विचित्र का वागले? वेडंवाकडं का बोलले?

मला एक कल्पना सुचली. मी झर्रकन आमच्या खोलीत गेले. चंदूची फुटकी पाटी शोधून काढली. त्याच्या पेन्सिलीचे तुकडे एका डब्यात साठवून ठेवले होते. त्यातला एक तुकडा घेतला आणि आजीनं शिकविलेलं ते अभिमन्यूचं गाणं गुणगुणत पाटीवर घरखर्च मांडू लागले.

■

१६

शंकर

'एक दिलके टुकडे हजार हुवे.'
'मेरा लाल दुपट्टा मलमलका.'
'तेरे नयनोमे गरम मसाला...'

मी थक्क होऊन दिवाणखान्याच्या दारात उभा होतो. कुमुद दरवाजाकडे पाठ करून गात होती. भिंतीवरल्या चित्रांकडे पाहून हवे तसे हातवारे करीत होती. या गाण्याची एक ओळ, त्या गाण्याची एक ओळ... त्या गाण्याच्या दोन ओळी अशी सिनेमातली अनेक गाणी एकामागून एक ती गुणगुणत होती. त्या साऱ्या तुकड्यांचं मिश्रण हॉटेलमधल्या मिसळीसारखं वाटलं मला.

माझी हाक ऐकताच ती चपापली. मागं वळून ती म्हणाली, 'सर, तुम्ही?' पापासाहेबांकडं आलाय् होय? ते गेले आहेत बाहेर. कसलं निवडणुकीचं काम आहे, म्हणे!'

'मी शिकवायला आलोय् तुला.'

'या वेळी?'

हॉलमधल्या मोठ्या घड्याळात ठण्ठण्ठण् सहाचे ठोके पडले.

'पापासाहेबांनी सहा वाजता मला यायला सांगितलं होतं.'

'पण... पण, सर...'

'तुझं काही निकडीचं काम असेल तर...'

'तसं नाही, सर! पण ही वेळ मला सोयीस्कर नाही.'

'कुठं खेळायला-बिळायला जातेस का संध्याकाळी?'

'छे! घरीच असते; पण ही माझी सिलोन... रेडिओ लावायची वेळ आहे, सर. शिकवणीची वेळ दुसरी ठरवूया आपण.'

मी किंचित करडेपणानं कुमुदला इंग्रजीची पुस्तकं घेऊन यायचा हुकूम केला. ती पुस्तकं घेऊन आली. मात्र एरंडेल पिताना लहान मूल जसा चेहरा करतं, तशी ती दिसत होती. मी मनात हसत म्हटलं, 'हरकत नाही. काही ठिकाणी थोडं खणलं

की पाणी लागतं. काही ठिकाणी खूप खोल खणावं लागतं. प्रसंगी खडक फोडावे लागतात. हा दुसऱ्या प्रकारचा मामला दिसतोय! या मुलीला विद्येची गोडी लावीन तरच नावाचा...'

'Say not the struggle not availeth' ही कविता शिकविण्याकरिता मी काढली. भाषेच्या ज्ञानाबरोबर तिच्या मनावर चांगला संस्कारही व्हावा म्हणून. मी मॅट्रिकमध्ये होतो तेव्हा टिळकगुरुजींनी ती आम्हाला किती तन्मयतेनं शिकविली होती! माणसाच्या अंतःकरणाला असं काही जाऊन भिडलं म्हणजे त्याला केवढा धीर मिळतो. मॅट्रिक झाल्यावर पोस्टात नोकरी धर, असं बाबांचं सहावीपासून माझ्यामागं टुमणं लागलं होतं. पुढं शिकायची फार इच्छा होती माझी. ती कशी पार पडणार हे कळत नव्हतं. अगदी त्याच वेळी ही कविता टिळकगुरुजींनी शिकविली. कापसाची म्हातारी वाऱ्यावर झरझर तरंगत जाते ना, तसा मी या कवितेच्या ओळींवर आरूढ होऊन मनोराज्यात स्वच्छंद विहार करू लागलो. त्या राज्यात एकाच देवतेची पूजा होत असते, तिचं नाव आशा.

'कृष्णमेघांनी आकाश कितीही आच्छादलेलं असू द्या, प्रत्येक काळ्या ढगाला रुपेरी किनार असते हे विसरू नका.' किती सुंदर ओळी! मी मोठ्या हौसेनं कुमुदला शिकवू लागलो; पण पहिल्या चार-पाच ओळी कष्टानं वाचून ती थांबली आणि म्हणाली, 'तुम्हीच वाचा, मास्तर.'

'मी?'

'हो. फार अवघड आहे हे. माझे गणिताचे मास्तर येतात ना सकाळी ते असंच करतात.'

'असंच म्हणजे?'

'आलजिब्रातल्या त्या झुरळासारख्या खुणा बघितल्या की मला भय वाटतं, सर! मी म्हणते, मास्तर हे फार अवघड आहे हो. मग मास्तरच सोडवितात सारी गणितं.'

'–नि तू काय करतेस?'

'मी रेडिओवर कुठलं चांगलं गाणं लागतं का बघते. खरंच सर, तुम्ही किती सिनेमे बघितले आहेत हो? त्यातला कुठला आवडला तुम्हाला? तुमच्या घरी कुणाकुणा नटनटींचे फोटो आहेत? आता मी मुंबईला गेले ना, म्हणजे लता मंगेशकरला भेटायला जाणार आहे. एकटी नाही. फोटोग्राफर बरोबर घेऊन. तिचा नि माझा फोटो... तो श्याम होता ना? घोड्यावरून पडून मेला तो...'

मी संतापून म्हणालो, 'हं वाच पुन्हा पहिल्यापासून– 'Say not the struggle not availeth.'

अंगाला आळेपिळे देत कुमुद म्हणाली, 'आज कंटाळा आलाय, सर. आज

एवढंच पुरे. उद्यापासून...'

इथं गोड शब्दांचा अगर मऊपणाचा काही उपयोग होणार नाही, अशी माझी खात्री झाली. माळरान पिकवायला घेतलं होतं मी. चंदूची हौस झटकन् भागविता यावी, म्हणून आता ते नांगरणं भाग होतं.

'तुला कंटाळा आलाय् ना? मग पंचवीस उठाबशा काढ. म्हणजे सारा आळस निघून जाईल.' मी चिडून रागानं म्हणालो.

माझा रुद्रावतार पाहून का-कू करीत कुमुद उठाबशा काढू लागली. तिच्या तीन-चार उठाबशा झाल्या नसतील तोच कुणाची तरी गाडी वाजली. मी मनात म्हटलं, 'कुणी का असेना! मिरच्याची धुरी दिल्याशिवाय साप बिळबाहेर पडत नाही. या लाडावलेल्या मुलाचंही तसंच असतं.'

टप्टप् असा बुटांचा आवाज आणि त्यापाठोपाठ मला शब्द ऐकू आले, 'अय्या! अहो, तुम्ही तालीममास्तर आहात की काय? आता काय करायचं बाई! आमच्या साहेबांचं डोकं ठिकाणावरच नाही. आणि निघालेत म्युनिसिपालिटीचे प्रेसिडेंट व्हायला. पोरीला इंग्रजी शिकवायला तालीममास्तर ठेवला यांनी!'

त्या शब्दांच्या मागोमाग कुत्र्याचं भुंकणं ऐकू आलं. मी शांतपणानं वळलो आणि कांचनमालाबाई व त्यांचा कुत्रा यांना तोंड द्यायला सज्ज झालो.

आई दिसताच मुलगी रडतरडत तिला मिठी मारायला धावली; पण पोटाशी धरलेल्या टॉमला त्रास होईल म्हणून बाईनं मुलीच्या पाठीवरून नुसता हात फिरविला आणि ती म्हणाली, 'उगी बाळ उगी.'

मनावर शक्य तितका ताबा ठेवून मी म्हणालो, 'कांचनमालाबाई, माझी एक विनंती आहे तुम्हाला.'

'अशी आपली पायरी ओळखून बोला, मास्तर.'

'हा पायरीचा प्रश्न नाही, बाई.'

'बाईसाहेब म्हणा.'

'या जगात एकाच खाणीतल्या एका दगडाची पायरी होते. दुसऱ्या दगडाचा देव होतो.'

'सभांत असली बडबड पुष्कळ ऐकलीय् मी. तुमच्यासारखे कुणीतरी लिहून देतात आणि लफ्फेदार शालू नेसून लठ्ठलठ्ठ बायका ते वाचतात. तुमची विनंती सांगा मला. काही पैसेबिसे हवे असेल तर...'

चंदूच्या सायकलकरता वीस रुपये तिच्याकडंच मागावे, असं क्षणभर मला वाटलं; पण ते तिनं दिले तर मी लाचार होईन. मग कुमुदच्या बाबतीत तिला जे स्पष्टपणानं सांगायला हवं ते बोलणं मला जमणार नाही, असं मनात आलं. म्हणून आवंढा गिळून मी म्हणालो, 'अगदी साधी विनंती आहे माझी.'

'बोला ना!'

'आपल्या कुत्र्याकडं आपण जेवढं लक्ष देता, तेवढं जर या मुलीकडं द्याल तर माझ्यावर फार उपकार होती. मी तिला काहीतरी शिकवू शकेन. ही केव्हा उठते, केव्हा झोपते, काय वाचते, कुठं जाते, कुणाच्या संगतीत असते, कसा वेळ घालविते, हे सारं जर नीट पाहाल...'

'मोठे उर्मट दिसता तुम्ही, मास्तर. मला उपदेश करायला तुम्हाला ठेवलेलं नाही साहेबांनी. काय ठरविला असेल तो पगार घ्या, चार पाट्या टाकायच्या असतील त्या नेमानं टाका नि आपल्या घराची वाट धरीत जा. अधिक बडबड...'

काल रात्री माई बोलली तेव्हा जसं डोकं गरगरू लागलं होतं, तसंच या बाईच्या बेताल बोलण्यानं ते भडकलं. ब्रह्मदेवानं जगात इतकी बेजबाबदार माणसं का निर्माण केली आहेत, ते मला कळेना.

शेवटचा निकराचा प्रयत्न करावा, म्हणून सारा राग गिळण्याचा प्रयत्न करून मी म्हणालो, 'बाईसाहेब, या वयात मुलांना फार जपावं लागतं. लाडानं ती बिघडतात. या वेळी काळजी घेतली नाही, तर त्यांचं पुढचं सारं आयुष्य मातीमोल होण्याचा संभव असतो. तुमच्या मुलीचं बरं व्हावं म्हणून मी इतका जीव तोडून...'

'माझ्या मुलीचं बरंवाईट कळतंय् मला. ते तुमच्यासारख्या भिकारड्या मास्तरड्याकडून...'

काळ्या बाजारात पैसा मिळवून गबर झालेल्या एका व्यापाऱ्याच्या प्रशस्त बंगल्यात मी उभा होतो. नवऱ्याच्या जिवावर हवी ती चैन करणारी एक मूर्ख, शृंगारलेली बाहुली माझ्यापुढं उभी होती. तिच्या मुलीच्या हितासाठी मी स्पष्ट बोलत होतो आणि ती 'भिकारडा मास्तरडा' म्हणून मला हिणवीत होती. हा अपमान केवळ माझा नव्हता. जीवनातल्या साऱ्या पवित्र मूल्यांचा अधिक्षेप होता तो.

मी एकदम ओरडलो, 'एक अक्षर पुढं बोलू नका, बाई. नाहीतर...'

'बोलू नका, तुम्ही कोण सांगणार मला? या बंगल्याची मालकीण आहे मी, मी बोलणार! ओरडून बोलणाऱ्या तुमच्यासारख्या भिकारड्या मास्तराकडून...'

काल पापासाहेबांनी दिलेली दहा रुपयांची नोट मी खिशातून काढली, ती बाईच्या अंगावर फेकली आणि...

बाहेर पापासाहेबांची मोटार केव्हा आली होती कुणाला ठाऊक! मी ती नोट फेकली न् फेकली, तोच पापासाहेब माझ्यामागून आले आणि मोठ्या अजीजीच्या स्वरानं म्हणाले, 'हे काय बरं, मास्तरसाहेब! अहो, 'Every man has his price' असं वाक्य आहे ना? तसंच दुसरं एक वाक्य बनवायला हवं, 'Every woman has his लहर.'

संतापलेल्या मनस्थितीतसुद्धा मला पापासाहेबांच्या इंग्रजीचं हसू आल्यावाचून

राहिलं नाही.

मी फेकलेली नोट खाली पडली होती. ती उचलून घेता घेता पापासाहेबांनी नजरेनं बायकोला खुणावलं. त्यांची पाठ माझ्याकडं होती. त्यामुळे त्या खुणेचा अर्थ मला कळला नाही; पण बहुधा त्यांनी माझी बाजू घेऊन बायकोला मूर्खात काढली असावी. हातात नोट घेऊन ते माझ्याकडं वळले नु् वळले, तोच ती तरतरा जिना चढून वर गेली. इतका वेळ मुखस्तंभासारखी उभी राहिलेली कुमुदही तिच्यामागून पळाली.

पापासाहेबांनी एका प्रशस्त कोचात आपलं अंग लोटून दिलं. मी त्यांच्यासमोर बसत होतो; पण त्यांना ते पसंत पडलं नाही. गृहस्थ मोठा लोभी माणूस असावा. त्यांनी माझा हात धरून कोचावर आपल्याशेजारी मला बसविलं. मी थोडासा अंग चोरूनच बसलो.

माझ्याकडं पाहून हसत पापासाहेब म्हणाले, 'आमचं इंग्रजी पाहिलंत ना? आमचे आजोबा, आमचे वडील, कधी कुणी विद्येकडं लक्षच दिलं नाही. त्याचा हा परिणाम! आजोबा होते किराणा मालाचे व्यापारी, हजारो रुपये मिळविले त्यांनी; पण सहीपलीकडं कधी त्यांचं ज्ञान गेलं नाही. वडिलांनी त्या दुकानाच्या जोडीला कापड- दुकान काढलं. खूप पैसा मिळविला. त्यांची मजल इंग्रजी दुसरीपर्यंत पोचली होती. त्यांचे आम्ही चिरंजीव. इंग्रजी पाचवीपर्यंत आमची गाडी कशीबशी गेली. पुढच्या स्टेशनला जायला सिग्नलच मिळेना तिला. त्या यत्तेत फक्त एक वाक्य शिकलो आम्ही, 'Every man has his price.' कुणाचं बरं आहे ते? शेक्सपिअरचंच ना?'

'अं हं. वॉलपोलचं आहे ते.'

'पाहिलंत, हे असं होतं आमचं. तेवढं वाक्य शिकून आम्ही शाळा सोडली. कापडदुकान झकास चाललं होतं. म्हणून त्या जोडीला लोखंडी मालाचं दुकान काढलं. देवदयेनं लढाई सुरू झाली. 'Every man has his price.' हा आमचा मंत्र आम्ही जपला. लोखंडाचं सोनं झालं. लढाई फार वाईट, असं पुष्कळ लोक म्हणतात. पूज्य गांधीजीसुद्धा म्हणायचे; पण खरं सांगू मास्तरसाहेब, लढाईशिवाय जगात मजा नाही. नवरा-बायको भांडतात म्हणून संसार गोड वाटतो. हा आपला आमचा अनुभव सांगितला हं! तुमचा काय असेल तो... मास्तरीणबाई त्या दिवशी दारात दिसल्या; पण तुम्ही नव्हता घरी...'

पहिल्यांदा थोडीशी गमतीदार वाटलेली ही चर्पटपंजरी आता मला कंटाळवाणी वाटू लागली; पण त्यांना थांबवून त्यांच्याकडं रुपयांची मागणी कशी करावी, ते मला कळेना. याचना हे आयुष्यातलं सर्वांत अवघड वक्तृत्व आहे.

पापासाहेबांनी आपल्या मनगटातल्या घड्याळाकडं पाहिलं आणि ते उद्‌गारले,

'अरे, बाप रे! साडेसहा व्हायला आले. सहा चाळीसला एंगेजमेंट आहे माझी, त्या आप्पासाहेबांशी!'

'कोण आप्पासाहेब?' मी चमकून विचारलं.

'आपले देशभक्त आप्पासाहेब यांनी फार आग्रह केला. म्हणून तर आम्ही उभे राहिलोय या निवडणुकीला; पण एक सांगतो तुम्हाला, मास्तरसाहेब. फार जिगजिगीचं काम आहे हे. नगराध्यक्ष व्हायला आधी नगराध्यक्ष व्हायला हवं माणसानं!'

'म्हणजे?'

खो-खो हसत पापासाहेब म्हणाले, 'म्हणजे त्यानं आपला नगारा एकसारखा बडवत राहायचं. बँड, ढोल, ताशे, वाजंत्री जे काही मिळेल ते वाजवत सुटायचं आणि मतं मिळवायची.'

'कुमुदला बोलावून घ्या जरा म्हणजे शिकवणी सुरू करतो मी!'

'तेच, तेच म्हणतोय मी!' माझ्या हातावर टाळी देत पापासाहेब उद्गारले, 'हे बस्स झालं आता. पैसा काय घेऊन चाटायचाय! माणसाला विद्या हवी. गडकऱ्यांची ती कविता 'विद्येनेच मनुष्या आले श्रेष्ठत्वं या जगामाजी...' पुढचं काही आठवत नाही बघा. लहानपणी अगदी तोंडपाठ होतं सारं आम्हाला.'

'कुमुदचं हे मॅट्रिकचं वर्ष आहे. फार कच्चा आहे तिचा उभ्यास.'

'तुम्ही करून घ्याल हो तो पक्का! आम्हाला खात्री आहे त्याची. तिला मारा, ठोका, हवं ते करा; पण पुढल्या महिन्यातल्या शाळेच्या परीक्षेत ती पास व्हायला हवी.'

'तिचं लक्षच अभ्यासात...'

'तुमच्यासारखे गुरुजी मिळाल्यावर तिचंच काय, तिच्या बापाचंसुद्धा अभ्यासात लक्ष लागेल. ही नगराध्यक्षाची भानगड नसती तर... पाहिलंत, आमचं हे असं होतं. आम्ही कोटी करायला जातो नि ती आमच्याच अंगलट येते.' माझं अस्वस्थ अंतर्मन घड्याळाकडं पाहात होतं आणि मला डिवचून म्हणत होतं, 'माग, माग. हीच वेळ बोलायला ठीक आहे. काहीतरी गमतीचं बोल. थोडंसं स्तुतीचं बोल. नि माग वीस रुपये.'

वीस रुपये! अवघे वीस रुपये!

एकदम एक टोला पडला. साडेसहा झाले होते. शिकवणीचा अर्धा तास फुकट गेला होता. आता साडेसातशिवाय इथून सुटका नाही. मग सायकलीच्या दुकानात जायचं; पण आणखी वीस रुपये असल्याशिवाय दुकानात जाऊन काय करणार आपण?

पाण्यात बुडू लागलेला मनुष्य जसा धडपडत, गटांगळ्या खात वर येण्याचा प्रयत्न करतो, तसे ते याचनेचे शब्द कसेबसे माझ्या जिभेच्या शेंड्यापर्यंत आले.

कोरड्या झालेल्या ओठांवरून जीभ फिरवीत मी पापासाहेबांना म्हणालो, 'माझं जरा एक निकडीचं काम...'

'माफ करा हं, मास्तरजी.' पापासाहेब हात जोडून आणि दंतपंक्तीचं प्रदर्शन करून म्हणाले, 'फार वेळ घेतला मी आपला. फार खोळंबा झाला असेल तुमच्या कामाचा. मलाही सहा चाळीसला... अरेच्या! डोक्यात नुसती जत्रा भरलीय. काय सांगत होतो बरं मी तुम्हाला? हां हां! दोन गोष्टींत मदत हवीय तुमची मला, मास्तरजी. दहा रुपये मिळतील प्रत्येक कामाचे तुम्हाला.'

मी अतिशय उल्हासलो आणि उत्सुकतेनं त्यांच्याकडं पाहू लागलो.

'पहिलं काम आहे भाषणाचं. एक पंधरा-वीस मिनिटांचं फक्कड भाषण तयार करून द्या आम्हाला.'

मी चकित होऊन विचारलं, 'आपलं व्याख्यान-बिख्यान आहे की काय कुठं?'

'अहो, ती भाषणं आम्ही नेहमीच ठोकतो; पण हे थोडं निराळं खातं आहे! ती एक नवी शाळा निघाली आहे ना? त्यांनी केलंय मला अध्यक्ष. संमेलन का कायसं आहे. त्यात कलेक्टर, डी.एस.पी. वगैरे येणार आहेत समारंभाला. हे लेकाचे शाळावाले आम्हाला अध्यक्ष का करतात सांगू? आमच्याकडून पैसे उपटायला! मी गरीब असतो, तर शाळेतल्या शिपायाचीसुद्धा नोकरी दिली नसती यांनी मला. चालायचंच! चालायचंच! जग हे असंच आहे नि ते तसं आहे म्हणून आम्ही असे आहोत. होय की नाही? काय सांगत होतो बरं मी? हं, भाषण जरा जोरदार लिहा. क्रांती, मातृभूमी, स्वार्थत्याग, पायातले दगड, देशाचे शिल्पकार, समाजाचा उद्धार, आर्यस्त्रियांचं पातिव्रत्य, भारतीय संस्कृतीचं श्रेष्ठत्व, स्वातंत्र्यानंतरची आपली कर्तव्यं वगैरे मसाला भरपूर घाला त्या भाषणात! टाळ्यांवर टाळ्या पडल्या पाहिजेत!'

हताश स्वरानं मी प्रश्न केला, 'नि दुसरं भाषण?'

'ते भाषण नाही. कविता करायची आहे.'

कविता? लोखंड आणि सिमेंट यांच्या या व्यापाऱ्याला कुणी कविसंमेलनाचं अध्यक्षस्थान दिलं आहे की काय? यांना कदाचित काव्यगायन करायचं असेल. सध्याच्या काळात हे अशक्य थोडंच आहे?

पापासाहेब कोचावरून उठत म्हणाले, 'कुमुदचा वाढदिवस आहे महिनाभरानं. त्यासाठी कविता हवीय, मास्तरसाहेब. अगदी फक्कड करा हं. सिनेमातल्या गाण्याच्या चालीवर. ते कायसं आहे ना? 'पहली मुलाकात है' तसं. त्या वाढदिवसाला तुम्ही, मास्तरीणबाई आणि छोटे मास्तर यांनी अगदी अगत्य यायला हवं. आजच आमंत्रण देऊन ठेवतो. गरिबाच्या घरी पायधूळ झाडायला हवी तुम्ही.' एकदम आठवण झाल्यासारखं करून त्यांनी खिशात हात घातला. दहा-दहाच्या दोन नोटा बाहेर काढल्या. माझं काळीज थाडथाड उडू लागलं. आता चंदूला सायकल खास

मिळणार. आज उमेला इतका आनंद होईल...

दहाची एकच नोट माझ्या हातात ठेवीत पापासाहेब म्हणाले, 'हा तुमचा ॲडव्हान्स घ्या. व्याख्यानाचा पाच, कवितेचा पाच. हे भाषण फक्कड लिहिलंत तर उद्या नगराध्यक्ष झाल्यावर माझी सारी पब्लिक भाषणं लिहायचं काम तुम्हालाच मिळेल, मास्तरजी.'

हसत हसत ते चालू लागले. पुढं होऊन त्यांचा हात धरावा आणि त्यांनी परत खिशात कोंबलेली ती नोट मागून घ्यावी, अशी तीव्र इच्छा माझ्या मनात निर्माण झाली; पण पाऊल पुढं पडेना, तोंड उघडेना. लक्तरं नेसलेली जवळ जवळ नग्न असलेली लाचारी मनाच्या घराबाहेर येऊ पाहात होती; पण स्वाभिमानानं तिला आत ओढली आणि धाडकन् दरवाजा लावला.

कुमुदची शिकवणी संपवून घरी यायला मला आठ वाजले. खिशात फक्त वीस रुपये होते; पण मन प्रफुल्लित झालं होतं. काल दहा रुपये मिळाले होते, आज दहा मिळाले. उद्या दहा रुपये मिळतील. इजा, बिजा, तिजा...

खिशात पैसा असला की माणूस आशावादी होतो. काल-परवाच्या दिवशी ज्या रस्त्यानं मी घरी गेलो, त्याच रस्त्यानं आजही मी चाललो होतो; पण आज मला चांदणं हसत असलेलं दिसत होतं. रस्त्याच्या बाजूची झाडं एकमेकांशी प्रेमानं कुजबुजत होती. क्षणभर थांबून ती गोड कुजबुज ऐकावी, असं वाटलं मला. नदीचा पूर ओसरून गेल्यावर तिचा प्रवाह मोठा प्रसन्न वाटतो. संध्याकाळच्या वेळी रस्त्यावर असणारी गर्दी आता कमी झाली होती. त्यामुळं स्वच्छंद चालण्यात मोठी मौज वाटत होती मनाला. रस्त्याच्या कडेला एका मोकळ्या जागेत वडाऱ्यांनी आपली पालं ठोकली होती. त्यांच्या तीन दगडांच्या चुली पेटल्या होत्या. त्या पालातल्या एका बाईनं कशाला तरी लसणीची अशी घमघमीत फोडणी घातली, की त्या उग्र वासाचा भपकारा रस्त्यापर्यंत आला. त्या वासानं माझ्या तोंडाला पाणी सुटलं. बरेच दिवसांत लसणीची चटणी खाल्ली नाही. उमेला एकदा आठवण करायला हवी, असं मनाशी म्हणत आणि नाकानं त्या वासाचा आस्वाद घेत– रातराणीचा घ्यावा तसा– मी पुढं चालू लागलो.

हवेतला गारठा हळूहळू झिरपत होता. मात्र अजून तो सुखकारक वाटत होता. मडक्यातल्या सुवासिक पाण्यासारखा. या गारठ्यावरून पहाटे कडाक्याची थंडी पडणार, असं दिसत होतं.

कढी केली होती उमेनं. गारठ्यात उनउनीत कढीभात खाण्यात मोठं सुख असतं; पण अगदी पानावर बसायच्या वेळी चंदूनं त्या सुखात मिठाचा खडा टाकला. उमेनं त्याचं ताट नेहमीप्रमाणं माझ्याजवळ ठेवलं होतं; पण त्यानं सत्याग्रह सुरू केला. तो सुमीपाशी जाऊन बसला. नाही म्हटलं, तरी ते माझ्या मनाला लागलं.

रात्री साडेदहापर्यंत निबंधाच्या वह्या तपाशीत मी बसलो. शेवटी कंटाळून अंथरुणावर जाऊन पडलो. पाच-दहा मिनिटांत आवराआवर करून उमा आत आली.

आत येताच तिनं विचारलं, 'पगार झाला का आज शाळेत?'

'पहिल्या तारखेचा पगार ही सत्ययुगातली गोष्ट झाली आहे आमच्या शाळेत. दिवे मिटव. रात्र फार झालीय. काल झोपही लागली नाही मला चांगली.'

'–आणि आज आली, तरी मी झोपू देणार नाही तुम्हाला.'

'छान! आज तुला बोलत बसायची लहर आली वाटतं? पण कालची आठवण आहे ना? माझ्यापाशी जादू आहे. त्या जादूनं मी दिवा मालवून टाकला तर...'

'ठाऊक आहे तुमची जादू' असं म्हणत ती खुंटीला टांगलेल्या कोटाकडे गेली आणि खिशात हात घालून तिनं आश्चर्यानं माझ्याकडं पाहिलं. दोन नोटा बाहेर काढून त्याच्याकडं पाहात ती उद्गारली, 'सकाळी दहा रुपयेच होते ना तुमच्यापाशी?'

'हो.'

'मग आता वीस कसे झाले?'

'देशातील लोकसंख्या फार झपाट्यानं वाढत आहे, असं मोठमोठे लोक म्हणत आहेत. त्याचा परिणाम असावा हा.'

'चला.'

'चला, कुठं? जादूचा खरा प्रभाव अजून दिसायचाच आहे.'

'म्हणजे?'

अंथरुणावरूनच कोटाच्या बाहेरच्या खिशात हात घालून मी म्हणालो, 'आव, आव, आव!'

बिछान्यापाशी येऊन उमेनं माझं मस्तक दोन्ही हातात धरलं नि ते हलवीत ती म्हणाली, 'अगदी पोरकट आहात तुम्ही. चंदूहूनसुद्धा लहान होता कधी कधी!'

'सुखी होण्याचा तेवढा एकच मार्ग मला माहीत आहे.'

'मग मीही लहान होते.'

'हो, की!'

मला बिलगून ती बसली आणि म्हणाली, 'ही झाले मी लहान मुलगी. अगदी तुमच्याहून लहान.'

'परकरी पोर असं कधीच बोलायची नाही. तुझ्याहून लहान असं म्हणेल ती!'

'इश्श!' मोठे चावट आहात तुम्ही अशा अर्थाचा अभिनय करीत ती उद्गारली. लगेच ती म्हणाली, 'कुठं खेळायचं आपण?'

'तू म्हणशील तिथं.'

'बघा हं!'

'बघतोय हं!'

'बागेत?'

'कबूल.'

'कुठं आहे बाग?'

'ही!'

'ही?'

'हो. ही खोली बागेपेक्षा काय कमी सुंदर आहे? अगदी काश्मीरात आहोत आपण. शालीमार बागेत.'

'बागेत छान छान फुलं असतात; पण या तुमच्या बागेत तर एकसुद्धा फूल नाही.'

'आहे.'

'नाही.'

'आहे.'

'कुठं?'

'माझ्या कोटाच्या खिशात.'

'छट्.'

'मी जादूगार आहे. ऊठ, पाहा.'

उमा लगबगीनं उठली. तिनं कोटाचे दोन्ही खिसे चाचपले. एका खिशातून तो चिमुकला पुडा बाहेर काढला. तो भरभर सोडला. आत पानासकट असलेलं टपोरं गुलाबाचं फूल पाहताच ती हरखली. तिनं ते पटकन आपल्या अंबाड्यात खोवलं. माझ्यापाशी येऊन बसत ती म्हणाली, 'कशी दिसते मी?'

'आरशात पाहा.'

'माझा आरसा इथंच आहे.'

'कुठं?'

'तुमच्या डोळ्यांत?'

तिनं डोळ्यांचा उल्लेख करताच हे सारं लहानपणाचं आणि बालिश क्रीडेचं नाटक कुठल्या कुठं नाहीसं झालं. थट्टा हे दु:ख झाकणारं सुंदर वस्त्र आहे खरं; पण काही काही वेळा ते फार झिरझिरीत असतं. आत्ता तसंच झालं.

'तुमच्या डोळ्यांत' असं उमेनं म्हणताच मी एकदम गंभीर झालो. त्या मधुर स्वप्नसृष्टीतून रुक्ष सृष्टीत येऊन आदळलो. माझ्या तोंडून नकळत शब्द निघून गेले. '–पण हा आरसा फुटका आहे.'

जे बोलू नये ते बोलून गेलो होतो मी. उमा एकदम गोरीमोरी झाली. आपल्या थरथरणाऱ्या दोन्ही हातांत माझे हात घट्ट धरून ती म्हणाली, 'मुंबईला का जात नाही

तुम्ही डोळे दाखवायला?'

'तुझे डोळे फार चांगले आहेत म्हणून!'

'म्हणजे काय बाई?'

पळून गेलेला आनंद पुन्हा हाताला लागतो की काय, हे पाहण्याकरिता मी म्हणालो, 'तिथले बडे डॉक्टर मला म्हणतील, इतक्या सुंदर डोळ्यांच्या बाईचा नवरा असा अधू डोळ्यांचा कसा?'

'त्यांना सांगा, तिचं स्वयंवर मांडलं होतं. त्यात माझा पराक्रम पाहून मला माळ घातली तिनं.'

'पराक्रम?'

'हो.'

'कसला?'

'फसवायचा.'

'कुणाला?'

'आपल्या आवडत्या माणसाला.'

तिच्या बोलण्याचा अर्थ माझ्या लक्षात येईना; पण तिची मुद्रा मात्र गंभीर झाली होती. ती उठली आणि कोपऱ्यात जाऊन चंदूची जुनी फुटकी पाटी घेऊन आली. 'दादांनी मला फसविलं.' असं काहीतरी त्या पाटीवर चंदूनं लिहून ठेवलं असावं कदाचित. तिच्यावर नुसतं तिचाकीचं चित्र असावं, असं मला वाटलं. ती तापदायक आठवण या वेळी मला नको होती. म्हणून उमेची थट्टा करण्याकरिता मी म्हणालो, 'आता राणीसाहेब शिकायला लागणार वाटतं?'

'शिकायला नाही. शिकवायला.'

'कुणाला?'

'राजेसाहेबांना.'

'काय? शहाणपणा?'

'अंहं!'

'प्रेम?'

'अंहं.'

'मग काय?'

'जमाखर्च.'

मी ताडकन् उठून बसलो नि उमेच्या हातातली ती पाटी हिसकावून घेऊन वाचू लागलो. दूध, रेशन, कोळसा अशी शंभर नावं टिपून तिनं त्याच्यापुढं महिन्याच्या खर्चाचे आकडेही मांडले होते.

मी तिच्याकडं हसत पाहिलं आणि म्हटलं, 'उमा, हा खात्याचा बदल आपल्याला

मान्य नाही. आज दहा वर्षं मी या घरातला अर्थमंत्री आहे. तू गृहमंत्री आहेस. ज्याचं काम त्यानं करावं.'

'त्यानं ते नीट केलं नाही तर?' मी काहीच बोलत नाही, असं पाहून ती पुढं म्हणाली, 'पगारापेक्षा कितीतरी अधिक खर्च करतोय आपण. मागं दोन शिकवण्या तरी होत्या. आता त्याही नाहीत. हा इतका पैसा आणता तरी कुठून तुम्ही?'

तिनं नेमकं माझ्या जखमेवर बोट ठेवलं होतं. काय सांगायचं उमेला? काही दु:ख वाटून घेता येतात. ती वाटून घेतली, की हलकी होतात; पण हे दु:ख तसं नव्हतं. एखाद्या माणसाचं डोकं रात्रभर भयंकर दुखत राहिलं, तर त्यानं 'माझं डोकं दुखतंय, माझं डोकं दुखतंय' असं ओरडत सुटण्यात काय फायदा आहे? त्याच्या आरडाओरड्यानं बाकीच्यांची झोपमोड व्हायची आणि त्यांची डोकी दुखू लागायची. त्यापेक्षा आपल्या अंथरुणावर तळमळत त्यानं रात्र घालवावी, हे फार चांगलं.

उमा आर्त स्वरानं मला म्हणाली, 'सांगा ना. माझ्या गळ्याची शपथ आहे. हा सारा खर्च तुम्ही कसा चालविता ते...'

मी गंभीरपणाचं नाटक करीत म्हटलं, 'अर्थमंत्र्याचं बजेट पुष्कळ वेळा तुटीचं असतं. म्हणून काही त्याला कुणी बडतर्फ करीत नाही.'

'ते काही मला ठाऊक नाही; पण यापुढं या घरात तुम्ही फक्त शिक्षणमंत्री व्हायचं. बाकीची सारी खाती...'

'ही हुकूमशाही होईल.'

'होऊ दे. हुकूमशाहीशिवाय हे राज्य चालणार नाही.' हातातल्या त्या दोन नोटा हलवीत ती म्हणाली, 'तुम्हाला अर्थमंत्री ठेवलं, तर पगार होताच त्यातील दहा रुपये तुम्ही उचलाल, या वीस रुपयांत घालाल नि चंदूला सायकल घेऊन याल. तुमच्या डोळ्यांपेक्षा काही त्याची सायकल अधिक नाही. ते डॉक्टरांनी सांगितलेलं औषध उद्या या पैशातून घ्यायचं. उरलेल्या पैशातून विजेचं बिल...'

'तुला त्या विजेच्या बिलाची इतकी का काळजी वाटतेय? तिथं विद्यार्थी आहे माझा. पुढल्या जन्मीसुद्धा ते दिलं तरी चालेल. माझ्या डोळ्यांचं औषधसुद्धा पगार झाल्यावर घेता येईल. त्यापेक्षा तुझ्या आवडीचं ते गुलाबी पातळ या पैशातून घ्यावं नि मग...'

'मी घरात सुंदर पातळ नेसून बसते आणि तुम्ही फाटका कोट घालून शाळेत जात चला. हा खुंटीला टांगलेला तुमचा कोट बघा. संन्याशीसुद्धा तो अंगात घालणार नाही.'

'संन्याशी कोट घालीत नसतात, उमा.'

'कळलं, कळलं. ते काही नाही. या पैशातून औषध तरी घ्या. नाही तर नवा कोट तरी करा.'

'छॅट! ते काही नाही. आपलं मत पातळलाला.' राजकीय व्यासपीठावरल्या वक्त्यासारखा मी ओरडलो.

'माझं मत कोटाला.' उमा विरोधी पक्षातल्या पुढाऱ्यासारखी गर्जून बोलली.

'पातळ', 'कोट, 'पातळ', 'कोट'... लहान मुलांसारखे आम्ही बडबडत होतो, ओरडत होतो.

एकदम दारावरली घंटा खणखणली. अपरात्री माझ्याकडं कोण आलं असावं, हे कळेना. अरविंद कधी घरी येतो, कधी नाही. कदाचित तो असेल; कदाचित...

घाईघाईनं पुढील दारी आलो. माझ्यामागून उमाही आली.

दार उघडून पाहतो, तो समोर पुंडूमामा दत्त म्हणून उभे. 'या मामा' मी हसत म्हटलं.

'माई ठीक आहे ना?' मामांनी विचारलं. मी मान हलविली.

'सात-आठ वर्षांत बहिणीला भेटलो नव्हतो. तेव्हा म्हटलं, थोडी वाकडी वाट का धरून होईना...'

लगेच मागं वळून कोपऱ्यावर उभ्या असलेल्या टांगेवाल्याला त्यांनी ओरडून सांगितलं, 'अरे, इकडं आण टांगा. राणीसाहेब, उतरा खाली. युवराज, युवराज्ञी यांना नीट सांभाळा हं. हेच आपल्या भाच्याचं घर नि ही भाचेसून. पाहिलीत का? बरीच भरली की या सात-आठ वर्षांत.'

■

१७

उमा

रात्री बारा वाजता उजाडलं. शेगडीत विस्तव करण्यापासून सुरुवात करावी लागली सारी. पुंडूमामंजी लग्राच्या वेळीच लक्षात राहिले होते माझ्या. पैज लावून मोतीचुराचे तेवीस लाडू खाल्ले होते त्यांनी. ते पडले सासुबाईंचे सख्खे भाऊ. त्यांच्या बडदास्तीत कुठं तिळाएवढं अधिक उणं झालं, तर सासुबाई त्या तिळाचा डोंगर करतील. म्हणून अगदी अपरात्री सारा सारा स्वयंपाक केला मी. मला मदत म्हणून वन्संना ते उठवायला जात होते; पण मीच त्यांना उठवू नका, म्हणून सांगितलं. संध्याकाळी त्या कॉलेजातून आल्या, तेव्हाच कशा कोमेजलेल्या दिसत होत्या. डोकं दुखतं म्हणून झोपल्या. त्या मग जेवायलासुद्धा उठल्या नाहीत.

अलिकडं त्यासुद्धा चमत्कारिकपणानंच वागतात. पूर्वीसारख्या मोकळेपणानं हसत नाहीत. 'आमची वयनी किती शहाणी' असं गात गात चहा मागत नाहीत. 'मी तुझी नणंद नाही, तुझी मुलगी आहे. एका कुशीत तू चंदूला घे, दुसऱ्या कुशीत मला घे.' असा झोपताना हट्ट करीत नाहीत. काही नाही! रोज रोज संध्याकाळी कुणा ना कुणा मैत्रिणीकडं काम असतंच त्यांचं. माझ्यापासून त्या दूर दूर चालल्या आहेत, असं सारखं वाटतं. का कॉलेजात कुणावर मन बसलं आहे त्यांचं?

स्वयंपाक करताना वन्संच्या भोवतीच माझं मन घुटमळत राहिलं. मोठं वाईट असतं हे मेलं माणसाचं मन. गुळाला डोंगळा चिकटतो ना, तसं कुठंतरी ते चिकटून बसतं नि मग कितीही ओढलं तरी धड तुटत नाही नि धड सुटत नाही. शेवटी मीच स्वतःची समजूत घातली. मुलगी म्हणजे देवानं माहेरच्या माणसाकडं ठेवायला दिलेली ठेव... तिची मुदत आज ना उद्या संपायचीच. मग वन्सं आपल्यापासून दूर दूर जातात, ते इतकं कशाला मनाला लावून घ्यायचं!

ज्यांच्याबरोबर आपल्याला जन्म काढायचा आहे, त्यांच्या मनाचासुद्धा आपल्याला थांग लागत नाही! किती किती धीर करून मघाशी घरखर्चाची गोष्ट काढली त्यांच्यापाशी; पण त्यांनी कुठं सरळ उत्तर दिलं आपल्याला? हे पुरुष असेच असतात. जीव तोडून माया करतील, लहान मुलासारखा गळ्यात गळा घालतील,

प्राजक्ताच्या फुलासारखं आम्हाला जपतील; पण मनाचा जो चोरकप्पा असतो, त्याची किल्ली मात्र कधी देणार नाहीत बायकोच्या हातात.

माजघरात पुंडूमामंजी, मामेसासुबाई आणि सासुबाई अशी तिघे गोष्टी करीत बसली होती. हे मधेच माजघरात मामा-मामीशी बोलत होते. मधेच स्वयंपाकघरात येऊन 'हे करू का? ते करू का?' म्हणून मला विचारीत होते. चंदूसारखीच त्यांची ही धांदल वाटते मला. त्या लुडबुडीइतकीच गोड.

मामेसासुबाईची तिन्ही मुलं पेंगळून गाडीत झोपी गेली होती. जेवायचं होताच ती उठली. आमटीचे भुरक्यामागून भुरके मारीत मामंजी बायकोला म्हणाले, 'काय, राणीसाहेब? कशी आहे आमची सूनबाई? आपण गेलो होतो त्या लग्नातसुद्धा इतकी फक्कड आमटी खाल्ली नाही कधी!'

हे ऐकून मला बरं वाटलं; पण मामेसासुबाई मात्र चिडल्या. त्यांच्या नात्यातलं लग्न होतं ते. मामंजी जसे खाण्यापिण्याचे, तसेच गप्पागोष्टींचे मोठे भोक्ते होते. बोलता बोलता ते तिकडं म्हणाले, 'गाडीत एक मुलगा भेटला होता इथला. त्याला विचारला तुझा पत्ता. म्हटलं पूर्वींच्याच घरात आहेस की नाही? का एखादा बडा माणूस बनून कुठं बंगल्या-बिंगल्यात राहायला गेला आहेस? तो मुलगा फार स्तुती करीत होता तुझी. शाळेतल्या मुलांचं भाग्य म्हणून असले मास्तर आम्हाला मिळाले, असं तो सांगत होता. प्रोफेसरच व्हायचास तू असं त्याचं म्हणणं.'

लगेच सासुबाईकडे वळून ते म्हणाले, 'माई, तुझा अरविंदसुद्धा सभेत मोठ्या झोकात बोलतो, म्हणे! तो मुलगाच सांगत होता मला. लवकरच पुढारी होईल तो... मग हळूहळू मंत्री! मोठी भाग्यवान आहेस हं तू माई!'

जेवण संपत आलं. मामंजी सकाळी नवाच्या गाडीनं जायच्या गोष्टी बोलू लागले. त्यांना राहायचा आग्रह करा, असं मी तिकडं दोन-तीनदा खुणावलं; पण ते चाळिशी न घालताच बसले होते. त्यांना माझी खूण नीट कळली की नाही, कुणास ठाऊक!

ते काही बोलले नाहीत. सासुबाई मनातल्या मनात चिडल्या; पण त्यांनीही चकारशब्द काढला नाही. मी बोलावं तर सासुबाई एकदम म्हणायच्या, 'लहान तोंडी मोठा घास घ्यायची काय जरुरी होती तुला!'

मी गप्प बसले. पानावरून उठता उठता मामंजी माझ्याकडे वळून म्हणाले, 'सूनबाई, प्रवासात कपडे फार मलीन होतात. उद्या सकाळी निघायचंय आम्हाला. तेव्हा राणीसाहेब देतील तेवढे कपडे गड्याला आत्ताच्या आत्ता पिळून टाकायला सांग. म्हणजे गाडीच्या वेळेपर्यंत सुकतील ते. संध्याकाळी सातशिवाय काही आम्ही पोहोचत नाही. तेव्हा इथूनच भातपिठलं खाऊन निघायला हवं. धूतवस्त्राशिवाय काही खायचं नाही, असा नेम आहे माझा.' मग त्यांच्याकडं वळून ते म्हणाले, 'तसा

सनातनी नाही मी, शंकर; पण इंग्रजसुद्धा म्हणतो ना, देवपणाच्या खालोखाल स्वच्छपणा हा मोठा गुण आहे.'

पाहुणेमंडळी झोपल्यावर मी कपडे धुवायला लागले. 'तुम्ही झोपा चला' म्हणून मी यांना किती सांगितलं; पण कुठं पाणी घाल, कुठं पिळा पीळ अशी मला मदत करायला ते जागेच राहिले. त्यांची ही माया पाहिली, की संसाराचा सारा सारा शीण नाहीसा होतो. आपलं घर नंदनवन आहे असं...

त्या नंदनवनातील इंद्राणी मोलकरीण होऊन हसतमुखांन पाहुण्यांचे कपडे धूत होती आणि इंद्र ते कपडे जोरजोरानं पिळीत होता.

आमचा तो तास-दीड तास किती आनंदात गेला! दुःखात सुख निर्माण करायची शक्ती प्रेमाइतकी दुसऱ्या कुठल्याही गोष्टीत नसेल.

धुणी संपत आली. इतक्यात काळोखातून मामंजींचा आवाज ऐकू आला, 'अरे, हळू आपट. ए मूर्खा, जरा हळू आपट, टीचभर घर. त्यात काल रात्रीचं जागरण. डोक्यात धोंडा घातल्यासारखं होतंय् मघापासनं!' गडी धुणी धूत आहे, अशा समजुतीनं बोलत ते पुढं आले. आम्ही दोघे दिसताच ते दचकले. 'म्हणजे? गडी कुठं आहे?' त्यांनी मला प्रश्न केला. तिकडून उत्तर देणं झालं, 'ही गडीमाणसं फार उर्मट झाली आहेत हल्ली, मामा. आमच्या गड्याला मघाशी हे कपडे धुवायला सांगितलं हिनं. जागरणानं माझी तब्येत बिघडते, असं तो तावातावानं म्हणाला आणि तणतणत निघून गेला.'

खोलीत आल्यावर सकाळी मामांना राहायचा आग्रह करा, असं मी यांना पढविलं. चहाच्या वेळी ते नाटक झालं. उशिरा का होईना, यांनी आग्रह केला म्हणून सासुबाईंना बरं वाटलं. मामा चहाचा दुसरा पेला पीत पीत म्हणाले, 'फार दिवसांनी आलोय. बहिणीची इच्छा आणि भाच्याचा आग्रह कसा मोडायचा? तेव्हा राहतो दोन दिवस.' मामेसासुबाईंना ते हवंच होतं. त्यांना इथल्या देवीचं दर्शन घ्यायचं होतं. त्यांच्या मुलांनाही मोठा आनंद झाला. खेडेगावात त्यांना सिनेमा फारसा पाहायला मिळत नसे. रात्री टांग्यातून येता येता लुटारू डाकूची चित्र त्यांनी एका थेटरात पाहिली होती. ते चित्र पाहायला मिळणार, म्हणून ती खुषीत आली.

दोन दिवस ही पाहुण्यांची गडबड घरात चालली होती. मामेसासुबाईंचा उपास, मामंजींच्या आवडी-निवडी, त्यांच्या मुलांचे हट्ट, पाहुण्याकरिता गोडधोड, सर्वांची तंत्र संभाळता संभाळता जीव अगदी मेटाकुटीला आला माझा; पण मला अधिक वाईट वाटलं, ते तिकडच्याबद्दल. चंदूच्या सायकलकरिता त्यांनी राखून ठेवलेल्या वीस रुपयांची या दोन दिवसांत चटणी होऊन गेली.

पगार वेळेवर आला म्हणून बरं. नाहीतर जाता जाता पाहुण्यांनी अब्रूच घेतली असती. अगदी जायच्या क्षणी मामंजी तिकडं म्हणाले, 'गाडीत फार गर्दी असते

हल्ली. म्हणून इंटरनंच जावं म्हणतो; पण पैसे थोडे कमी पडताहेत. दहा रुपयांची सोय करशील तर... गेल्याबरोबर मनीऑर्डरनं पाठवून देईन. दिवस फार वाईट आहेत. विष खायला पैसा नाही, अशी आहे माणसांची स्थिती. तेव्हा कुणाची पै घेतली तरी ती लगेच परत करायला हवी! होय की नाही, राणीसाहेब?'

पाहुण्यांमुळे चंदूची सायकल लांबणीवर पडली खरी; पण एक काळजी दूर झाली. मामंजी नि सासुबाई या बहीणभावांची दिवसभर खलबतं चालत. जाता-येता त्यांचं बोलणं कानावर पडे. तेवढ्यावरून एक गोष्ट मी ताडली. वन्संचं लग्न आता झटपट होणार. सासुबाईंनी ते काम पुंडूमामंजींच्याकडं सोपविलं. 'माझ्या डोळ्यांदेखत पोरीच्या डोक्यावर एकदा अक्षता पडू देत.' असं त्या म्हणाल्या. तेव्हा मामंजी म्हणाले, 'काही काळजी करू नको. महिनाभरात चांगलं स्थळ घेऊन येतो मी.' त्यांच्यासारखी माणसंच असली कामं पार पाडतात. आमच्या घरातल्यासारख्या नाकासमोर जाणाऱ्याचं ते काम नव्हे.

पाहुणे निघून गेले. दिवसामागून दिवस उजाडत होते आणि मावळत होते. संसाराच्या रहाटगाडग्यावर बसून तेच तेच पोहरे मी भरित होते आणि रिकामे करीत होते. चंदूनं त्यांच्याशी धरलेला अबोला सोडला नव्हता. तो त्यांच्या वाऱ्यालासुद्धा उभा राहिना. त्यांनाही हे शल्य बोचत असावं; पण लहान पोरांची समजूत घालायची कशी? पैसे झाडाला लागत नाहीत, हे मोठं होऊन दोन पैसे मिळवायची वेळ आल्याशिवाय जगात कधी कुणाला कळलं आहे का?

मात्र मला सर्वांत अधिक नवल वाटत होतं, ते वन्संचं. फारच घुम्या व्हायला लागल्या त्या. रोज संध्याकाळी घरी आल्यावर म्हणतात, 'वयनी, माझं डोकं फार दुखतंय् गं. मी स्वस्थ पडते हं माझ्या खोलीत.' त्यांचं काय बिनसलं आहे, ते विचारायला इकडं सांगावं, तर उगीच आणखी एक काळजी लागायची यांना. किती जीव आहे बहिणीवर!

■

सुमित्रा

वडिलांच्या कानावर साऱ्या गोष्टी घालायचं माधवनं कबूल केलं, तेव्हा माझा जीव नाचत सुटला. उरावरली एक धोंड उतरली.

घरी यायला फार उशीर झाला होता. मन धुकधुकत होतं. आईचं नि दादाचं भय वाटत होतं. वहिनीला कसं फसवायचं ते कळत नव्हतं! पण मी घरी येऊन पाहते, तो दादा वहिनीला नि चंदूला वेड्यासारखा मारीत सुटला आहे. स्वत:च्या डोळ्यांवर विश्वासच बसेना माझा. लहानपणापासून मी इतकी अवखळ, इतकी स्वच्छंदी; पण दादानं कधी बोट लावलं नव्हतं मला!

रात्रभर मी या गोष्टीचाच विचार करीत होते. शेवटी माझ्या मनाचं समाधान झालं. दादा आणि वहिनी यांचं लग्न झालं ते काही त्यांचं प्रेम जमल्यामुळे नव्हे. जुन्या पद्धतीनं बाबांनी ते केलं. चार लोकांनी डोक्यावर अक्षता टाकणं निराळं आणि तारकांच्या साक्षीनं हातात हात घेणं निराळं. या लग्नाला दहा वर्षं होत आली. नव्यानवलाईचे दिवस केव्हाच संपले म्हणून आता ही दोघं भांडायला लागली आहेत. त्यांच्या प्रेमाचा रंगच पक्का नव्हता. मग इतक्या दिवसांनी ते विटायला लागलं तर त्यात नवल कसलं? असं काहीतरी असल्याशिवाय का दादासारखा गोड नवरा वहिनीसारख्या सोशिक बायकोवर असा हात टाकील? माधवच्या नि माझ्या संसारात असं कधीच होणार नाही. लग्न झाल्यावर तो रागावू लागला, तर मी म्हणेन, 'महाराज, पुस्तकं देण्याचं निमित्त करून तुम्ही जिला चोरून प्रेमपत्रं पाठवीत होता, ती सुंदरी मीच हं. जिच्या दर्शनासाठी संध्याकाळी तुम्ही नदीवर प्रहरप्रहरभर डोळ्यांत प्राण आणून तिष्ठत उभे राहात होता, ती अप्सरा...

मी अप्सरा? हो! अप्सरा नाही तर काय? गेले पाच-सहा महिने आम्ही दोघं यक्षभूमीत फिरत आहोत. सोनेरी स्वप्नं पाहात आहोत, अमर गीत गात आहोत. आमच्या प्रेमावर माधवच्या वडिलांचं शिक्कामोर्तब झालं, की आम्ही जन्मभर सुखात राहू.

दुसऱ्या दिवशी किती आशेनं मी कॉलेजात गेले. माधव माझी वाट पाहात

फाटकातच उभा असेल, दुरूनच त्याची दृष्टी ती आनंदाची बातमी घेऊन धावत माझ्याकडं येईल, त्याला केव्हा भेटतो आणि त्याचे वडील काय काय म्हणाले, हे आपण केव्हा ऐकतो, असं मला होऊन जाईल– चालता चालता किती किती कल्पनाचित्रं माझ्या डोळ्यांपुढं नाचत होती!...

संध्याकाळी मी कॉलेजातून परतले, तेव्हा त्या साऱ्या चित्रांचे तुकडे तुकडे झाले होते. उभ्या दिवसात माधव मला भेटलाच नाही. घरी परत आल्यावर 'डोकं दुखतं' असं वहिनीला सांगून मी अंथरुणावर जाऊन पडले; पण नाही नाही ते मनात येऊ लागलं. माधव मला फसवणार तर नाही ना? शाकुंतल इतक्या बारकाईनं वाचलं होतं मी; पण शकुंतलेपासून काय शिकायचं, हे मात्र मला कधीच कळलं नाही. तिनं गुप्तपणानं आपल्या प्रियकरावर प्रेम केलं. त्याचा परिणाम किती भयंकर झाला!

रात्र सरता सरेना. एखाद्या इस्पितळातले वेडे मोकाट सुटावेत, तसे अनेक वेडेवाकडे विचार, चित्रविचित्र कल्पना आणि भयंकर शंकाकुशंका एकसारख्या मनात थैमान घालीत होत्या. माझ्यासारख्या मुलीच्या प्रेमाच्या तीन-चार दुःखान्त कथा आजपर्यंत मी ऐकल्या होत्या. त्या साऱ्या अक्राळविक्राळ रूप धारण करून डोळ्यांपुढं नाचू लागल्या. मधेच डुलकी येई; पण पाच-दहा मिनिटांत मी दचकून जागी होई. कुणीतरी दुर्दैवी फसलेली मुलगी कानाशी लागून आपली कहाणी मला सांगत आहे, असं वाटे. डोळे उघडून पाहावं तो खोलीत कुणीच नसे. सुस्त होऊन पडलेल्या काळ्या नागिणीसारखी बाहेरची रात्र दिसे. तिच्या अंगावरल्या एखाद्या पांढऱ्या ठिपक्यासारखा रस्त्याच्या कोपऱ्यावरला दिवा भासे.

दुसऱ्या दिवशी काव्याबावऱ्या नजरेनं मी कॉलेजात माधवला शोधलं; पण त्यानं कुठं दडी मारली होती, देव जाणे!

तिसऱ्या दिवशी एका पुस्तकातून त्याची चिठ्ठी आली, 'धीर धर.'

त्या दिवशी मी वहिनीची थोडीशी थट्टा केली. मन लावून जेवले; पण दुसऱ्याच दिवशी माधवनं गुप्त संदेश पाठविला, 'बाबा काही ऐकून घ्यायला तयार नाहीत.' त्या सहा शब्दांनी मी निराश होऊन गेले.

मला अन्न गोड लागेना. एखाद्या प्रोफेसरांच्या तासाला मुलं हसली तरी ती का हसत आहेत, हे मला कळेना. कुठंतरी खोल खोल जखम व्हावी, तिच्यातून रक्त वाहत असावं; पण ते वाहत आहे, हेसुद्धा स्वतःला नीट समजू नये. मात्र हळूहळू साऱ्या शरीरावर विलक्षण ग्लानी पसरत जावी, तशी माझी स्थिती झाली. वहिनी दोन-तीनदा थट्टेनं म्हणाली, 'सुमाताई, तुमच्या साऱ्या मैत्रिणी हल्ली कुठं पळूनबिळून गेल्या की काय? मधे एक दिवस फुरसत मिळत नव्हती तुम्हाला घरी राहायला!

आताशा पाहावं, तो अगदी घराबाहेर पडत नाही स्वारी. का भांडणबिंडण झालंय? पण माणसाचं एकाशी भांडण होईल, दोघांशी भांडण होईल. साऱ्या जगाशी भांडून कसं चालेल कुणाचं?' तिचे हे शब्द ऐकून प्रत्येक वेळी मला गुदमरल्यासारखं झालं. वाटलं, तिला मिठी मारावी, तिच्या कुशीत डोकं खुपसावं आणि मनातलं सारं दु:ख बोलून दाखवावं; पण माणसाचं मन मोठं विचित्र असतं. प्रेम आणि अहंकार, आशा आणि भीती यांचा पाठशिवणीचा खेळ तिथं अष्टौप्रहर चालतो. तो खेळ कधी संपत नाही आणि माणसाचं दु:ख कधी कमी होत नाही.

माझ्या कॉलेजातल्या मैत्रिणींना या साऱ्या गोष्टींचा सुगावा कसा लागला, कुणाला ठाऊक; पण ती लसली कुलकर्णी काय कमी जहांबाज आहे? एके दिवशी माझ्याकडं बोट दाखवीत तिनं पदच म्हणायला सुरुवात केली, 'कठीण कठीण कठीण किती, पुरुषहृदय बाई!' मोठी द्वाड आहे मेली. तिचा असा राग आला होता मला. खोलीत दुसऱ्या मुली नसत्या तर चांगल्या झिंज्या धरून स्त्रीचे हात पुरुषाच्या हृदयाइतकेच कठीण असतात, हे शिकवलं असतं तिला!

तिला बोल लावण्यात तरी काय अर्थ होता? सारी चूक माझीच नव्हती का? कितीतरी रात्री मी हा विचार करण्यात घालविल्या; पण या प्रश्नाचं उत्तर मला काही सापडलं नाही. असं प्रेम करणं चूक आहे का? मग 'शाकुंतल', 'रोमिओ अँड ज्युलिएट' असली पुस्तकं जाळून का टाकीत नाहीत? ती मुद्दाम कॉलेजात कशाला शिकवितात आम्हा मुलामुलींना?

प्रेम करणं ही चूक नसेल, तर मग माझ्या मनाची ही कुचंबणा का चालली आहे? मला एवढं भय कसलं वाटतंय? माधवच्या वडिलांनी त्याला परवानगी दिली नाही तर? वडीलमाणसांच्या इच्छेविरुद्ध वागण्याची छाती त्याला आहे का? तो भागूबाई ठरला तर? उद्या दादा दुसऱ्या कुणाशी आपलं लग्न करून टाकील. त्या दुसऱ्यावर आपल्याला प्रेम कसं करता येईल? त्याचं बोलणं ऐकताना आपल्याला माधवच्या गोड आवाजाची आठवण होईल. त्यानं आपला हात हातात घेतला, की माधवच्या मधुर स्पर्शाच्या स्मृतीनं आपण व्याकूळ होऊन जाऊ... छे छे!

जवळ जवळ महिना लोटला. भिंतीवरल्या कॅलेंडरची पानामागून पानं मी फाडून टाकीत होते. खोलीच्या खिडकीतून दिसणाऱ्या रस्त्यावरल्या त्या झाडाची पानामागून पानं गळून पडत होती. दिवस उदासपणे उजाडत होता. मलूल मुद्रेनं मावळत होता. रोज रोज रात्र एखाद्या राक्षसिणीसारखी खायला येत होती.

माधवकडून धड काहीच कळेना. मी अधिक अधिक बेचैन होऊ लागले. त्याला संध्याकाळी नदीवर भेटायला बोलवावं, त्याच्या मांडीवर डोकं टेकून रडावं, 'तुझ्यादेखत मी या नदीत जीव देते' असं काहीतरी म्हणावं... खूप खूप कल्पना मनात येत; पण कॉलेज सुटलं, की 'डोकं दुखतंय' म्हणून अंथरुणावर लोळत पडायचं नि रात्री

मनाची टोचणी असह्य झाली, की उशीत डोकं खुपसून मुळूमुळू रडायचं, यापलीकडं मी काही केलं नाही, करू शकलेच नाही.

प्रणयाची दाहकता, प्रेमाचा काटेरी मार्ग, प्रेम हे अमृत आहे की विष आहे... सारं सारं मला या महिन्यात समजलं; पण या संकटातून बाहेर कसं पडायचं, ते मात्र उमजेना. मी चंदूसारखी लहान असते तर किती बरं झालं असतं, असं अनेकदा वाटे. लगेच मनात येई, चंदूला सायकल हवी आहे. ती त्याला कुठं मिळतेय्? त्याची सायकल, माझं प्रेम... ज्याला जे हवं असतं ते त्याला मिळू नये, असाच सृष्टीचा नियम आहे का?

माझं प्रेम? प्रेम ही पूजा आहे, अशी काव्यं वाचून माझी समजूत झाली होती; पण तो जुगार आहे. माणसाचा जीव घेणारा जुगार आहे.

१९
दिगंबर

जुगाऱ्याचं नशीब फाशीच्या नाहीतर घोड्याच्या लहरींवर नाचत असतं. ते लहरी असावं, हे बरोबर आहे; पण त्याचं मन? ते इतकं चंचल असावं? शंकर तीस तारखेला मला भेटून गेला. पैसे नाहीत म्हणून मी सांगितलं, तेव्हा किती दुःख झालं त्याला! तो मुकाट्यानं उठून गेला, तेव्हा त्याच्याशी दोन गोड शब्दसुद्धा मी बोललो नाही. दुसऱ्या दिवशी त्याच्याकडं जायला हवं होतं. त्या रात्री झोपताना तसा मनाशी निश्चय केला होता मी; पण झोपायला दोन वाजले मला. मग उठलो साडेदहाला. म्हटलं, शंकर जेवून शाळेत जायला निघाला असेल. या वेळी त्याला गाठण्यात काय हशील आहे? सुखदुःखाचे दोन शब्द बोलायलासुद्धा वेळ मिळणार नाही. त्यापेक्षा संध्याकाळी जाऊ. मोकळेपणानं बसाय-बोलायला मिळेल. वहिनीच्या हातचा फक्कड चहा...

हे सकाळ-संध्याकाळचे बेत मी दररोज केले आणि दररोज मोडले. फासे उलटेसुलटे पडावेत ना, तसे दिवस आले, रात्री आल्या. दिवस गेले, रात्री गेल्या; पण हा साधा संकल्प काही अंमलात आणू शकलो नाही मी. असे आठ-पंधरा दिवस लोटले. मन म्हणू लागलं, 'रिकाम्या हातानं देवाचं दर्शन घेऊ नये. शंकरसारखा जिवाभावाचा मित्र. अगदी साधी मागणी आहे त्याची. त्याच्याकडं जायचं ते कमीतकमी शंभर रुपये हातात घेऊनच जायला हवं. शर्यतीत घोडा लागला तर मिळेल त्या रकमेचा निम्मा भाग त्याला द्यायचा, हे ठरलेले आहे. ती स्वतंत्र गोष्ट आहे. अगदी ब्रह्मलिखित आहे; पण शंभर रुपये खिशात असल्याशिवाय त्याच्या घराची पायरी चढणं, हे लांछन आहे आपल्याला.

दर आठवड्याला मी मुंबईस वारी करतोय. घोड्याचे पाय धरतोय; पण दैव काही प्रसन्न होत नाही. किरकोळ पैसे हातात केव्हा येतात आणि हातातून केव्हा जातात, ते माझं मलाच कळत नाही.

आज तीस तारीख. शंकर मनात काय म्हणत असेल? महिना झाला त्याला

भेटायला जायच्या आपल्या बेताला. आज काही करून त्याच्याकडं जायचंच!

हा बेत पक्का केला. इतक्यात पापासाहेबांच्या मुलीच्या वाढदिवसाचं निमंत्रण आलं. हा पापासाहेब वागतो मोठा अघळपघळ. मात्र लेकाचा पक्का आतल्या गाठीचा आहे. गरजेच्या वेळी पै दिली नाही बेट्यानं; पण उद्या पुन्हा गोव्यात जायच्या वेळेला दिगंबरची सोबत नि मदत लागेल ना, म्हणून स्वारीनं आज हे आमंत्रण पाठविलं असावं!

निमंत्रणपत्रिका मी दूर फेकून दिली. कुठला पापासाहेब नि कोण त्याची मुलगी! तिच्या वाढदिवसाशी माझा काय संबंध आहे? संध्याकाळी तिकडं जायचं नाही, असं मनाशी ठरवून मी ती पत्रिका तुकडे करून टाकून देण्याकरिता उचलली. म्हटलं, नीट वाचून फाडून टाकावी.

एका नव्या पोरीचं नृत्यगायन होतं या वाढदिवसाच्या निमित्तानं. या पोरीचं नाव गेल्या महिन्यात सात-आठ ठिकाणी तरी माझ्या कानावर पडलं होतं. जो तो जिभली चाटीत 'अगदी पोरगी आहे' असे तिच्याविषयी उद्गार काढीत होता; पण या देवतेचं दर्शन तिच्या घरी जाऊन घ्यायचं म्हणजे खिशात हिरव्या नोटा हव्यात. मोठ्या कष्टानं या पोरीविषयीची उत्सुकता मी आतापर्यंत दाबून ठेवली होती. आज वाढदिवसाला आपण गेलो तर ही पोरगी सहज दिसेल. अनायासे तिचं नृत्य पाहायला मिळेल, गाणं ऐकायला मिळेल, ती मस्त दिसते म्हणजे कशी दिसते ते कळेल, असा विचार मनात आला. न जायचा बेत मी बदलला. संध्याकाळी बरोबर सहाला मी पापासाहेबांच्या बंगल्यावर हजर झालो.

बंगल्याच्या मागच्या प्रशस्त जागेत एक शामियाना उभारला होता. नृत्यगायनाचा कार्यक्रम तिथंच होता. नाना पेशांची निवडक माणसं येत होती. पांढरी टोपी घातलेले देशभक्त आप्पासाहेब पापासाहेबांच्या गळ्यात हात घालून आत येत असलेले दिसले, तेव्हा तर मी थक्कच झालो. या दोघांची इतकी दोस्ती असेल, ही कल्पनाच नव्हती मला. ऐटबाज पोशाख केलेले श्रीमंत पुरुष आणि आपल्या वैभवाचं व सौंदर्याचं प्रदर्शन करण्याकरिता नटूनथटून आलेल्या त्यांच्या बायका, यांनी तो शामियाना हां-हां म्हणता भरून गेला. हंड्या-झुंबरातले दिवे लागल्यावर एखाद्या दिवाणखान्याचा दिमाख दिसावा ना, तसं काहीतरी ती माणसं पाहून वाटलं मला.

नृत्य सुरू होतं न होतं, इतक्यात दबकत दबकत शंकर आत आला. चंदूनं त्याचं बोट धरलं होतं. पोराच्या अंगावर नवे नसले, तरी झुळझुळीत कपडे होते; पण शंकर बड्या घरच्या एवढ्या मोठ्या समारंभाला आला तोसुद्धा अगदी रोजचा जुना कोट घालून. जणू काही या सुंदर शामियान्यातसुद्धा तो मेंढरं हाकायला आला होता. गोल चेहऱ्याची, उभट अंगलटीची, अगदी कोरून काढावेत असे नाकडोळे असलेली ती अठरा-एकोणीस वर्षांची नर्तकी इतकी सुंदर वेषभूषा करून आली

होती. नृत्याकरिता ती उभी राहिली, तेव्हा पुष्पगुच्छांतून गुलाबाचं टपोरं फूल उठून दिसावं, तशी दिसली ती. चांदण्यांनी खचलेल्या आकाशात वीज लखलखली. डोळेभरून तिची बांधेसूद आकृती मी पाहिली. तसाच टक लावून पाहात बसलो तर वाईट दिसेल म्हणून क्षणभर मान वळविली. पाहतो तो हे ध्यान आपल्या पोराचं बोट धरून शामियान्यात प्रवेश करीत आहे. याला इथं कुणी बोलावला असावा, हे मला कळेना. मग लक्षात आलं, पापासाहेबांची मुलगी यांच्याच शाळेत शिकत असावी. मुलीचा मास्तर म्हणून एक छापील निमंत्रणपत्रिका यांच्याकडं गेली असेल; पण या शहाण्यानं इथं येण्यापूर्वी काही विचार करायचा की नाही? कोट-धोतर तरी भाड्यानं आणायचं!...

कृष्णाला भेटायला आलेल्या सुदाम्याचं हरिदास मोठं मजेदार वर्णन करतात. लहानपणी मी ते ऐकलं होतं. त्या वर्णनात काहीही खोटं नसावं अशी शंकरकडं पाहून माझी खात्री झाली.

शामियान्यात पाऊल टाकताच तो बावरला. पापासाहेब वगैरे बडी बडी मंडळी मधे कोचावर बसली होती. त्याच्या शेजारच्या काही खुर्च्या रिकाम्या होत्या. शंकरनं त्या पाहिल्या; पण तिथं जाऊन बसण्याचं धाडस काही त्याला झालं नाही. स्वयंपाकघरात चोरून शिरलेलं मांजर माणसाची चाहूल लागताच पळून जायला पाहतं, तशी त्याची नजर दिसू लागली. मला हसू आलं आणि कीवही आली. मला वाटलं, ज्यांना आपण 'सज्जन' म्हणतो ती माणसं मुळात दुबळी असतात. उपभोग नेहमी दुसऱ्याच्या हातून हिसकावून घ्यावा लागतो. ते यांना जमत नाही. म्हणून ही त्यागाचा जप जपत बसतात. राक्षसाच्या खांद्यावर बसून मजा लुटायची छाती नाही यांना! ही देवाच्या पायावर डोकं ठेवून प्रार्थना करीत जन्म घालवतील. कसलं जिणं हे! शामियान्याच्या दारात भेदरलेल्या उंदरासारखा पळून जाण्याच्या पवित्र्यात उभा असलेला शंकर. शामियान्याच्या मध्यभागी कोचावर देशभक्त आप्पासाहेबांच्या मांडीला मांडी लावून बसलेले पापासाहेब आणि त्यांच्या पैशाच्या तालावर नाचणारी ती समोरची लावण्यलतिका... आळीपाळीनं मी तिघांकडं पाहिलं आणि इतक्या विलक्षण विचारांनी माझं मन भरून गेलं...

एकदम एक विलक्षण गोष्ट घडली. शंकर उभा होता त्या बाजूला आप्पासाहेबांनी सहज पाहिलं. त्यांनी त्याला ओळखलं. ते चटकन जाग्यावरून उठले. पुढं जाऊन त्यांनी शंकरचा हात मोठ्या प्रेमानं धरला. सारे लोक चकित होऊन पाहू लागले. शंकर अधिकच गोंधळला. आप्पासाहेबांच्या मागून तो चालू लागला– एखाद्या कळसूत्री बाहुलीसारखा. आपल्या कोचावर त्यांनी त्याला बसविलं. एका बाजूला पापासाहेब, दुसऱ्या बाजूला आप्पासाहेब आणि मधे शंकर व चंदू.

त्या सुंदर नर्तिकेचं नृत्य रंगात आलं होतं; पण शंकरनं धीटपणानं मान वर

करून काही तिच्याकडं नीट पाहिलं नाही. कोचावर तो बसला; पण अगदी अंग चोरून भिजलेल्या चिमणीनं घराच्या वळचणीला बसावं तसा. त्या नर्तिकेकडं आणि भोवतालच्या लोकांकडं त्यानं क्षणभर बुजऱ्या नजरेनं पाहिलं आणि मग जी एकदा मान खाली घातली, ती कायमची! मला त्याचं हसू आलं. दैव देतं नि कर्म नेतं! मी त्याच्या जागी असतो, इतक्या समोरून आणि जवळून त्या नर्तिकेकडं मला पाहता आलं असतं, तर मी पापणीसुद्धा मिटली नसती. तिचं लावण्य डोळ्यांनी घटघटा पिऊन टाकलं असतं.

ती होतीच तशी रेखीव आणि सजीव. जगातली फारच थोडी माणसं घडविताना ब्रह्मदेवातला कलावंत पूर्णपणे जागा असतो. अशा थोड्या भाग्यवान प्राण्यांतली ती तरुणी होती. तिच्या पायांतल्या पैंजणांच्या नादानंच माझं मन बावचळून गेलं. कुणीतरी फासे खुळखुळावून टाकीत आहे, असा मला भास झाला. ऋषीच्या तपश्चर्येचा भंग करण्याकरिता शृंगाराची सारी शस्त्रे सज्ज करून निघालेल्या अप्सरेचं नृत्यच प्रथम निवडण्यात तिनं मोठं चातुर्य प्रगट केलं होतं. हां-हां म्हणता तिनं प्रेक्षकांची मनं अंकित केली. तिचे ते नाजूक पण जहरी नेत्रकटाक्ष अंगावर पडले, की तिच्या डोळ्यांनी आभाळातल्या विजेला आपलं खेळणं करून सोडलं आहे, लहान मुलांनं फुलबाजा उडवाव्या तशी ती विजेशी खेळत आहे, असं वाटे. तिचे ते सुंदर पण उन्मत्त अंगविक्षेप म्हणजे सावजावर बाण टाकण्याकरिता मदनानं धनुष्यबाण घेऊन चालविलेली क्रीडाच आहे, असं एखाद्या कवीला वाटलं असतं. नृत्याची लय जसजशी वाढत गेली, तसतसं तिचं सौंदर्य अधिकच फुलू लागलं. मी अगदी बेभान झालो. कितीही किंमत पडो, या नर्तिकेच्या सहवासाची मजा लुटलीच पाहिजे, असा मी मनाशी निश्चय केला.

पहिलं नृत्य संपलं. मद्याची धुंदी खाडकन् उतरावी आणि भोवतालच्या रुक्ष जगाची जाणीव व्हावी, तशी माझी स्थिती झाली. मी शंकरकडं पाहिलं. तो तसाच अर्धवट खाली पाहात बसला होता. जणू काही, फाशीच्या फळीवर उभा केलेला कैदीच.

दुसरं नृत्य सुरू झालं. ते पहिल्यापेक्षाही मोहक होतं. मी अगदी वेडावून गेलो. आज पाच हजार रुपये माझ्यापाशी असावयास हवे होते. ते सारे कापरासारखे हिच्यावरून मी ओवाळून टाकले असते.

नाचगाण्याचा कार्यक्रम पुष्कळ वेळ चालणार होता; पण आप्पासाहेबांसारख्या काही बड्या पाहुण्यांना लवकर परतायचं होतं म्हणून पापासाहेबांनी नर्तिकेला मधली सुट्टी लवकरच दिली, पाहुणे मंडळी बंगल्यासमोरच्या बागेत रोषणाईची रांगोळी काढून सुंदर रीतीनं मांडलेल्या खमंग फराळाचा समाचार घेऊ लागली. वाढदिवसाची भेट घेऊन आलेली माणसं बंगल्यात जात-येत होती. मी हात हलवीत आलो होतो.

म्हणून बाहेरच रेंगाळत राहिलो मी.

शंकरला गाठून त्याची खुशाली विचारावी, या इच्छेनं मी इकडंतिकडं पाहिलं. तो कुठंच दिसेना. इतक्यात बाहेरच एका कोपऱ्यात ती नर्तिका नखरेलपणानं उभी राहिलेली दिसली. तिच्याभोवती हळूहळू घोळका जमू लागला होता. आपणही त्या मंडळीत मिसळावं, जाता-जाता तिची ओळख होते का पाहावं, असं मनात आलं. मी तिथं जाऊन उभा राहिलो; पण तिच्याशी दोन शब्द बोलायची काही केल्या संधी मिळेना मला. कमळ एक आणि भुंगे पुष्कळ! मी कंटाळलो. मनात म्हटलं, पैशानं परमेश्वराशीसुद्धा दोस्ती करता येते या जगात. मग या छबेलीची काय कथा? खिशात चुरमुरे असले म्हणजे हवी ती मासळी पकडता येते.

मी जड पावलांनी दुसरीकडं वळलो. जिभेवर द्राक्षांचा आंबटपणा रेंगाळत होता. पाठीला डोळे असते तर बरं झालं असतं, असं एकसारखं वाटत होतं.

एका कोपऱ्यात शंकर व चंदू कॉफी पीत उभे होते. मी पाठीवर थाप मारताच शंकर दचकला. माझ्याकडं पाहून आणि लगेच दिलखुलास हसून तो म्हणाला, 'तू... तू इथं कसा?'

त्याचे दोन्ही खांदे जोरानं घुसळीत मी म्हटलं, 'शुद्ध मास्तर आहेस तू, शंकर! अरे, सारी पाखरं आपापले थवे करून उडतात. मग ते बगळे असोत, नाही तर कावळे असोत. पापासाहेबांनाही रेसचा शोक आहे, बाबा!'

'अस्सं?' एवढाच उद्गार त्याच्या तोंडून निघाला. बालपणीच्या निर्मळ भावपूर्ण दृष्टीनं माझ्याकडं पाहात तो म्हणाला, 'फार दिवसांनी भेटलास. आता तुला सोडणार नाही मी. तू मुंबईत अगदी ताजमहालात जेवत असशील; पण तुझ्या वहिनीच्या हातचं भातपिठलं काही तुला तिथं मिळणार नाही. आता माझ्याबरोबर घरी चल. पोटभर जेवू. पोटभर गप्पा मारू... अरे हो, विसरलोच होतो मी. ही एवढी वाढदिवसाची भेट घ्यायची आहे. बड्या बड्या माणसांत आपली लुडबूड नको म्हणून अजून आत गेलो नाही मी! तेवढी देऊन येतो. मग लगेच घरी जाऊ, उमेला फार फार आनंद होईल तू जेवायला आलेला बघून. बायकांना असं का वाटतं सांगू, दिगंबर? आपल्यापाशी जे चांगलं असतं, ते दुसऱ्याला देण्यात, ते देऊन तो सुखी झालेला बघण्यात मोठा आनंद असतो. त्याची सर ब्रह्मानंदालासुद्धा येणार नाही. मी शिकविताना रंगून जातो, उमा स्वयंपाक करताना रंगून जाते.'

समोर लखलखणारा बंगला, मागच्या बाजूला झळकणारा शामियाना, सभोवताली नटलेल्या नर्तिकेसारखी दिसणारी बाग, पुढ्यातील सुरस खाद्यपेये... सारं सारं माझ्या डोळ्यांपुढून एका क्षणात अदृश्य झालं. शंकरचं ते साधंसुधं चार खोल्यांचं जुनाट घर. या घरातला नंदादीप अहोरात्र तेवत ठेवणारी उमावहिनी, तिच्या हातचं उनउनीत भातपिठलं... या साऱ्यात काहीतरी अधिक आहे, असा मला भास झाला.

–पण तो क्षणभरच! नर्तिका शामियान्यात परत जाऊ लागली होती. तिच्या पायातल्या पैंजणांची मंजुळ छुमछुम अस्पष्टपणे माझ्या कानांवर पडली. मी शंकरला म्हणालो, 'आता एक फार निकडीचं काम आहे मला; नाहीतर धावत आलो असतो मी तुझ्याबरोबर. उमावहिनीच्या भातपिठल्यांचं दिवाळं काढलं असतं. माझ्यासारख्या फटिंगला इतक्या अगत्यानं बोलावणारं आहे तरी कोण दुसरं?'

शंकरनं माझ्या खांद्यावर नुसता हात ठेवला. त्याला जे शब्दांनी सांगता येत नव्हतं, ते त्याच्या स्पर्शातून खळखळत बाहेर आलं. मला गहिवरल्यासारखं, गुदमरल्यासारखं झालं. त्या शंभर रुपयांबद्दल अवाक्षरसुद्धा न बोलता तो माझ्यावर पूर्वीप्रमाणंच प्रेमाचा वर्षाव करीत होता. या दरिद्री, मुखदुर्बळ माणसाला ही प्रेम करण्याची शक्ती कुठून मिळते? त्याच्यासारखं प्रेम मी का करू शकत नाही?

शंकर आत जायला निघाला. त्याच्याबरोबर मीही गेलो. आतली गर्दी आता अगदी ओसरली होती. दिवाणखान्यात चार सुंदर टेबलांवर भेटीदाखल आलेल्या तऱ्हेतऱ्हेच्या सुंदर वस्तू पडल्या होत्या. मंद निळसर प्रकाशात त्यांची शोभा खुलून दिसत होती. समुद्राच्या तळाशी नाना आकाराच्या, निरनिराळ्या रंगाच्या शंख, शिंपले वगैरे वस्तूंच्या राशी पडलेल्या असाव्यात ना तशी. बायको आणि मुलगी यांच्या मदतीनं त्यांची सौंदर्यपूर्ण सजावट करण्यात पापासाहेब गुंग होऊन गेले होते.

पावलं वाजताच त्यांनी वर पाहिलं. लगेच त्यांची टकळी सुरू झाली, 'या मास्तरजी, मी मघापासून शोधीत होतो तुम्हाला; पण आज पानिपतची लढाई सुरू झाली आहे आमच्या घरात. या गर्दीत कोण कुठं आहे, याचा पत्ताच लागत नाही. काय चहा घेतला ना? कसं काय छोटे मास्तरजी? तुमचा वाढदिवससुद्धा आम्ही असाच थाटात करणार आहोत हं. मग अशा खूप खूप भेटी मिळतील तुम्हाला. मास्तरजी, ही लॉकेट असलेली सोन्याची साखळी पाहिलीत का? काय नाजूक काम आहे! शिवाय, लॉकेटमधून हवं तेव्हा पूज्य गांधीजींचं पवित्र दर्शन घ्यायची सोय आहे ती निराळीच. देशभक्त आप्पासाहेबांनी दिली ही भेट. फार थोर गृहस्थ. मोठा घरोबा आहे त्यांचा-आमचा. उद्या परीक्षेत प्रत्येक पेपराच्या वेळी लॉकेटमधल्या गांधीजींचा आशीर्वाद घ्यायला सांगितलंय मी कुमुदला!'

शंकरनं काय भेट आणली आहे, याची मला कल्पना नव्हती. किंचित कापऱ्या हातानं त्यानं चंदूच्या हातातल्या पिशवीतून एक पुस्तक बाहेर काढलं. ते कुमुदच्या हातात देत तो म्हणाला, 'कुमुद, माझी भेट जितकी लहान, तितकीच मोठी आहे.' मी चकित होऊन त्याच्याकडं पाहू लागलो. 'हे महात्माजींचं आत्मचरित्र आहे. माणसाला देवमाणूस करायचं सामर्थ्य आहे त्याच्यात. दररोज नेमानं याचा थोडा थोडा भाग तू वाच. वाचलेल्या भागावर झोपताना विचार कर. याच्या प्रकाशानं तुझं आयुष्य उज्ज्वल होईल.'

पापासाहेबांची पत्नी त्यांना डिवचून म्हणाली, 'तिकडं पाहुणेमंडळी वाट बघत बसली असतील.'

समाधी खाडकन् उतरल्यासारखा चेहरा करून पापासाहेब उद्गारले, 'अरे हो, ते विसरलोच होतो मी. महात्माजींचं नाव कानावर पडलं, की मी सारं भान विसरून जातो.' लगेच कुमुदच्या पाठीवर थाप मारीत ते उद्गारले, 'बेटा, मोठी भाग्यवान् आहेस तू. देशभक्त आप्पासाहेबांनी गांधीजींचं लॉकेट असलेली ही साखळी तुला आज दिली. मास्तरजींनी गांधींचं चरित्र दिलं. वा, वा, वा! सत्य, अहिंसा...'

इतका वेळ चंदूकडं आमचं कुणाचं लक्ष नव्हतं. भेटीच्या वस्तू बघत बघत तो पुढं सरकला होता आणि भिंतीवरल्या एका फोटोकडं मोठ्या उत्सुकतेनं पाहात होता. बोलता बोलता पापासाहेब चंदूजवळ गेले आणि त्याच्या पाठीवर थाप मारून म्हणाले, 'छोटे मास्तरजी, तुम्हाला कसली भेट हवी आज?'

'आज काही माझा वाढदिवस नाही.' चंदूनं मोठ्या ऐटीनं उत्तर दिलं.

पापासाहेब त्याला पोटाशी धरून कुरवाळीत म्हणाले, 'वा, वा, वा! मास्तरजींसारख्या बृहस्पतीचा मुलगा तू. तू काय बोलण्यात हटणार आहेस आम्हाला? पण हे पाहा चंदूलाल, आज तुमचा वाढदिवस नसला, तरी आम्ही तो करणार आहोत. तुम्हाला छान छान भेट देणार आहोत. बोला, काय हवं तुम्हाला?'

चंदू गोंधळल्यासारखा झाला. हळूहळू त्याची नजर त्या फोटोकडं वळली. तिचाकीवर बसलेली लहानगी कुमुद होती त्या फोटोत.

शंकर मधेच म्हणाला, 'चंदू, चल लवकर. अजून खूप खूप गंमत बघायचीय बाहेर.'

पापासाहेबांचा आग्रह सुरूच होता, 'बोला, छोटे मास्तर, काय हवं ते सांगा. हा बंगला तुमचाच आहे. या टेबलावरलं काही हवं असलं, तर ते मागा. दुसरं काही हवं असेल ते...'

चंदू तोंडानं 'काही नको' असं पुटपुटला; पण त्याचे पाय मात्र जागच्या जागी खिळून राहिले. पुन:पुन्हा तो त्या फोटोतल्या सायकलीकडं पाहात होता. पापासाहेब काहीही झालं तरी व्यापारी होते. गिऱ्हाईकाच्या मनात कुठली गोष्ट भरली आहे, हे नुसत्या नजरेनं ओळखायचा त्यांना सराव होता. पोर पुन:पुन्हा त्या फोटोकडं पाहात आहे, असं दिसताच त्यांनी खडा टाकून पाहिला, 'असली सायकल हवी तुम्हाला, छोटे मास्तरजी?'

चंदूची मान हलली. ती हलली, हे हलल्यानंतरच त्याला कळलं असेल. क्षण, अर्धा क्षण त्याच्या मनाचा तोल गेला. पुढच्याच क्षणी तो अडखळत म्हणाला, 'अं हं,' 'अं हं' त्यानं शंकरकडं भीत भीत पाहिलं. एकदम दोन्ही हातांनी तोंड झाकून घेऊन तो स्फुंदू लागला. पापासाहेबांनी एका नोकराला बोलावलं. गावातल्या

दुकानात जी सर्वांत सुंदर अशी लहान मुलांची सायकल असेल, ती घेऊन यायला त्याला त्यांनी पिटाळलं.

चंदूनं ते ऐकलं; पण त्याचे हुंदके थांबेनात. शंकर त्याच्याजवळ गेला. त्यानं त्याला कुरवाळलं, तरी त्याचं मन शांत होईना. तो डोळे पुशीत म्हणाला, 'मला सायकल नको. कुठं काही मागायचं नाही, असं आईनं सांगितलंय मला. मला सायकल नको.'

त्या दिवशी उमावहिनीच्या अंगावर असलेलं ते विटकं पातळ मला आठवलं. त्याच वहिनीनं मुलाला हे शिकविलं आहे... 'कुठं काही मागायचं नाही.' ∎

२०

शंकर

पापासाहेबांनी भारी किमतीची सायकल चंदूला दिली. तिला हात लावताना त्याचा चेहरा फुलून गेला. माझा तो इतका लाडका; पण लहानपणीच्या एका सुखाला आज कितीतरी दिवस तो पारखा झाला होता, केवळ बापाच्या गरिबीमुळं. आज त्याचं ते दुःख योगायोगानं दूर झालं.

नव्या सायकलवर बसून घरी जायचा हट्ट चंदूनं धरला. मला तो पुरवावा लागला. रस्त्यानं सायकल चालविताना जणू काही आपण सर्कशीतले पटाईत सायकलस्वार आहोत, हजारो लोक आपलं काम पाहायला जमले आहेत, असं त्याला वाटत होतं. त्याच्या आणि माझ्यामधला अबोला एका क्षणात संपला. एखाद्या चिमणीच्या पिलाच्या चिवचिवीप्रमाणं रस्ताभर त्याची बडबड सुरू होती. किती बालिश, पण किती गोड बोलत होता तो! सायकलवरून लांब लांब जायचे बेत करीत होता तो. 'आत्याच्या लग्नातल्या वरातीत मी सायकलवर बसून सर्वांत पुढं जाणार' असं त्यानं मधेच सांगितलं आणि सायकल जोरानं मारायला सुरुवात केली. त्याच्या आनंदाला सीमा नव्हती. मीही त्याच्याशी तंद्रूप होऊन गेलो. जणू काही, मी पुन्हा लहान झालो आहे, मला सायकल मिळाली आहे आणि मी ती ऐटीनं चालवीत आहे, असं मला वाटू लागलं.

चंदूच्या या आनंदानं सारं घर फुलेल, उमा खुलेल, असे मनात मांडे खात मी आमच्या छोट्या सायकलस्वाराबरोबर घरापाशी आलो. कोपऱ्यावरून पाहतो, तो साऱ्या घरात जिकडंतिकडं काळोख. इतक्यात, दारातून कुणाचा तरी कर्कश आवाज ऐकू आला, 'सूनबाई, दार उघड. अगं सूनबाई, कोण आलंय ते तरी पाहा.' आवाज पुंडूमामांचा असावा. पुढं होऊन पाहतो, तो दारात एक टांगा उभा होता. त्यात एक स्थूल, पोक्त बाई आणि एक तरुण अशी दोघं रागारागानं काहीतरी पुटपुटत होती. मी चंदूला रस्त्यावरच थांबविलं. पायऱ्या चढून वर आलो. इतक्यात, उमेनं दार उघडलं. तिच्या हातात कंदील होता. 'दिवे गेलेत वाटतं?' या माझ्या प्रश्नाला रागानंच तिनं 'हुं' असं उत्तर दिलं. 'मी जाऊन येतो पॉवरहाऊसवर.' असं मी

म्हणताच तिनं 'आता गप्प बसा' असं मला सुचविलं. थोड्या वेळानं मला बाजूला नेऊन ती म्हणाली, 'तुम्ही पापासाहेबांकडे गेल्यावर विजेचा मनुष्य आला, बिल थकलंय म्हणून बत्ती तोडायला. भावोजी घरात नव्हते. वन्संना पाठविलं, तेव्हा त्या कचेरीतल्या तुमच्या विद्यार्थ्याची पंधरा दिवसांपूर्वीच बदली झालीय असं कळलं.'

घरातला एकुलता एक कंदील तिनं कसाबसा लावला होता. समोरच्या डॉक्टरांकडं आणखी एखादा मिळतो का पाहिलं तिनं. एक मिळाला; पण तो गळका आणि सारखा भकभक करणारा. मामा सुमीकरिता स्थळ घेऊन याच वेळी अवतीर्ण झाले नसते, तर हा सारा गोंधळ हसून साजरा केला असता मी! पाहुणे नसते, तर मी उमेला म्हटलं असतं, 'आपल्यात चांदण्भोजन करायची पद्धत होती पूर्वी. आता काळ बदलला, तेव्हा आपण अंधार-भोजन करूया आज.'

पण मामा बडबडत होते, सुमीला बघायला माणसं यावीत नि त्याच वेळी घरात हा सावळा गोंधळ सुरू व्हावा म्हणून माई चडफडत होती. मामा ओरडत होते, 'अरे शंकर, दिवे गेलेत तर कंदील लावा. टॉर्च आणा. मेणबत्त्या पेटवा. तो अरविंद कुठे आहे? एखादा पेट्रोमॅक्स आणायला पाठव त्याला! बिचारी उमा विस्तव पेटवायची जळती चिमणी घेऊन स्वयंपाकघरात कामाला लागली. सुमी तिच्या मदतीला आली. तो एकुलता एक भकभक करणारा कंदील मी माजघरात ठेवला. उरलेला चांगला कंदील घेऊन पाहुण्यांची व्यवस्था लावायला मी सुरुवात केली.

चंदू हिरमुसला. तो आल्याबरोबर आईला सायकल चालवून दाखविणार होता; पण तिला झटपट पाहुण्यांचा स्वयंपाक करायचा होता. तिनं ढुंकूनसुद्धा त्याच्या सायकलीकडं पाहिलं नाही. त्याला घरात सायकल चालवायची होती; पण या खोलीतून त्या खोलीत ती न्यायला उजेड तरी कुठं होता?

मधेच भावी जावई ओरडले, 'अहो, इकडं दिवा आणा.' मी धावत दिवा घेऊन गेलो. ते गंभीरपणानं मला म्हणाले, 'मी दिवसातून दोन वेळा दाढी करीत असतो; पण आज प्रवासात सकाळचीसुद्धा दाढी झाली नाही. तेव्हा ऊन पाणी आणा. आरसा आणा. इथं एक सुंदर कंदील ठेवा. छे! छे! छे! काय घर आहे की धर्मशाळा आहे?'

इतक्यात दुसऱ्या खोलीतून त्याच्या मातोश्रींची किंकाळी ऐकू आली, 'मेले गं बाई मेले! विंचू! अहो कुणीतरी धावा, दिवा लावा. विंचू!' मी दिवा घेऊन धावत त्यांच्याकडे गेलो. काळोखात त्यांचा पाय झुरळावर पडला होता. ते बिचारं अर्धमेलं होऊन वळवळत होतं. मी दिसताच त्या वसकन् अंगावर येऊन म्हणाल्या, 'असलं कसलं घर मेलं बाई! चार कंदीलसुद्धा नाहीत घरात. गाडीत वेणीफणी-सुद्धा करायला मिळाली नाही मला. असे भुतासारखे केस पिंजारून किती वेळ बसायचं माणसानं?'

पापासाहेबांकडले शिकवणीचे उरलेले वीस रुपये परवा मिळायचे आहेत. ते

उद्याच मागून घ्यावे आणि विजेचं बिल भरून टाकावं, असा विचार करीत मी असली सारी बोलणी मुकाट्यानं ऐकली. 'गरम झालेल्या पाहुण्यांना सकाळी चहाबरोबर चांगलं काहीतरी खायला दे, म्हणजे हां-हां म्हणता लग्न जमून जाईल.' असं मी झोपताना उमेला म्हटलं. ती हसत उत्तरली, 'करा तुम्ही नि निस्तरते मी.'

सकाळी वधुपरीक्षेचे काम सुरळीत पार पडेल, अशी मला आशा होती. उमेनं बाहेरच्या खोलीत फराळाचं आणून ठेवलं. मामा अगदी खूष झाले. पाहायला आलेल्या मंडळींनाही बटाटे-पोहे फार आवडले. 'अशा सुगरण भावजयीच्या हाताखाली तुमची सून तयार झालीय' असं मामांनी हसत हसत विहीणबाईंना सांगितलं, तेव्हा त्यासुद्धा मोठ्या खुषीत आल्या. ते पाहून दरवाजाच्या बाजूला बसलेल्या माईला मोठा आनंद झाला. डोक्यावरला एक भार उतरणार म्हणून मलासुद्धा बरं वाटलं.

'अर्धा अधिक फराळ झाला, की सुमीला बाहेर पाठवून दे' असं मी उमेला आधीच सांगून ठेवलं होतं; पण पाहुण्यांचा फराळ संपत आला तरी सुमी कुठं दिसेना. मी तावातावानं आत जाणार होतो इतक्यात दारातून उमाच मला खुणावतेय, असं दिसलं. मी उठलो. तिच्यामागून खोलीत गेलो. सुमी कोपऱ्यात जमिनीकडे पाहात आणि पायाच्या अंगठ्यानं माती उकरीत उभी होती. उमेनं मला दुसऱ्या कोपऱ्यात नेलं आणि ती हळूच म्हणाली, 'वन्सं बाहेर येणार नाहीत.'

'म्हणजे?'

ती खुदकन् हसली आणि कुजबुजली, 'त्यांचं प्रेम जमलं. कुबेर वकिलांचा माधव म्हणून मुलगा आहे कॉलेजात. त्याचं नि वन्संचं...'

मी पुढचं काही ऐकायला उभाच राहिलो नाही. 'अगं लबाडे...' म्हणून सुमीच्या पाठीवर चापटी देत बाहेर आलो; पण बाहेरच्या खोलीत पाऊल टाकताच ही बातमी माईला, मामांना, विहीणबाईंना आणि वरराजांना कशी सांगायची, ते मला कळेना. माझी दातखिळी बसल्यासारखी झाली. मी काहीच बोलत नाही, असं पाहून माई संतापली, 'अरे बोल ना शंकर, सुमी कुठं आहे? असा मुखस्तंभासारखा काय बसलास? का काल रात्री कुठं पार्टीला गेला होतास, तिथं दारूबिरू...'

ती इतकी चिडली, तेव्हा कुठं माझं तोंड उघडलं.

ही बातमी म्हणजे एक बाँबगोळाच होता. तिचा स्फोट होताच विहीणबाईंचा जळफळाट सुरू झाला– 'एवढे कुबेर तुम्हाला व्याही मिळणार होते, तर आम्हाला बोलावलं कशाला? आमचा अपमान करायला? काय हो, मामा? वरपक्ष यांचा आहे की आमचा? या घरात पाणी प्यायलासुद्धा मी राहणार नाही.' तिचा मुलगा ताडकन् उठला आणि म्हणाला, 'हे चाललो आम्ही. मात्र मुलगी दाखविली नाहीत तरी जाते-येते भाड्याचे पैसे सुटणार नाहीत, हे लक्षात ठेवा. वाटेतला चहा, टांगा, वर्तमानपत्र, माझा तीन दिवसांचा पगार. मधल्या स्टेशनवर भिकाऱ्याला दिलेला एक आणा...'

पाहुण्यांची कशीबशी रवानगी करून मी दारातून वळलो, तेव्हा माझं मन मोठं प्रसन्न होतं. सुमीनं आपलं लग्न परस्पर जुळवलं. माझ्या उरावरली केवढी मोठी धोंड उतरली होती! आत जाऊन सुमीची खूप थट्टा करायची... 'गतवर्षी तुला शाकुंतल शिकविलं, त्याचं चांगलं चीज झालं. आता तुझं सासरचं नाव शकुंतलाच ठेवायचं.' असं काहीतरी म्हणून तिला हसवायचं, 'अगं, पेढे नाहीत तर नाहीत, गरमगरम चहा तरी दे तुझ्या हातचा!' म्हणून तिला खिजवायचं, असे मनात बेत करीत मी माजघरात आलो. तिथं माई कपाळाला आठ्या घालून कसलातरी विचार करीत बसली होती. 'माई, तुझ्या मनासारखं झालं की नाही? तुझी मुलगी कुबेर वकिलांची सून होणार. चांगलं स्थळ मिळालं पोरीला!' असं काहीतरी मी बोलणार, इतक्यात तीच रागारागानं मला म्हणाली, 'शंकर, ती कार्टी एक वेडी नि तू सात वेडा. म्हणे लग्न ठरलंय. पोरा-पोरींनी ठरवायला हे काय बाहुलाबाहुलीचं लग्न आहे होय? त्याच्या बापाला कुठं ठाऊक आहे हे अजून?'

आनंदाच्या वेळी मनुष्य थट्टेखोर होतो. मी सहज बोलून गेलो, 'माई, मुलाच्या प्रेमाचा पत्ता आईबापांना सर्वांत शेवटी लागतो. सुमीचं हे प्रकरण मघापर्यंत मला तरी कुठं...'

माझ्या या बोलण्यानं आगीत तेल पडलं. माई अधिक संतापली नि म्हणाली, 'तुला काडीचं व्यवहारज्ञान नाही. कोट-टोपी घाल आणि त्या वकिलांच्या घरी जा. हुंडाबिंडा काय म्हणतील तो कबूल कर. नाहीतर लोकांत तोंड दाखवायची सोय उरणार नाही. कार्टीला कॉलेजात घालू नकोस, असं मी म्हणत होते ते एवढ्यासाठीच. गाढवाची पोरं लहानपणी गोजिरवाणी दिसतात; पण त्यांचे कान लांब झाले की...'

कुबेर वकिलांच्या माडीचा जिना चढताना माझी छाती धडधडत होती. कोर्ट, कचेऱ्या, वकील या साऱ्या गोष्टींविषयी लहानपणापासून एक प्रकारची धास्ती वाटे मला. असल्या भानगडीत पडायचा कधी प्रसंगही आला नव्हता माझ्यावर! कुबेर वकील कामात गर्क होते. त्यांच्या टेबलावर कायद्यांची लठ्ठ लठ्ठ पुस्तकं पडली होती. हातातल्या निळ्या-तांबड्या पेन्सिलीनं ते समोरच्या कागदावर भराभर खुणा करीत होते. मी अदबीनं समोर जाऊन बसताच त्यांनी मान वर केली आणि किंचित तिरसटपणानं ते म्हणाले, 'फक्त पाच मिनिटे वेळ आहे मला. जास्ती बोलायचं असलं, तर संध्याकाळी या. हं, बोला. काय भानगड आहे?... खून, चोरी? बँकेतील अफरातफर? बायकोशी पटत नाही म्हणून घटस्फोट?'

त्यांच्या प्रत्येक प्रश्नाला मी नकारार्थी मान हलवीत होतो. शेवटी आवंढा गिळून चार-पाच वाक्यांत सुमी आणि माधव यांच्या प्रेमाची हकीगत मी त्यांना सांगितली. सुमी माझ्यासारख्या सामान्य शिक्षकाची बहीण आहे; पण प्रेम जातगोत, गरिबी-श्रीमंती वगैरे काही ओळखीत नाही.' असं शेवटी मी बोलून गेलो.

त्याबरोबर वकीलसाहेब उसळून म्हणाले, 'मास्तर, नाटक-कादंबऱ्यांच्या पुस्तकात तसं छापलेलं असतं ते! ते शाळा-कॉलेजात शिकवायला ठीक आहे. अहो, मीसुद्धा संस्कृतचा स्कॉलर होतो. 'न खलु बहिरुपाधीन् प्रीतय: संश्रयन्ते' असं भवभूती म्हणतो, ते मला ठाऊक आहे; पण तुमच्या या कालिदास भवभूतींना एकदा कोर्टात घेऊन या माझ्याकडं. म्हणजे ते जे नाटक म्हणून लिहितात, त्याचा पुढं तमाशा कसा होतो, हे त्यांना नि तुम्हाला नीट समजेल.'

'प्रेम आंधळं असतं, मुलगी मोठी हुषार आहे. तुम्ही तिला पदरात घेतलीत, तर फार उपकार होतील,' असं काहीतरी भीतभीत तोंडानं मी पुटपुटत होतो; पण माझ्या बोलण्यात फारसा जीव नव्हता. लहान पोरानं अंधाराला घाबरून रामरक्षेचे श्लोक म्हणावे, तसं माझं ते बोलणं होतं.

वकीलसाहेब मनगटावरल्या घड्याळाकडं ऐटीनं पाहात म्हणाले, 'मास्तर, तुम्ही आमच्याशी नातं जोडू इच्छिता; पण तुम्हीच सांगा, राजाचा हत्ती नि कुंभाराचं गाढव यांची कधी सोयरीक होईल का?' हे बोलता बोलता त्यांनी जीभ चावली. ते हसत म्हणाले, 'एक्स्क्यूज हं, मास्तर. अन्पार्लमेंटरी भाषा वापरली मी. गाढव शब्द मी वापरायला नको होता; पण या मराठीतल्या म्हणी अशा गावंढळ आहेत म्हणता. त्याचं एकदा संशोधन करायचा विचार आहे माझा.'

मी जळूसारखा चिकटून बसलो, तेव्हा शेवटी वकीलसाहेबांनी सांगितलं, 'आमचं घराणं आहे सुधारकाचं. तेव्हा हुंडाबिंडा काही घेणार नाही आम्ही; पण माधवला मोठमोठ्यांच्या मुली सांगून आल्या आहेत. दहा दहा हजार द्यायला तयार आहेत ते लोक. हुंडा म्हणून नव्हे, तर केवळ प्रेम म्हणून. तुम्ही मास्तर आहात. तेव्हा स्पेशल केस म्हणून तुमच्यासाठी हा आकडा मी पाच हजार करतो. मात्र आजपासून बरोबर आठव्या दिवशी तुमचं नक्की उत्तर मला हवं.'

घरी येऊन मी हे माईला सांगितलं, तेव्हा ती म्हणाली, 'हात्तीच्या! एवढंच ना? दोन हजार तुझ्या वडिलांनी ठेवलेच आहेत. तीन हजारांची काहीतरी तजवीज कर. अरे, नवस करून असं स्थळ मिळायचं नाही!'

■

उमा

आजारी माणसानं काही न बोलता या कुशीवरून त्या कुशीवर वळावं, तसं हे पाच-सहा दिवस गेले. दिवस उजाडला, मावळला. रात्र पडली, संपली, मी स्वयंपाक करीत होते. चंदू शाळेला जात होता. वन्सं कॉलेज करीत होत्या. यांची शाळा, शिकवणी सारं काही घड्याळाप्रमाणं चाललं होतं; पण कुणी कुणाशी फारसं बोलत नव्हतं. कुणी मोकळेपणानं हसत नव्हतं. चंदूचा दंगासुद्धा पूर्वीसारखा ऐकू येत नव्हता. त्याच्या नव्या सुंदर सायकलीचं कौतुक करायला कुणाचं मनच थाऱ्यावर नव्हतं. पाच हजार रुपये कुठून आणायचे? प्रेमाची किंमतसुद्धा शेवटी पैशातच मोजावी लागते, हे पाहून वन्सं चडफडत होत्या. माणसाला मुका मार मुकाट्यानं सोसावा लागतो. ती त्यांची अवस्था झाली होती. भावोजींना मी हे सारं एकदा सांगितलं. तेव्हा आमटीचा भुरका मारीत ते म्हणाले, 'वयनी, याला उपाय एकच आहे, क्रांती... पण ती आमच्या दादासारख्यांना पटत नाही. यांनी फक्त शाळेत मेंढरं हाकावीत. त्या मेंढराची लोकर कातरणारे निराळे, त्या लोकरीचे सुंदर कपडे शिवणारे निराळे आणि ते ऊबदार कपडे घालून मजेत राहणारे निराळे. हे धनगर थंडीत कुडकुडून असेच मरायचे!'

भावोजींच्या जिभेला हाड नाही, हे काही मला ठाऊक नव्हतं असं नाही. तरीसुद्धा 'हे असेच मरायचे!' हे त्यांचे शब्द माझ्या मनाला लागले. मोठे अशुभ वाटले. वन्संच्या लग्नाच्या बाबतीत क्रांती कशी करायची, हे त्यांना विचारावं असं मनात आलं एकदा. त्या कुबेर वकिलांना खांबाला बांधून घालायचं. त्यांच्या घरावर स्वारी करायची, त्यांची तिजोरी फोडायची, की अर्जुनानं सुभद्राहरण केलं, तसं त्या माधवला आम्ही साऱ्यांनी पळवून आणायचं?

माझ्या प्रश्नाला भावोजींनी यापेक्षाही काहीतरी भयंकर उत्तर दिलं असतं. दोन भावांतलं हे अंतर पाहिलं म्हणजे राहून राहून मला नवल वाटतं. भावोजी प्रत्येक बाबतीत गेंड्याचं कातडं पांघरून सुखानं राहतात. उलट, इकडची स्वारी हलव्याचा काटा हाताला बोचेल इतकी हळवी. प्रत्येक गोष्ट मनाला लावून घेणारी. भावोजींचं

सारं जग घराबाहेर, कॉलेजाबाहेर. यांचं त्रिभुवन घरात, शाळेत, चंदूत. भावोजी सख्ख्या आईला उलट उत्तरं द्यायला कचरत नाहीत; पण हे सावत्र आईसमोरसुद्धा गोगलगाय होतात. भावोजींना अशी जहांबाज बायको मिळायला हवी! चांगली डोक्यावर मिरी वाटायला हवीत तिनं! त्याशिवाय काही यांची क्रांती थांबणार नाही. मात्र असल्या जाऊबाईंशी जुळवून घ्यायची जबाबदारी माझ्यावर पडणार! आजी म्हणते ते अगदी खरं. संसार काही तोडून होत नाही, तो जोडूनच होतो.

जाऊबाईंशी जुळवून घ्यायची गोष्ट लांब होती; पण वन्संचं प्रेम अगदी गळ्याशी लागलं होतं. त्यांच्याच नाही इकडल्यासुद्धा. त्या झुरत होत्या. हे तळमळत होते. मनामनाची बांधलेली गाठ तोडायची कशी, ते वन्संना कळत नव्हतं. पाच हजार रुपये कसे उभे करावयाचे, याची त्यांना विवंचना पडली होती.

या दिवसांत सासुबाई अगदीच घुम्या झाल्या. त्या कुणाशी काहीच बोलत नव्हत्या. कुबेर वकिलांनी आठ दिवसांची मुदत दिली होती. ते दिवस सासुबाई मनातल्या मनात मोजीत असाव्यात. त्या तासन् तास माजघरात कपाळाला आठ्या घालून एक शब्दसुद्धा न बोलता बसल्या म्हणजे आभाळ अंधारून आल्यासारखं होई मला. या अंधारलेल्या आभाळाचं मला मोठं भय वाटे. बरोबर आठव्या दिवशी या आभाळातला गडगडाट नि कडकडाट सुरू होईल, असं वाटून मन घाबरून जाई. घरात काहीतरी विपरीत घडणार आहे, असं राहून राहून उगीचंच मनात येई.

ते विपरीत टाळायचं कसं? किती दुबळी होते मी. 'लग्नापूर्वी आमची दोघांची कुठं ओळख होती? लग्न झाल्यावर आपोआप प्रेम उत्पन्न होतं, तेव्हा तुम्ही माधवचा नाद सोडा,' असं वन्संना सांगावंसं वाटे; पण काही केल्या तो धीर होईना. त्या मनात म्हणायच्या, 'वयनीसुद्धा स्वार्थी आहेत. आपल्या नवऱ्याला पाच हजार रुपये द्यावे लागू नयेत म्हणून साळसूदपणानं हा उपदेश करायला लागली आहे ती!'

पाच हजार रुपये मिळविणं किती कठीण, याची वन्संना कुठं कल्पना असणार? लहानच आहेत त्या! त्यातून तळहातावरल्या फोडासारख्या वाढलेल्या. जिथं सासुबाईंना हे समजत नाही... सासुबाईंना तरी काय बोल लावायचा? नऊ-दहा वर्षं त्या संसार कुठे करताहेत? तो करणारी मी, पण मलासुद्धा यांचा जमाखर्च नीट ठाऊक नाही. परवा नुसते महिन्याच्या खर्चाचे आकडे पाटीवर मांडून पाहिले. पोटात धस्स झालं. ते प्रपंच कसा चालविताहेत... सासुबाईंचं, सुमाताईंचं, भावोजींचं काही काही उणं पडू न देता हा गाडा कसा ओढताहेत... याचंच मला कोडं पडलंय. कुठं कर्जबिर्ज तर करून ठेवीत नाहीत ना? का आजपर्यंत झालेल्या कर्जाच्या काळजीनंच हल्ली ते असे उदास झाले आहेत? पैसे काही झाडाला लागत नाहीत. कर्ज नसलं, तर दुसरं काहीतरी त्यांनी मागे लावून घेतलं असेल, दिगंबरासारखं! त्यांना एकदा हडसून खडसून विचारायला हवं सारं! नाही तर...

हे सारं दररोज मी मनात घोकीत असे; पण माझी जीभ पडली भित्री. आणि त्यांना साखर अशी पेरता येते!

—पण एवढी साखर जवळ बाळगून या सहा दिवसांत एकदासुद्धा धड जेवले नाहीत ते! तापानं तोंड कडू होतं ना, तसं झालंय त्यांना. परवा रात्री ते सारखे अंथरुणावर तळमळत होते. त्यांची चुळबूळ झोपेच्या गुंगीतही मला जाणवत होती. एकदा वाटलं, अस्सं उठावं, त्यांच्याजवळ जाऊन गळ्याला घट्टघट्ट मिठी मारावी नि म्हणावं, 'माझं काय किडुकमिडूक असेल ते विका. मंगळसूत्रातले काळे मणी तेवढे ठेवा; पण असं दु:ख करून घेऊ नका.'

मी उठू शकले नाही. माझ्या किडुकमिडुकाची अशी काय किंमत येणार? पाच हजाराचा खड्डा तेवढ्यानं कसा भरणार? शिवाय, वर यांची थट्टा ठरलेलीच आहे. चार-दोन अडचणींच्या वेळी मी असं म्हणाले तेव्हा त्यांनी उत्तर दिलं, 'तू शंकरची बायको झालीच आहेस. आता लंकेची पार्वती कशाला होतेस?'

त्यांचे अधू झालेले डोळे... काही काही उपचार करीत नाहीत ते... एक ना दोन. किती संकटं उभी राहायला लागली आहेत ही! मी एकटी असते, तर वेड लागलं असतं मला. ते आहेत म्हणून...

ते आहेत म्हणून आयुष्यात आनंद आहे. काबाडकष्टांत सुख आहे, घरादारात रस आहे. त्यांचा ओझरता स्पर्श म्हणजे संजीवनी आहे मला; पण त्यांना सुखात ठेवण्याचं सामर्थ्य माझ्यापाशी नाही.

देवा, ते कधी सुखी होतील रे?

■

२२

शंकर

बाहेर गारठा, आत गारठा. मन कसं काकडून, आखडून गेलं या सहा दिवसांत! दररोज शाळेत जाता-येताना रस्त्यावरलं ते उंच झाड दृष्टीला पडे. पावसाळ्यात पानांनी कसं गजबजलं होतं ते. आता त्याची बहुतेक पानं गळून पडली होती. जी थोडी उरली होती, त्याच्यामुळं त्याचं उघडंनागडं रूप अधिकच भेसूर वाटे. ही उरलीसुरली पानंही हिवाळ्यातल्या गार वाऱ्याबरोबर फडफड करू लागत. जणू काही, कुठंतरी कोंडलेली कबुतरं उडून जाण्याकरिता धडपड करीत आहेत. त्या झाडाकडं दृष्टी गेली, की स्वतःचं आयुष्य माझ्या डोळ्यांपुढं उभं राही. माझ्या आशा, माझी ध्येयं, माझी स्वप्नं... कुठं आहेत ती आज? की ही सारी मृगजळं आहेत? ती दुरून चमकतात, भुलवितात. माझ्यासारखी मानवी हरणं त्याच्या मोहानं धावत सुटतात आणि... आणि शेवटी उरी फुटून मरतात.

सुमीच्या लग्नाला पाच हजार रुपये हवेत. मी स्वतःला विकून घ्यायला निघालो, तरीसुद्धा या जगात मला पाच हजार रुपये मिळणं शक्य नाही. मी काही कुणी देखणा नट नाही, धूर्त पुढारी नाही, काळा बाजार करणारा व्यापारी नाही. मी एक गरीब शिक्षक आहे. उद्या हृदयक्रिया बंद पडून मेलो, तर दहनाची काही फारशी अडचण पडणार नाही. घरात पैसे नसले, तरी शाळेची पोरं मोठ्या प्रेमानं आपापसांत वर्गणी गोळा करतील. कमीतकमी तीस रुपये आठ आणे, तीन पै तरी जमा होतील. कदाचित लाकडांना हे पैसे पुरणार नाहीत. त्यांची किंमत पस्तीस रुपये होईल. मग तो लाकूडवालाच दयाळूपणानं म्हणेल, 'बिचारा मास्तर होता ना? मग मीच तुम्हाला अडीच रुपयांची सूट देतो.'

गेले सहा दिवस मनानं मी नरकयातना भोगीत आहे. पंचप्राण गहाण ठेवून पाच हजार रुपये मिळणं शक्य असतं, तर तेसुद्धा मी... फाउस्टची कथा माझ्या दृष्टीनं काल्पनिक आहे. आजच्या जगात देव तर नाहीच; पण सैतानसुद्धा नाही!

सुमी... माझी ताई... माझी एकुलती एक बहीण... फुलपाखरू आहे नुसतं! या फुलपाखराला बाहेरचा गारठा मी आजपर्यंत कधी जाणवू दिला नाही. बाबांच्या

बुद्धीचा वारसा तिच्याकडं आलाय. अशा हुषार पोरीला काय कॉलेजच्या दरवाजातच अडवायचं? आणि अडवून तरी मी काय करणार होतो? पंधरा-सोळा वर्षांच्या मुलींची लग्नं व्हायचे दिवस कधीच मागं पडले. म्हटलं, पोरीचे आजपर्यंत इतके लाड केले. लहानपणी आपले वडील वारले, हे तिला कधी भासूसुद्धा दिलं नाही. तिचा कॉलेजात जायचा हट्ट पुरविला, म्हणून काय होतं? प्रसंगी लग्नाच्या बाजारात...

बाजार? लग्न हा बाजार आहे? या जगात प्रेमाची खरेदी-विक्री होऊ शकते? कालिदास-भवभूती, शेले-शेक्सपियर, गडकरी-खाडिलकर हे सारे आपापल्या साहित्यातून सजीव होऊन म्हणतील, 'नाही, नाही! प्रीती म्हणजे केवळ क्षणिक वासनेची तृप्ती नव्हे! माणसाला स्वत:पलीकडे पाहायला लावणारी उदात्त भावना आहे ती. तिची खरेदी-विक्री करणं आणि आईची, बायकोची अथवा मुलीची खरेदी-विक्री करणं या गोष्टी सारख्याच...'

–पण या मोठमोठ्या कवींचा कुबेर वकिलांच्या पुढं काय पाड लागणार आहे? वकीलसाहेबांनी मला बजावून सांगितलं आहे, 'पाच हजार रुपये रोख मोजले, तरच माधवचं नि तुमच्या बहिणीचं लग्न होऊ शकेल.' ते ऐकल्यापासून सुमीनं अगदी हाय खाल्ली आहे. माझं फुलपाखरू गारठ्यानं मरून पडू पाहात आहे. त्याच्या चिमण्या पंखांचे रंग कोमेजत आहेत. त्यांच्या चपळ हालचाली मंदावत आहेत आणि मी... मी त्यांच्यासाठी काही करू शकत नाही.

सुमी सुखी झाली पाहिजे; पण ती सुखी कशी होणार? पाच हजार रुपयांशिवाय तिचं प्रेम सफल होणं शक्य नाही. तिनं त्या माधववर प्रेम केलं, ही चूक केली का? माईला तसं वाटलं. अगदी फाडून खाल्ल्यासारखी बोलली ती तिला दोन-तीनदा. बाहेरच्या खोलीत हे सारं चाललं होतं. उमेनं ते ऐकलं नसेल; पण मी माजघरात येरझाऱ्या घालीत होतो. कदाचित माझी कानउघाडणी करण्याकरिताच माई तसं बोलली असेल; पण किती कठोर सत्य होतं ते!... 'तुला कॉलेजात घातलं तीच चूक झाली! तरी मी शंकरला बजावीत होते, हे श्रीमंताचे थेरं आम्हाला नकोत म्हणून. आता मुळूमुळू कशाला रडतेस? कुणी सांगितलं होतं तुला प्रेम करायला? कॉलेजात पोरं विद्या शिकतात का चावटपणा करतात, देव जाणे! रडून काय होणार आहे आता? तुझं प्रेम कुठपर्यंत पोहोचलंय, ते नीट सांग. नाहीतर उद्या विष खाऊन जीव घ्यायची वेळ येईल माझ्यावर. शंकरचं काय? त्याला लाज नाही, लज्जा नाही. प्रकार इतक्या विकोपाला गेला, तरी तो आपला ढिम्म आहे. कुठूनतरी तीन हजार कर्ज काढावं, दोन हजार तुझ्या वडिलांनी ठेवले आहेत, ते घ्यावे. लग्न उरकून टाकावं नि मोकळं व्हावं!

सुमी प्रेमाच्या फंदात पडली ही तिची चूक झाली, असं मलासुद्धा पहिल्यांदा वाटत होतं; पण प्रेम काय कुणी विचार करून करतं? आणि प्रेम करणं हा काय

गुन्हा आहे? आता तिला विसावं वर्ष लागेल. मुलं-मुली मोठी होऊ लागल्यावर ही ओढ त्यांना लागावी, यात अस्वाभाविक असं काय आहे? प्रेमाच्या बळावरच मनुष्य आयुष्यातल्या संकटांना तोंड देतो. चार भिंतींबाहेरचं जग न जाणणारी उमा; पण तिचा केवढा आधार आहे मला! तिचं हास्य, तिचे अश्रू, तिचा राग, तिची थट्टा, तिचा स्पर्श... प्रत्येकात केवढी जादू भरली आहे!

मग सुमीचं चुकलं कुठे? छे! सुमी चुकली नाही. आपला समाजच चुकत आहे. त्यानं साहेबाचा पोशाख अंगावर चढविला आहे; पण साहेबाच्या बुद्धीला मात्र जवळ येऊ दिलेलं नाही. त्यामुळं आमच्या आयुष्याची आगगाडी दोन उलट-सुलट रुळांवरून सध्या धावत आहे. जुन्या जगातले रूळ. या आंधळ्या धावपळीत तिला पावलोपावली अपघात होत आहेत. चार पिढ्या आम्ही दोन भिन्न प्रवाहांत वाहत चाललो आहोत. त्या प्रवाहाची दिशासुद्धा नीट ठाऊक नाही आम्हाला. जवळ येईल त्या होडीचा आधार घ्यायचा. होडी मिळाली नाही, तर जी फुटकी फळी मिळेल, तिच्या आश्रयानं पाण्यावर तरंगत राहायचं. असं चाललं आहे आमचं आयुष्य. आम्ही पोहत नाही. आम्ही नुसते वाहत आहोत.

कुबेर वकिलांकडून आल्यापासूनचे सहा दिवस अशा विचारांमुळे सहा युगांसारखे वाटले मला. सारखा एकच विषय मन पोखरून टाकीत होता... सुमीचं लग्न. चोवीस तास एकच विवंचना! पाच हजार रुपये कुठून आणायचे? या साऱ्या रात्री अंथरुणावर तळमळत काढल्या मी. उमेला उठविलं नाही. काही काही दु:खं एकट्यानंच सोसण्यात सुख असतं. रात्ररात्रभर कल्पनांचं काहूर मनात माजे. भयंकर विचारांचे घणामागून घण डोक्यात बसत. काळीज कुणीतरी करवतीनं कापीत आहे, असा भास होई.

मग वाटे, काही माणसंच दुर्दैवी असतात. त्यातला मी एक आहे. आईचे अधू डोळे तेवढे माझ्याकडं यावेत आणि तिच्या मायेची पाखर मात्र मला मिळू नये. बाबांची विद्येची आवड माझ्यामध्ये उतरावी; पण त्यांच्या कडव्या स्वभावाचा लवलेशसुद्धा मला लाभू नये! लहानपणीच सावत्र आई आली. तिला दुखवायचं नाही म्हणून बाबांनी बजावलं. कबुतरासारखा, लाजाळूच्या झाडासारखा, सशाच्या पिलासारखा मी घरात वाढलो. उभ्या आयुष्यात काही बंडखोरपणा केला असेल, तर तो बाबांच्या इच्छेविरुद्ध इंग्रजी शाळेत जायचा. तोसुद्धा टिळकगुरुजींचा पाठिंबा होता म्हणून यशस्वी झाला.

अगदी बोटचेपा बनून गेलो आहे मी! सावत्र आईमुळे माझ्यात एक प्रकारची कमीपणाची जाणीव झाली की काय, कुणास ठाऊक! पण आपल्या माणसांशी भांडावं, झगडावं हे माझ्या स्वभावातच नाही. त्यामुळे अरविंद मनाला येईल तसं वागत गेला. महागाईच्या आगीनं लाही लाही होत असताना मी घरात कधी हूं की

चूं केलं नाही. माई, सुमी, अरविंद, उमा, चंदू यांना कितीतरी वर्षं काही कमी पडू दिलं नाही मी. विमान ढगातून जाऊ लागलं. मधूनमधून पर्वताच्या शिखरांवरून त्याला पुढं घुसावं लागलं, तरी ते सारं वैमानिकानं प्रवाशांना सांगण्यात काय लाभ आहे? उलट, ती माणसं भिऊन जायची. मीही तसाच प्रपंच करण्याचा प्रयत्न केला. यात माझं काही चुकलं का?

या आठवड्यात रात्री अंथरुणावर पडलो. थोडा डोळा लागू लागला, की विचित्र फडफड ऐकू येऊ लागे. कुठंतरी झाडावर वाघळानं हालचाल केली असेल, असं मनाला वाटे. मी डोळे उघडून पाही. काही ऐकू येत नसे. पाच हजाराच्या नोटा कुठंतरी फडफड करित आहेत, वाऱ्यावर उडून जात आहेत. आपल्याकडं पाहून हेटाळणीनं हसत आहेत, असा भास होई. टिळकांच्या काळात वाढलेले बाबा 'पापाचा पैसा' हे विष मानीत. गांधींच्या काळात मी लहानाचा मोठा झालो. मिठाच्या कायदेभंगाच्या वेळी मी दहा-बारा वर्षांचा होतो. माझ्याभोवताली सारं वातावरण देशभक्तीच्या भावनेनं भरून गेलं होतं. चंदनाचं बन जळत होतं आणि त्याचा सुगंध सर्वत्र पसरत होता. त्या चळवळीनं माझ्यावर खोल संस्कार केले. देशासाठी काहीतरी आपण करायला हवं, असं घोकीत मी शिकत गेलो. शिक्षक पेशाची आवड आणि टिळकगुरुजींचा आग्रह यांच्यामुळे मी शिक्षक झालो; पण आता वाटतं... ते त्यागाचं वातावरण हे एक प्रकारचं धुकं तर नव्हतं ना? दिसायला मोठं सुंदर असतं धुकं! पण धुक्यातच अपघात होण्याचा संभव अधिक असतो. मी केलेला त्याग हा तसाच एक प्रकारचा अपघात होता का?

शाळेत येणारी तूट कशी भरून काढायची, यासंबंधी रोज मधल्या सुट्टीत आणि संध्याकाळी सारे शिक्षक कडाक्याची चर्चा करित होते. मी काही बोलत नव्हतो; पण सारं ऐकून घेत होतो. अनेक शिक्षक पोटतिडिकीनं बोलत होते. आधीच पगार कमी. त्यात महागाई अशी भयंकर. पगाराला कात्री लावायची म्हणजे मुलाबाळांना उपाशी मारायचं. हे बोलणं मला पटत होतं. शाळेतले निम्मेशिम्मे शिक्षक माझ्यासारखेच होते. हातावर पोट अवलंबून असलेले, कुणाला मुलीच्या लग्नाची काळजी असेल, कुणाची आई आजारानं अंथरुणाला खिळली असेल, कुणाला बायकोची नाही तर मुलाची साधी हौस भागविता येत नसेल, आम्ही सारे एकाच माळेचे मणी होतो. जे मूक दु:ख मी भोगीत होतो, तेच त्यांच्या वाट्याला आलं होतं. बायका-मुलांना हृदय उघडून आतलं दु:ख दाखविण्यासुद्धा त्यांना शक्य नव्हतं. म्हणून शाळेत तावातावानं बोलून ते त्याला वाट करून देत होते. इतर मतभेद पुष्कळ होते; पण पगारात पैचीसुद्धा काट करून घ्यायची नाही, या मुद्द्यावर बहुतेकांचं एकमत होतं.

त्यांच्या या वृत्तीचा मला पूर्वी फार राग येई; पण आताआताशा वाटू लागलं, 'तुझ्या तुकड्यातला एक देऊन टाक' म्हणून जर कुणी भिकाऱ्याला सांगू लागला,

तर त्यांनं ते का ऐकावं? शिवाय, शिक्षकाचं भिकारीपण महाभयंकर असतं. खऱ्याखुऱ्या भिकाऱ्याला येणाऱ्या-जाणाऱ्यांपुढं हात पसरता येतो. आम्ही मुलांचे आदर्श, राष्ट्राचे शिल्पकार! अशी दीनवाणी भिक्षा आमच्या पेशाला कशी शोभेल? बाहेरून पांढरपेशेपणाचं आणि प्रतिष्ठितपणाचं नाटक आम्ही केलं नाही तर समाज आम्हाला हसेल; पण कुठलंही नाटक काय फुकट करता येतं? त्या नाटकाला सुंदर देखावे लागतात, विजेचे दिवे लागतात, उंची कपडे लागतात, रंगरंगोटी लागते. पैसे मोजल्याशिवाय यातली कुठलीही गोष्ट मिळत नाही.

पगारात काट करून घ्यायला बहुतेक शिक्षक नाखूष असावेत, हे बरोबर होतं; पण त्यातल्या कित्येकांनी जेव्हा टिळकगुरुजींची बंगली विकून टाकून यंदाची अडचण दूर करावी असं शांतचित्तानं ठरविलं, तेव्हा मात्र मी बेचैन झालो. टिळकगुरुजींचा त्याग आदर्श होता. त्यांची पवित्र स्मृती आपण काही करून कायम ठेवली पाहिजे, असं मी बोलून गेलो. लगेच त्यातल्या एका शिक्षकांनी मला 'बूर्ज्वा' ठरविलं, दुसऱ्यांनी 'त्याग हीसुद्धा एक प्रकारची अफू आहे' असं मला बजावलं. 'अज्ञानी लोकांना लुबाडण्याकरिता प्राचीन काळी धर्म निर्माण करण्यात आला. त्याग हे अर्वाचीन काळातलं तसलंच खूळ आहे' असं ते तावातावानं प्रतिपादन करू लागले. माझ्या श्रद्धेची मूर्ती पायदळी तुडविली गेली. मी चिडलो, रागारागानं बोलू लागलो. त्यागाची उदाहरणं म्हणून मी अलिकडली काही मोठी नावं घेतली. त्यातल्या तीन-चार लोकांच्या चरित्राची ते चिरफाड करू लागले.

काल तुरुंगात जाणारे लोक आज बंगले बांधीत होते. दहा वर्षांपूर्वी सतीचं वाण घेतलेली माणसं आज बाजारबसव्यांच्या पावलांवर पाऊल टाकून धनसंचय करण्यात दंग झाली होती. नागड्या लोभाचं किळसवाणं स्वरूप दिसू नये म्हणून त्याच्यावर खादीची किंवा परीटधुलाईची वस्त्रं पदोपदी चढविली जात होती. तोंडानं गांधीजींचा जयजयकार करीत एकेकाळचे देशभक्त भराभर लक्षाधीश बनत होते.

या आरोपातले काही नि:संशय खरे होते, काहींत अर्धसत्य होतं, काही केवळ मत्सराच्या पोटी जन्माला आले होते; पण बोलता बोलता जोशी एकदम म्हणाले, 'शंकरराव, या बाहेरच्या गोष्टी घटकाभर बाजूला ठेवूया. आपले इथले पुढारी आप्पासाहेब... तुमच्याबरोबरच कॉलेजात होते ना! तुम्ही पहिल्या-दुसऱ्या वर्गात पास होत आला होता. तिसऱ्या वर्गात पास होताना त्याच्या नाकी नऊ येत होते; पण ते बेचाळीसच्या लढ्यात पडले. तुम्ही शाळेत मेंढरं हाकायला येऊन बसलात. ते सेनापती झाले. तुम्ही धनगर राहिलात. जगात देव नाही, यापलीकडं तुमचा बुद्धिवाद कधीच गेला नसेल. फार फार तर बायकोबरोबर देवळात जाऊन देवाला नमस्कार न करता तुम्ही बाहेर आला असाल; पण आप्पासाहेब पडले तुमच्यापेक्षा अधिक शूर, अधिक तत्त्वनिष्ठ. त्यांनी विचार केला, 'देव दगडाचा आहे. देवाला

दागिने घेऊन काय करायचेत! ते आपल्यासारख्या माणसांनी पळविणं बरं.' देशभक्तीच्या नावानं केलेल्या त्या लुटीचा हिशेब जाहीर रीतीनं वर्तमानपत्रातून विचारला गेला. वारंवार लोकांनी हिशेब मागितला; पण त्या सत्पुरुषाची शांती तिळभरसुद्धा ढळली नाही. आप्पासाहेब असे वागले, म्हणूनच आठ-नऊ वर्षांत इथलं बडं प्रस्थ होऊन बसले. आज गावात पान हलत नाही त्यांच्यावाचून! तुम्ही त्याग करीत बसलात. त्या त्यागाचं फळ... जरा आरशापुढं उभं राहून स्वतःचा चेहरा पाहा. गालाची हाडं किती वर आली आहेत, ते बघा. डोळ्यांतला शून्यपणा नीट न्याहाळा. माणसाचे डोळे उगीच भकास दिसत नाहीत! एवढ्यानं तुमच्या त्यागाचं खरं स्वरूप तुम्हाला दिसत नसलं, तर तुमच्या अंगातला तो उसवत चाललेला कोट कुणी बोहारीण घेतेय् का...'

ते एकदम आपल्या जागेवरून उठले, माझ्याजवळ आले आणि माझ्या खांद्यावर हात ठेवून म्हणाले, 'माफ करा, शंकरराव. तुमचं मन उगीच दुखविलं मी! जिभेवर ताबा नाही राहत माझा. त्यामुळं असं होतं. तुमच्या त्यागाविषयी, तुमच्या चारित्र्याविषयी आम्हा नवीन शिक्षकांना आदर वाटतो; पण... पण हा आदर आम्हाला आधार देऊ शकत नाही. आमची श्रद्धाच भंग पावली आहे. ती तुम्ही अभंग कशी करणार? का म्हणून आम्ही असं अर्धपोटी राहायचं? बहुतेक लोक भल्याबुऱ्या मार्गांनी आपल्या तुंबड्या भरीत असताना आम्हीच त्याग का करायचा? आमच्या बायकापोरांनी असा काय अपराध केला आहे? याचं उत्तर तुम्ही द्याल तर...'

मी त्याचे दोन्ही हात हातात घेऊन ते घट्ट दाबले. त्याच्या साऱ्या प्रश्नांना माझ्यापाशी तेवढंच उत्तर होतं.

दररोज चालणाऱ्या या चर्चेनं या सहा दिवसांत मी अतिशय अस्वस्थ होऊन गेलो. हॉम्लेटसारखं माझं मन एकसारखा विचार करू लागलं. मी सज्जन आहे की दुबळा आहे? माझा त्याग ही पराक्रमाची पताका आहे, की ते कर्तृत्वशून्यतेवर घातलेलं पांघरूण आहे? ज्या त्यागाची समाजाला किंमत नाही, तो एखाद्या व्यक्तीनं का करावा? आपल्यापाशी असलेला एकच एक गोड्या पाण्याचा तांब्या नेऊन तो समुद्रात ओतायचा, या त्यागानं साऱ्या समुद्राचं पाणी गोड होईल, अशी खोटी आशा बाळगायची आणि तहानेनं व्याकूळ झाल्यावर त्याच तांब्यात समुद्राचं खारट पाणी भरून घेऊन ते प्यायचं! अशीच माझ्यासारख्यांची स्थिती नाही का? उमा आणि चंदू यांना माझ्या या त्यागापायी किती किती साध्या सुखांना आजपर्यंत मुकावं लागलं आहे. मी स्वतःला ध्येयवादी समजत होतो; पण मी आत्मवंचक आहे. कुटुंबाच्या दृष्टीनं गुन्हेगार आहे.

सहाव्या दिवशी संध्याकाळी अकरावीचा तास घेत होतो मी. त्या तासाला मुलींच्या बाकावर नेहमीपेक्षा अधिक गडबड दिसली. एक चिठ्ठी या टोकापासून त्या टोकापर्यंत फिरली. दोन-तीन मुली एकमेकींच्या कानात काहीतरी कुजबुजल्या. एरवी माझा शब्द न् शब्द उत्सुकतेनं ऐकणाऱ्या अपर्णेचं चित्तसुद्धा आज विचलित झालेलं पाहून मी चकित झालो; पण पूर्वपरीक्षा उद्या सुरू होणार होती. ती झाल्यावर अकरावीचं एक छोटं संमेलन व्हायचं होतं. त्याविषयीची ही काहीतरी चळवळ असावी, असं वाटून मी त्या गडबडीकडं दुर्लक्ष केलं.

मात्र वर्ग सुटल्यावर अपर्णा 'नमस्ते' म्हणून माझ्या अंगावरून पुढं जाऊ लागली, तेव्हा मला राहवेना. मी हसत तिला म्हटलं, 'काय अपर्णा, एवढा गुप्त कट कसला चालला होता मघाशी मुलींचा?'

'ती तारा जाधव आहे ना, तिचं लग्न ठरलं, सर! पुढच्याच आठवड्यात होणार आहे. आम्ही साऱ्या मुली मधल्या सुट्टीत तिची थट्टा करीत होतो. 'आता पूर्वपरीक्षेत नापास झालीस, तरी हरकत नाही. सगळ्यात मोठी परीक्षा पास झालीस! आहेर म्हणून तिला काय द्यायचे, ते या तासाला ठरवीत होत्या मुली.'

अपर्णेनं... एका बालविधवेनं... ही बातमी मोठ्या प्रफुल्लित मुद्रेनं मला सांगितली. लग्न ही मुलीच्या आयुष्यातली केवढी आनंदाची गोष्ट असते!

लग्न– तारा जाधवचं... लग्न... सुमीचं लग्न... पाच हजार... माझा त्याग... देशभक्त आप्पासाहेब...

चारी बाजूंनी बंद असलेल्या एखाद्या इमारतीला आग लागावी आणि त्या आगीतून बाहेर पडण्याकरिता ओरडत, ओरडत, धडधडत आतली माणसं सैरावैरा धावत असावीत, तसे हे शब्द पुन्हा पुन्हा माझ्या मनात थैमान घालीत होते. माझ्या श्रद्धेवर प्रहार करीत होते.

माझ्या मनाचा विलक्षण कोंडमारा होऊन गेला.

मी हॉलमध्ये गेलो. टिळकगुरुजींच्या फोटोपुढे उभा राहिलो. हात जोडून घोगऱ्या स्वरानं मी मूक प्रार्थना केली, 'मला सावरा, मला धीर द्या. मला मार्ग दाखवा.'

सुमित्रा

उन्हं किती वर आली आहेत! पण उठावंसं वाटतच नाही अजून.

दादा माधवच्या वडिलांना भेटून आला. त्यांनी पाच हजार रुपये मागितले, ते ऐकलं मात्र... तेव्हापासून सहा दिवस तापलेल्या तव्यावर उभी आहे मी! दादानं पाच हजार रुपये दिले, तर माधवशी माझं लग्न होणार! नाहीतर? मुलगी म्हणजे बाजारात विकायला आणलेली भाजी? असला अपमान पत्करून संसार करण्यापेक्षा जन्मभर कुंवारं राहिलेलं काय वाईट? अस्सं उठावं, माधवच्या घरी जावं, त्याला नि त्याच्या वडिलांना ताडताड बोलावं नि हसत हसत घरी येऊन दादाला म्हणावं, 'तू पैशाची काही काळजी करू नकोस. हातात कांकण भरलेल्या माधवच्या नावानं गळ्यात मंगळसूत्र बांधायची इच्छा नाही माझी!'

कितीदा तरी हा विचार मनात आला, पण...

स्वप्नातसुद्धा मी माधववर रागावू शकत नाही. किती विचित्र होतं ते काल रात्रीचं स्वप्नं! काळोखात पाऊल न वाजविता माधव माझ्या खोलीत आला, माझ्याजवळ बसला. मी झोपले आहे, असे वाटून माझं चुंबन घेण्याकरिता तो वाकला. त्याचे कपाळावर झेपावणारे केस माझ्या गालाला लागले. मी एकदम डोळे उघडले. मी 'नको, नको' म्हणत असताना त्यानं माझ्या ओठांवर ओठ टेकले. एक... दोन... तीन... त्याला दूर लोटण्याऐवजी मीच त्याच्या बाहुपाशात स्वत:ला गुरफटून घेतलं. उंदरानं सापळ्यात शिरावं तशी मी...

मी एकदम दचकून जागी झाले म्हणून बरं. खोलीत दिवा होता. मी भीत भीत चोहीकडे पाहिलं. उशाशी 'महाभारतातल्या गोष्टी' हे चंदूचं पुस्तक पडलं होतं. झोप येईना म्हणून मी ते चाळीत पडले होते. त्यातली उषा आणि अनिरुद्ध यांची कथा वाचता वाचता माझा डोळा लागला होता.

माझा माधव दुबळा ठरला होता. माझा? ज्यानं मला फसविलं तो माझा कसा होईल? उभ्या महिन्यात त्यानं वडिलांना काही विचारलं नाही, मला कळविलं नाही.

त्याला धीरच झाला नाही तेवढा! दादा त्याच्या घरी जाऊन आल्यापासून तर तो माझं तोंड चुकवितोय्!

दादानं तरी पाच हजार रुपये कुठून आणायचे? ते काही नाही. बाबांनी माझ्याकरिता दोन हजार रुपये ठेवले आहेत, असं माई म्हणते. त्या दोन हजारांतच हे लग्न व्हायला हवं. ते तसं व्हावं म्हणून माधवनं झगडलं पाहिजे. आपल्या आवडत्या माणसासाठी जे लढायला तयार होत नाहीत, हे प्रेम कसलं? आज दुपारी कॉलेजात माधवला गाठायचं, त्याला हे सारं पढवायचं, 'तू एवढं करणार नससील, तर तुझा-माझा संबंध संपला' म्हणून त्याला साफ साफ सांगायचं, असं मी ठरविलं.

धीटपणानं घेतलेल्या निर्णयात केवढा आनंद भरलेला असतो! हा निश्चय करताच माझ्या मनातली सारी अभ्रं मावळली. एखाद्या खोलीच्या कोपऱ्यातली कोळीष्टकं झाडून तिला रंगरंगोटी करावी, तसं काहीतरी मला वाटू लागलं.

किती किती दिवसांत वहिनीच्या गळ्यात पडले नव्हते मी. 'प्रीती मिळेल का हो बाजारी?' ही ओळ गुणगुणतच मी खोलीबाहेर आले.

माजघरात दादाशी कुणीतरी बोलत उभा होता म्हणून क्षणभर थांबले. अरुदादाचा मित्र होता तो कुणी, दादाला निरोप सांगायला आला होता तो. कसल्यातरी भाषणाबद्दल अरुदादाला काल रात्री अटक झाली होती!

■

२४

शंकर

आज पूर्वपरीक्षा सुरू. साडेदहाला शाळेत जायलाच हवं. आजचे दोन्ही पेपर माझेच होते. पहिला इंग्लिशचा नि दुसरा भूमितीचा. म्हणून मी सकाळी जरा लवकरच उठलो. चहा घेऊन, आंघोळ करून बाहेर येतो, तो अरविंदाचा एक दोस्त समोर उभा. विडीकामगारांच्या पगारवाढीची चळवळ हे लोक करीत होते. त्यांच्या प्रत्येक सभेत अरविंद जोरजोरानं बोलत होता. अशाच एका भाषणावरून काल रात्रीच्या सभेत त्याला अटक झाली होती.

माईंनं हे ऐकलं आणि ती ओक्साबोक्शी रडू लागली. तिला धीर देऊन अरविंदाला जामिनावर सोडविता येतं की काय, हे पाहायला मी घराबाहेर पडलो. दोन-अडीच तास भटकलो. साधारण ओळख असलेल्या दोन वकिलांच्या गाठी घेतल्या. 'आप्पासाहेब जामीन राहतील, तर काम चटकन होईल' असं दोघांनीही सांगितलं. मग अरविंदाच्या मित्रमंडळींकडं गेलो. 'जामिनावर मोकळा होण्याची त्याची इच्छा नाही. पार्टीच्या दृष्टीनं त्यानं अटकेत राहणंच इष्ट आहे. हा खटला आम्ही गाजविणार आहोत. थोडी कळ सोसा आणि मग तुमचा अरविंद बडा पुढारी होतो की नाही, ते पाहा.'

असा त्यांच्यातल्या एका पंडिताने मला उपदेश केला. मोठ्या कष्टानं अरविंदाची गाठ घेतली. त्यानेही तेच व्याख्यान मला ऐकवलं. मग आप्पासाहेबांचे पाय धरायला जाण्यात काय अर्थ होता?

घरी आलो तो दहा वाजून गेले. मी अरविंदाला सोडवून घेऊन आलो नाही म्हणून माई ताडताड बोलू लागली. तिचं एकेक वाक्य म्हणजे चाबकाचा फटकारा होता आणि तोही काळजावर मारलेला. उमेनं माझं पान वाढलं होतं; पण मला जेवायला बसावंसं वाटेना. काढलेले कपडे मी पुन्हा घातले. उमेच्या पाणावलेल्या डोळ्यांकडं दुर्लक्ष केलं. भरभर चालून शाळा गाठली. साडेदहाला तीन मिनिटं असताना मी शाळेत पोहोचलो, एवढीच त्यातल्या त्यात समाधानाची गोष्ट.

दुपारी दुसरा पेपर सुरू झाल्यावर मी पहिला गठ्ठा उघडला. कुतूहलानं कुमुदचा पेपर प्रथम पाहिला. माझ्या एका महिन्याच्या शिकवणीनं तिच्या विद्वत्तेत असा काय फरक पडणार होता? सुकलेलं फूल पाण्यात ठेवलं म्हणून ते थोडंच फुलणार आहे?

शेवटचा तास सुरू झाला. दहावीच्या मराठीचे शिक्षक आजारी आहेत, असं कळलं. तो तास घ्यायला मी गेलो. 'मी' कादंबरीतला धडा चालला होता. भावानंदाची प्रकृती बिघडते. तो अंथरुणाला खिळतो; पण त्याच्या देशभक्तीच्या भावनेत आणि समाजसेवेच्या उद्योगात खंड पडत नाही. हरिभाऊंनी किती सुरेख वर्णन केलं आहे हे! भावानंदाचे भ्रमातले ते शेवटचे उद्गार– 'एक शिपाई पडला, तरी दुसऱ्यानं पुढं आलं पाहिजे. निशाण उभं ठेवलं पाहिजे.' ते वाचता वाचता माझ्या अंगावर रोमांच उभे राहिले. गेल्या सहा-सात दिवसांत मनाला बेचैन करून सोडणाऱ्या प्रश्नाचं उत्तर मला त्या सुंदर, सजीव शब्दांनी दिलं. मी भान विसरून बोलत सुटलो. 'वृत्रासुराचा नाश करण्याकरिता दधिची ऋषींनी देवांना आपली हाडं कशी दिली, शिबीनं एका यःकश्चित पाखराकरिता आपलं मांस हसत कसं कापून घेतलं, बुद्धांनं एका मध्यरात्री साऱ्या ऐश्वर्याचा त्याग करून संन्यास कसा स्वीकारला, राणा प्रताप अरण्यातल्या जमिनीवर का झोपला, टिळकांनी सहा वर्षांची हद्दपारीची शिक्षा किती शांतपणानं पत्करली, 'तुझा मुलगा एम.ए. झाला असला तरी तो पुष्कळ पैसे मिळवील, अशी आशा तू करू नकोस' असं पत्र आगरकरांनी आईला का पाठविलं, गांधींच्या दांडीयात्रेनं इंग्रजांच्या सिंहासनाला सुरुंग कसा लावला, सुभाषबाबूंनी जिवावर उदार होऊन स्वातंत्र्य मिळविण्याच्या कामी केवढा साहसी प्रयत्न केला, बेचाळीसच्या चळवळीत जयप्रकाशांनी भूमिगत राहून क्रांतीचं कार्य कसं केलं, विनोबाजी भूदान यज्ञाचा पुरस्कार का करू लागले आहेत... या साऱ्या व्यक्ती आणि या साऱ्या घटना बाहेरून कितीही भिन्न दिसल्या, तरी आत्म्यातून ध्येयवादाचा एकच उदात्त प्रवाह कसा वाहत आहे!' किती वेळ मी वेड्यासारखा बोलत होतो. एखाद्या वारा प्यालेल्या वासराप्रमाणं माझं मन स्वैर उड्या मारत होतं. स्वतःच्याच शब्दांनी मी धुंद होऊन गेलो. 'प्रत्येकाच्या आयुष्यात काहीतरी ध्येय हवं. ज्याच्यासाठी आपण जिवावर उदार होऊन लढू, असं निशाण हवं! नवी नवी निशाणं हातात घेऊन त्याच्यासाठी पिढ्यान्‌पिढ्या मोठमोठे लोक लढत राहिले. म्हणूनच मानवजातीनं आज काव्य, शास्त्रकला, तत्त्वज्ञान या क्षेत्रांतली उंच उंच शिखरं गाठली आहेत. जीवनाचे नवे आदर्श निर्माण केले आहेत.'

हे सारं मी बोललो, की यातले अनेक विचार फक्त माझ्या मनातच त्या वेळी

घोळत राहिले. ते माझं मलाच कळलं नाही.

घंटा झाली. मी थांबलो. एकदम माझे हातपाय थरथर कापू लागले. पडतो की काय, असं मला वाटलं. चटकन् मी टेबलाचा आधार घेतला आणि स्वत:ला कसंबसं सावरून खुर्चीत बसलो. आता माझ्या लक्षात आलं, आज मी उपाशीच शाळेला आलो होतो.

माझ्यापुढून मुलं-मुली जाऊ लागल्या. काहीतरी चांगलं ऐकल्याचा आनंद त्यांच्या डोळ्यांतून ओसंडून चेहऱ्यावरून वाहत होता. मधेच मी दोन्ही हातांनी कपाळ चेपू लागलो. ते पाहताच एक धीट मुलगा चटकन् पुढे आला आणि म्हणाला, 'सर, बरं वाटत नाही तुम्हाला? पाणी आणून देऊ का थोडं?'

मला कडकडून भूक लागली होती. बोलून थकवा आला होता. मी हसलो. त्याच्या पाठीवर थाप मारली. मानेनंच 'मला काही नको' असं त्याला सुचविलं. सारी मुलं गेल्यावर उठावं म्हणून स्वस्थ बसलो खुर्चीत. घरी गेल्यावर उमेला उनउनीत भात-पिठलं करायला सांगावं असं...

बोलत, हसत, खिदळत मुलं वर्गाबाहेर पडत होती. त्यांच्याकडं पाहता पाहता एखाद्या फुग्यातली हवा टाचणी लागताच नाहीशी व्हावी, तशी माझ्या मनाची स्थिती झाली. हरिभाऊंचा तो वेचा स्फूर्तिदायक खरा; पण या साध्या, सामान्य मुलांच्या जीवनावर त्याचा काय परिणाम होणार आहे? मोठमोठ्या लोकांची नावं घेऊन 'ध्येयवाद' हीच अक्षरं त्याच्या निशाणावर चमकत असतात, ही कल्पना मी फुलविली; पण उद्या पोस्टात नोकरीला लागणारा यातला मुलगा कसल्या ध्येयवादाकरिता लढणार आहे? कारकुनाची बायको होणारी यातली मुलगी कसला ध्येयवाद आचरणात आणणार आहे?

मी गोंधळलो.

ती मोठी माणसं म्हणजे सूर्य, चंद्र, तारे... आम्ही छोटी माणसं म्हणजे पणत्या! पण पणतीही काळोख उजळवू शकते. आपल्या चिमुकल्या जीवनक्षेत्रात यातल्या एखाद्या मुलीनं नाही तर मुलानं आपलं छोटं निशाण फडकवत ठेवलं, तरी केवढं मोठं काम होईल!

पोटात कावळे ओरडू लागले होते. त्याच्यापुढं कल्पनांचं, कोकिळांचं कुहूकुहू ऐकू येईनासं झालं. मी उठलो. वर्गाच्या दारातच शिपाई भेटला. आजीव सेवकाची सभा होती आता. मला तिची आठवण राहिली नव्हती.

सभा तब्बल तास-दीड तास चालली. टिळकगुरुजींची बंगली विकून टाकावी आणि या वर्षाच्या तुटीची तरतूद करावी, असा सभेचा कल होऊ लागला. मी मघाच्या धडक्याच्या धुंदीत होतो. मी उठून म्हटलं, 'उपाशी राहायची वेळ आली म्हणून कुणी काही आपल्या आईचा लिलाव मांडीत नाही.'

माझ्या बोलण्यानं सभेचं वातावरण तंग झालं. दीड तास आदळआपट होऊन शेवटी ती बंगली विकायचा निर्णय बहुमतानं घेतला गेला. जिवलग व्यक्तीच्या मृत्यूसारखा तो ठराव वाटला मला.

मी घरी यायला निघालो, तेव्हा माझं मन विचार करकरून थकून गेलं होतं. चालवेना. पेपराचा बोजाही होता बरोबर. नाईलाजानं बसला दोन आणे दिले. घरी आलो.

माजघरात चंदू उमेला सायकल चालवून दाखवीत होता. तिचा एक डोळा त्याच्याकडे होता. दुसरा रस्त्याकडं लागला होता. मी दिसताच ती असं गोड हसली... साऱ्या साऱ्या शल्यांचा एका क्षणात मला विसर पडला.

मी माजघरात येताच उमेनं माझी कोट-टोपी घेतली आणि ती म्हणाली, 'बाहेरच बसावं. मी चहा घेऊन येते.'

चंदू तिच्याकडं पाहात उद्गारला, 'दादा, मघापासून आई दारात जाऊन तुम्हाला पाहतेय. काय पाहतेस म्हणून विचारलं तर मला सांगते, 'कल्हईवाला कुठं दिसतो का बघते. भांडी कल्हईला द्यायची आहेत.' ती बघत होती तुमची वाट नि मला सांगत होती, दुसरं काहीतरी. माणसानं असं खोटं बोलू नये. होय ना?'

'चल, चावट कुठला!' असं म्हणून चंदूचा गालगुच्चा घेत उमा आत गेली. चंदू सायकलवरून उतरला आणि माझ्याजवळ येऊन हळूच म्हणाला, 'तिखटमिठाचा सांजा केलाय आईनं. तुम्हाला आवडतो म्हणून.' आवाज आणखी खालावून एखादी गुप्त गोष्ट सांगावी, तसा कुजबुजला, 'दुपारी तुम्ही जेवला नाही म्हणून आईही जेवली नाही.'

मी त्याला कुरवाळीत म्हणालो, 'जा, खेळ थोडा बाहेर.'

हातातला पेपरांचा गठ्ठा मी सुमीच्या टेबलावर टाकला. गठ्ठ्याच्या धक्क्यानं एक पुस्तक खाली पडलं. ते उचलून ठेवता ठेवता सहज कसलं आहे ते पाहिलं. 'महाभारतातल्या गोष्टी.' चंदूनं वाचून त्याचा कधीच फडशा पाडला होता. बहुधा, सुमी वाचीत असावी ते आता!

दुःख विसरण्याकरिता मन कुठल्यातरी कामात गुंतवायला हवं होतं. समोरच पेपर पडले होते. दिवा लावून मी इंग्रजीच्या पेपराचा गठ्ठा सोडला. गायकवाडचा पेपर दुपारीच तपासला होता. बेचाळीस मार्क पडले होते त्याला. कुमुदच्या बारा मार्कांच्या मानानं ते फार मोलाचे वाटले मला. क्षणभर त्या पेपरकडं मी अभिमानानं पाहिलं.

अपर्णेचा पेपर तपासायचा राहिला होता. तो शोधून काढला. पहिलाच प्रश्न किती व्यवस्थित लिहिला होता तिनं! अक्षरसुद्धा कसं मोत्यासारखं होतं. या मुलीला बालविधवा करून ब्रह्मदेवानं काय मिळविलं, असा काहीतरी विचार माझ्या मनात आला. मी दुसरा प्रश्न तपासू लागलो.

इतक्यात कुणीतरी माझ्या कानाशी कुजबुजलं, 'समाधीचा भंग करू का?'

उमेनं साडेपाच वाजताच सांजा नि चहा तयार करून ठेवला असावा; पण मला यायला उशीर झाला. सांजा ऊन करून आणि ताजा चहा घेऊन ती आली होती. मी पेला तोंडाला लावला. त्यातून सुंदर गरम वाफ निघत होती. मोठी सुखदायक वाटली ती मला. चहाचे दोन घोट घेऊन मी उमेला म्हणालो, 'समाधी लावायला मी ऋषी नाही आणि तिचा भंग करायला तू कुणी अप्सरा नाहीस. मात्र मी ऋषी नसलो, तरी अंतर्ज्ञानानं पुष्कळ गोष्टी कळतात मला. आज दुपारी तू जेवली नाहीस, ही त्यातली पहिली. अजून संध्याकाळचा चहा तू घेतला नाहीस, ही दुसरी. सारं सारं स्पष्ट दिसतंय मला. तेव्हा या पेल्यातला एक घोट तू घे. एक घोट मी घेतो. मग तुझा पेला घेऊन ये. त्यातला एक घोट मी घेईन. मग दुसरा घोट तू घे.'

एवढं म्हणून मी थांबलो नाही. मी तिच्या ओठापाशी पेला नेला. माझ्याकडं भावपूर्ण दृष्टीनं पाहात ती म्हणाली, 'इश्श! चंदूनं पाहिलं तर तो काय म्हणेल?'

'काय म्हणणार? आई नि दादा सारी सुखदुःखं वाटून घेतात, हे कळेल त्याला. फार चांगला संस्कार होईल त्याच्यावर. पुढं तुझी सून सुखी होईल त्यामुळं.'

'अजून चंदूच्या मुंजीचा पत्ता नाही नि निघाली स्वारी सून आणायला!' खो-खो हसत उमा उद्गारली; पण तिच्या हसण्याचा मधुर ध्वनी पो-पो अशा कर्कश आवाजात कुठल्या कुठं नाहीसा झाला. कुणाची तरी मोटार... पापासाहेबांच्या गाडीचाच भोंगा होता तो.

'पापासाहेब आले, दादा, पापासाहेब आले.' असं म्हणत चंदू त्यांचं बोट धरून आत आला. उमेची मुद्रा रुष्ट दिसू लागली. 'उगीच काहीतरी बडबडत बसता. त्यापेक्षा हे खाऊन घेतलं असतंत तर!' असंच जणू काही तिचे डोळे म्हणत होते. ती चहा-सांजा घेऊन लगबगीनं निघून गेली.

मी दिलेल्या खुर्चीत बसत पापासाहेब म्हणाले, 'आज इंग्लिशचा पेपर झाला, मास्तरजी. सहज जात होतो या वाटेनं. म्हटलं, कुमुदनं कसा काय लिहिलाय, ते विचारावं आपल्याला!'

'कुमुद फार कच्ची आहे, पापासाहेब. बारा मार्क पडले आहेत तिला.'

'बारा? फक्त बारा?'

'हो, फक्त बारा. तेसुद्धा मी थोडासा उदार झालो म्हणून!'

'पन्नास तरी पडायला हवे होते.'

'ते पडणार कसे? अत्तर तयार व्हायला फुलं सुगंधी असावी लागतात, पापासाहेब.'

माझं हे वाक्य ऐकताच पापासाहेबांच्या चेहऱ्यावर थोडा कठोरपणा दिसू

लागला. ते रुक्ष स्वरानं म्हणाले, 'मास्तरसाहेब, तुम्हाला कविता करता येतात, हे ठाऊक आहे आम्हाला. कुमुदच्या वाढदिवसाची कविता दहा रुपये घेऊन तुम्हीच केली होती, हे आम्ही विसरलो नाही अजून. फार सुंदर कविता होती ती. त्या कवितेपेक्षा थोडं अवघड काम घेऊन आलोय आम्ही आज. म्हणून...' त्यांनी हळूच खिशातून एक शंभराची नोट काढली आणि ती माझ्यासमोर टेबलाच्या कोपऱ्यावर ठेवली.

लगेच आपलं नेहमीचं हास्य धारण करून ते म्हणाले, 'फूल नाही, फुलाची पाकळी आहे ही, मास्तरसाहेब. प्रत्येक पेपरला शंभर मिळतील. काय वाटेल ते करा; पण कुमुद या परीक्षेत पास झालीच पाहिजे. तिला फॉर्म मिळालाच पाहिजे.'

'कुमुद पास झालीच पाहिजे? तिला फॉर्म मिळाला पाहिजे? हा हुकूम मला सोडणारे तुम्ही कोण?' बोलता बोलता माझा आवाज नकळत थोडासा चढला होता.

त्याची जाणीव पापासाहेबांना झाली असावी. ते किंचित नरम होऊन म्हणाले, 'आमचं हे असं होतं, मास्तरजी. चूक झाली. माफ करा. कुमुदच्या मातुश्रींची पैज लागली आहे इथल्या एका बड्या बाईशी! आमची अब्रू अवलंबून आहे या परीक्षेवर. ब्रह्मदेव खाली उतरला तरी कुमुदला फॉर्म मिळाल्याशिवाय राहणार नाही' असं आम्ही त्या बाईला...'

'कुमुदचे पेपर इतके वाईट असताना तिला फॉर्म कसा मिळणार?'

'अहो, वाईट पेपर काय चांगले करता येत नाहीत? या पेपरवर तुम्हाला मार्क बदलता येत नसले, तर दुसरा गुपचूप लिहून घ्या तिच्याकडून. नको कोण म्हणतंय? या कानाचं त्या कानाला कळणार नाही. एवढा इन्कमटॅक्स आम्ही चुकवितो, त्यासाठी दोन निरनिराळे हिशेब ठेवतो. चार पेपरांची अदलाबदल करणं काय त्यापेक्षा कठीण आहे?'

दगडावर डोकं आपटून घेण्यात काही अर्थ नाही असं वाटून मी थंडपणानं म्हणालो, 'पापासाहेब, तुम्ही लक्षाधीश व्यापारी आहात. मी एक दरिद्री शिक्षक आहे; पण माझा प्रामाणिकपणा मला लाखमोलाचा...'

उपहासानं हसत तो बनेल मनुष्य बोलला, 'लाख रुपये कधी डोळ्यांनी पाहिले आहेत का, मास्तर? फार तर शंभराची नोट केव्हातरी दुरून पाहिली असेल तुम्ही. आज पाहताय तशी. ते जाऊ द्या. तुमची भूक जरा मोठी दिसतेय. काही हरकत नाही. पाचशे घेऊन हा पेपर बदला. मग तर झालं?' त्यांनं खिशातून शंभराच्या आणखी चार नोटा बाहेर काढल्या आणि टेबलावर ठेवल्या.

माझा संताप अनावर झाला. त्या नोटांचे तुकडे तुकडे करून ते या माणसाच्या तोंडावर फेकावेत, अशी तीव्र इच्छा माझ्या मनात निर्माण झाली. शेवटी माझा संताप

कष्टानं आवरून मी म्हणालो, 'पापासाहेब, तुम्ही कोण समजता मला? चोर... गुंड... मवाली...?'

एखाद्या तत्त्वज्ञाप्रमाणं पापासाहेब मला समजावून सांगू लागले, 'आजच्या जगात सावांना भाव नाही, मास्तर. कुठंही चला, चोराचा बाजार भरलेला दिसेल तुम्हाला. हा तुमच्या समोरचा डॉक्टर... पाणी घालून इंजेक्शन देतो अडाणी लोकांना. म्हणून पाण्यासारखा पैसा मिळवतोय लेकाचा!'

मी काहीच बोलत नाही, असं पाहून तो नीच मनुष्य म्हणाला, 'Every man has his price, मास्तरजी. कुणाची भूक लहान असते, कुणाची मोठी असते. पाचशें तुमची भूक भागत नसली, तर तसं स्पष्ट सांगा. उगीच आढेवेढे कशाला घेता? बोला, हजार... दोन हजार...'

एखाद्या भयंकर स्वप्नात असल्यासारखी माझी स्थिती झाली. 'फाऊस्ट'मधला सैतान जणू काही माझ्यापुढं नवं रूप धारण करून उभा राहिला होता. माझा आत्मा विकत घेऊन हवं ते सुख मला द्यायला तो एका पायावर तयार होता. त्या सैतानाचं हे स्वरूप पाहून माझी जीभ लुळी पडली.

कुठून तरी माझ्या कानावर शब्द आले, 'पाच हजार!'

पाच हजार? एका क्षणात पाच हजार रुपये मिळविण्याची संधी माझ्या घरी चालून आली होती. पाच हजार रुपये आत्ता हातात पडले, तर अस्साच्या अस्सा मी कुबेर वकिलांच्या घरी जाईन, ते पैसे त्यांच्या अंगावर फेकीन आणि म्हणेन, 'बोला, कोणता मुहूर्त धरता?'

सुमीच्या काळजीतून, माईच्या काचातून, अहोरात्र मनाला हैराण करणाऱ्या विचारांच्या जंजाळातून माझी सुटका होईल. पाच हजार रुपये... एका क्षणात! या कानाचं त्या कानाला न कळता! ज्या नरकयातना मी अनुभवीत होतो, त्यातून मुक्त होण्याचा हा एकच मार्ग होता.

–पण तो मार्ग पापानं लडबडलेला होता.

आत्मा विकून मिळणारं सुख? छे! ती सुखाची नुसती सावली आहे. मी ताडकन् उठलो आणि पापासाहेबांना म्हणालो, 'आत्ताच्या आत्ता इथून चालते व्हा तुम्ही. माझ्या वडिलांनी, माझ्या गुरूंनी, माझ्या ज्ञानानं, माझ्या संस्कृतींनं, गांधींच्यासारख्या माझ्या देशातल्या पूज्य पुढाऱ्यांनी मला जन्मापासून एक गोष्ट शिकविली आहे, काही कर; पण आत्मा विकू नकोस. कुठल्याही लोभांनं, कुठल्याही मोहानं... चला, चालते व्हा!'

मी थरथर कापू लागलो; पण अजून माझ्या तोंडातून शब्द उमटेना. पापासाहेब खुर्चीवरून उठला होता; पण अजून मला जाळ्यात पकडता येईल, असं त्याला वाटत असावं. त्याच्या ओठावर एक प्रकारचं दुष्ट हास्य दिसत होतं. मी बेभान

झालो. 'चला, चालते व्हा' असं म्हणत मी त्याच्या अंगावर धावून गेलो.

एकदम मागून कुणीतरी माझा हात धरला. मी वळून पाहिलं. उमा होती ती. तिला चंदू बिलगला होता. त्यांची नजर भेदरलेल्या पाखरासारखी दिसत होती.

पापासाहेब खोलीबाहेर जाऊ लागला. जाता जाता तो म्हणाला, 'फुकट खायला हवं तुम्हाला, मास्तर. तुमच्या पोराला एवढी भारी सायकल मी दिली, ती तुम्ही मोठ्या खुषीनं घेतली आणि आता माझं काम करायच्या वेळी मात्र... मुलखाचे कृतघ्न आहात तुम्ही!'

उमेच्या हातातून मी माझा हात सोडवून घेतला. वाऱ्यासारखा पापासाहेबांच्या अंगावरून माजघरात गेलो आणि ती सायकल त्यांच्यापुढं आपटीत ओरडलो, 'घेऊन चला ही सायकल. तुमचं पाप...'

मी दरवाजात जाऊन ओरडलो, 'ड्रायव्हर...' ड्रायव्हर धावत आला. मी सायकलकडं बोट दाखविलं. त्यानं पापासाहेबांकडं पाहिलं. मग ती उचलून तो मुकाट्यानं बाहेर निघून गेला. पापासाहेब घराबाहेर पडताच मी धाडकन् दार लावलं नि त्याच्यावर डोकं टेकलं. उमा आणि चंदू धावत माझ्यापाशी आली. दोघांनी दोन्ही बाजूनी मला कवटाळलं. मी ताठ उभा राहिलो. मोटार कर्कश्श आवाज करीत निघून गेली. मी हसलो.

–पण लगेच माझं लक्ष चंदूकडं गेलं. या अजाण पोराच्या आयुष्यातला एकुलता एक आनंद मी हिरावून घेतला होता. किती किती दिवस तो सायकलसाठी तळमळत होता. शेवटी त्याला सायकल मिळाली होती; पण...

मला हुंदका आवरेना.

खाली बसून मी चंदूला मांडीवर घेतलं. त्याच्या गालावर गाल घासला आणि त्याला म्हणालो, 'चंदू...'

चंदू मला घट्ट मिठी मारून म्हणाला, 'दादा, मला सायकल नको. खरंच नको. मी पुन्हा सायकलचा हट्ट करणार नाही. कध्धी कध्धी करणार नाही.'

त्याला कुठं ठेवू नि कुठं ठेवू नको असं मला झालं. मी उमेकडे पाहात म्हटलं, 'चंदू मोठा शहाणा आहे. आईच्या वळणावर गेलाय तो.'

ती हसत उद्गारली, 'अहं... वडिलांच्या.'

सांजा खाऊन आणि चहा घेऊन मी चंदूला हरिश्चंद्राची गोष्ट सांगू लागलो. गोष्ट संपल्यावर तो म्हणाला, 'दादा, हरिश्चंद्र चांगला होता, तारामती चांगली होती, रोहिदास चांगला होता. असं असूनही देवानं त्यांना इतकं दुःख का हो दिलं?'

देव सज्जनांना दुःख का देतो? काय उत्तर देणार चंदूच्या या प्रश्नाचं? ख्रिस्ताच्या डोक्यावर देवानं काटेरी मुगूट का ठेवला? लिंकन आणि गांधीजी माथेफिरूंच्या गोळ्यांना बळी पडावेत, अशी योजना त्यानं का केली? तुकारामाची

बायकापोरं त्यानं दुष्काळात का मारली? दोन महायुद्धाच्या भयंकर वणव्यात जगातली लक्षावधी निरापराधी पाखरं त्यानं का जाळून टाकली?

मानवातला राक्षस हा त्याच्यातल्या देवापेक्षा प्रबळ आहे, म्हणून हे सारं घडतं.

–पण चंदूला हे कसं समजावून सांगायचं? काहीतरी बोलायचं म्हणून मी एवढंच म्हणालो, 'तू मोठा झालास म्हणजे हे सारं कळेल तुला!'

उमेच्या आग्रहासाठी मी चार घास खाल्ले. मन शिणलं होतं. शरीर गळून गेलं होतं. उमेनं जेवण होताच लहान मुलासारखं मला अंथरुणावर नेऊन झोपविलं. पांघरूणसुद्धा घातलं; पण मला झोप येईना. मनात वावटळ सुरू होती. नाना प्रकारचे विचार थैमान घालीत होते. थोड्या वेळानं गुंगी आली. जड झालेलं अंग हलकं वाटू लागलं. कुठल्यातरी प्रशांत, सुंदर खाडीतून होडीत बसून ती वल्हवीत मी चाललो आहे, असा भास...

मला जाग आली तेव्हा मी उठून बसलो होतो. साऱ्या अंगाला दरदरून घाम सुटला होता. डोळ्यांपुढं...

उमा माझ्यापाशी बसली होती. मी थरथरत कापत तिला म्हणालो, 'उमा, जिकडंतिकडं काळोख दिसतोय मला. माझे डोळे... माझे डोळे...'

मी डोळे ताणून पाहू लागलो. माझे हात काळे झाले होते. मला ते स्वप्न हळूहळू आठवू लागलं. काळा बुरखा घेतलेला एक धिप्पाड पुरुष मला ओढीत ओढीत कुठंतरी दूर दूर घेऊन गेला. त्याच्या हाताची नखं वाघासारखी होती. त्यानं मला कसल्या तरी कागदावर एक आकडा लिहायला सांगितला. मी तो लिहिताच खूप खूप हिरव्या नोटा माझ्या हातात पडल्या; पण त्या लगेच काळ्या होऊ लागल्या. मी भयभीत झालो. माझे हात काळे झाले होते. त्या हिरव्या नोटा काळ्या होत होत्या. जिकडंतिकडं काळंच काळं मला दिसत होतं. तो भयंकर काळोख... मी आंधळा झालो की काय, या कल्पनेनं मी ओरडलो होतो.

पेपर तपासायला मी पुन्हा बसलो, तेव्हा कुठं माझा धीर परत आला. नेहमीसारखंच दिसत होतं मला.

अकरा वाजता उमा माझ्यामागं येऊन उभी राहिली. 'आता पुरे.' असं मोठ्या वात्सल्यानं ती म्हणाली; पण मोहाचं बीजच मनात रुजू द्यायचं नाही, असा मी निश्चय केला होता. इंग्लिशचे सारे पेपर मी तपासले. नापासाची निराळी यादी केली. त्यातही 'अगदी नालायक... यांना फॉर्म द्यायचा नाही...' अशी स्पष्ट सूचना सात-आठ मुलांपुढं लिहिली. त्या नालायकांच्या यादीत कुमुदचं नाव पहिलं होतं.

२५

उमा

आजी नेहमी म्हणायची, 'काट्याशिवाय फणसं नाही नि हट्टाशिवाय माणूस नाही.' यांच्याकडे पाहिलं की अगदी खरं वाटतं ते. दिवसभर उपाशी राहिले, शाळेतून दमून आलेले. मग त्या मेल्या पापासाहेबांनं इतकं डोकं पिकविलेलं... पण आपले पुन्हा जागत पेपर तपाशीत बसले. पेपर काय जन्माचेच मागं लागले आहेत! मला नाही आवडत यांची ही लगीनघाई! भूक म्हणायची नाही, तहान म्हणायची नाही. इतके घाबरून उठले त्या स्वप्नातून; पण पुन्हा डोळे खराब करून घ्यायला बसले ते बसलेच!

ते अंथरुणावर जाऊन पडले तर थोडा वेळ पाय दाबावेत, त्यांचा मला किती किती अभिमान वाटतो ते त्यांना सांगावं, असं माझ्या मनात होतं; पण ते कुठलं घडायला?

कुणालाही अभिमान वाटावा, असंच वागले ते संध्याकाळी! 'खोटं करणार नाही' म्हणून साफ सांगितलं त्यांनी. या पापासाहेबांपाशी इतके पैसे कुठून येतात, कुणास ठाऊक! सोन्याची खाण आहे की काय त्यांच्या मालकीची? खिशात हात घालून भराभर नोटा काढीत होता मेला! देव असल्या माणसांना श्रीमंत करतो आणि यांच्यासारख्यांना...?

पहाटेची ही थंडी मोठी जहांबाज असते. अंगावरलं पांघरूण सारखं करून डोळा लागतो का पाहवं म्हणून मी कुशीवर वळले. इतक्यात स्वारी कण्हल्यासारखी वाटली. मला राहवेना. उठले, जवळ जाऊन पाहिलं. अंगावर पांघरूणच नव्हतं. इतक्या थंडीचे हे उघडे झोपले आहेत? 'सारंच बाई लहान मुलासारखं' असं म्हणत मी अंगावर नीट पांघरूण घातलं. माझ्या या पायरवानं झोपमोड होऊ नये, असं तर वाटलंच होतं... पण...

किती किती दिवसांत त्यांनी मला क्षणभरसुद्धा जवळ घेतलं नव्हतं.

पुरुषांना बायकांची मनंच कळत नसावीत. जाता-येता त्यांनी गालाला नुसतं बोट लावलं, तरी माझं अंग मोहरतं. प्रेमाच्या साऱ्या गोड आठवणी मनात जाग्या

होतात आणि त्यांच्या किलबिलाटात कष्टांचा कलकलाट ऐकू येईनासा होतो; पण आपल्याच नादात असतात नेहमी पुरुष! असं काहीतरी मनात आलं.

मी हळूच वाकले. ते जागे होणार नाहीत, अशा बेतानं त्यांच्या ओठावर ओठ टेकू लागले. कसलातरी वाफारा मला जाणवला. थंडीच्या कडाक्यात गरम... मी चपापून त्यांच्या कपाळावर हात ठेवला. किती तापलं होतं ते. मी गालाला हात लावून पाहिला. हात हातात घेतला. त्यांना ताप भरला होता.

वन्संची कळी चहा पिताना थोडीशी खुललेली दिसली; पण यांच्या तापामुळं माझंच मन थाऱ्यावर नव्हतं. इकडं सारं घरकाम उरकायचं, तिकडं तापाची काळजी करायची! शिवाय, आज त्या कुबेर वकिलांना उत्तर द्यायला हवं होतं. म्हणून हे मुद्दाम आजारी पडले, असं म्हणायलासुद्धा सासूबाई कमी करायच्या नाहीत. भावोजी तुरुंगात जाऊन बसले, यात यांचा काडीइतका तरी दोष होता का? पण काल पाच- दहा वेळा तरी त्यांनी तसे टोमणे मारले मला.

दहा वाजले. 'मला बरं वाटतंय्, मी शाळेत जाऊन येतो' असं हे म्हणू लागले. मला आला राग. बायका-पोरांपेक्षा शाळेवरच यांचं अधिक प्रेम. मी मनात म्हटलं, 'आजपर्यंत फार सैल सोडलं आपण यांना. ते काही नाही. नवरा कितीही चांगला असला, तरी बायकोचा लगाम त्याच्या तोंडात हवाच. स्वत:च्या जिवाचीच जिथं हे काळजी घेत नाहीत, तिथं आमची कुठून काळजी असणार यांना?'

यांचा ताप उतरला की अगदी पोटात शिरून ते जमाखर्चाचं कोडं एकदा सोडवायला हवं. काल संध्याकाळी चहाचा पेला माझ्या तोंडाला लावताना ते म्हणाले होते, 'चंदूनं हे पाहिलं तर तू नि मी सारी सुखदु:खं वाटून घेतो, हे त्याला कळेल.' त्यांच्याच शब्दात पकडायला हवं त्यांना आता. सुखदु:खं वाटून घ्यायचं ठरलंय ना आपलं? मग पगारापेक्षा तुम्ही अधिक खर्च कुठून करता, ते मला सांगा. तुम्ही एकट्यांनी कर्जाचे डोंगर डोक्यावर घ्यायचे नि आम्ही साऱ्यांनी...

छे! केव्हातरी एकदा या प्रश्नाचा निकाल लावायलाच हवा.

मी त्यांना शाळेत जाऊ दिलं नाही. वन्संकडून रजेची चिठ्ठी पाठविली. ते पडल्या पडल्या काही वाचणार होते; पण तेसुद्धा त्यांना मी करू दिलं नाही.

दिवस डोक्यावर आला. कलला. उन्हं उतरली. हवेत गारवा आला. मी त्यांना चहा दिला. अंगाला हात लावून पाहिलं. ताप कमी वाटत होता; पण साफ उतरला नव्हता. संध्याकाळपर्यंत उतरला नाही, तर डॉक्टरांकडं जायला हवं; पण त्या डॉक्टरांचं मागचं बिल तसंच राहिलंय!

संध्याकाळ झाली. चंदू शाळेतून आला. वन्संचा मात्र पत्ता नव्हता. माझ्या

पोटात धस्स झालं. आज त्या वकिलांना आमच्याकडून उत्तर जायचं होतं; पण घरात त्या पाच हजारांविषयी कुणीच काही बोललं नाही, हे पाहून वन्संनी डोक्यात राख घातली तर? या अलिकडल्या शिकलेल्या मुली! नाही नाही ते मनात येतं! भावोजींनी एकदा ती किती भयंकर बातमी वाचून दाखविली होती! कॉलेजातल्या एका मुलीचं कुणातरी मुलावर प्रेम बसलं. दोघांचेही आईबाप लग्नाला परवानगी देईनात. शेवटी त्या दोघांनी एकमेकांच्या पायांना तार बांधून घेऊन नदीत जीव दिला.

या कल्पनेनंच माझा जीव कासावीस झाला. मी देवापुढं दिवा लावला तरी वन्सं आल्या नाहीत. हे घरात आजारी आहेत, हे ठाऊक असून त्यांनी असं बाहेर भटकत बसावं? असा राग आला मला त्यांचा! लगेच अंगावर शहारे आले. त्या नदीबिदीकडं गेल्या नसतील ना?

'दार उघडा!' असं कुणीतरी कर्कश स्वरात म्हटल्यासारखं वाटलं. सासुबाई बाहेरच्या खोलीत मूग गिळून बसल्या होत्या. त्या उठतील न उठतील म्हणून मी आतून बाहेर आले; पण माझ्याआधीच सासुबाईंनी दार उघडलं होतं. एक गडी पत्र घेऊन आला होता. ते घेता घेता सासुबाईंनी त्याला विचारलं, 'कुणाचं रे पत्र आहे?' त्यानं उत्तर दिलं, 'कुबेरसाहेबांचं!' पत्र घेऊन सासुबाई माजघरात आल्या आणि मला म्हणाल्या, 'उमा, वाच बाई काय आहे ते पत्रात. माणसं चांगली दिसतात हं. आज त्यांना उत्तर द्यायचा शेवटचा दिवस; पण शंकर आपला हात जोडून स्वस्थ बसला तरी पत्र पाठवलंय् त्यांनी. देव करो नि सुमी त्या घरातच पडो.'

मी सासुबाईंना पत्र वाचून दाखविलं. त्यात मजकूर एवढाच होता...

'आज तुमची वाट पाहिली; पण तुम्ही आला नाही. आम्ही पाच हजार रुपयांची अट तुम्हाला घातली होती; पण चि. माधवच्या आग्रहावरून आमचा आकडा आम्ही कमी... फार कमी... करीत आहोत. तसं पाहिलं तर असं खाली उतरणं हे आमच्या प्रतिष्ठेला शोभत नाही; पण मुलाच्या हट्टापुढं इलाज नाही. शेवटची तडजोड म्हणून दोन हजार रुपये तुम्ही रोख द्यावेत, असं आम्ही सुचवितो. या पत्राचं उत्तर उद्या सकाळी सात वाजता आम्हाला मिळालं पाहिजे. आठच्या पुढं आम्ही तुमचे बांधलेले नाही. चार-पाच स्थळं आमच्या बंगल्याच्या पायऱ्या गेले आठ दिवस झिजवीत आहेत. त्यांना काय सांगायचं, हा आमच्यापुढं मोठा प्रश्न येऊन पडला आहे. तरी आपला निर्णय ताबडतोब कळवावा. रात्री आलात, तरी चालेल. मात्र रात्रीसुद्धा पाच मिनिटांपेक्षा अधिक वेळ मला आपल्याला देता येणार नाही.'

पत्रातला मजकूर ऐकताच सासुबाईंना जवळजवळ हर्षवायू झाला. माझ्या

हातातून ते पत्र हिसकावून घेत त्या आमच्या खोलीत गेल्या आणि घाईघाईनं त्यांना म्हणाल्या, 'शंकर, अरे शंकर, ऊठ. ऊठ बाबा. सुमीचं लग्न जमलं बघ.'

ते धडपडत अंथरुणावर उठून बसले आणि म्हणाले, 'लग्न जमलं? कुठं?'

'अरे, कुठं म्हणजे? त्या कुबेर वकिलांचं स्थळ...'

खाली मान घालून मंद स्वरानं ते म्हणाले, 'माई, पाच हजार रुपये मी कुठून आणू? ते आणणं शक्य असतं तर... तर अगदी पहिल्या दिवशी मी लग्नाचा मुहूर्त ठरविला असता.'

सासुबाई चडफडत म्हणाल्या, 'तू असाच बावळट आहेस बघ. लहानपणापासून बघतेय मी. जिथं तिथं तुझा पाय आपला मागं. अरे दीडशहाण्या, हे पत्र तरी वाच. ते दोन हजारांपर्यंत खाली उतरले आहेत. सुमीसाठी तिच्या वडिलांनी ठेवलेले दोन हजार बँकेत आहेत ना, ते बँकेचं पुस्तक मला दे. मी जाते आत्ताच्या आत्ता कुबेर वकिलांच्या घरी. ते पुस्तक त्यांना दाखविते. आणि उद्याच्या उद्या शंकर हे पैसे काढून तुम्हाला देईल म्हणून सांगून येते.'

दोन्ही हातांची बोटं एकमेकांत घट्ट गुंफून एक आवंढा गिळीत ते म्हणाले, 'बँकेत पैसुद्धा शिल्लक नाही, माई.'

सासुबाई एकदम कडाडल्या. त्यांच्या आवाजात आश्चर्य आणि संताप यांचं विलक्षण मिश्रण झालं होतं. त्या ओरडल्या, 'ते दोन हजार बँकेत नाहीत? म्हणजे? कुठं आहेत ते? बोल ना! अरे बोल!'

ते खाली पाहत स्तब्ध बसले होते. सासुबाईचा संताप अगदी अनावर झाला. एकेक पाऊल पुढं होत त्या किंचाळल्या, 'कुठं गेले ते पैसे? कशात उडवलेस ते? दारू प्यालास? बाई ठेवलीस? जुगार खेळलास?'

त्यांच्या प्रत्येक प्रश्नाला ते मानेनं 'नाही' म्हणत होते; पण वर मान करून सासुबाईच्या डोळ्याला डोळा देण्याचा धीर काही त्यांना झाला नाही. सासुबाईचे ते वेडेवाकडे प्रश्न ऐकताना कुणीतरी सांडसानं काळजाला डागावं तसं मला झालं. त्यांचं बोलणं ऐकवत नव्हतं; पण ते ऐकल्यावाचून गती नव्हती.

बोलता बोलता सासुबाई त्यांच्या अगदी जवळ जाऊन उभ्या राहिल्या आणि कर्कश्श आवाजानं किंचाळल्या, 'अरे चांडाळा, बोल ना. काय केलंस त्या पैशांचं? का आपल्या बायका-पोरांसाठी डबोलं करून ते पुरून ठेवलं आहेस कुठं?'

सासुबाई त्यांच्या इतक्या जवळ गेल्या होत्या की त्या त्यांना आता मारतील की काय, अशी भीती वाटू लागली मला. आपण मधे पडावं, तर मागच्यासारखी आग आणखी भडकेल, म्हणून मी घुसळखांब्यासारखी जागच्या जागी उभी होते. सासुबाईचा आरडाओरडा ऐकून चंदू गोंधळून, गांगरून माझ्या कंबरेला विळखा घालून उभा राहिला. हे सारं काय चाललंय ते त्या बालजीवाला समजेना.

हळूहळू त्यांनी मान वर केली. त्यांच्या डोळ्यांतून टपटप थेंब खाली पडू लागले. ते घोगऱ्या आवाजात म्हणाले, 'माई, मी मोठा गुन्हा केला आहे– तुझा, सुमीचा.'

स्वत:च्या कानावर माझा विश्वास बसेना. एका श्रीमंत पोरीचे मार्क बदलून मिळणारे शेकडो, हजारो रुपये काल त्यांनी लाथाडले, हे मी डोळ्यांनी पाहिलं होतं. मग...

त्यांचा एकेक शब्द ऐकू येऊ लागला, 'लहानपणी मी चुकलो म्हणजे तू मला मारीत होतीस. आताही मी एक मोठा अपराध केला आहे. त्याबद्दल हवी ती शिक्षा कर मला. हा माझा गाल पुढं केला मी.'

सासुबाई दात-ओठ खात होत्या, थरथर कापत होत्या; पण त्यांचा हात काही वर झाला नाही.

डोळ्यांतलं पाणी निपटून टाकीत ते म्हणाले, 'हवं तर देवावरलं फूल उचलून सांगतो मी, माई. गेल्या पाच वर्षांत दिवसाकाठी चहाचा एक पेलासुद्धा मी कधी अधिक घेतला नाही. कितीही थकलो असलो, तरी बसचे दोन आणे वाचवीत आलो. कुठलीही चैन केली नाही ती! कुठल्याही व्यसनापायी मी पैसुद्धा गमावली नाही. नुसता हा संसार केला. संसार हे दारूपेक्षाही भयंकर व्यसन होऊ शकतं, हे मला पूर्वी ठाऊक नव्हतं. ते ठाऊक असतं तर संन्यास घेऊन मी केव्हाच पळून गेलो असतो.'

ते काय म्हणत आहेत, हे मलासुद्धा नीट कळेना. मग सासुबाईच्या कुठून लक्षात येणार ते? त्या तावातावानं म्हणाल्या, 'तुझी हवी ती बडबड ऐकून घ्यायला मी काही शाळेतलं शेंबडं पोर नाही. त्यांनी सुमीसाठी ठेवलेले दोन हजार रुपये तू कशात उधळलेस ते मला सांग.'

त्रासानं आणि काळजीनं त्यांचं डोकं अलिकडे हलकं झालं होतं. माझ्यावरसुद्धा उगीच चिडणं होई एखाद्या वेळी. आता तर त्यात तापाची भर. धर्म करता कर्म उभं राहायचं. ते तिरिमिरीनं बोलू लागले आणि झीट येऊन पडले तर?...

मी पुढं झाले आणि त्यांचा हात धरून म्हणाले, 'स्वस्थ पडा जरा. उद्या सकाळी ताप उतरल्यावर मग हवं तितकं बोला.'

त्यांनी माझ्या हातातून हात हळूच सोडवून घेतला आणि खोल गेलेल्या स्वरानं ते म्हणाले, 'काय सांगू? कसं सांगू? माई, तुला आणि उमेला हे सारं कसं समजावून सांगू? माझ्यासारख्या मास्तरांचा, कारकुनांचा, साऱ्या साऱ्या पांढरपेशा हमालांचा गेली काही वर्षं कसा कोंडमारा होतोय, हे त्याच्या जन्माला गेल्याशिवाय कुणाला कळणार नाही. त्यांच्या आयांना, बायकांना, भावांना, बहिणींना– कुणाला हे दु:ख कळणार नाही. माई, बाबा गेल्यापासून अगदी पूर्वीसारखा मी हा संसार

चालविला. कुणाचं काही उणं पडू दिलं नाही. अरू, सुमी यांचं शिक्षण केलं, त्यांच्या साऱ्या हौशी भागविल्या. तुझे, माझे, चंदूचे सर्वांचे लहानमोठे आजार काढले चांगले डॉक्टर आणून. हे सारं काय एका प्रामाणिक मास्तराच्या तुटपुंज्या पगारातून झालं? रानात शेत नाही नि गावात घर नाही, असं आपलं कुटुंब. आपलं पोट हातावर. कुटुंबात सहा माणसं. मिळवता मी एकटा. तोही अधू डोळ्यांचा... आणि... आणि माझा धंदा पडला मास्तरकी. पैला महाग असलेला राष्ट्राचा शिल्पकार आहे मी, माई!' हे बोलताना ते असं भेसूर हसले की त्यांना एक अक्षरसुद्धा पुढं बोलू देऊ नये, त्यांचं डोकं मांडीवर घेऊन थोपटावं नि ते शांत होईपर्यंत डोळ्यांतल्या पाण्याचा त्याच्यावर अभिषेक करावा, असं मला वाटलं. डोक्यात संताप चढून माणसांना एकदम वेड लागतं, असं लहानपणी मी ऐकलं होतं. ते आठवताच काळजात चर्रर झालं! पण माझी जीभ कोरडी पडली होती. पाय जमिनीला खिळले होते. माझ्या तोंडातून शब्द उमटेना. माझं पाऊल पुढं पडेना.

ते पुन्हा बोलू लागले. आता कापरा झाला होता त्यांचा आवाज; पण मघापेक्षा त्यांचं मन शांत झालं असावं. मी जिवाचा कान करून ऐकू लागले... 'माई, महागाई ही अशी भयंकर. प्रत्येक वस्तू चौपट, पाचपट, प्रसंगी आठपट... परवापर्यंत सुखवस्तूपणानं राहत आलो. राहणीत, कपड्यालत्त्यांत, आवडी-निवडीत चटकन बदल करता येत नाही आपल्याला. जशी आमची ऊबदार कपड्यांतली शरीरं नाजूक, तशी पिढ्यान्पिढ्या सुखसोयीत वाढलेली आमची मनंही साजूक. उन्हा-पावसात राबणाऱ्या माणसाचं काटकपण आमच्या अंगी नाही. रोजच्या काबाडकष्टावर जगणाऱ्या लोकांचा लढाऊपणाही आमच्या स्वभावात नाही.'

फार फार बोलत होते ते. माझी भीती उसळून वर आली; पण त्यांना आवरायचा धीर होईना मला. मी सासुबाईंना म्हटलं, 'सासुबाई, उद्या यांना बरं वाटल्यावर बोलत बसूया आपण.'

त्यांच्या आत्तापर्यंतच्या बोलण्याचा परिणाम सासुबाईंच्यावरही झाला होता. त्या मुकाट्यानं बाहेर जायला निघाल्या; पण यांनीच जाऊ दिलं नाही त्यांना. ते अगदी शांतपणानं म्हणाले, 'माई, थोडी थांब. हे सारं दुःख मला एकदा ओकून टाकू दे. गेली नऊ-दहा वर्ष आपण पूर्वीसारखेच राहात गेलो. त्यामुळे उघड्यावर ठेवलेला कापूर वाऱ्यावर उडून जावा, तसे सुमीसाठी बाबांनी ठेवलेले दोन हजार रुपये माझ्या हातून खर्च होऊन गेले. शिवाय, वर उधारी झाली, उसनवारी झाली. या काळात माझी किती कुचंबणा झाली हे... सुमीचे पैसे तुला न विचारता मी खर्च केले, ही मोठी चूक झाली माझी; पण मला एक आशा वाटत होती. दुसरं युद्ध संपलं. स्वराज्य आलं. हळूहळू महागाई कमी होईल, मी चार पैसे सहज शिल्लक टाकीन आणि सुमीच्या लग्नाची वेळ येईपर्यंत ते दोन हजार रुपये जसेच्या तसे परत बँकेत

ठेवीन, अशी स्वप्नं पडत होती मला; पण अलिअलिकडं एक गोष्ट मला कळून चुकली. ती सारी स्वप्नं खोटी होती.' क्षणभर थांबून ते म्हणाले, 'माई, मी चुकलो. मी गुन्हेगार आहे. कुटुंबासाठी का होईना, मी ते पैसे खर्च करायला नको होते. सुमी, माझी लाडकी बहीण. तिचा सुखाचा संसार पाहण्याची केवढी इच्छा आहे मला; पण आज... तिचं लग्न ठरायच्या वेळी मीच दावेदार झालो तिचा. क्षमा कर माई मला.'

सासुबाई तशाच उभ्या होत्या. त्या तोंडानं काही बोलल्या असत्या तर यांना तितकंच बरं वाटलं असतं; पण त्याही गोंधळून गेल्या होत्या. त्या काहीच बोलत नाहीत असं पाहून स्वारी एकदम अंथरुणावरून उठली आणि त्यांच्यासमोर साष्टांग नमस्कार घालून दाटलेल्या स्वरानं उद्गारली, 'माई, क्षमा कर मला.'

चंदूला ते पाहवेना. तो रडू लागला. सासुबाईंच्या डोळ्यांतही पाणी उभं राहिलं होतं. काय करावं हे मला सुचेना. सासुबाईंना नि चंदूला मी बाहेरच्या खोलीत नेऊन बसविलं. मग लगबगीनं आमच्या खोलीत परत आले. सासुबाई काय म्हणतील, वन्सं आल्या तर त्यांना काय वाटेल, याची काळजी न करता मी दाराला आतून कडी लावली.

ते उशीत डोकं खुपसून मुसमुसत होते. एखाद्या लहान मुलासारखे. मी एकदम जाऊन त्यांना घट्ट मिठी मारली. आतापर्यंत दाबून धरलेलं माझं सारं दुःख एकदम उसळून बाहेर पडलं. माझ्या डोळ्यांतून घळघळा आसवं वाहू लागली. ती त्यांच्या केसांवर, गालावर पडत होती. त्यांनी मान वर करून पाहिलं. माझ्या दोन्ही गालांवरून त्यांनी हात फिरविले. डोक्याला डोकं टेकून, दृष्टीत दृष्टी मिळवून आम्ही काही क्षण तसेच बसलो. त्यांची आसवं माझ्या तोंडावर, गालावर, ओठावर ठिबकत होती नि माझी त्यांच्या. ओठावर पडलेला त्यांचा एक अश्रुबिंदू मी जिभेनं टिपला. त्यांच्या आत्म्याचं सत्त्व होतं ते. त्यांचं दुःख, त्यांचं प्रेम, त्यांचा सरळपणा, त्यांचा हळवेपणा... सारं सारं त्या एका थेंबात साठलेलं होतं. त्या उष्ण खारट थेंबानं किती धीर आला मला! केवढा आधार वाटला मला त्यांचा!

वादळात सापडलेल्या दोन पाखरांच्या पिलांनी कुठल्यातरी मोडक्या-तोडक्या घरट्यात चोचीत चोच घालून बसावं, पंख फडफडावून पावसाचं पाणी उडवून लावावं, ते घरटं ज्या झाडावर आहे, ते वादळी वाऱ्यानं केव्हा उन्मळून पडेल, याचा नेम नसताना एकमेकांकडं पाहून हसावं, तशी आम्ही बसलो होतो. न बोलता दुःख विसरत होतो. हा क्षण कधी संपू नये, ही मिठी कधी सुटू नये, असं सारखं वाटत होतं मला.

त्यांनी माझे डोळे पुसले. मी त्यांचे पुसले. अश्रू पळाले. स्वर्गातून आम्ही पृथ्वीवर आलो.

त्यांच्या अंगात अजून थोडा ताप होताच. आत्ताच्या मनस्तापानं त्यांना फार

गळून गेल्यासारखं झालं असावं. किती मलूल दिसत होती त्यांची मुद्रा! मी कॉफी करण्याकरिता उठू लागले; पण ते मला सोडीनात. माझ्या मांडीवर डोकं ठेवून तान्ह्या मुलासारखे माझ्याकडे टकमक पाहात राहिले ते.

मघाचं त्यांचं सारं बोलणं मला आठवलं. जमाखर्चाचा उलगडा झाला. वर्षच्या वर्ष ते एकटे हे दु:ख भोगीत आले होते. आमच्या सुखाला दृष्ट लागू नये म्हणून हे सारं आमच्यापासून लपवीत आले होते.

मी त्यांच्या केसातून हात फिरवीत म्हणाले, 'अगदी दुष्ट आहात तुम्ही!'

'मी?'

'हो! नि फार खोटं बोलता नेहमी. तुझी नि माझी सुखदु:खं एक आहेत, असं सारखं मला सांगत आलात आणि हे सारं वर्षानुवर्ष माझ्यापासून चोरून ठेवलंत. तुमच्या उमेपासून हे का चोरून ठेवलंत?'

'का? हे तुला कळायचं नाही.'

'मी शहाणी झालेय आजपासून. असली उडवाउडवीची उत्तरं मी ऐकून घेणार नाही यापुढं.'

'मग काय करणार? खरं सांगायलाच हवं.'

'हो, अगदी ईश्वरसाक्ष सांगा हं.'

'जगात ईश्वर नसला तरी?'

मी त्यांच्या तोंडावर हात ठेवून हसत म्हटलं, 'तो असू दे, नाही तर नसू दे. मला खरं खरं सांगा सारं.'

माझे दोन्ही हात हातात घेऊन घट्ट दाबीत ते म्हणाले, 'उमा, माझं दु:ख मी तुला का सांगितलं नाही? हा पुरुषजातीचा अभिमान आहे, उमा. अहंकार असेल तो! मी नाही म्हणत नाही. घरातल्या कर्त्या पुरुषाला वाटतं, आपल्याला कितीही त्रास झाला तरी हरकत नाही; पण आपली बायकामुलं, आपले आप्तइष्ट सारे सुखात असावेत.'

'– म्हणजे तुम्ही दु:खात जळत राहायचं नि तुमच्या जिवावर आम्ही सुखात डुंबत बसायचं.'

'अशा दु:खातही फार मोठं सुख असतं, उमा. आई मुलांसाठी हवे ते कष्ट सोसते. ते सोसण्यात तिला आनंद होतो. बायको नवऱ्यासाठी... तू माझ्यासाठी काय थोडं सोसते आहेस? कुठल्याही भोगाचा आनंद क्षणिक असतो. त्यागाचा चिरकालिक असतो. त्यातही तुझ्यापाशी मी माझं मन मोकळं केलं असतं; पण मग तू संसारात भलती काटकसर करायला लागली असतीस. माईनं ते सारं सावत्रपणावर घातलं असतं. घरातली धुसफूस वाढली असती. मी काय म्हणतोय ते अरू, सुमी, माई यांच्यापैकी कुणालाच नीट समजलं नसतं. चंदू तर अगदीच अज्ञान. राहता राहिलीस तू; पण मला नेहमी वाटायचं... संसारात आधीच वनवास भोगते आहेस तू. हे सारं

सांगून तुझी काळजी उगी कशाला वाढवायची? हे दु:ख सोसताना मी मनाशी म्हणे, 'कुटुंबातला कर्ता पुरुष हा वटवृक्षासारखा आहे. तो वृक्ष आपल्या अंगावर ऊन घेतो; पण खाली येऊन उभ राहणाऱ्या प्रत्येकाला सावली देतो.'

ते म्हणत होते, ते खरेही होते नि खोटेही होते. बाकीच्यांना नाही तर नाही; पण मला तरी त्यांनी हे सांगायला हवं होतं. मी म्हटलं, 'तुमच्यासारखं बोलता येत नाही मला; पण तुम्ही हे सारं सांगितलं असतं, तर या घरासाठी, तुमच्यासाठी, अधिक राबले असते मी. अगदी मोलमजुरी करायची वेळ आली असती तर...'

माझ्या तोंडावर हात ठेवून ते म्हणाले, 'असं काही बोलू नकोस तू. वेडे, आपण पांढरपेशी माणसं. त्यात शिकलेली. पिढ्यान्पिढ्या सुखवस्तूपणानं राहिलेली. काबाडकष्टाची स्वप्नातसुद्धा सवय नाही. आपल्याजवळ श्रीमंतांसारखा पैसा नाही; पण राहणी मात्र त्या वळणावर गेलेली. कामकऱ्यांच्या कुटुंबात सारी माणसं लहानपणापासून राबतात, मिळेल ते काम करतात, आपलं पोट भरतात. तसं पांढरपेशात कधी घडतं का? काळ बदलला; पण आपण हे अजून ओळखलं नाही. आठ-दहा वर्ष झाली. हा... हा नवा काळ आम्हा पांढरपेशांना काट्याकुट्यांतून, दगडधोंड्यांतून, खाचखळग्यांतून फरफर ओढून नेत आहे. आमची वस्त्रं फाटली, अंग खरचटली, ती रक्तबंबाळ व्हायला लागली, तरी अजून आमचे डोळे उघडत नाहीत.'

माजघरातल्या घड्याळाचे ठोके पडू लागले. आठ वाजले की नऊ? काहीच कळेना. सकाळी अकरा वाजता वन्सं कॉलेजात गेल्या. त्या अजून परत आल्या नाहीत. म्हणजे....

मला राहवेना. मी संध्याकाळपासून मनात आलेली शंका त्यांना बोलून दाखविली. ते एकदम उठले आणि कोट-टोपी घालू लागले. सकाळपासून नुसत्या चहा-कॉफीवर होते ते. अंगात अजून ताप होता. त्यांनी बाहेर जाऊ नये, असं मला वाटलं; पण ते ऐकेनात. ते म्हणाले, 'सुमी जाऊन जाऊन कुठं जाणार? नदीवर बसली असेल काहीतरी वेडंवाकड मनात आणून. मी गेलो की तिच्या डोक्यातलं सारं वेड नाहीसं होईल. शिवाय, आणखी एक विचार आलाय माझ्या मनात. सुमीला हवं ते स्थळ दोन हजारात मिळतंय, त्या दोन हजारांची काही सोय होते का पाहावं. माझे मित्र आप्पासाहेब आहेत. आमच्या शाळेच्या मंडळाचे अध्यक्ष आहेत. बाबांचे एक जुने स्नेही आहेत. खडे टाकून पाहीन म्हणतो.'

मला त्यांना अडविता येईना. त्यांना मी म्हटलं, 'सांभाळून जावं रस्त्यानं. नि हे पाहा, उगीच डोक्याला त्रास करून घेऊ नका. जे नशिबी असेल ते...'

मला पुढं बोलवेना. मी त्यांचा हात माझ्या गळ्यावर ठेवला आणि म्हणाले, 'माझी शपथ आहे हं!'

२६

शंकर

बाहेर गार वारा अंगाला झोंबत होता. घरी परत जावं नि खूप खूप पांघरूण घेऊन स्वस्थ डोळे मिटून पडावं, असं क्षणभर वाटलं; पण लगेच सुमीची आठवण झाली. काळ किती वेगानं धावत असतो! बाहुलीच्या लग्नाची गडबड करणारी ही परकरी पोरगी! आज ती प्रेमात पडली आहे. ते प्रेम सफल झालं नाही तर कदाचित...

मी बस गाठली. नदीवर आलो. काळोखात नीट दिसेना. घाटाची एकेक पायरी हळूहळू उतरू लागलो. पाण्यात डुबूक डुबूक असा आवाज ऐकू आला. छातीत धडपड सुरू झाली. सुमीच पाण्यात बुडत नसेल ना? पोरीनं दगडबिगड गळ्यात बांधून घेतला असला तर...?

मी भरभर पायऱ्या उतरू लागलो. माझ्यापुढं कसलं ताट देव वाढून ठेवणार आहे, हे कळेना. सुमीनं जर आपल्या जिवाचं बरंवाईट केलं तर... मग काही मला माईला तोंड दाखवायला जागा राहणार नाही. अगदी खाली पाण्यापर्यंत आलो. तिथे कुणीतरी मनुष्य पाण्यात दगडं टाकीत बसला होता. मी त्याच्याजवळ जाऊन पाहिलं. लहान लहान दगडांची भलीमोठी रास त्याच्यापाशी होती. माझी चाहूल लागताच त्यानं वर पाहिलं. दाढी वाढलेला साठीच्या घरातला गृहस्थ होता तो. कदाचित कुणी वेडाही असावा. एरवी मी त्याच्याशी बोललो नसतो; पण काळोखात, नदीच्या काठी आम्ही दोघं भेटलो होतो. या भेटीत एक प्रकारचा गूढपणा होता. त्याच्याशी एक शब्दसुद्धा न बोलता परत जाणं मला बरं वाटेना. म्हणून मी म्हटलं, 'आपलं नाव काय?'

'माझं नाव? ते तुमच्या त्या देशभक्त आप्पासाहेबांना विचारा.'

आवाज ओळखीचा वाटला. हो! तीच स्वारी ही. मी कॉलेजात असताना गावाचं पुढारीपण यांच्याकडं होतं. यांची व्याख्यानं ऐकायला मी, आप्पा, दिगंबर... सारेच धावून जात होतो.

'इथं काळोखात काय करताय आपण?'

'बाकीचे लोक काळोखात पापं करतात. मी एक पुण्यकृत्य करीत आहे.'

'कसलं?'

'दिसत नाही तुम्हाला? एकेक दगड उचलून मी पाण्यात टाकीत आहे.'

'यात पाप कसलं नि पुण्य कसलं?'

'मी दगडाचं हृदयपरिवर्तन होतंय् का पाहतो. त्यांचं पाणी झालं, की या दुर्दैवी देशातले सारे प्रश्न सुटले. गांधींची पुस्तकं वाचली नाहीत वाटतं तुम्ही? देशभक्त आप्पासाहेबांच्या घरी चला. सारी पुस्तकं मिळतील तिथं. मात्र त्यांची पानं तुम्हालाच फाडून घ्यावी लागतील.'

मी स्तब्ध राहिलो. हे विचित्र बोलणं म्हणजे काही केवळ वेड्याची बडबड नव्हती.

सुमी! सुमी कुठं असेल या वेळी?

मी घाईघाईनं वर आलो. देवळात कधीही पाऊल न टाकणारा मी; पण मनाची विकलता असह्य होऊन शंकराच्या देवळात गेलो. बाबांच्या बरोबर लहानपणी देवळात गेलो म्हणजे उडी मारून घंटा वाजविण्यात मोठा आनंद होत असे मला. आज सहज हात वर करून मी ती वाजविली; पण बालपणीचा तो गोड आवाज काही मला ऐकू आला नाही. गुडघे टेकून मी पिंडीपुढं मस्तक नम्र केलं. थोडं पुढं जाऊन अंगारा घेतला आणि तो कपाळाला लावला. माझं मलाच हसू आलं. असल्या गोष्टींवर विश्वास न ठेवणारा मी; पण गेल्या आठ दिवसांत मनाची विलक्षण ओढाताण झाली होती. त्याला कुठंतरी आसरा हवा होता. भिकाऱ्यानं धर्मशाळा शोधावी तसा. माणसं अजूनही धर्मभोळी का राहिली आहेत, हे आज मला समजलं.

घरातून निघताना त्या दोन हजारांकरिता आप्पासाहेबांकडं शब्द टाकून पाहायचं मी ठरविलं होतं. वाटलं, कदाचित मधलं ते शंभर रुपयांचं पत्र त्याला पोहोचलंही नसेल. त्यांचं उत्तर आलं नाही, म्हणून आपण गैरसमज करून घेतला; पण कुमुदच्या वाढदिवसाच्या त्या समारंभात किती प्रेमानं तो आपलं स्वागत करण्याकरिता पुढं आला. माझी अडचण जर त्याला कळलीच नसेल तर त्यानं काय करावं?

अंत:करणात आशा पालवली. गळून गेलेल्या शरीरात कुठून तरी नवं बळ आलं. मी झपझप त्यांच्या बंगल्याची वाट चालू लागलो. हां-हां म्हणता मी त्यांच्या फाटकापाशी येऊन उभा राहिलो. मात्र आत शिरायच्या वेळी हे सारं अवसान नाहीसं झालं. आल्या पावली परत जावं असं वाटू लागलं. दुःख भोगायचं; पण कुणाकडं काही मागायचं नाही, ही लहानपणापासून मनाला लावून घेतलेली सवय मला पुढे जाऊ देईना. माणसं तोंडानं बोलायला अघळपघळ असतात; पण काही करायची वेळ आली की बहुतेक हात आखडता घेतात. गेल्या चार-पाच वर्षांतला हा अनुभव एखाद्या अडसरासारखा माझी वाट अडवून उभा होता.

–पण संकोच, दुबळेपणा, दु:ख हूं की चू न करता सोसायची वृत्ती; जिथं अपमान होईल असं वाटेल, तिथून चार पावलं दूर राहण्याचा स्वभाव; शाळा आणि कुटुंब याप‌लीकडच्या जगाविषयीचं अज्ञान आणि भीती, या सर्वांचा आतापर्यंत मला काय फायदा झाला होता? माझ्या स्वभावात एक प्रकारचा न्यूनगंड तेवढा निर्माण झाला होता त्यामुळं. अलिकडं हे मला तीव्रतेनं कळत होतं; पण वळत मात्र नव्हतं.

आपल्याला हा दोष काढून टाकायला हवा, असं स्वत:ला बजावीत मी बंगल्याच्या फाटकातून आत गेलो. आपासाहेब वर आहेत असं कळताच बाहेरच्या जिन्याने मी वरच्या दिवाणखान्यात शिरलो. गांधी, टिळक, नेहरू यांच्या भव्य कलापूर्ण प्रतिमांनी त्या दिवाणखान्याच्या भिंतींना विलक्षण शोभा आणली होती. खाली इराणी गालीचे आणि वाघाची कातडी पसरली होती. कोचात रेलून बसलेल्या आपासाहेबांच्या अंगावर नखशिखांत खादी होती. मात्र दिवाणखान्यातल्या प्रत्येक वस्तूतून त्यांचं ऐश्वर्य जणू काही उतू जात होतं. तो दोन-तीन माणसांशी काहीतरी बोलत होता. मी दारात दिसताच तो हसत हसत उठला आणि पुढं येऊन माझा हात धरून म्हणाला, 'अलभ्य लाभ, अलभ्य लाभ. आज मोठा भाग्याचा दिवस दिसतोय. तुझी पायधूळ माझ्यासारख्यांच्या घरी पडायची म्हणजे...'

त्यानं मला आग्रह करून अगदी आपल्या शेजारी बसविलं. मी शरमल्यासारखा झालो. त्याच्या माझ्याविषयीच्या प्रेमात रतिमात्र अंतर पडलेलं नाही, अशी माझी खात्री झाली. किती आपलेपणानं बोलत होता तो. आणि मी मात्र? तो आपल्यापासून दूर गेला, आपल्याला विसरला म्हणून कधी गाठसुद्धा घेतली नाही त्याची मी! नुसता मनात जळफळत राहिलो. माझ्या मनाला नकळत त्याच्या भाग्याचा हेवा वाटत होता का? मी इतका क्षुद्र...

'तू कामात दिसतोस. उद्या येईन मी.' काहीतरी बोलायचं म्हणून मी बोलून गेलो.

बाजूला बसलेल्या लोकांना तो म्हणाला, 'हा माझा मित्र शंकर. कॉलेजात हा नि मी मोठे दोस्त होतो. अगदी एका ताटात जेवणारे. आम्ही या राजकारणाच्या वावटळीत सापडलो. कुठंतरी वाहत गेलो; पण याचं तसं नाही. उत्तम शिक्षक व्हायचं, हे याचं ध्येय होतं. त्या ध्येयाला हा चिकटून राहिला. मोठा हुषार. मोठा ध्येयवादी. आता स्वतंत्र भारताला अशाच शिक्षकांची जरुरी आहे.'

हा आता व्याख्यान सुरू करतो की काय, अशी धागधूग मला वाटू लागली. टाळ्या वाजवायला गणमंडळी हजर होतीच.

तो त्या लोकांना म्हणाला, 'उद्या सकाळी या तुम्ही. मग ठरवू आपण कार्यक्रम.' त्याला नमस्कार करून ते निघून गेले. मग माझ्याकडं वळून तो म्हणाला, 'खेडोपाडीचे सार्वजनिक कार्यकर्ते आहेत हे. दररोज अशी शे-पन्नास

माणसं येतात. त्यांची सुखदु:खं ऐकून घ्यावी लागतात. त्यांनासुद्धा आपल्यासारखी बायकापोरं आहेतच की; पण असा दगदगलोय म्हणतोस या देशभक्तीनं. बायको म्हणते, मधे तुरुंगात होता तेव्हा बरं होतं. ठराविक दिवशी तरी घटका-दोन घटका तुम्हाला भेटायला मिळत होतं; पण आता महिन्यामहिन्यांत तुमच्याशी चार शब्द बोलायला मिळत नाहीत. काय सांगू, शंकर? कृष्णाला सोळा हजार एकशे आठ बायका सांभाळताना काय कष्ट पडले असतील, याची आता कुठं कल्पना येतेय मला! त्याच्या बायका आणि माझी कामं... ते जाऊ द्या. नित्याची आहे आमची ही कर्मकटकट! हं बोल, काय घेणार तू? चहा की कॉफी?'

'काही नको.' सारा धीर एकवटत मी म्हणालो, 'अतिशय अडचणीत आहे मी. म्हणून तुझ्याकडं...'

मला मधेच थांबवून तो म्हणाला, 'अरे हो, तुझी क्षमा मागितली पाहिजे आधी मला. तुझं ते मागचं पत्र मला मिळालं होतं; पण त्याचं उत्तर पाठवायलासुद्धा फुरसतच मिळाली नाही बघ. निवडणुकीची धांदल सुरू होती. नाहीतर... अरे, शंभर रुपये म्हणजे काय कोण्या झाडाचा पाला! पण तेवढी मदत काही माझ्या हातून तुला झाली नाही. काळजात कशी जखम झाली आहे? पण काय करू, दोस्त? आमचा हा देशभक्तीचा धंदाच मोठा आतबट्ट्याचा आहे. बडेबडे लोक घरी येतात. म्हणून हा सारा इतमाम ठेवावा लागतो. मिशीला तूप लावून आपले दिवस काढायचे. आता मिशी राहिली नाही नि तूपही मिळत नाही. तेव्हा डालडा लावून... ते जाऊ द्या. तुला सांगितलं तर खरं वाटायचं नाही; पण आता काही माझ्या खिशात शंभर रुपये मिळायचे नाहीत. असते तर तुला ते आल्याबरोबर दिलेच असते ना!'

मी हतबुद्ध झालो. काय बोलावं हे सुचेना मला. इतक्यात कोपऱ्यातला टेलिफोन खणखणू लागला. आप्पासाहेब झटपट तिकडे गेला. त्याचं ते तिमजली हास्य आणि ते 'छान छान. काँग्रेट्स' वगैरे दरबारी बोलणं केव्हा एकदा संपतं असं होऊन गेलं मला.

तो लगबगीनं परत आला आणि म्हणाला, 'एक मोठी काळजी दूर झाली. आपले पापासाहेब निवडून आले.'

'नगराध्यक्ष म्हणून?'

'हो. मी अभिनंदनाला जातोय त्यांच्या. तूही चल हवं तर. अरे बाबा, हे शिष्टाचाराचं युग आहे. कुणी निवडून आला, तर अभिनंदनाला... तो पडला तर सांत्वनाला... म्हणजे पुढील निवडणूक लढविण्याचा धीर त्याला द्यायला, कुणी मेला तर दुखवट्याला, जगला तर त्याची एकसष्टी करायला आपण नेहमी तयार असलं पाहिजे. गाडी आहे माझी. फार वेळ मोडणार नाही.'

मी त्या बंगल्याचा जिना कसा उतरलो, कुणास ठाऊक; पण मी रस्त्यावर उभा

होतो. कुठल्या बाजूला वळावं, हे मला कळेना. घरी जायचं? जाऊन माईला काय सांगायचं? अजून सुमी घरी परत आली नसली तर? तिला कुठं शोधायचं? का उद्या सकाळच्या वर्तमानपत्रात तिच्याविषयी काही भलतीसलती बातमी...

सारं अंग शहारलं. इतक्यात सायकलवरून वर्तमानपत्र विकीत जाणारा एक मनुष्य ओरडत गेला, 'चुरशीची निवडणूक! पापासाहेब नगराध्यक्ष झाले. शेठ पापासाहेब... जादा अंक, एक पैसा! पापासाहेब निवडून आले.'

पाय नेतील त्या रस्त्याने मी चालू लागलो.

शाळेच्या अध्यक्षांकडे जाण्यात काय अर्थ होता? त्यांनीच तर टिळकगुरुजींची बंगली विकायची कल्पना प्रथम काढली. तसेच, ते बाबांचे बुद्धिबळातले स्नेही... छे! ते आपल्याला ओळखतील की नाही, याचीसुद्धा शंका आहे!

रस्त्यानं माणसं जात-येत होती; पण मला त्या नुसत्या निर्जीव सावल्या वाटल्या. जवळून जाणाऱ्या मोटारींचे आवाज कुठूनतरी दुरून येत आहेत, असा भास झाला. भयाण काळोखातं भरलेल्या अफाट जगात मी एकटाच भटकत होतो– एखाद्या अनाथ पोरासारखा!

आणि माझ्यापासून दूर दूर पळणारे ते दोन हजार रुपये...

त्यातल्या प्रत्येक रुपयांकरिता मी माझ्या रक्ताचा एकेक थेंब मोजला असता; पण त्याचा काय उपयोग होता?

कुठल्या तरी भयंकर महापुरात मी एकटाच वाहत चाललो होतो. अवतीभवती किर्र काळोख! गारठू लागलेल्या हातात एक फळकूट गच्च धरलेले, नाकातोंडात सारखं पाणी जात असलेलं, अधूनमधून वाहत येणाऱ्या सर्पाच्या ओझरत्या स्पर्शानं अंगावर काटा उभा राहात होता. दूर दूर दोन्ही काठांवर दिवे दिसत होते, मिणमिणणारे? छे! डोळे मिचकावणारे!

मनुष्यवस्ती होती तिथं; पण माझा आक्रोश कुणाला कसा ऐकू जाणार? आणि चुकून गेला, तरी माझ्यासाठी आपला जीव धोक्यात कोण घालणार? हा लोंढा मला असाच वाहून नेणार! ही नदी जिथं समुद्राला मिळत असेल तिथं...

जीवनाची नदी शेवटी मृत्यूच्या समुद्रालाच मिळायची असते! एवढ्यासाठीच का ती वाहते? मग हे वाहण्याचे कष्ट कशासाठी करायचे? जो मृत्यू उद्या येणार, त्याचं स्वागत आज का करायचं नाही?

या प्रश्नानं किती दचकलो मी! आत्महत्येचा विचार आजपर्यंत माझ्या मनाला मी शिवू दिला नव्हता; पण आज... मनाच्या आणि शरीराच्या अगतिक स्थितीत तो भयंकर वाटला नाही. मृत्यु... आत्महत्या... झाडाच्या लाखो पानातलं एक पान गळून पडायचं! ते आपोआप गळून पडलं काय किंवा कुणी खुडून टाकलं काय, सारखंच...!

मला कुणीतरी मागे ओढीत आहे, असा भास झाला. चंदू... उमा... छे! ती इथं कुठून येणार? मी मागं वळून पाहिलं. एकदम कुणीतरी मला हाक मारली, 'सर...'

उमा? छे! किती वेडा आहे मी! उमा मला 'सर' म्हणून हाक मारील का? ही ती... ती मुलगी... शाळेतली मुलगी... अपर्णा.

अपर्णा माझ्याकडं निरखून पाहात आणि रस्त्याच्या बाजूला होत म्हणाली, 'रात्री कुठे चाललात, सर?'

'कुठे?' काय उत्तर द्यायचं?

ती स्मित करून म्हणाली, 'तुम्हाला वेळ आहे थोडा?'

'थोडा का? भरपूर आहे.'

'मग माझं एक मागणं आहे.' संकोचानं खाली पाहात आणि पदराचं टोक बोटाभोवती गुंडाळीत ती उद्गारली, 'माझी आई नि मी जवळच राहतो. तुम्ही काहीतरी चांगलं शिकवलं, की मी ते घरी जाऊन तिला सांगते. मग तिला खूप बरं वाटतं. ती मला नेहमी म्हणते, पोरी, असे मास्तर मिळायला भाग्य लागतं. तुम्हाला पाहावंसं वाटतं तिला. पण...'

मला आग्रह कसा करावा, या विचारात ती पडली असावी. मी चटकन् तिला म्हणालो, 'चल, मी येतो तुझ्याबरोबर.'

जवळच्याच एका चाळीत अपर्णेचं बिऱ्हाड होतं. एखाद्या कबुतराच्या खुराड्यासारखी ती दुमजली गजबजलेली चाळ दिसत होती. चाळीसमोरच्या अंगणात केर, कागदाचे कपटे, केळ्यांच्या साली अशा अनेक गोष्टी जाता जाता मला दिसल्या. वर जायच्या जिन्यात भयंकर काळोख होता. मी अपर्णेच्या मागून हळूहळू जिना चढू लागलो. मला नीट न दिसल्यामुळं असो किंवा पाय चुकल्यामुळं असो, मी एकदम अडखळलो. आता जिन्यावरून खाली गडगडत जातोय की काय, असं भय वाटलं मला; पण अपर्णेचे डोळे पुढे असले, तरी लक्ष मागे होतं. एखाद्या खारीप्रमाणं ती चटकन वळली आणि माझा हात धरून तिनं मला सावरलं. लगेच ती कातर स्वरानं उद्गारली, 'सर, ताप आहे तुम्हाला.'

मी काहीच बोललो नाही. मुकाट्यानं वरच्या मजल्यावरल्या अगदी कडेच्या खोलीत तिच्या मागून गेलो. जाता जाता प्रत्येक खोलीत मी नजर टाकीत होतो. अस्ताव्यस्त टाकलेलं सामान, रडणारी मुलं, जेवणारी माणसं... सर्वांचं संमेलन भरलं होतं तिथं.

अपर्णेनं हळूच आपल्या खोलीचं दार लोटलं. उजवा हात वर करून दिवा लावला. समोरच्या कोपऱ्यात अंथरुणावर एक प्रौढ स्त्री पडली होती. दिवा लागताच तिनं दाराकडं पाहिलं; पण ती उठली नाही. बोललीही नाही. नुसती टकमक पाहात राहिली.

तिच्याजवळ जाऊन अपर्णा म्हणाली, 'मास्तर आलेत तुला भेटायला.'

अपर्णेच्या मागोमाग मीही बिछान्याजवळ गेलो. मुलीचे शब्द ऐकताच आईचे ओठ किंचित विलग झाले. तिनं हसण्याचा प्रयत्न केला. मग तिनं आपला एक हात वर करून मला नमस्कार केल्यासारखं केलं. ती काहीतरी बोलणार होती; पण तिची जीभ अडखळल्यासारखी झाली. अपर्णेनं तिच्या पांढऱ्या शुभ्र केसांवरून आणि सुरकुतलेल्या तोंडावरून मोठ्या वात्सल्यानं हात फिरविला. ती पोक्त बाई हसली. भूमिकांची ती अदलाबदल पाहून मलाही मोठी मौज वाटली. अपर्णा आई झाली होती. तिची आई ही अंथरुणावर पडलेली आजारी मुलगी होती.

अपर्णेनं घाईघाईनं दिलेल्या चटईच्या तुकड्यावर मी बसलो. तिची आई माझ्याकडे पाहात होती. मी तिच्याकडं बघत होतो. तिला बोलता येत नव्हतं. काय बोलावं, हे मला कळत नव्हतं. मात्र या जगात माणसाचा माणसाला किती धीर वाटतो, ते मला या क्षणी कळलं. ती एकदा माझ्याकडं पाही, एकदा अपर्णाकडं मान वळवी. मग मघासारखं मंद स्मित तिच्या ओठावर क्षणभर दिसे. ते स्मित हीच तिची भाषा होती.

अपर्णा एखाद्या हरिणीसारखी त्या लहानशा खोलीत बागडत होती. स्टोव्ह पेटवून तिनं मला विचारलं, 'काय करू– चहा की कॉफी?'

'काहीही चालेल.'

'काहीही नाही. तुम्हाला आवडेल ते.'

'मला दोन्ही आवडतात.'

'मग दोन्ही करू?'

'हं!'

ती हसली. मीही हसलो आणि म्हणालो, 'आणि दोन्ही मिसळून पिऊया. म्हणजे एका नव्या पेयाचा शोध लावल्याचं श्रेय मिळेल आपल्याला.'

आधण ठेवता ठेवता ती म्हणाली, 'तुमच्या अंगात ताप आहे, सर. नि आता रात्र झालीय फार. म्हणून कॉफीच देणार मी तुम्हाला.'

'ही तर हुकूमशाही झाली.'

'होऊ दे. नि उद्या वयनींना येऊन सांगणार आहे, की अंगात ताप असताना अपरात्री वाऱ्यावर हे हिंडत राहतात. संध्याकाळी घरी आले की यांना कोंडून ठेवत चला म्हणून.'

हे शेवटचं वाक्य ती हसत बोलली आणि मग एकदम तिनं आपली जीभ चावली. लगेच गाल फुगवून रुसक्या स्वरानं ती म्हणाली, 'आज तुम्ही शाळेत आला नाही. नाही तर तिथंच सांगणार होते तुम्हाला.'

'काय?'

'आम्ही अकरावीतल्या साऱ्या मुली तुमच्यावर रागावलो आहोत.'

'माझ्यावर? काय म्हणून बुवा?'

'काल तुम्ही दहावीला किती सुंदर धडा शिकविलात म्हणे! आम्हाला मात्र नाही. तो 'मी' कादंबरीतला 'निशाणा'चा! ती कृष्णा काळे इतकं वर्णन करित होती सकाळी. ती म्हणाली, सरांना पुन्हा तोच धडा शिकवायचा आग्रह करणार आहोत आम्ही.'

'तुझे आजचे पेपर कसे गेले आहेत?' मी प्रश्न केला.

'बरे आहेत.' कॉफी उतरविता उतरविता ती उत्तरली, 'कालचे इंग्लिशचे पेपर तपासलेत का? मला किती मार्क मिळाले?' असं काहीतरी ती विचारील अशी माझी कल्पना होती; पण तिनं त्यासंबंधी अवाक्षरसुद्धा काढलं नाही.

ती कॉफी गाळीत होती. तेवढ्यात मी सारी खोली पाहून घेतली. खोलीतल्या गरिबीइतकीच तिथली टापटीपही नजरेत भरण्यासारखी होती. भांडी थोडीच, पण किती लखलखीत होती! लहानमोठे डबे कवायत करणाऱ्या मुलांप्रमाणं फळीवर शिस्तीत उभे होते. मी उठलो. भिंतीवर दोन-तीन फोटो होते. जवळ जाऊन ते पाहिले. एक गांधींचा होता. एक कर्व्यांचा होता आणि मधला? तो अपर्णेच्या आईबापांचा असावा. फोटोतल्या तरुण स्त्रीचा चेहरा अंथरुणावरल्या प्रौढ स्त्रीशी थोडाफार मिळताजुळता दिसत होता.

उजवीकडल्या खिडकीच्या बाजूला मी वाकून पाहिलं. गच्ची अशी बाहेर नव्हतीच; पण थोडी पुढं गेलेली दगडी फरशी होती. तेवढ्या जागेत दोन फुलांच्या कुंड्या ठेवलेल्या दिसत होत्या. त्यातल्या एका कुंडीतल्या झाडाला दोन-तीन कळ्या आल्या होत्या. मी वाकून पाहिलं. गुलाबाच्या होत्या त्या.

कॉफी घेता घेता मी म्हटलं, 'पास झाल्यावर काय करणार आहेस तू?'

'पास होऊच नयेसं वाटतंय.'

'का?'

'पास झाले, तर तुमचे तास कसे मिळतील मला?'

'वेडी आहेस, झालं!' काहीतरी बोलायचं म्हणून मी बोलून गेलो.

तिच्या आईचा निरोप घेताना कितीतरी भावनांनी माझं मन भरून गेलं होतं. जीवनाचा मार्ग मरणाच्या किती जवळून जात असतो; पण तसा तो जात असतानाही मनुष्य भीत नाही, थांबत नाही, मागे वळून पाहात नाही. धीटपणानं पुढेच जातो. तो स्वप्नावर जगतो. त्याचं मोठेपण याच्यातच आहे. 'अपर्णा फार हुषार आहे. तिची बिलकूल काळजी करू नका तुम्ही. पुन्हा केव्हातरी येईन मी तुम्हाला भेटायला.' एवढेच शब्द मी शेवटी बोललो; पण तेवढ्यामुळं त्या प्रौढेला आनंद झाला.

जिना उतरताना पुढं असलेली अपर्णा मधेच मागं वळून म्हणाली, 'सांभाळून

या हं.' ती आणखी दोन-तीन पायऱ्या उतरली आणि म्हणाली,

'सर, तुम्हाला लवकरच दवाखान्यात जावं लागणार.'

'ते का?'

'प्रकृतीची चौकशी करायला.'

'कुणाच्या?'

'माझ्या!'

'म्हणजे?'

'आत्ता आईसमोर हरभऱ्याच्या झाडावर चढवून ठेवलंत तुम्ही मला. उद्या मी तिथून पडले, मला खूप लागलं म्हणजे मला दवाखान्यात नेऊन ठेवतील.'

आम्ही दोघंही हसत खाली आलो. आता मला अगदी राहवेना. किंचित चाचरतच तिच्या कुटुंबाची माहिती मी तिला विचारली. ती संकोचली, 'लाखातली मी एक' असं म्हणून ती बोलायचं टाळीत होती; पण माझा आग्रह तिला मोडवेना. मोजक्या शब्दांत तिनं ती मला सांगितली. तिचे वडील एका अपघातात वारले. पुरात बुडत असलेल्या मुलाला वाचवायला ते गेले होते. गेले ते गेलेच. ते कारकून होते. अपर्णा तेव्हा फार लहान होती. आईनं एकुलती एक मुलगी वाढविली. अगदी हाल होऊ लागले, तेव्हा पोरीसाठी स्वयंपाकिणीचं कामसुद्धा केलं. दोन वर्षांपूर्वी तिनं अपर्णंचं लग्न करून दिलं; पण नशिबाचे डोळे नेहमीच फुटके असतात. त्या धक्क्यानं आईला जो अर्धांगाचा झटका आला, त्यातून ती कधीच बरी झाली नाही. शेवटी होते नव्हते ते चार दागिने विकून अपर्णा आईला घेऊन शहरात आली. ती शाळेत दाखल झाली. सकाळ-संध्याकाळ दोन घरी पाटपाणी, वाढप असं काम करून दोन पैसे मिळवायला लागली. मधल्या वेळची आईची जबाबदारी चाळीतल्या दोन-तीन शेजारणींनी घेतली. सारा अभ्यास करायची ती रात्री दहा वाजल्यावर.

तिची हकीगत ऐकता ऐकता मला वाटलं, मी अपर्णंचा गुरू कसला? तिचा शिष्य व्हायला हवं मी!

मोठ्या रस्त्यापर्यंत ती माझ्याबरोबर बोलत आली. 'तुमच्या अंगात ताप आहे. मी तुम्हाला घरापर्यंत पोहोचविते.' असं ती दोन-तीनदा म्हणाली; पण मीच तिला आग्रहाने नको म्हटलं.

निरोप घेताना तिचे डोळे पाणावल्याचा भास झाला मला; पण तिनं एक थेंबसुद्धा खाली पडू दिला नाही. मन झटकन् आवरून ती म्हणाली, 'मी इथे आले ना सर, तेव्हा डॉक्टरीण व्हावं असं फार फार वाटे मला; पण ते शक्य नव्हतं. राहून राहून त्याचं मला वाईट वाटायचं; पण आता वाटतं, मी मास्तरीण होईन, तुमच्यासारखं शिकवीन, दीन-दुबळ्यांना धीर देईन. आमच्या खेड्यात जाईन, आईला घेऊन तिथे राहीन. माझ्यासारख्या... माझ्याहूनही अधिक दुर्दैवी ज्या मुली

असतील, त्यांना मार्गाला लावीन. तुमची-माझी भेट पुढे होणार नाही. म्हणून आज फार त्रास दिला मी तुम्हाला, सर. पण...' ती थांबली. मग एकदम धीर धरून म्हणाली, 'तुमचा एक फोटो द्याल मला? कितीही लहान असला तरी...'

ती संकोचली, हसली, वळली आणि झपाझप चालू लागली. मी तिच्याकडे पाहात राहिलो. मला एकदम उमेची आठवण झाली.

मी अजून घरी परत आलो नाही म्हणून उमेचा जीव खाली-वर होत असेल. सुमीच्या लग्नाला हव्या असलेल्या दोन हजार रुपयांपैकी एक पैसुद्धा माझ्या खिशात नव्हता; पण दुसरं काहीतरी मी मिळविलं होतं. माझ्या भोवताली काळोख पसरला होता; पण माझ्या अंतरीच्या दिव्याची काजळी अपर्णेनं नकळत, नाजूकपणानं झाडून टाकली होती. क्षुद्र सुखापेक्षा उदात्त दुःखात उच्च प्रकारचा आनंद आहे, याची जाणीव मला तीव्रतेनं होत होती.

दहा केव्हाच वाजून गेले असावेत! रस्त्यावरली रहदारी पार पेंगुळली होती. वर्तमानपत्र खपण्याची वेळसुद्धा आता राहिली नव्हती; पण एक दहा-अकरा वर्षांचं अंगात चिंध्या घातलेलं पोर उगीच ओरडत माझ्या जवळून जात होतं. 'चुरशीची निवडणूक. पापासाहेब नगराध्यक्ष झाले. शेठ पापासाहेब...'

एका छोट्या सुंदर बंगलीपुढून मी जात होतो. पैंजणांचा आवाज आणि गाण्याचे सूर माझ्या कानावर पडत होते; पण त्या सुरांपेक्षा त्या पोराचं ओरडणंच माझ्या कानात घुमू लागलं. मला त्याची कीव आली, की माझं विकृत कुतूहल जागृत झालं. कुणाला ठाऊक! त्याला दोन पैसे देऊन मी दोन अंक विकत घेतले. पहिल्या पानावर पापासाहेबांचा फोटो होता. मी हसलो. रस्त्यावरल्या अंधुक उजेडात मजकूर नीट दिसेना. म्हणून चाळिशी दूर करून वाचू लागलो. दहा-वीस ओळी वाचताच मला त्या तोंडपुज्या वर्तमानपत्राचा असा संताप आला...

एका हातात चाळिशी, दुसऱ्या हातात वर्तमानपत्र. मन अस्वस्थ. घर केव्हा गाठीन, असं झालेलं. मी भरभर चालू लागलो. आता हा कोपरा वळलो की...

२७

दिगंबर

शर्यत जिंकली. क्षणापूर्वी कफल्लक होतो. क्षणात हजारो रुपयांचा मालक बनलो. आगगाडीत भेटलेल्या संस्कृतच्या प्रोफेसरांची कीव आली मला. बोलता बोलता मी रेसला जातोय असं त्यांना सांगितलं, तेव्हा बुढ्ढेबोवांनी मोठ्या गंभीरपणानं उपदेश केला, 'दिगंबर, हा नाद सोड. वेदांतल्या सूक्तातसुद्धा जुगारी किती दु:खी होतो, याचं वर्णन आलं आहे. त्याचे हाल कुत्रासुद्धा खात नाही.' ती सूक्तंसुद्धा त्यांनी पाठ म्हणून दाखविली मला.

आत्ता ते माझ्याबरोबर असायला हवे होते. म्हणजे त्यांना ताजमध्ये घेऊन गेलो असतो नि म्हटलं असतं, 'काय गुरुजी, तुम्ही जन्मभर पोराचे तांडे पढवीत गेलात; पण तुमची उभ्या जन्माची कमाई पहिल्या एका दिवसाच्या मिळकतीइतकी तरी आहे का?'

हॉटेलमधल्या खोलीत पाऊल टाकताच पहिल्यांदा मनाशी निश्चय केला, यातले पाच हजार ही शंकरची ठेव आहे आपल्याकडं. कोणत्याही कारणाकरिता त्यांतल्या पैलासुद्धा हात लावायचा नाही. आपलं काय चाललंच आहे. कधी फकीर, कधी अमीर! उरलेले पाच हजार आज रात्री मुंबईत चैनीत उडविले तरी हरकत नाही; पण शंकरचा एक रुपया कमी होता कामा नये. त्याच्या प्रेमाची परतफेड करायची ही संधी चुकविली, तर ते पाप होईल.

पाप? दारू, बाई, जुगार या साऱ्या व्यसनात यथेच्छ डुंबणाऱ्या माझ्या मनालासुद्धा पाप हा शब्द अजून भिववू शकतो? आश्चर्य आहे! माणसाचं मन कितीही निर्ढावलं, तरी त्यातला एक कोपरा... दिवाणखान्यात माणसाचे नाचरंग चालतात; पण देवघरात त्याला शूचिर्भूत होऊन पाऊल टाकावं लागतं!

हॉटेलमध्ये येऊन अंथरुणावर पडलो. सारं आयुष्य डोळ्यांपुढून जाऊ लागलं.

शंकरनं सदैव माझी साथ केली. कॉलेजात असताना मी विषमानं आजारी पडलो, तेव्हा पंधरा-सोळा दिवस माझ्या उशाशी बसून जागरण केलं त्यानं. पुढे त्याचा मास्तरकीचा मार्ग मला पसंत पडला नाही. माझा व्यापारी खाक्या त्याला

आवडला नाही; पण आमची दोघांची दोस्ती तीच कायम राहिली. व्यापाराला नुसती बुद्धी चालत नाही, भांडवल लागतं. त्यामुळं मी ठोकर खाल्ली. अगदी अन्नाला महाग झालो; पण कुठल्याही वेळी शंकरनं मला दूर लोटलं नाही. मग बायको क्षयानं आजारी पडली. घरातलं होतं नव्हतं ते तिच्या आजारात गेलं. पैसे संपले, खर्चिक उपचार करता येईनात. झिजून झिजून ती मेली. 'मला जगवा हो!' असं तिनं मला मिठी मारून म्हटलं, की माझ्या पोटात अशी कालवाकालव होई! वाटायचं, असं उठावं, कुठंतरी मोठी चोरी करावी. ते पैसे एखाद्या डॉक्टरच्या तोंडावर फेकावेत आणि त्याला म्हणावं, 'मी तीन वर्षं खडी फोडायला जातोय. हे पैसे घे आणि तेवढ्या मुदतीत हिला नीट बरी करून ठेव. अगदी ठणठणीत बरी झाली पाहिजे हिची प्रकृती. मग आम्ही खूप खूप...'

−पण पांढरपेशांचं जीवन मोठं विचित्र असतं. मनाची, जनाची, नीतीची, भीतीची असंख्य काटेरी कुंपणं त्याच्याभोवती उभारलेली असतात. रूढी, शास्त्र, संस्कृती, सभ्यता, धर्म, पावित्र्य... कोशांतल्या साऱ्या सुंदर आणि उदात्त शब्दांचा तो जन्मापासून गुलाम बनून जातो. उघड्या डोळ्यांनी मी बायकोचं मरण पाहिलं. तिनं डोळे मिटले तेव्हा माझे डोळे उघडले. पैशाशिवाय या जगात कशालाही किंमत नाही, हे मला कळून चुकलं. शेवटी एक दिवस या साडेतीन हातांची राख व्हायची. मग... या जगात पैसा प्रामाणिकपणानं कधीच मिळत नाही. चिडून मी जुगारी बनलो. शेकडो रुपये कमावले, शेकडो गमावले. कधी अन्नाला महाग झालो, कधी अप्सरेच्या संगतीत रात्र घालविली.

कितीतरी वर्षांनी आज माझी इच्छा सफल झाली. दैवाची कृपादृष्टी माझ्याकडे वळली. जवळ पडलेल्या नोटांच्या पुडक्याकडे पाहता पाहता मला मृत्यूशय्येवरल्या बायकोचे केविलवाणे डोळे आठवले. आज ती हवी होती. तिच्यावरून माझ्या वाटणीचे पाच हजार मी ओवाळून टाकले असते. ती हवी होती आज! ती...

मृत्यूशय्येवरली तिची मूर्ती हां-हां म्हणता अदृश्य झाली. तिची एकांतातली उन्मादक रूपं माझ्या डोळ्यांपुढं नाचू लागली. मी अस्वस्थ झालो. रात्रीच्या गाडीनं निघायचं, उद्या दुपारी शंकरच्या हातात पाच हजारांच्या नोटा ठेवून त्याला चकित करून सोडायचं, असं मी मनाशी म्हणत होतो; पण आता शंकर मागं पडला. वासना जागृत झाली. सर्व व्यसनी माणसांचं असंच होत असेल का? निदान माझे तरी हे अनुभव फार भयंकर आहेत. पैसा हातात आला, की उपभोगाची इच्छा बळावते. सर्वभक्षक राक्षसिणीसारखी ती मनात थैमान घालू लागते. पैशाच्या खणखणाटातून नाचणाऱ्या बाईच्या पैंजणांचा आवाज ऐकू येऊ लागतो. हिरव्या नोटांच्या रंगातून लाल अमृत निर्माण होतं. भान उरत नाही. मन आवरत नाही. सुखाला लालचावलेलं शरीर बंड करून उठतं.

आज ती हवी होती असं कुणीतरी कानात गुणगुणत होतं. हळूहळू मिटलेल्या डोळ्यांपुढं उभी राहिलेली आकृती बदलू लागली. कुलीन, लाजरी तरुणी मागे पडली. एकीच्या अनेक मूर्ती झाल्या. छटेल, नाचऱ्या तरुणी... त्यांच्या डोळ्यांतला धुंद करणारा विखार, आपल्या तालावर पुरुषांना नाचायला लावणारे त्यांचे उन्मत्त हावभाव, साऱ्या जगाला विसर पाडणारं त्यांच्या सहवासातलं सुख... असंख्य आठवणी मला धुंद, अस्वस्थ करून सोडू लागल्या. अनेक चेहरे– काही स्पष्ट, काही अस्पष्ट– माझ्या डोळ्यांपुढून सरकू लागले. शंकरचे पैसे बाजूला ठेवूनसुद्धा माझ्या हातात पाच हजार रुपये खुळखुळत होते. माझ्यातला जुगारी उसळून उठला. 'तू भित्रा आहेस. कद्रू आहेस. पाच हजार रुपये पुरून ठेवून ते राखत बसायची तुझी इच्छा आहे. हा पराक्रम नव्हे. पैसे मिळविण्यात जसा पराक्रम आहे, तसा तो उधळण्यातही आहे. एवढे पैसे हातात असताना संन्याशासारखा तू स्वस्थ काय बसला आहेस? राजाच्या राण्यांनीसुद्धा ज्यांचा हेवा करावा, अशा छेलछबेल्या या अफाट मुंबईत आहेत. आजपर्यंत तू त्यांच्याकडं नुसतं आशाळभूतपणानं पाहिलं असशील. आज तुला त्यांतली कुठलीही परी मिळेल. ते सुख लुटायचं सोडून तू इथं विचार करीत बसला आहेस? भागूबाई कुठला! आज मी तुला पाच हजार रुपये मिळवून दिले. उद्या पन्नास हजार देईन. नुसता पैसा घेऊन काय चाटायचा आहे?

कॉलेजात नुकताच गेलो होतो, तेव्हाच्या एका चित्रपटातलं गाणं आठवलं...

'कशाला उद्याची बात? बघ उडुनी चालली रात...!'

रात्री मुंबई सोडायचा बेत मी रद्द केला. शंकरला पैसे उद्या दुपारी मिळाले काय आणि संध्याकाळी मिळाले काय, सारखेच! पापासाहेबांनी चंदूला सुंदर सायकल केव्हाच दिली आहे. या पाच हजारांचं शंकर हवं ते करू दे; पण ते उद्या नाही, परवा.

एका रात्रीत मी हजार रुपये उधळले. दुसऱ्या दिवशी सकाळी दहा वाजता मी जागा झालो. माझ्या गळ्यात हात टाकून गाढ झोपी गेलेल्या स्त्रीकडे मी पाहिलं. मी दचकलो. ही स्त्री 'ती' नव्हती. मला 'ती' हवी होती.

पत्नीची स्मृती तीव्रतेने मनात जागृत झाली. शेजारच्या नटव्या बाहुलीची किळस आली. तिनं रात्रभर केलेलं प्रेमाचं नाटक... हो, नाटकच होतं ते... माझ्या हातात हिरव्या नोटा नसत्या तर तिनं माझा स्पर्श क्षणभर तरी सहन केला असता का? रस्त्यावरून मी हिच्याकडं कितीही काकुळतीनं पाहिलं असतं, तरी हिनं माझ्याकडं बघितलंदेखील नसतं. हिची पायधूळ अंगारा म्हणून मी मागितली असती तर तिनं ती मला दिली नसती; पण माझ्या हातात पैसे होते. त्या पैशांच्या बळावर हिचा एखाद्या फुलासारखा वास घेतला मी. अगदी उन्मत्तपणानं पिशाचासारखा; पण

हिनं हूं की चूं केलं नाही. उलट, ती हसत होती. मला उत्तेजन देत होती. आज रात्रीच्या पैशाची आशा असेल तिला!

प्रेम? चार घटकांचं सुख? प्रेम म्हणजे नुसता बाजार आहे. छे! शंकरचं माझ्यावरलं प्रेम? उमावहिनीचं त्याच्यावरलं प्रेम? वहिनीची आठवण या वेळी मला का व्हावी? मी ती कुठं केली? एका सुंदर बाजारबसवीच्या अपवित्र शय्येवर? छे! छे!

पाच हजार रुपये शंकरनं घरी नेऊन दाखविले म्हणजे उमावहिनीला किती आनंद वाटेल!

रात्री जेवढ्या उन्मत्तपणानं मी त्या शृंगारलेल्या खोलीतल्या उंची शय्येकडे वळलो होतो, तितक्याच उदासीनतेनं तिच्यावरून उठलो. औट घटकेच्या त्या सुंदर सोबतिणीचा निरोप घेण्याची इच्छासुद्धा माझ्या मनात उरली नाही. कपडे करता करता मी तिच्या चेहऱ्याकडं निरखून पाहिलं. चेहरा तसा मोहक होता; पण... त्या मुलीइतका नाही.

कितीतरी दिवस कष्टानं दाबून ठेवलेली अतृप्त इच्छ मनात सळसळली. दुखावलेल्या नागिणीनं बिळातल्या बिळात फुसफुसत राहावं. ती इच्छ पापासाहेबांच्या शामियान्यात त्या दिवशी पाहिलेली ती नाचणारी पोरगी. ती रात्र आपण किती बेचैनीत घालविली होती! एखाद्या पोरानं कुत्र्याच्या पिल्लापुढं सुंदर बिस्किट धरावं, आशेनं त्या पिल्लाला पुन्हा पुन्हा उड्या मारायला लावावं; पण त्या बिस्किटाचा स्पर्शसुद्धा त्या कुत्र्याच्या तोंडाला होऊ नये, ती माझी स्थिती झाली होती त्या दिवशी. त्या पोरीशी ओळखसुद्धा करून घ्यायला मिळाली नाही. मग तिचं स्मित किंवा कटाक्ष...

किती गाढव मनुष्य आहे मी! काल रात्रीच त्या पोरीची आठवण व्हायला हवी होती मला. इतके पैसे हातात आल्यावर...

मी घाईघाईनं हॉटेलात परत आलो. झरझर दाढी, स्नान वगैरे उरकून दोन घास कसेबसे तोंडात कोंबले. भरभर सामान आवरलं. एकदम आठवण झाली. आगगाडीनं पोहोचायला रात्री दोन वाजतील. छे! ते उपयोगी नाही. संध्याकाळी सहा-सातपर्यंत पोहोचलंच पाहिजे. तरच ती पोरगी आज आपल्याला मिळेल. आज...

शंकरच्या पैशाला हात लावायचा नाही, हा निश्चय होता माझा; पण स्वत:च्या पैशावर चैन करण्यात काय चूक होती? स्पेशल टॅक्सी करून जायचं मी ठरविलं. पैसे उधळण्यातसुद्धा एक प्रकारचा उन्माद असतो. त्या कैफात मी मुंबई सोडली. घाटातल्या वळणावर ड्रायव्हरनं गाडी जपून हाकायला सुरुवात केली. मी त्याला म्हणालो, 'अरे बाबा, लगीनघाई आहे मला. सातला पोहोचलंच पाहिजे, हे लक्षात ठेव.' सातला शंकरच्या घरी जायचं. पैसे त्याच्या अंगावर फेकायचे आणि त्या

पोरीचा बंगला गाठायचा, असं मी क्षणाक्षणाला घोकीत होतो. माणसाचं मन मुळातच व्याभिचारी असतं की काय, कुणाला ठाऊक. ती पोरगी निरनिराळ्या वेषात नटूनथटून माझ्यापुढं उभी राहात होती. मला मोह घालीत होती. तिला मी फक्त एकदाच पाहिलं होतं; पण ती शंभर नवनव्या रूपांनी माझ्यापुढं नाचत होती.

–पण जे दैव काल मला अनुकूल होतं, तेच आज माझ्यावर उलटलं. मोटार अचानक नादुरुस्त झाली. तीही कुठल्या वस्तीजवळ नव्हे, अगदी ओसाड जागी. मी चडफडत खाली उतरलो. मनातल्या मनात ड्रायव्हरला शिव्या घातल्या. सूर्यसुद्धा मूर्ख आहे, असं म्हटलं. आज त्याला मावळण्याची इतकी घाई का व्हावी?

तब्बल अडीच-तीन तासांनी गाडी पुन्हा प्रवासाला लायक झाली. आता गावात पोहोचायलाच नऊ-दहा वाजणार, हे उघड होतं. आधी शंकरकडं जाऊन मग त्या नर्तिकेच्या बंगलीवर जायचं... छे! ती काय आपल्यासाठी थोडीच मोकळी राहणार आहे? अंहं. शंकरकडं उद्या सकाळी जाता येईल. आधी ती पोरगी! मग बाकीचं सारं. शंकरचे पैसे काही कुठं पळून जात नाहीत. मी ड्रायव्हरला म्हणत होतो, 'जल्दी-जल्दी.' मधे तीन तास खोटी झाल्यामुळे तोही चिडला होता. कुडकुडत पाठलाग करणाऱ्या वाऱ्याला गाडी हसत होती. रस्त्याच्या कडेची झिंज्या पसरलेली झाडं लहान मुलासारखी घाबरून अंग चोरून दूर पळत होती. बाजूच्या माळावरली रात्रीबरोबर जागी होऊ लागलेली भुतं गाडीच्या कर्कश आवाजाची नक्कल करीत होती. घड्याळ पळपळ पुढं धावत होतं. रस्ता मैल मैल मागं पडत होता. सव्वादहा वाजले. साडेदहा झाले. गाव आलं. ती मस्त पोरगी... माझं मन धुंद झालं. डोळ्यावर कैफ चढला. तिच्याकडं कुणी आलं असलं तरी... येईना का? खिशात नऊ हजार रुपये आहेत. ते सारे!... छे!... त्या नऊ हजारातले पाच हजार आपले नाहीत; पण शंकरला एकदम पाच हजार रुपये घेऊन काय करायचे आहेत? उद्या हजार-दोन हजार त्याला देऊ. बाकीचे पुन्हा पैसे मिळाले म्हणजे मग... छे! शंकरसारखा दोस्त मिळायचा नाही जगात!

त्या पोरीच्या बंगल्याकडं जाणारा रस्ता आला. गाडी या कोपऱ्यावर वळायला हवी. मी ड्रायव्हरला म्हटलं, 'डावी बाजू जल्दी! जल्दी! जल्दी!'

त्यानं जोरानं गाडी वळविली. पुढच्याच क्षणी कर्कशपणानं ओरडत गाडीनं ब्रेक लावले. कुणीतरी गाडीखाली सापडलं होतं. चोरून दारू पिऊन झिंगत जाणारा कुणीतरी भामटा असेल, असं वाटलं. या बाजूला चोरट्या हातभट्ट्या पुष्कळच आहेत.

गाडीखाली आलेल्या त्या गाढवाचा मला असा राग आला. माझ्या सुखाच्या आड येण्याचं त्याला काय कारण होतं?

ड्रायव्हर आधीच खाली उतरला होता. मी त्याच्या मागोमाग गेलो. तो मनुष्य

बेशुद्ध पडला होता. डोक्याला बरंच लागलं असावं. ते रक्तबंबाळ...

ड्रायव्हरनं त्या मनुष्याचं डोकं उचलण्याचा प्रयत्न केला. बेशुद्ध स्थितीतच तो कण्हला. त्याचं डोकं वळवताच दिव्याचा अंधुक प्रकाश त्याच्या चेहऱ्यावर पडला.

अरे, देवा! तो शंकर होता. त्याच्या पलीकडं दोन वर्तमानपत्रांचे अंक फडफडत पडले होते. आपली चाळिशी मात्र त्यानं एका हातानं घट्ट धरली होती.

व्यसनापायी, शरीराच्या मोहापायी मी माझ्या जिवलग मित्राला मरणाच्या दारी नेऊन बसविलं होतं.

■

२८

सुमित्रा

दररोज दवाखान्यात जाताना आगगाडीचे रूळ ओलांडावे लागतात. ते ओलांडताना दर वेळी एक कल्पना मनात येते. हे रूळ दूर दूर बरोबरीनं धावत जातात; पण त्यांचं मीलन कधीच होत नाही. सुखं आणि दु:खं ही जगात अशीच धावत असतात का? अगदी हातात हात घालून? पण...

किती विलक्षण गोष्टी घडल्या या महिन्यात. मी मनात कुढत राहिले. वडिलांच्या धाकानं माधव गप्प बसला. आमचा अबोला सुरू झाला. पाच हजार रुपये मागून त्याच्या वडिलांनी दादाची अडवणूक केली. दादा बापडा इतके पैसे कुठून आणणार? लहान मुलाला एखादं गणित कसं सोडवावं, ते कळू नये, त्यानं पुन:पुन्हा आकडेमोड करावी नि ती पुसून टाकावी, तसं चाललं होतं माझं. माधवच्या वडिलांनी दिलेली मुदत संपायची वेळ आली. माझी छाती धडधडू लागली. न शिकलेली मुलगी मुळूमुळू रडत बसते ना? ती मी आला दिवस ढकलीत होते. माझा मलाच राग आला. मग दादाच्या जिवावर शिकले तरी कशाला मी इतकी? बाजारात भाजीवाली म्हणेल तो दर काही कुणी कबूल करीत नाही. दोन पैशांसाठी दोन घटका माणसं हुज्जत घालतात. मग माधवच्या वडिलांनी तरी पाच हजारांचा आकडा दाती का धरावा? त्यांनी थोडं खाली यायला नको का? आईच्या तोंडून हजारदा ऐकलं होतं मी, बाबांनी माझ्या लग्नासाठी दोन हजार रुपये दादाकडं...

माधवच्या वडिलांनी दोन हजारापर्यंत खाली उतरावं, अशी खटपट आपण केली तर? मग दादाला मुळीच भार न पडता सारं सुरळीत होईल.

ही कल्पना सुचताच मला काय हर्ष झाला! त्या दिवशी कॉलेजात माधवला हळूच एक चिठ्ठी पोहोचविली मी! ती कुलकर्णी माझ्या पाळतीवर होती की काय, देव जाणे! ती सुट्टीत मुलींना म्हणाली, 'हिवाळा संपल्यासारखा वाटतो नाही. नाही गं?' ती विमल सहस्रबुद्धे म्हणजे पुस्तकातला किडा. ती म्हणाली, 'शहाणीच आहेस मोठी! संक्रांत नुकतीच झाली. शिवरात्रीशिवाय कधी थंडी जाते का? चांगली महिनाभर तरी ही थंडी छळणार पहाटे अभ्यास करताना.' कुलकर्णी म्हणाली, 'अंहं.

मला नाही खरं वाटत. या सुमीलाच विचारूया.' 'तिला काय विचारायचंय?' तिसरीनं मधे तोंड घातलं. कुलकर्णी अगदी गंभीरपणानं माझ्याकडे पाहात म्हणाली, 'हिवाळा संपला म्हणून तर कोकिळा गाऊ लागली. तिच्याकडून कोकिळलाला चिठ्ठ्याचपाट्या जायला लागल्या पुन्हा.'

त्या दिवशी संध्याकाळी माधवशी किती रागानं बोलले मी! ते बोलताना मला अशा यातना होत होत्या. खरंच, जवळ येणं किती सोपं असतं; पण दूर जाणं... त्यासारखं दु:ख नाही दुसरं जगात.

सारं बोलणं संपलं, तेव्हा मला हायसं वाटलं. कुठली तरी कठोर शब्दांनी भरलेली नक्कल मला म्हणून दाखवायची होती. एक शब्दसुद्धा न चुकता मी ती म्हटली; पण मी जे बोलले, ते सारं नाटक होतं. सुमित्रेनं ती भूमिका घेतली होती एवढंच. खऱ्या सुमित्रेला हे नाटक तितकंसं पसंत नव्हतं. माधवचा हात हातात घेऊन एक शब्दसुद्धा न बोलता मावळतीचे पटपट बदलणारे रंग पाहात बसायची इच्छा होती तिची. त्याच्या उष्ण स्पर्शातून मिळणाऱ्या विजेच्या तालावर आपल्या हृदयानं नाचावं आणि त्या हृदयाची रुमझुम ऐकत आपण गुंग होऊन जावं, असं तिला वाटत होतं. न विचारता, न भिता माधवनं चटकन् आपलं चुंबन घ्यावं आणि मग 'माफ कर हं सुमा, चुकलो.' असं म्हणावं, अशी अस्फूट इच्छा तिच्या मनात कुठंतरी चुळबूळ करीत होती.

शेवटी माझ्यासाठी माधव ते दिव्य करायला तयार झाला. खूप खूप पढवावं लागलं मला त्याला!

दुसऱ्या दिवशी कॉलेजात तो मला भेटला. घरातून निघून जाण्याचा त्रागा त्यांनं केला, तेव्हा कुठं त्याचे वडील दोन हजारापर्यंत खाली उतरले म्हणे! संध्याकाळी दादाला ते तसं पत्र पाठविणार होते.

माझा आनंद गगनात मावेना. रंगीबेरंगी ढगांचे पंख लावून मी आकाशात उंच उंच उडू लागले. आता आमच्या प्रेमाला कसलाच अडथळा उरला नाही, अशी माझी खात्री झाली. कॉलेज सुटल्यावर माधवच्या संगतीत खूप खूप वेळ घालवायचा. मधल्या साऱ्या अबोल्याचा वचपा काढायचा, दूर एकांतात जाऊन दोघांनी बसायचं. 'किती किती चांगला आहेस रे तू!' असं म्हणून त्याचा हात हातात घ्यायचा नि लगेच त्याची थट्टा करायची 'लग्न झाल्यावर असंच चांगलं राहायला हवं हं. नाही तर... लक्षात ठेव. तुझ्या अंगात नवरोजी संचारले, तर ते मी नाही सहन करणार. बायकांना आता घटस्फोटाचा हक्क मिळाला आहे बघ!' किती किती गोड कल्पना माझ्या मनाला गुदगुदल्या करून गेल्या. कॉलेज सुटल्यावर आम्ही हॉटेलात गेलो. मग भटकत नदीवर आलो. शंकराच्या देवळापाशी येताच जुन्या नाटकातला नायक नायिकेचा हात हातात घेऊन लग्नाची शपथ घेतो, तशी तू घे ना, अशी माधवची

मी थट्टा केली. मग आम्ही दोघं एका हिंदी चित्रला गेलो. थेटरात शिरताना, दादाला आज ताप आला आहे, तो शाळेत गेला नाही, याची आठवण झाली मला. एकदम घरी धावत धावत जावंसं वाटलं, पण ते क्षणभरच!

चित्रपटातला नायक होता गरीब. नायिका होती श्रीमंत. त्यांच्या लग्नाला नाही नाही ती विघ्नं आली. मात्र त्या विघ्नांना न जुमानता ती एकमेकांना भेटत होती, मिठ्या मारीत होती, हसत होती, रडत होती, रडता रडता गात होती. 'रोमिओ ऑण्ड ज्युलिएट'च्या मानानं सारं खोटं, कृत्रिम वाटत होतं. एरवी मी असल्या गोष्टींची हुरं केली असती; पण त्या दिवशी मी खुषीत होते, मजेत होते, स्वर्गात होते.

घरी पोहोचायला जवळ जवळ दहा वाजले. वहिनीला सांगूनसुद्धा आले नव्हते मी; पण आज कशाचंच भय वाटत नव्हतं मला. माधवच्या वडिलांचं पत्र संध्याकाळीच घरी आलं असेल. ते वाचून दादा चकित झाला असेल. मग वहिनी म्हणाली असेल, 'हे सारं वन्संचंच काम असलं पाहिजे. अलिकडं त्या फारशा बोलत नव्हत्या, हसत नव्हत्या. मनात कारस्थान चाललं असावं हे सारं. बरं झालं बाई! उरावरली एक धोंड उतरली. अंगात ताप असला, तरी टांगा करून चला आणि त्या कुबेर वकिलांना सांगून या, आम्हाला सारं कबूल आहे म्हणून.'

वहिनी माझी वाट पाहात दारात उभी असेल. घरात माझं पाऊल पडताच ती मला जवळ घेईल आणि चांगला गालगुच्चा घेत म्हणेल, 'छान, छान हं वन्सं! मोठ्या पाताळयंत्री आहात. पुराणातल्या रुक्मिणीवर ताण केलीत तुम्ही!'

मी घरी गेले, तेव्हा वहिनी दारातच उभी होती; पण तिचा चेहरा उतरला होता. डोळे पाणावले होते. अंगात ताप होता, तरी मला शोधायला दादा बाहेर गेला होता. खूप वेळ झाला तरी तो अजून परत आला नव्हता.

मी मान खाली घातली. आजचं माझं भटकणं? अक्षम्य गुन्हा होता तो. दादा आणि वहिनी यांनी आजपर्यंत माझे इतके लाड केले, म्हणून की काय मी असं बेजबाबदारपणानं वागावं? घरी भाऊ आजारी असताना एकोणीस वर्षांच्या मुलीनं सिनेमा पाहात बसावं? वडीलमाणसांना न विचारता रात्री दहा-दहा वाजेपर्यंत घराबाहेर राहावं? काही काही आरशात माणसाची रूपं अतिशय वेडीवाकडी दिसतात. पश्चात्तापाच्या या क्षणी गेल्या सहा महिन्यांतलं माझं सारं वागणं मला तसं दिसू लागलं.

वहिनीनं मला जवळ घेतलं म्हणून बरं. नाही तर खोलीत जाऊन रडत बसले असते मी. तिच्या कुशीत तोंड लपवून मी म्हटलं, 'वयनी, मी चुकले. पुन्हा अशी वागणार नाही मी.'

माझ्या केसावरून हात फिरवीत आणि लहान मुलासारखं मला पोटाशी धरीत वहिनी म्हणाली, 'वन्सं, आता हे घरी येतील, तेव्हा त्यांच्यावर रागावू नका. ते

वकील दोन हजारांना तयार झाले आहेत; पण यांच्यापाशी पैदेखील शिल्लक नाही. तुमचे सारे पैसे आपणा सर्वांच्या अन्न-वस्त्रासाठी आणि सुखासाठी ते खर्च करून चुकले आहेत. ते तरी काय करतील? एकटे प्रपंचाचा सारा गाडा ओढताहेत. जगात पैसा किती कष्टानं मिळतो, हे तो कमवायला गेल्याशिवाय कळत नाही. तुम्हाआम्हाला त्यांनी आपले कष्ट कधी कळू दिले नाहीत. आपल्या मनाच्या जखमा कधी उघड्या केल्या नाहीत. ते एकटे दु:ख भोगीत गेले. त्यांच्या जिवावर आपण सारी सुखं...'

वहिनीचं वाक्य पुरं व्हायच्या आधीच बाहेर कुणीतरी मोठमोठ्यांनं हाका मारू लागलं. तो काही दादाचा आवाज नव्हता. मी धावतच बाहेर आले. दिगंबरांनी दवाखान्यातून मनुष्य पाठविला होता. दादा अपघातात सापडला होता. तो बेशुद्ध झाला होता. वहिनीला घेऊन दिगंबरांनी ताबडतोब मला दवाखान्यात बोलावलं होतं. आत येऊन वहिनीला ती बातमी सांगताना माझ्या काळजाचं पाणीपाणी झालं. ही बातमी ऐकताच आत्तापर्यंतचा तिचा सारा धीर खचला. 'वन्सं, असं कसं झालं हो? जगात देव नाहीत का? तरी त्यांना मी म्हणत होते, थोडं कमी दिसतं, अंगात ताप आहे. बाहेर जाऊ नका.' असं ती थरथरत म्हणाली, तेव्हा कुणीतरी काळजात सुरी खुपसल्यासारखं वाटलं मला.

मघाशी वहिनी माझं सांत्वन करीत होती. आता तिला धीर द्यायची वेळ माझ्यावर आली. चंदू झोपला होता म्हणून बरं झालं. नाही तर आई रडतेय, हे पाहून त्यानं भोकाड पसरलं असतं नि दवाखान्यात येण्याचा हट्ट धरला असता. वहिनीचे हुंदके माईच्या कानावर गेले. दादा दवाखान्यात बेशुद्ध आहे, असं ऐकताच तीसुद्धा मटकन् खाली बसली; पण लगेच धीर करून ती उठली आणि माझ्या खांद्यावरलं वहिनीचं मस्तक आपल्या कुशीत घेऊन ते थोपटू लागली. 'शंकर अश्राप आहे. देव त्याला अंतर देणार नाही. उमा, देवाच्या पाया पड नि सुमीला घेऊन दवाखान्यात जा.' असं ती म्हणाली तेव्हा मला केवढा धीर वाटला.

आम्ही दोघी उठलो. वहिनीनं हातपाय धुतले. देवापुढं डोकं टेकलं, मुकेपणानं मागणं मागून घेतलं नि माईला नमस्कार करून ती निघाली. 'जन्मसावित्री हो' असा आईनं तिला आशीर्वाद दिला. ते शब्द दवाखान्यापर्यंत आमची सोबत करीत होते. राहून राहून सावित्रीची कथा मला आठवत होती. जी भक्तीचं रूप घेऊ शकते तीच खरी प्रीती, असं काहीतरी माझं मन म्हणत होतं.

दवाखान्यात गडबड सुरू होती. आम्ही दोघी घाबरून गेलो; पण दिगंबरांनी धीर दिला. लहानशी शस्त्रक्रिया चालली होती. त्यात भिण्याजोगं काही नव्हतं. मात्र दादाच्या मेंदूला थोडा धक्का बसला आहे, दोन आठवडे तरी त्याला दवाखान्यात पडून राहावं लागेल. नंतर घरीही महिनाभर पूर्ण विश्रांती घ्यावी लागेल; पण काळजीचं काही कारण नाही, हे सारं दिगंबराच्या तोंडून ऐकलं, तेव्हा मला बरं

वाटलं; पण वहिनी मात्र सचिंतच होती. आम्ही बाहेर एका बाकावर बसलो होतो. शस्त्रक्रियेची खोली पलीकडे होती. वहिनी अशा निश्चल दृष्टीनं त्या खोलीकडं पाहात होती, की जणू काही आरपार पाहायची शक्तीच तिला लाभली आहे. पलीकडं काय चाललं आहे, हे तिला दिसत आहे. मधेच खणकन् काही वाजलं, की ती ओठावर दात घट्ट रोवून क्षणभर डोळे झाकून घेई. पुन्हा लगेच ते उघडी आणि टक लावून त्या बंद खोलीकडं पाहू लागे.

डॉक्टर बाहेर येताच वहिनी जवळजवळ धावतच पुढं गेली. तशी ती चारचौघांसमोर जाणारी किंवा चटकन् परक्याशी बोलणारी नव्हे! तिनं कापऱ्या स्वरानं विचारलं, 'डॉक्टरसाहेब, बरे होतील ना ते?'

डॉक्टर मोठे सज्जन दिसले. ते थांबले. थोडेसे हसले. तिच्याशी दोन गोड शब्द बोलून त्यांनी तिला धीर दिला.

दादा दोन-तीन तासांनी शुद्धीवर आला. खोल आवाजात तो वहिनीला म्हणाला, 'बायकांनी नवरे मुठीत ठेवावे ते एवढ्यासाठी. म्हणजे ते असे रस्त्यावरल्या अपघातात सापडणार नाहीत!' आम्ही सारी हसलो. त्याला बोलण्याची बंदी होती. त्यानं वहिनीकडं क्षणभर पाहिलं. मग दिगंबराचा हात हातात घेऊन घट्ट दाबला आणि शेवटी माझ्या पाठीवरून हात फिरविला.

तसं काळजी करण्यासारखं काही नव्हतं. म्हणून वहिनी रोज संध्याकाळी तेवढी दवाखान्यात जाई. मी आणि दिगंबर आळीपाळीनं दादाजवळ बसत होतो. चंदूला घेऊन माई तीन-चार वेळा दादाला बघून गेली. मग दादाच तिला म्हणाला, 'माई, उगीच हेलपाटे घालू नकोस तू. लहानपणी खेळताना गुडघे फोडून घेऊन मी घरी येत नव्हतो का? त्यातलंच आहे हे दुखणं!'

दादाचा डोळा लागला म्हणजे मी दवाखान्यात चोहीकडं फिरून येत असे. जे जे दिसे त्याच्यावर माझं मन विचार करी. जे शरीर माणूस हौसेनं नटवितो, तेच एखाद्या रोगाचं माहेरघर बनून त्याचा किती भयंकर छळ करतं! फुलाचा मधुर वास गोड खरा; पण औषधांचा उग्र वास त्याच्यापेक्षाही जीवनाला अधिक जवळचा नाही का?

दिगंबरांनी दादासाठी स्वतंत्र खोली घेतली होती. तिथं साऱ्या सोयी होत्या; पण जनरल वॉर्डातली आजारी माणसं पाहिली म्हणजे मनात येई, जगातली बहुतेक माणसं अशीच जगत असतील. फक्त माझ्यासारख्या लाडावलेल्या मुलामुलींना ते ठाऊक नसतं. आमच्या डोळ्यांवर एक जाड पट्टी बांधलेली असते. वडील-माणसांच्या वेड्या प्रेमाची. त्यामुळं सत्याकडं टक लावून पाहायची सवयच लागत नाही आम्हाला. जगातल्या लाखो माणसांपेक्षा आम्ही अशी काय निराळी असतो? ती जी सुखदुःखं भोगतात, ती आम्हाला का भोगता येऊ नयेत? ती जसं जीवन

जगतात, तसं...

जीवन ही अंती लढाई आहे ना? रोगाशी, दु:खाशी, दारिद्र्याशी, मृत्यूशी, प्रेमभंगाशी... एक ना दोन, हजारो गोष्टींशी माणसाला या जगात टक्कर द्यावी लागते ना? मग त्या गोष्टींचं खरं स्वरूप माझ्यासारख्या मोठ्या होऊ लागलेल्या मुलामुलींपासून वडीलमाणसं लपवून का ठेवतात? आम्हाला त्याची झळ लागू नये म्हणून! पण अशानं ती दुबळी नाही का बनत? दादा एवढा शहाणा, एवढा मायाळू; पण त्यालासुद्धा हे कधी कळलं नाही.

जीवन ही लढाई आहे, हे हजार वेळा ऐकून का कुणाला लढता येईल? लढण्यासाठी लढाईचं शिक्षणच द्यावं लागतं.

शाळा-कॉलेजात जे कुणी शिकविलं नव्हतं, काव्याच्या पुस्तकात जे कधी आढळलं नव्हतं, ते जीवनाचं दर्शन दवाखान्यातल्या पंधरा दिवसांत मला झालं. माणसानं एकदा तुरुंगात जाऊन यावं म्हणजे जग कसं आहे, त्याला कळतं. असं कुणींसं म्हटलं आहे ना? मी म्हणेन, मोठ्या दवाखान्यात राहून यावं त्यानं. माणसाचं खरंखुरं स्वरूप तिथं प्रगट होतं. त्याचं आपल्या माणसावरलं प्रेम, स्वत:च्या मरणापेक्षाही त्याचं कसं होईल याची त्याला वाटणारी भीती, शरीराचं दु:ख सोसण्याची त्याची शक्ती, गरिबीनं केलेला त्याचा कोंडमारा, दया, प्रेम आणि सेवा यांची या जगात पावलोपावली लागणारी जरुरी, मांजरानं उंदराशी खेळावं तसा नशिबाचा माणसाशी चालणारा क्रूर खेळ...

ती वीस-बावीस वर्षाची ख्रिश्चन तरुणी. कष्ट करून लग्नापुरता पैसा जमविला होता म्हणे तिनं कोकणातल्या कुठल्याशा खेड्यात. इथल्या एका शिंप्याशी तिचं लग्न झालं. चार दिवस संसारसुख भोगलं दोघांनी. इतक्यात तो आजारी पडला. आजार रक्तक्षयावर गेला. त्याला दवाखान्यात ठेवण्याशिवाय गती उरली नाही बिचारीला. घरी तान्हं मूल. हातावर पोट; पण नवऱ्याला सुख व्हावं म्हणून किती धडपड करित होती ती! दररोज नवऱ्याला भेटायला येई ती हसतमुखानं. इतक्या गरिबीतही ती त्याच्यासाठी ताजी फुलं आणी! ती फुलं पाहिली की तो हसे. कुठली गोड आठवण होत असावी बरं त्याला? आणि आपलं मूल किती गुटगुटीत झालं आहे, हे दाखविण्याकरिता एके दिवशी ती त्याला घेऊन आली. खिडकीपाशी उभं राहून त्या दोघांची त्या मुलाविषयीची मनोराज्ये ऐकण्यात केवढं सुख होतं!

गणिताच्या पुस्तकातली सोडविलेली उदाहरणं पाहून आपल्याला अडलेलं उदाहरण सोडवून पाहता येतं ना, तसं मी पंधरा दिवसांत करित होते. शेवटी माझं मन थोडं स्थिर झालं. मी माधवला आयुष्यातलं शेवटचं प्रेमपत्र... कदाचित ते शेवटचं होणार नाही, कदाचित ते त्याला प्रेमपत्र वाटणार नाही... लिहिलं.

'प्रिय माधव,

तुझं-माझं लग्न झालं नाही, तरी तुझी आठवण मला नेहमी प्रिय वाटेल. म्हणून नुसतं 'माधव' असं लिहावंसं वाटत असूनही मी तसं केलं नाही. योगायोगानं तुझी-माझी ओळख झाली, स्नेह वाढला, प्रेम जडलं. हा कदाचित अपघात असेल, कदाचित दैवाचा दुष्ट डाव असेल; पण अपघातसुद्धा गोड असू शकतो. तो माणसाच्या स्मरणात राहतो. चांदणी रात्र, गोड लकेर, मधुर सुवास येणाऱ्या आठवणी जिथं मनुष्य विसरत नाही, तिथं ज्याच्यावर प्रेम केलं त्याची आठवण कोण विसरू शकेल? कशी विसरू शकेल?

हे तुला सांगण्याकरिता काही मी हे पत्र लिहायला बसले नाही. माझ्या आग्रहासाठी तू वडिलांशी त्रागा केलास. ते दोन हजारापर्यंत खाली उतरले. दादाला तेवढी रक्कम देता येईल, असं मला वाटत होतं; पण माझं अज्ञान होतं ते. दादाकडून तुझ्या वडिलांना काही उत्तर गेलं नाही म्हणून ते रागावले असतील. त्या रागाच्या भरात कदाचित त्यांनी तुझं लग्न दुसऱ्या खूप हुंडा देणाऱ्या मुलीशी ठरविलं असेल. तुला ती मुलगी पसंत असली, माझी आठवण तुझ्या नि तिच्या सुखाआड येणार नाही अशी तुझी खात्री असली, तर तू खुशाल लग्न कर. या लग्नाला तू मला बोलावलंस तर मी अगत्य येईन. तुझ्या बायकोची थट्टासुद्धा करीन.

हे मी रागानं लिहीत नाही, त्राग्यानं लिहीत नाही. स्वप्नसृष्टीतून जागी होऊन नुकती कुठं सत्यसृष्टीत वावरू लागले आहे मी. या सत्यसृष्टीतच तुला, मला, आपणा सर्वांना राहायचं आहे. तिचे नियम आपल्याला पाळले पाहिजेत. उसने पंख लावून काही माणूस आकाशात उडू शकत नाही. गरुडाचे पंख लावून चिमणी पर्वताचं शिखर गाठू शकेल का?

पंधरा दिवसांपूर्वी हे पत्र मी तुला लिहिलं असतं, तर 'आपण कुठं तरी पळून जाऊया' असं कदाचित सुचविलं असतं; पण या पंधरवड्यात मी पुष्कळ शहाणी झाले आहे. एकोणीस वर्षांत या शहाणपणाचा शतांशसुद्धा मी मिळविला नव्हता. तू नि मी पळून गेलो तरी जाणार कुठं? या जगातच ना? आपण मुंबईला गेलो, तरी तिथं तुला नि मला कसल्या नोकऱ्या मिळणार? राहायला खुराडंसुद्धा कुणी देणार नाही. वडीलमाणसाच्या जिवावर मजा मारीत आपण प्रेमाच्या गोष्टी करीत होतो. म्हणून त्या गोड वाटत होत्या आपल्याला; पण अर्धवट बेकारीत

कुठल्यातरी घाणेरड्या चाळीतल्या अंधाऱ्या खोलीत, संध्याकाळी तू दमून यायचंस नि मी थकून यायचं असा आपण संसार मांडला, तर किती दिवस तो सुखाचा होईल कोण जाणे! मग तू माझ्यावर चिडशील, मी तुझ्यावर रागावेन. प्रेमाचं फुलपाखरू नाहीसं होईल. नुसता सुरवंट उरेल तिथं.

म्हणून आपण एकमेकांचे मार्ग मोकळे करूया. तुझी नि माझी मैत्री हे एक फूल होतं. ते सुकून गेलं असं आपण समजूया. मात्र त्याच्या सुगंधाची स्मृती आपण दोघांनी अंत:करणात जपून ठेवायला काहीच हरकत नाही.

मी एकदम व्यवहारी झाले असं तुला वाटेल; पण खरं सांगू, माधव? आपण सामान्य माणसं आहोत. जीवनाच्या मर्यादा आपण ओळखल्या पाहिजेत. याची जाणीव या दोन आठवड्यांत मला झाली. आपल्यापाशी भव्य, दिव्य, उदात्त, उत्कट असं काय असतं रे? वडीलमाणसांच्या जिवावर आपण उड्या मारीत असतो. त्यातली एखादी उडी उंच गेली, की आकाशातला चंद्र हाताला लागला म्हणून आपण नाचत सुटतो. सामान्य माणसाच्या भावनाही सामान्यच असतात. मग त्याच्या प्रेमात तरी असामान्यपणा कुठून येणार? मी ज्युलिएट नाही, तू रोमिओ नाहीस. म्हणून मी तुझ्यावर रागावत नाही. तू माझ्यावर रागावू नकोस. स्वप्नाळू प्रेमासाठी का होईना, जिवावर उदार होणारी माणसं फार निराळी असतात, माधव. प्रीत पतंगाची खरी! तू पतंग नाहीस. मीही ज्योती नाही.

आणखी एक गोष्ट लिहिते. तू हसशील; पण लिहितेच. काव्यात, नाटकात आणि चित्रपटात आपण प्रेमिकांचं प्रेम तेवढं पाहतो. त्यांचे संसार कधी कुणी कवी वर्णन करून सांगतो का? पहिल्या प्रेमाचं आयुष्य चार दिवसांचं. संसारातल्या प्रेमाचं आयुष्य जन्माचं. आपल्यासारखी तारुण्याच्या उंबरठ्यावर उभी असलेली माणसं शब्दांवर प्रेम करतात, कल्पनांवर प्रेम करतात, स्वप्नांवर प्रेम करतात. प्रेमकथेतल्या नायकाला कधी चार पैसे मिळवावे लागत नाहीत. त्या नायिकेला धान्य निवडावं लागत नाही, किरकिरणारं पोर सांभाळावं लागत नाही, पीठ आहे तर मीठ नाही. मीठ आहे तर पीठ नाही, अशा स्थितीत स्वयंपाक करावा लागत नाही; पण आपण काव्यातल्या आणि नाटकातल्या नायक-नायिकेइतके भाग्यवान कुठे आहोत?

तू मनात म्हणशील, ही सुमी आजीबाई झाली आता! तू काहीही

म्हण; पण गेले पंधरा दिवस मी दादा आणि वहिनी यांच्या प्रेमाचा विचार करतेय. लग्नापूर्वी त्यांची ओळखदेखसुद्धा नव्हती. तरी या दहा वर्षांत ती दोघं एकजीव झाली आहेत. दुसऱ्यासाठी स्वत:ला विसरून जाणं, हाच प्रेमाचा आत्मा आहे.

कुठल्यातरी पौर्णिमेला नदीत दिवे सोडतात ना, ती आपली आयुष्यं आहेत. लाटांच्या खेळात दोन दिवे हसत-खेळत जवळ आले. आता लाटांच्या क्रीडेनंच ते दूर होत आहेत.

जे लिहिलं आहे त्याचा राग मानू नकोस. पाच-सहा वेळा लिहिलं, तेव्हा कुठं हे पत्र तयार झालं. पहिल्या-पहिल्यांदा लिहिताना डोळे भरून आले. गळणाऱ्या थेंबांनी अक्षरं पुसट होऊ लागली; पण आता हे लिहिताना एकसुद्धा अश्रू त्याच्यावर पडलेला नाही.

हो, एक गोष्ट लिहायला विसरलेच. दादाला हे सारं वाचून दाखवलंय!

तुझ्या वडिलांनी दादाकडं दोन हजार रुपयेसुद्धा मागू नयेत म्हणून तू कदाचित धडपड करीत असशील. करीत असलास तर श्रम घेऊ नकोस. आता त्याचा काही उपयोग नाही. तुझे वडील लग्न म्हणजे बाजारातला एक सौदा मानतात, हे उघड आहे. या बाजारात उभं राहण्याची माझी इच्छा नाही. झाली एवढी प्रेमाची परवड पुरे झाली...

प्रीति मिळेल का हो बाजारी?

थोडंसं स्पष्ट लिहिलं. राग येणार नाही ना तुला? सत्य हे थोडं फार कुरूप असतंच. त्याला कोण काय करणार?

गडकऱ्यांच्या 'गोफ' कवितेतल्या पहिल्या काही ओळी एकांतात आपण दोघांनी मिळून म्हटल्या होत्या. आताही आपापल्या एकांतात एकट्यानंच आपण म्हणूया...

'कठीण असे, तरी उलगडणे हा गोफ असे आता भाग
ना तरी त्याचा पीळ राहुनी छळील तो जागोजाग.'

२९

शंकर

मी कुठं आहे हे काही केल्या मला कळेना. काय झालं आहे ते समजेना. उठता येईना, बोलता येईना, डोळे उघडता येईनात. सभोवती धुकं पसरलं होतं. त्यातून चाललो होतो मी. हाताच्या अंतरावरली वस्तूसुद्धा नीट दिसत नव्हती.

अरे बाप रे! मी तर घाटातून मोठ्या वेगानं चाललो आहे. हे काळेकुट्ट खडक, ही खोल दरी, ही वेड्यासारखी धावत सुटलेली गाडी...

या दरीत कुणी ढकलून दिलं मला? खोल, अगदी खोल! मी मोठमोठ्यानं ओरडू लागलो, 'उमा, चंदू, सुमा...' मला आश्चर्य वाटलं. माझी एकही हाक कुणाला ऐकू कशी आली नाही? कुणी 'ओ' का दिलं नाही मला? 'उमा, चंदू, सुमा...'

सुमा! माझी सुमी! संक्रांतीचा नवा परकर नेसून मला नमस्कार करायला आली आहे ती! छे! ती आता परकरी पोर राहिलेली नाही. तिच्या मनाची वेल आता फुलू लागली आहे. तिच्या आयुष्यात प्रीती...

प्रीती? दोन हजार रुपयांची प्रीती! दोन हजार रुपये, तीन वार! कसला लिलाव चालला आहे हा! माझ्या सुमीचा? छे!

इतकी रात्र झाली तरी सुमी अजून घरी आली नाही? तिचा शोध करायला हवा. ती कुठं आहे? मी... मी कुठं आहे?

आता सारं नीट आठवलं. मी नदीवर गेलो होतो. तिथून हा मी घाटावरल्या शंकराच्या देवळात आलो आहे. काय करतोय मी इथं? सुमीचा शोध करायचा सोडून देवापुढं हात जोडून कशाला बसलोय मी? वेड तर लागलं नाही ना मला? सुमीनं जीवबीव दिला असता तर...

ही कोण? छे!

ही तर अपर्णा! ही इथं कशी आली? इतक्या अपरात्री एकटी का आली आहे ही? छे! ही अपर्णा नाही. प्रत्यक्ष पार्वती आहे. वैभवशाली विष्णुकडे पाठ फिरवून कंगाल शंकरावर प्रेम करणारी. तो फटिंग प्रसन्न व्हावा म्हणून उग्र तप आरंभणारी.

त्याला अंकित करण्याकरिता भिल्लीण होऊन नाचणारी आणि त्याचा अपमान झालेला पाहताच चिडून अग्निकुंडात उडी घालणारी! किती विलक्षण हे जीवन! पण किती उदात्त! जगातली सारी माणसं अशी का जगत नाहीत?

–पण मी सुमीचा शोध करायला निघालो होतो. पार्वतीचा नाही. सुमी कुठं आहे? या दीड लाखांच्या शहरात ती कुठं आहे, हे मला कोण सांगेल? देवा...

मी देवाला हाक मारली? हो, माझाच आवाज आहे हा! पण देवावर माझी श्रद्धा नाही. मग... देव जगात आहे का? तो आकाशात नसला, तरी पृथ्वीवर असायला हवा. तो देवळात नसला तरी माणसाच्या काळजात असायला हवा. नाहीतर...

किती वेळ मी असा देवळात वेड्यासारखा बसणार?

काय करू? सारं शरीर बधीर होऊन गेलंय. नुसतं शरीरच नव्हे, मनसुद्धा! मी मेलो नाही ना? हो, हेच खरं. माझा या जगाशी काही संबंध उरलेला नाही. म्हणूनच माझिया हाका उमेला आणि सुमीला ऐकू गेल्या नाहीत. उमा, उमा! सुमे, सुमे...

हा ऐकू आला तो हुंदका उमेचाच का? पृथ्वीवरला हुंदका स्वर्गात ऐकू येतो? हो, तिचाच हुंदका हा! 'दादा, दादा' म्हणून कापऱ्या स्वरानं कोण हाक मारतेय मला?

कोण ही? सुमी? सुमी सापडली. उमा, सुमी सापडली. तिच्यासाठी सारं गाव मी पालथं घालायला हवं होतं; पण... तीच मला शोधीत आली या देवळात.

देवळात? मी देवळात कुठं आहे? हा तर दवाखाना दिसतोय. हे डॉक्टर, हा दिगंबर, ही उमा, ही सुमी... काय करताहेत ही सारी माणसं? अशी माझ्याकडं टक लावून काय पाहताहेत?

मी शुद्धीवर आलो, त्या वेळीच नव्हे, तर पुढल्या पंधरा दिवसांतही डॉक्टरांनी माझ्या बोलण्यावर अगदी कडक नियंत्रण घातलं. 'मेंदूला थोडा धक्का बसला आहे. त्याला पूर्ण विश्रांती हवी' असं त्यांनी मला पुनःपुन्हा बजावलं. मी त्यांच्या सांगण्याप्रमाणं वागलो; पण फार कठीण गेलं ते मला. बोलणं हा माझ्या मनाचा मोठा विरंगुळा. डॉक्टरांनी तर तोंडाला भलंमोठं कुलूप घातलेलं. मग काय करणार? दिवसा सुमी आणि रात्री दिगंबर सोबतीला असत. अगदी खडा पहारा करीत. उमा रोज संध्याकाळी येई. चंदूला घेऊन माई जवळ येऊन उभी राही; पण कुणाशीही बोलायचं ते अगदी मोजूनमापून! औषधासारखं. अक्षरशः दोन शब्द! 'प्रकाश कसा असतो, ते मला सांगा' असं म्हणणाऱ्या आंधळ्या मुलाविषयीची इंग्रजी कविता मी शाळेत अनेकदा तन्मयतेनं शिकविली होती. ती शिकताना मुलं गहिवरून जात. प्रत्येक वेळी मला वाटे, मी फार चांगली शिकवली; पण आता अंथरुणाला खिळल्यावर आणि डॉक्टरांनी बोलायची बंदी केल्यावर माझ्या मनात आलं, आपलं ज्ञान किती तोकडं आहे, आपलं शिकवणं किती अपुरं आहे. ती कविता शिकविताना

फक्त आंधळ्यांविषयी आपण मुलांच्या मनात सहानुभूती निर्माण करीत होतो; पण मुक्याचं दुःख का आंधळ्यापेक्षा कमी आहे? हा अपघात झाला नसता, तर त्याची पुसट कल्पनासुद्धा मला कधी आली नसती.

आंधळ्याचं दुःख, मुक्याचं दुःख, पांगळ्याचं दुःख, कुरूपपणाचं दुःख, रोगाचं दुःख, दारिद्र्याचं दुःख, मूर्खपणाचं दुःख, दुष्टपणाचं दुःख, मृत्यूचं दुःख... जगात दुःखं काय थोडी आहेत? जितकी माणसं, तितकी दुःखं! काही दुःखं उघड उघड दाखविता येतात. काही काळजात खोल खोल लपवावी लागतात. एखाद्याला निसर्ग निर्दयपणानं वागवितो. एखाद्याचा दैव दुष्टपणानं पाठलाग करतं. असंख्य कळ्या समाजाच्या टापाखाली चुरडल्या जातात, धुळीत लोळागोळा होऊन पडतात. असंख्य फुलांचा उन्मत्त माणसं क्षणिक सुखासाठी चोळामोळा करतात. अशी हजार तऱ्हांची दुःखं आहेत या जगात. ती सारी हलकी व्हायला हवीत. जगण्यासारखं जगात काही तरी आहे, असं प्रत्येकाला वाटायला हवं; पण हे कसं घडायचं? माणसानं माणसावर प्रेम केल्याशिवाय, अगदी स्वतःला विसरून प्रेम केल्याशिवाय हे सत्यसृष्टीत कसं उतरणार?

प्रेम! प्रीती! जगातली सर्वांत मोठी शक्ती! माणसामाणसांतल्या साऱ्या भिंती... निसर्गानं, समाजानं, लोभानं, अहंकारानं निर्माण केलेल्या भिंती... धुळीला मिळविण्याचं सामर्थ्य फक्त प्रेमातच आहे.

पडल्या पडल्या प्रत्येक दिवशी हा विचार करीत होतो मी. दिगंबरकडं लक्ष गेलं म्हणजे माझं विचारचक्र अधिक जोरानं फिरू लागे. या निशाचरानं पंधरा रात्री मला अखंड सोबत केली. 'मी तुझा अर्धवट मित्र आहे. तुझी-माझी मैत्री सूर्योदयाबरोबर सुरू होते आणि सूर्यास्ताला संपते. रात्री मी तुझा दोस्त नाही.' असं मागं एकदा तो मला म्हणाला होता. त्याच्या या थट्टेत सत्य नव्हतं, असं नाही. जुगाराच्या नादात, दारूच्या नशेत, कुठल्यातरी बाईच्या धुंदीत आपल्या मनाच्या वेदना विसरण्याची सवय त्यानं स्वतःला लावून घेतली होती; पण दवाखान्यात माझ्यासाठी रात्रीमागून रात्री काढायचा प्रसंग येताच त्यानं आपल्या व्यसनी मनाला किती सहज लगाम घातला. उत्कट प्रेमाशिवाय मनुष्याला हे कसं जमेल? रात्री तो जवळजवळ जागाच असे की काय कुणाला ठाऊक! पाहावं तेव्हा या कुशीवरून त्या कुशीवर होई. वाघाला माणसाच्या रक्ताची चटक लागावी, तसं शरीराला कुठल्याही सुखाचं व्यसन जडतं. मग ते सुख सौम्य असो वा उग्र असो, ते आवश्यक असो अथवा नसो, समाजाला ते पुण्य वाटो किंवा पाप वाटो, स्वतःच्या बुद्धीला ते रुचो नाहीतर बोचो! थरलेल्या वेळी माणसाला ते मिळावं लागतं. ते मिळालं नाही, तर त्याचं शरीर बंड करून उठतं. उपाशी ठेवलेल्या हिंस्र पशूसारखं. मनातल्या रानटी जनावरांना रोखून धरणं हे काही येऱ्यागबाळ्याचं काम नाही. दिगंबर हा विजय कसा

मिळवू शकला याचं मला राहून राहून नवल वाटत होतं. पंधरा दिवसांत तो जुगार खेळला नाही, त्यानं दारूला स्पर्श केला नाही, कुठल्याही बाईचं तोंड पाहायला तो गेला नाही. माझ्या प्रेमाची परतफेड किती उदारपणानं केली त्यानं! मी त्याच्यावर प्रेम केलं ते आमचं बालपण आठवून, त्याच्या एकलेपणाची कीव येऊन, स्वत:च्या पावित्र्याचा थोडाफार अहंकार बाळगून आणि भावनेचे स्फुल्लिंग कष्टानं पुन:पुन्हा फुलवून; पण त्यानं माझ्यावर प्रेम केलं, ते केवळ प्रेम म्हणून. एखाद्या लहान मुलासारखं. पाप आणि पुण्य यांच्यापलीकडं प्रेम असतं, हेच खरं. नाही तर त्याच्यासारखा छंदीफंदी मनुष्य एका गरीब मित्रासाठी असा हसत विरक्त झाला नसता!

मेंदूला विश्रांती मिळावी म्हणून डॉक्टरांनी मला बोलायची, वाचायची, साऱ्या गोष्टींची बंदी केली; पण तिचा परिणाम झाला नेमका उलटा. विचार करकरून मला शीण येऊ लागला. दिगंबरानं माझ्यासाठी खास खोली घेतली होती. त्याची उधळपट्टी पाहिली, की याच्या खिशात अलिकडंच पैशांचं झाड उगवलं असावं, असं माझ्या मनात येई. दोन-तीनदा या बाबतीत त्याच्याशी बोलण्याचा प्रयत्न केला मी! 'ते सारं मग बघू. बिलकूल बोलायचं नाही म्हणून डॉक्टरांनी बजावलंय् ना तुला?' असं प्रत्येक वेळी उत्तर देऊन त्यानं मला गप्प बसविलं. माझ्यासाठी दिगंबर हवा तसा पैसा खर्च करीत होता. तो पैसा त्यानं जुगारातच मिळविला असला पाहिजे. म्हणजे पापाचा पैसाच माझ्या प्राणांचं संरक्षण करीत आहे. हे चांगलं का वाईट? मग पापासाहेबांचा पैसा मी का घेतला नाही?

या प्रश्नांचं उत्तर शोधताना माझ्या मनाची भयंकर ओढाताण होई. शेवटी विश्वामित्राची कथा माझ्या डोळ्यांपुढं उभी राही. प्राचीन काळच्या एका दुष्काळातली गोष्ट आहे ती. त्या दुष्काळात कित्येक दिवसांत विश्वामित्र ऋषींच्या पोटात अन्नाचा कण गेला नाही. शेवटी एका रात्री चांभाराच्या घरी तो शिरला चोरी करायला! तिथली मेलेल्या कुत्र्याची तंगडी चोरण्याचा प्रयत्न केला त्यानं. चांभारानं त्याला पकडलं. त्याच्यासारख्या ऋषीनं चोरी करावी, याचं त्याला भारी आश्चर्य वाटलं. विश्वामित्रानं त्याला उत्तर दिलं, 'स्वत:चे प्राण सांभाळले, तरच मनुष्यधर्म सांभाळू शकतो. धर्म आणि अधर्म यांचा विचार करायलासुद्धा मनुष्य जिवंत राहायला हवा!'

त्या कथेच्या चिंतनानं माझ्या बुद्धीचं समाधान झालं; पण भावना बुद्धीपेक्षा अधिक हट्टी असते. युगायुगाचे संस्कार तिच्या कणाकणात भिनलेले असतात. जुगाराचा पैसा हा पापाचा पैसा आहे, ही माझ्या मनातली रुखरुख विश्वामित्रासारख्या ऋषीलासुद्धा दूर करता आली नाही.

मग मीच मुद्दाम दुसऱ्या टोकाला जाऊन उभा राहू लागलो. दिगंबरासारखं स्वच्छंदी, आनंदी जीवन मला काय नको होतं? श्रीमंत घराण्यात माझा जन्म झाला

असता, तर सारी संपत्ती मी दान करून टाकली असती का? छे! मी काही कुणी बुद्ध नाही. आगगाडीच्या दुसऱ्या वर्गात बसून मजेत प्रवास करावा, वस्त्रालंकारांनी नटलेल्या उमेला बरोबर घेऊन एखाद्या चित्रपटाच्या पहिल्या खेळाला जावं आणि भारी दराच्या जागी बसावं, चांदण्या रात्री स्वत:च्या मोटारीतून दोघांनी लांब लांब भटकत जावं, चंदू मोठा झाल्यावर पुढल्या शिक्षणाकरिता त्याला परदेशी पाठवावं... अशा कितीतरी इच्छा माझ्या मनाच्या चोरकप्प्यात लपल्या असतील! त्या कप्प्यांची किल्ली मी कधीही कुणाच्या हाती लागू दिली नाही. म्हणून त्या इच्छांचा सुगावा कुणालाही... अगदी उमेलासुद्धा कधी लागला नाही. मी श्रीमंत असतो तर...

मग माझं मलाच हसू येई. जर-तरचा या जगात उपयोग आहे? मनुष्याच्या आत्म्याला पंख आहेत; शरीराला नाहीत. त्या शरीरानं पृथ्वीवरच चाललं पाहिजे; खडेकाटे, खाचखळगे, जीवजिवाणू हा सारा जीवनाचा भाग मानून त्यानं जगलं पाहिजे.

मी श्रीमंत झालो नाही तेच बरं झालं. पापासाहेब आणि आप्पासाहेब यांच्यासारख्या लोकांनी श्रीमंत होऊन जे मिळविलं आहे, त्यापेक्षा शतपटीनं अधिक किमतीचं असं काहीतरी गमावलं आहे. माणसावर माणूस म्हणून प्रेम करता येणं, त्या प्रेमाच्या पायी त्यागाला तयार होणं, त्या त्यागाचा आनंद कळण्याइतकं काळीज जिवंत ठेवणं, हे ज्यांना जमत नाही, त्यांचं जिणं...

वेळ जावा म्हणून पडल्या पडल्या माझ्या आवडत्या ओळी मी मनात घोळवू लागलो. जीवनाच्या मर्यादांवर प्रकाश टाकणारा महाभारतातला तो श्लोक– 'न जातु काम: कामानाम्' वासना काही उपभोगानं तृप्त होत नाहीत, उलट चेकाळतात. अग्नी जसा आहुतींनी अधिकच भडकतो ना! केवढं कटु, पण उदात्त सत्य या श्लोकात व्यासांनी सांगितलं आहे. रामायण आणि महाभारत, शेक्सपियर, इब्सेन आणि खाडिलकर यांची नाटकं, हरिभाऊ आणि शरच्चंद्र यांच्या कादंबऱ्या... जीवनाचं स्वरूप स्पष्ट करून दाखविणाऱ्या अशा कितीतरी कलाकृती या पंधरा दिवसांत चित्रपटाप्रमाणं माझ्या डोळ्यांपुढून जात! त्यांच्या प्रकाशात जीवनविषयक अनेक सत्य पुन:पुन्हा उठून दिसत. सुख सुख म्हणून सर्वसामान्य मनुष्य ज्याच्या मागं लागतो, ज्याच्यावरून आपल्या सर्व शक्ती ओवाळून टाकतो, ते सुख पुष्कळ वेळा क्षुद्र, क्षणिक, केवळ शारीरिक असतं. निसर्ग जितका कोमल तितकाच क्रूर आहे. मानवी जीवन मुळातच अपूर्ण आहे. मृत्यूच्या छायेतच त्याला वावरावं लागतं. काळोखातल्या चांदणीसारखं! जीवनासारखं मनुष्याचं मनही अपूर्ण आहे. निसर्ग, पशू आणि देव यांचं विचित्र मिश्रण झालं आहे त्यांच्यात. प्रसंगी त्यांच्यातला देव प्रभावी होतो. तो त्याच्यातल्या पशुत्वावर विजय मिळवितो. उलट, राखेच्या ढिगाऱ्याखाली ठिणगी विझून जावी, तसं अनेकांतलं देवत्व हळूहळू निस्तेज होत

जातं. जगण्याच्या धडपडीत त्याच्यातलं पशुत्व प्रबळ होतं. अशा स्थितीत जगात पदोपदी दु:खं दिसली नसती तरच नवल! क्षुद्र सुखाच्या नशेत ही दु:खं विसरण्याचा मनुष्य प्रयत्न करतो; पण क्षुद्र सुख जगातल्या दु:खावर कायमचा विजय मिळवू शकत नाही? उदात्त दु:ख हेच क्षुद्र दु:खावरलं या जगातलं उत्कृष्ट औषध आहे.

असल्या असंख्य विचारांनी डोकं अगदी भणाणून जाई; पण विचार करण्याशिवाय मला दुसरं काही करताच येत नव्हतं. या विचारांनी नेहमीच बरं वाटे असेही नाही. एखादे वेळी मनात येई, आपण मृगजळामागं तर धावत नाही ना? जीवनातलं सत्य शोधून काढण्याचा आपण प्रयत्न करीत आहोत; पण असं सत्य खरोखर आहे का? सर्वांना साधणारं असं सत्य नसेल, तर सारे धर्म, सारं काव्य, सारी कला, सारं तत्त्वज्ञान हे नुसते पाण्यावरले बुडबुडे ठरतील. मग वाटे, छे! आपण मृगजळामागं धावत नाही. कस्तुरीमृगासारखी स्थिती आहे आपली. आपण जे सत्य शोधीत आहोत, ते या जगात आहे. अगदी आपल्यापाशीच आहे; पण ते आपल्याला दिसत नाही, कधीही दिसणार नाही. त्याच्या सुवासानं धुंद होऊन ते धुंडून काढण्याकरिता धावत सुटणं, याचंच नाव जीवन! ते सत्य प्रत्यक्ष पाहायचं असेल, तर प्राणांचं मोल द्यायला हवं. वर्मी बाण लागून प्राण सोडणाऱ्या कस्तुरीमृगालाच तो सुगंध आपल्या अंतरंगात आहे, याची जाणीव होते.

दिवसा सुमी सोबतीसाठी आली की तिच्या चेहऱ्याकडं मी राहून राहून पाहात असे. कोवळं ऊन हां-हां म्हणता तापू लागावं तसं काहीतरी तिला पाहून मनात येईल. ती एकदम गंभीर दिसू लागली होती. तिच्या लग्नाची गोष्ट एक-दोनदा काढून पाहण्याचा प्रयत्न मी केला; पण दिगंबरसारखं तिनंही मला गप्प बसविलं. 'ते सारं पुढं पाहू. दादा, डॉक्टरांनी मुळीच बोलायचं नाही असं बजावलंय ना तुला?'

तिच्या मनात कसलं वादळ चाललं असावं याची कल्पना तिनं माधवला लिहिलेलं पत्र वाचायला दिलं, तेव्हा मला आली. ते पत्र वाचून माझ्या मनात मोठी कालवाकालव झाली. 'कॅसाबिआका' ही कविता मला आठवली. त्या कवितेतला मुलगा जळणाऱ्या जहाजातली आपली जागा काही केल्या सोडीत नाही. बापानं त्याला तिथं उभं राहायला सांगितलेलं असतं. बापाच्या परवानगीशिवाय तो तिथून तसूभरसुद्धा हलू इच्छित नाही. विक्राळ ज्वाळा त्याला चाटायला आपल्या जिभा पुढं करतात; पण तो डगमगत नाही, जागा सोडीत नाही. सुमीनंसुद्धा त्याच्यासारखंच... तिचा अभिमान वाटू लागला मला. माझ्यात जो कणखरपणा नाही तो तिनं दाखविला.

सुमीप्रमाणं शाळेतल्या मुलांनीही आपल्या प्रेमानं मला मोठा धीर दिला. दररोज संध्याकाळी कितीतरी मुलं माझ्या प्रकृतीची चौकशी करायला येत. डॉक्टर थट्टेनं म्हणायचेदेखील, 'शंकरराव, संध्याकाळ झाली की हा दवाखाना नसून शाळा आहे,

असं मला वाटायला लागतं हल्ली.' गायकवाड तर रोज येई. अपर्णाही अधुनमधून फेरी टाकी, तीही रिक्त हस्तानं नाही. एखादं नुकतंच उमललेलं गुलाबाचं फूल घेऊन. ते फूल तिच्याकडून घेता घेता तिच्या मुद्रेकडं मी पाही. मला क्षणभर भास होई, हेही एक उमलतं गुलाबाचं फूल आहे.

दवाखान्यातून घरी यायच्या दिवशी अगदी पहाटे मी जागा झालो. रस्त्यानं कुणीतरी खड्या आवाजात गात जात होतं. कबिराची गोड वाणी होती ती... 'मंदिर सुना एक दीप बिना!' गाणारा मनुष्य दवाखान्यापासून दूर गेला; पण माझ्या मनात पुन:पुन्हा कुणीतरी गात होता, 'मंदिर सुना एक दीप बना.'

■

३०

उमा

'पुरुषांपेक्षा बायका अधिक शहाण्या असतात' असं जेव्हा तिकडून म्हणणं झालं, तेव्हा मला त्याचा अर्थच नीट कळेना. दवाखान्यात रात्री राहायचा हट्ट मी केला नाही, मन घट्ट करून पंधरा दिवस काढले, म्हणून ही थट्टा होत असेल असं माझ्या मनात आलं.

मी हसत उत्तर दिलं, 'अगदी खरं आहे. मी नाही कधी वेंधळेपणानं अपघातात सापडले अशी!'

'मांजराला जसं दूध तशी माणसाला स्तुती. तुझ्याविषयी नाही बोललो हे मी. अरविंदाच्या मानानं सुमी किती शहाणी आहे हे...'

मग वन्संच्या त्या पत्रातलं अक्षर नि अक्षर त्यांनी मला सांगितलं. सुमाताईंचा मोठा अभिमान वाटला मला. माझ्यासारखी नुसती मुळूमुळू रडत बसली असती अशा वेळी! इतकी समजूत त्यांना कुठून आली कुणाला ठाऊक! त्यांच्या लग्नासाठी ठेवलेले पैसे प्रपंचापायीच कसे खर्च झाले, एवढं मी त्यांना सांगितलं होतं; पण तेवढ्यावरून इकडलं सारं दुःख ओळखलं त्यांनी. शिकल्यांचं चीज केलं. त्यांच्या पत्राची ही गोष्ट कळेपर्यंत राहून राहून माझं मन धाकधूक करीत होतं. रात्री तर ते अगदी चेकाळले. गळ्याला मिठी मारून चंदू झोपलेला असे. त्यांच्या चेहऱ्याकडं पाहता पाहता त्यांची आठवण होई. आता काळजी करण्याचं कारण नाही, असं डॉक्टरांनी मला तीन-चारदा सांगितलं होतं; पण माया नुसती वेडी नसते, ती आंधळीही असते. 'अपघातानं त्यांच्या मेंदूला थोडा धक्का बसला आहे. त्यांच्या मनाचा तोल जाईल असं काही महिना, दोन महिने घडता उपयोगी नाही,' हेही डॉक्टरांनी मला बजावलं होतं. दवाखान्यात हे पथ्य सांभाळणं सोपं आहे; पण त्यांना घरी आणल्यावर हे कसं जमायचं, या विवंचनेत मी होते. या दुखण्यानं सासुबाई निवळल्यासारख्या दिसत होत्या खऱ्या; पण माणसाच्या मनाचा कुणी नेम सांगावा? स्वारी घरी आली आणि वन्संच्या लग्नाविषयी सासुबाई त्यांना खोदून खोदून विचारू लागल्या, नाहीतर त्या दिवशीसारख्या फटकन् काहीतरी वेडंवाकडं बोलल्या तर...

फार हळवे आहेत ते. सासुबाई काही लागट बोलल्या तर लगेच त्यांचं दुखणं उलटेल.

या संकटातून कसं पार पडायचं, याचा विचार करीत होते मी; पण देवानं त्याआधीच वन्संना सुबुद्धी दिली.

मात्र या पंधरवड्यात वन्संपेक्षाही मला अधिक नवल वाटू लागलं ते दिगंबरचं. वर्षावर्षात घरी फिरकत नसते स्वारी आमच्या. 'अलिकडं दिगंबरची तुमच्यावरील माया पातळ झालेली दिसते' असं केव्हा थट्टेनं, केव्हा कोपरखळी देण्याच्या बुद्धीनं मी इकडं टोमणा मारीत असे; पण शेंडेनक्षत्रासारखी केव्हातरी घरी उगवणारी दिगंबरची स्वारी या पंधरा दिवसांत दवाखान्यात संध्याकाळी अगदी वेळेवर हजर व्हायची! एरवी त्यांच्या पायावर भिंगरी पडलेली; पण यांच्यासाठी म्हणून तास न् तास ते खोलीत तिष्ठत बसत. आजारपणाचा सारा खर्च तर त्यांनीच निभावून नेला. कुणाच्या तरी मनी मुखी देव उभा राहतो म्हणतात अगदी तस्सं झालं. आज दिगंबर नसते तर... भावोजी मोकळे असते, तरी काय करणार होते? कुठून इतके पैसे आणणार होते?

राहून राहून एका गोष्टीचं मला वाईट वाटे. इतका चांगला मनुष्य नि तो इतका व्यसनी असावा? घर नाही, दार नाही, बायको नाही, बिऱ्हाड नाही. असलं कसलं मेलं आयुष्य माणसाचं? अगदी राहवेना तेव्हा दवाखान्यात एकदा मी त्यांना म्हणाले, 'हे बरे झाले ना, म्हणजे यांना सांगून तुम्हाला चतुर्भुज करून टाकणार आहे मी.'

खो-खो हसत दिगंबर उत्तरले, 'वहिनी, मी एखाद्या दिवशी चतुर्भुज होईन. नाही असं नाही; पण बोहल्यावर चढून नाही– जुगारी अड्ड्यावरल्या छाप्यात सापडून!'

ते असं का वागतात हे कोडंच होतं मला. म्हणून मी मुद्दामच म्हणाले, 'आपण जाऊ नये त्या अड्ड्यावर! कुणी काही ओढून नेत नाही तुम्हाला तिथं.'

'हे चुकतंय् तुमचं.'

'म्हणजे? तुम्हाला तिथं ओढून नेणारा कुणी दोस्त आहे वाटतं?'

'दुसरा दोस्त कशाला हवा माणसाला? माझं मनच आहे ना? शंकरसारखा नाकासमोर जाणारा नवरा मिळालाय्. तेव्हा मी काय म्हणतोय, ते कळायचंसुद्धा नाही तुम्हाला; पण मला नेहमी वाटतं, माणसाचं मन म्हणजे हिंस्र पशूंची एक मोठी सर्कस आहे. ही सारी जनावरं लहानपणापासून ताब्यात ठेवायला शिकलं, तर ठीक असतं. नाहीतर कुठल्या तरी धक्क्यानं एखाद्या पिंजऱ्याचं दार उघडतं, त्यातून चवताळलेला वाघ बाहेर पडतो आणि तो...'

बोलता बोलता ते एकदम थांबले आणि दुसरीकडं पाहू लागले. यांनी मला डोळ्यांनी खुणावलं. मी गप्प बसले. दुसऱ्या क्षणी माझ्याकडे वळून दिगंबर

म्हणाले, 'हे आत्मपुराण जाऊ द्या, वहिनी; पण महाभारतातला धर्म फार सज्जन मनुष्य होता, हे तुम्हाला मान्य आहे ना?'

मी मानेनं 'हो' म्हटलं.

'त्यालासुद्धा आपलं मन आवरता आलं नाही. जुगार खेळायला बसला तो बसला, निदान बायकोची तरी पैज लावायची नाही बेट्यांनं. जगात हरघडी असं महाभारत घडत असतं. आपल्याला ते दिसत नाही नि दिसलं तरी पटत नाही; पण धर्म, अर्जुन, द्रौपदी, कर्ण, दुर्योधन, कुंती, कृष्ण, शकुनी हे सारे आजच्या जगातही आहेत. अगदी तुमच्या-आमच्या जगात.'

दवाखान्यात आमचं हे बोलणं झालं, त्या दिवशी रात्री काही केल्या झोप येईना. शेवटी काहीतरी चांगलं वाचावं म्हणून उठले. अलिकडे वाचनाचा आणि माझा छत्तिसाचा आकडाच झाला होता. म्हणून वन्संच्या टेबलावर चंदूचं गोष्टीचं पुस्तक पडलं होतं, ते उचललं. संध्याकाळचे दिगंबरांचे दवाखान्यातले ते शब्द आठवले, 'आपल्याभोवती महाभारत हरघडी घडत असतं.' मी पुस्तक उघडलं. अश्वत्थाम्याचीच गोष्ट निघाली. ती वाचता वाचता मला वाटलं, दिगंबरांच्या बोलण्यात खूप अर्थ आहे. त्यांच्या त्यांनासुद्धा तो कळला नसेल. या अश्वत्थाम्यासारखी किती किती गरीब मुलं या जगात दुधाच्या घोटाला महाग झालेली... पीठ घातलेल्या पाण्यावर...

मन बेचैन झालं. वाचण्यापेक्षा चित्र चाळण्यात ते अधिक रमेल म्हणून मी भराभर पानं उलटू लागले. लाक्षागृह... द्रौपदीवस्त्रहरण... वनवास, अज्ञातवास... मोठमोठ्यांच्या कपाळीसुद्धा देवानं दु:खंच का लिहावं? ती चित्रं माझ्या काळजाला तापलेल्या उलथण्यानं डागू लागली. शेवटी एका चित्रानं मला बरं वाटलं. इंद्र ब्राह्मणाचा वेष घेऊन कर्णाकडं कवचकुंडलं मागायला आला होता. ती दिली की आपला शेवटी घात होईल, हे कर्णाला ठाऊक होतं. तरीही कर्ण ती त्याला देत होता. त्या इंद्राचा असा मला राग आला! कर्णचं मात्र कौतुक वाटलं. माणूस असावं तर असं!

या पंधरा दिवसांत खूप खूप गोष्टी घडल्या. यांना पाहायला दवाखान्यात दररोज कितीतरी मुलं यायची. डॉक्टर एके दिवशी मला म्हणालेसुद्धा, 'तुम्ही फार भाग्यवान आहात, उमाताई.'

मला त्यांच्या बोलण्याचा अर्थ कळला नाही. यांच्या जिवावरलं गंडांतर टळलं म्हणून ते असं बोलले असावेत, असं वाटलं; पण लगेच ते म्हणाले, 'शंकररावांच्यावर किती भक्ती आहे या शाळेतल्या मुलांची! जगाच्या बाजारात पुष्कळ गोष्टी मिळतात; पण अशी भक्ती मिळणं... माझ्यापेक्षा मोठं काम करताहेत शंकरराव. मी माणसाची शरीरं दुरुस्त करतो; पण मनं दुरुस्त करणारे असे डॉक्टर असल्याशिवाय आमच्या कामाचा काय उपयोग आहे?'

दवाखाना सोडायच्या दिवशी आम्हा सर्वांना डॉक्टरांनी आपल्या बंगल्यावर चहाला बोलावलं. त्यांच्या दिवाणखान्यात मी गेले, तेव्हा त्यांच्या स्वभावाचं मर्म समजलं. त्या दिवाणखान्यात गांधी-नेहरूंचे फोटो तर होतेच; पण जवळच्याच एका सुंदर टेबलावर बुद्धाचा पुतळा होता. मधल्या वाटोळ्या टेबलाजवळ ठेवलेलं पुस्तकांचं फिरतं शेल्फ मोठं मोहक दिसत होतं. शेल्फ पाहण्याकरिता म्हणून मी उठले. मग सहज पुस्तक पाहू लागले. त्या पुस्तकांत 'ज्ञानेश्वरी' होती, 'तुकोबांची गाथा' होती, आगरकरांची पुस्तकं होती, हरिभाऊ आपट्यांच्या कादंबऱ्या होत्या. इंग्रजी पुस्तकं तर खूप खूप होती. मला इंग्रजी येत असतं, तर त्यांची नावंसुद्धा मी हौसेनं पाहिली असती आणि लक्षात ठेवली असती.

निरोप घेताना ते हळूच माझ्याजवळ आले आणि म्हणाले, 'काही काळजी करू नका तुम्ही. यांना महिनाभर पूर्ण विश्रांती मिळेल एवढं पाहा. मन भडकेल अशी कुठलीही गोष्ट घडू देऊ नका. काहीतरीच सांगतोय म्हणा हे मी तुम्हाला. राग कशाशी खातात हे ठाऊकसुद्धा नसेल शंकरावांना!'

यांना घरी आणलं. वन्सं आणि सासुबाई यांच्या स्वाधीन चूल केली मी. सारा वेळ यांच्या शुश्रूषेत घालवू लागले. पथ्यपाणी असं फार नव्हतंच. कुणी भेटायला आलं, तर यांना फार वेळ बोलू द्यायचं नाही, त्यांना फार वेळ बसू द्यायचं नाही, हेच काम मला करावं लागत होतं. तीन-चार दिवसांतच हे म्हणायला लागले, 'तू पहारेकरी फार चांगली होशील.'

चौथ्या का पाचव्या दिवशी संध्याकाळी दिगंबर खोलीत उगीचच घुटमळत राहिले. खरं म्हणजे त्यांची ती भटकायला बाहेर पडायची वेळ. यांच्या दुखण्यात त्यांच्या दोन शर्यती चुकल्या होत्या. 'उद्या रात्री मुंबईला जाईन म्हणतो' असं ते चाचरत दुपारीच माझ्यापाशी बोलले होते. आता काही त्यांची घरात जरुरीही नव्हती.

कोट-टोपी चढवून ते अशा येरझाऱ्या का घालीत आहेत, ते मला कळेना. शेवटी मी विचारलं, 'काय चहाबिहा हवाय का, भावोजी?' माझ्याशी काहीच न बोलता ते त्यांच्याजवळ येऊन बसले. एखाद्या भावानं भावाजवळ बसावं तसे. मग माझ्याकडं वळून ते म्हणाले, 'वहिनी, अरविंदाच्या सुटकेची सारी व्यवस्था मी केलीय. तो बहुधा उद्या घरी येईल. आणखी एक गोष्ट राहिलीय. याला बरं वाटेपर्यंत बोलू नये म्हणून गप्प होतो मी; पण मी उद्या मुंबईला जाणार...'

इकडचे दोन्ही हात हातात घेऊन दिगंबर म्हणाले, 'शर्यतीत खूप पैसे मिळाले, की त्यातले तुझ्यासाठी बाजूला काढून ठेवायचं मी ठरविलं होतं, शंकर. तुझ्या नशिबानं मला पैसे मिळाले. तुला अपघात झाला त्याच्या आदल्याच दिवशी. त्यातला तुझा वाटा... हे पाच हजार रुपये...'

आपल्या दोन्ही खिशातून त्यांनी नोटांची पुडकी बाहेर काढली.

पाच हजार रुपये... आपल्याला पाच हजार रुपये मिळणार? माझं मन गोंधळून गेलं. दिगंबरांनी हे आधी सांगितलं असतं तर... तर वन्संचं लग्न सहज जमून गेलं असतं.

दिगंबर त्यांना म्हणत होते, 'तुला पाच हजार रुपये देण्यासाठी मी मुंबईहून धावत आलो; पण दुर्दैवानं माझ्याच गाडीचा अपघात झाला तुला. नाहीतर हे पैसे त्या दिवशीच...'

दिगंबर त्यांच्या हातात ती पुडकी देऊ लागले. ते ती घेईनात. ते शांतपणानं म्हणाले, 'स्वतःसाठी हे पैसे बँकेत ठेव तू, दिगंबर.'

'जुगाऱ्याचे पैसे शिल्लक राहात असते तर... आणि शंकर, खरं सांगू? ज्या दिवशी दिगंबर अन्नाला महाग होईल, त्या दिवशी तुझ्याच घरी येईल. आपल्यावर निरपेक्ष प्रेम करणारी माणसं या जगात आहेत. एक सख्खा भाऊ आणि सख्खी भावजय आपल्याला आहे, हे तो कधीच विसरणार नाही. त्याची काळजी करू नकोस तू. तू स्वतःची काळजी...'

जुगारातला पैसा कसा घ्यावा याचा त्यांना विचार पडला असावा, हे मी ताडलं. तो त्यांनी घ्यावा, असं मला वाटत होतं. तो घेतला तर माझ्या, चंदूच्या, वन्संच्या साऱ्या साऱ्या हौशी तृप्त होती, वन्संच्या लग्नाची पुन्हा खटपट करता येईल...

पण तो त्यांनी घेऊ नये, असंही मला वाटत होतं. कुठंतरी आत आत मला त्यांच्या मोठेपणाचा अभिमान होता. त्यांनी ते पैसे घेतले, तर त्या अभिमानाला खाली मान घालावी लागली असती. त्या पुडक्यांना स्पर्श न करता ते म्हणाले, 'दिगंबर, तुझे हे पाच हजार रुपये अगदी वेळेवर आले बघ. आमच्या शाळेला तूट आहे यंदा. ती भरून काढण्यासाठी टिळकगुरुजींची छोटी बंगली शाळा विकणार आहे. पाच हजारांना ती मिळेल. तू शाळेच्या अध्यक्षांकडे जा आणि ती बंगली घे तुझ्या नावानं. तुझा मित्र म्हणून मी तिथं राहीन. दोन कामं होतील यात जाता जाता. ती बंगली विकत घेऊन कुणीतरी व्यापारी आपल्या रखेलीला राहायला देईल, नाहीतर तिच्यात गूळ-तंबाखू भरून ठेवील. टिळकगुरुजींची तेवढी विटंबना होऊ नये अशी माझी इच्छा आहे. आणि... आणि मी त्या बंगलीत राहायला गेलो, तर जन्मभर पवित्र राहायची शक्ती मिळेल मला. टिळकगुरुजींचे शब्द, आगरकरांचे विचार, गुरुजींनी बायकोला सांगितलेल्या समजुतीच्या गोष्टी... सारं सारं त्या भिंती माझ्या कानात गुणगुणत राहतील.'

हे अधिक बोलायला लागले, असं वाटून माझी छाती धडधडू लागली. काहीतरी करून यांना गप्प केलं पाहिजे; पण आपण मधे कसं बोलायचं? काय बोलायचं? ती बंगली घ्यायची की पैसे घरीच ठेवायचे?

दिगंबरांनी माझ्याकडे पाहिलं. पैसे घेण्याचा आग्रह मी करावा असं त्यांच्या

मनात होतं. ते घ्यावे की घेऊ नये? मी विचारात पडले. खाली पाहू लागले. इथं, याच खोलीत, याच बिछान्यावर रात्री आम्ही सीता आणि राम यांच्यासारख्या पहाटेपर्यंत गोष्टी बोलत बसणार होतो. ते राम, मी सीता. ते राम होताहेत. मग मला सीता झालीच पाहिजे. तुम्ही वनवासाला जाऊ नका, असं सीतेनं रामाला एका शब्दानं तरी सुचविलं का? ती मुकाट्यानं वल्कलं नेसली आणि त्याच्या पावलावर पाऊल ठेवून चालू लागली. मग...

असला पैसा घरात घेणं, हे आजीला कद्धी आवडलं नसतं. मी पहिल्यांदा सासरी जायला निघाले, तेव्हा मला पोटाशी धरून हुंदके देत तिनं जे सांगितलं, ते काय उगीच? ती म्हणाली होती, पाठराखीण म्हणून तुझ्याबरोबर येणार होते मी; पण मला बरं वाटत नाही गं. पिकलं पान झालंय हे. केव्हा गळून पडेल, याचा नेम नाही. पोरी, उगीच अपशकुन व्हायचा तुझ्या संसाराला. म्हणून मी काही तुझ्याबरोबर येत नाही, नि हे पाहा, पाठराखीण काही जन्मभर पुरत नाही कुणाला. या जगात जन्मभर पाठ राखणारा एकच आहे, आपला धर्म. तो कधी सोडू नकोस. पापाच्या पैशानं आणि परक्या पुरुषाच्या स्पर्शानं कधी हात विटाळून घेऊ नकोस. घेण्यात सुख असलेलं क्षणाचं, देण्यात सुख असतं ते जन्माचं, हे विसरू नकोस. घरातल्या वडीलमाणसांपुढं मान वाकीव. लहान असतील त्यांना पोटाशी धर. नवऱ्याला कधी उलटून बोलू नकोस. वासरासारखी बागडत राहा त्याच्याबरोबर; पण त्याचं पाऊल वाकडं पडायला लागलं, तो आपला धर्म सोडायला लागला... तर वाघीण होऊन...'

मी एकदम वर पाहिलं व दिगंबरांना म्हटलं, 'यांच्या इच्छेप्रमाणं करा.'

इतक्यात खेळायला गेलेला चंदू धावत धावत बाहेरून आला. त्याला पाहताच मला भडभडून आलं. पाच हजार रुपयांवर आम्ही हसत हसत पाणी सोडलं; पण या पोटच्या गोळ्याचा एक साधा हट्ट आम्ही अजून पुरवू शकलो नव्हतो. त्याला सायकल मिळाली नव्हती. ती या जन्मात मिळणार होती की नाही, कुणाला ठाऊक!

पत्नी असलेल्या उमेनं दिगंबरांना 'त्यांच्या इच्छेप्रमाणं करा' असं अभिमानानं सांगितलं होतं; पण आई असलेल्या उमेला चंदूकडं पाहून विलक्षण दु:ख होत होतं. मी त्याला पोटाशी धरून स्फुंदू लागले. मी का रडतेय, ते त्याला कळेना. 'दादांना बरं नाही होय? दिगंबरकाका, चला आपण डॉक्टरांना आणूया' असं म्हणत तो पुढे झाला आणि त्यानं दिगंबरांचा हात धरला.

त्याच्याकडं पाहात हे दिगंबरांना म्हणाले, 'दिगंबर, तुला आणखी थोडा त्रास देणार आहे मी. या पोराची फार दिवसांची तीच हौस राहिलीय. याला एक सायकल घेऊन देणार आहे मी माझ्या हातांनी. तेवढे तीस रुपये मला दे. चार दिवसांत मी हिंडू-फिरू लागेन. लगेच चंदूला घेऊन मी बाजारात जाईन आणि आम्ही सायकल घेऊ. होय की नाही, चंदू?'

दिगंबरांनी आपल्या खिशातून दहा-दहाच्या तीन नोटा काढल्या आणि त्या चंदूच्या हातात ठेवल्या. चंदूनं ते पैसे घेतले आणि त्यांच्याजवळ नेऊन दिले. त्यांनी उशीच्या बाजूला गादीखाली ते ठेवले आणि ते स्वत:शीच हसले. त्या हसण्यातसुद्धा कारुण्याची किती सूक्ष्म छटा होती!

■

३१

दिगंबर

माणूस देव होऊ शकतो? प्रत्यक्ष देवानं खाली उतरून 'होय' असं उत्तर दिलं असतं, तरी मी त्याला काल म्हटलं असतं, 'वेडा आहेस तू.'

माणूस राक्षस होऊ शकतो, हे मी लहानपणापासून पाहात आलो होतो. आजी आईचा कसा छळ करी, ते आठवलं म्हणजे अजून अंगावर शहारे उभे राहतात. तसेच, ते इंग्रजी शाळेतले मारकट मास्तर! आम्ही सारी मुलं... शंकरसारखी दोन-तीन मेषपात्र सोडून... त्यांना म्हसोबा म्हणत असू. उठल्यासुटल्या म्हैस आपली शिंगं हलविते ना, तशी त्यांच्या हातातल्या छडीची हालचाल सारा वेळ सुरू असायची. कॉलेजात गेल्यावर हे छोटे राक्षस मागे पडले. मोठे राक्षस भेटायला लागले. तो पन्नाशीच्या घरात आलेला मराठीचा प्रोफेसर! ते प्रेमप्रकरण! पाच-सात पोरांचा बाप होता तो! बेट्यानं त्या घाट्यांच्या इंदूभोवती आपलं जाळं पसरलं. पोरगी जितकी सुंदर, तितकीच हुषार; पण बिचारीची सारी हुषारी अभ्यासात दिसायची. त्या कोल्ह्याचं कारस्थान तिला कधीच कळलं नाही. पुढं सारं प्रकरण अंगलट आलं, तेव्हा त्यानं कसलं औषध दिलं तिला देव जाणे! एका दिवसात खलास झाली पोरगी.

कॉलेज सुटल्यावर तर या राक्षसाचे नाना प्रकारचे नवे नवे नमुने नजरेला येऊ लागले. माणसांना हसतमुखानं कापणारे वकील, डॉक्टर आणि व्यापारी लोकांना फसविणारे अधिकारी आणि पुढारी, जग सुधारण्याचा आव आणून आपल्या तुंबड्या भरणारे संपादक आणि लेखक, कलेचा बुरखा घेऊन प्रतिष्ठितपणानं वावरणाऱ्या वेश्या, गरिबांना पिळून आपल्या किळसवाण्या विलासाकरिता त्यांचं रक्त पाण्यासारखं उधळणारे ऐतखाऊ श्रीमंत... जगात देव एकच असेल; पण असे राक्षस लाखो आहेत.

ज्यांना राक्षस होणं जमत नाही, असे पुष्कळ लोक पशू होतात माझ्यासारखे. डुकरांनी चिखलात लोळावं, तसे ते कसल्यातरी नरकात रमत राहतात. शरीराच्या वेदना असह्य झालेल्या रोग्याला डॉक्टर अफूची टोच देतात ना? ही माणसं स्वतःवर तोच प्रयोग करतात. कसल्या ना कसल्या शरीरसुखाच्या नशेत जगतात ती!

हे सारे पशु आणि सारे राक्षस सोडून दिले म्हणजे जी थोडी माणसं उरतात, ती बहुधा बाहुली असतात. ही बाहुली जागच्या जागी हात जोडून बसतात अगदी देवासारखी; पण देवाची शक्ती काही त्यांच्या अंगी नसते. सज्जन होण्याशिवाय गतीच नसते त्यांना दुसरी. म्हणून ती अष्टौप्रहर नाकासमोर चालतात. दारूचा वास आला, की नाकाला रुमाल लावतात. वरच्या मजल्यावरच्या खिडकीत कुणी सुंदर बाई दिसली, की खाली पाहू लागतात. त्या बाईकडं टक लावून पाहायचा धीर असतो कुठं त्यांच्या अंगी? लोक काय म्हणतील या विवंचनेत सारा जन्म काढतील ही दुबळी माणसं! त्यांना हवं तर सज्जन म्हणावं; पण ती जसं काही वाईट करीत नाहीत, तसं काही चांगलंही करता येत नाही त्यांना.

शंकर हा अशा बाहुल्यांतलाच एक आहे, असं मला राहून राहून वाटायचं. बुद्धी असून बिचाऱ्याचं नाव कधी या गावंच्या गावातसुद्धा गाजलं नाही. वर्तमानपत्रात कधी फोटो छापून आला नाही याचा. कॉलेजातली त्याची हुषारी तिथंच राहिली. एक बरंवाईट पुस्तकसुद्धा लिहिलं नाही त्यानं या दहा वर्षांत. असली सज्जन माणसं शिकारी कुत्री नव्हेत, कुलंगी कुत्रीही नव्हेत. गल्लीबोळातून फिरणारी बिनपट्ट्याची बेवारशी गावठी कुत्री असतात ना, त्यांची नि यांची जात एक, असे मला वाटे. आम्ही दोघे गळ्यात गळा घालून लहानाचे मोठे झालो. म्हणून शंकरकडं तुच्छतेनं मी कधी पाहिलं नाही; पण त्यांच्या सज्जनपणात काही दम नाही, असं नेहमी माझ्या मनात येई. दुरून झुरळ विंचवासारखं वाटलं म्हणून काही त्याला कुणी भीत नाही. या जगात नांगीशिवाय कुणी कुणाची पर्वा करीत नाही. मग ती नांगी सत्तेची असो, संपत्तीची असो, नाही तर दुसरी कसलीही असो. कसलीतरी चांगली उभारलेली नांगी दिसली, की जागची नांगी लगेच खाली पडते.

कालपर्यंत शंकरविषयीचा माझा हा भ्रम कायम होता; पण काल त्याचं जे मला दर्शन झालं, ते पाहून एका क्षणात माझे डोळे खाडकन् उघडले. पाच हजार रुपयांचा मोह क्षणभरसुद्धा त्याला मनानं भ्रष्ट करू शकला नाही. पाप आणि पुण्य यांच्यामधली रेषा त्याच्या अधू दृष्टीला अगदी स्पष्ट दिसत होती. जुगाराचा पैसा घरात घ्यायचा नाही, हे आपलं व्रत त्यानं किती कसोशीनं पाळलं. नाईलाजानं चंदूच्या सायकलसाठी त्यानं तीस रुपये काल मागून घेतले. ते मागताना त्याच्या मनाला किती कष्ट झाले! त्यानं तसं बोलून दाखवलं नाही; पण हे पैसे आपण उसने म्हणून घेत आहोत, हा त्याच्या मनातला विचार कपाळावरल्या आठ्यांतूनसुद्धा स्पष्ट दिसत होता मला.

नाहीतर तो सिनेमावाला गुंड्या. 'ऐम् नॉट गुंडोपँट' म्हणे. गुळाचा पत्ता डोंगळ्यांना लागतो ना, तसा पैशाचा असल्या मंडळींना लागतो की काय, कुणाला ठाऊक! स्वारी दवाखान्यात दत्त म्हणून एके दिवशी हजर झाली– त्या जागतिक कीर्तीच्या भारतीय नटीला घेऊन! सिनेमा कंपनी काढतोय लेकाचा. पापासाहेब,

आप्पासाहेब वगैरे धेंडं डायरेक्टर झाली आहेत. मीही पाच हजार रुपये देऊन डायरेक्टर व्हावं म्हणून जंग जंग पछाडलं बेट्यानं! पापासाहेबांच्या बंगल्यातला त्या दिवशीचा सिंह दवाखान्यात अगदी ग्रामसिंह झाला. शेपूट हलवीत स्वारी म्हणाली, 'हे पाहा दिगंबर, तू आमचा जुना दोस्त. रंगपंचमीला आपण एकमेकांच्या अंगावर उडविलेला रंगसुद्धा आठवतोय अजून मला. तुझ्यासारखे दोस्त हवेत मला या धंद्यात. म्हणजे अशी फक्कड चित्रं काढतो बघ. हॉलिवुडवर ताण करणारी...'

मी मात्र त्याला चक्क वाटाण्याच्या अक्षता दिल्या. मात्र त्या देताना शंकरसाठीच मी दवाखान्यात असतो, हे त्याला सांगितलं. थोडी माणुसकी असती, तर नुसता भेटून तरी गेला असता हा गुंड्या त्याला; पण त्याच्या कंपनीचा डायरेक्टर व्हायला शंकरपाशी पाच हजार रुपये कुठं होते?

पाच हजारांनीच काय, पण पाच लाखांनीसुद्धा ज्याचं मोल होऊ शकणार नाही, असं शंकरपाशी दुसरं काहीतरी होतं. माणूस देव होऊ शकतो की नाही, याचं उत्तर काल संध्याकाळी त्यानं आपल्या वर्तनानंच दिलं होतं.

प्रकाशाच्या एका किरणानं काळोख उजळून जावा, तसे त्याचे ते शब्द ऐकता ऐकता माझी स्थिती झाली. दवाखान्यातल्या पंधरा दिवसांत त्याच्याकडं पाहताना मला असंच काहीतरी वाटे. कुठल्यातरी निर्मळ झऱ्याच्या काठावर आपण एकटेच बसलो आहोत, असा भास होई. रात्री शरीर तळमळे, मन उन्मत्त होई. अनेक वर्षांची सुखाची चटक बेचैन करी; पण शंकरला सोडून जाण्याची छाती होत नसे. मृत्यूच्या छायेत माणसाचा आत्मा जागृत होतो, हेच खरं!

शंकरला घरी आणलं. सारं सुरळीत सुरू झालं. लगेच माझं मन उच्छृंखल होऊ लागलं. मधल्या शर्यती चुकल्या होत्या. कुणी सांगावं या मधल्या शर्यतीतही मला आणखी पैसे मिळून गेले असते. मन चुटपुटू लागलं. शर्यतीपेक्षाही त्या तरुण नर्तिकेची आठवण अधिक अस्वस्थ करून सोडू लागली. अजून हातात पुष्कळ पैसे होते. वहिनीला काहीतरी सबब सांगावी आणि रात्री त्या नर्तिकेच्या घरी...

वहिनीला फसवायचं? छे! त्यापेक्षा तिचे पाय धरावेत आणि ते डोळ्यांतल्या पाण्यानं धूत तिला म्हणावं, 'वहिनी, मी पापी आहे. तुमच्या घरात पाऊल टाकायचीसुद्धा लायकी नाही माझी. मला हाकलून दे इथून. तुझ्या पायांना स्पर्श करू देऊ नकोस मला. माझे हात... हे हात किती काळेकुट्ट आहेत, याची तुला कल्पना नाही. त्यांचं काळं तुझ्या पावलांना लागेल. वहिनी, लाथेनं दूर झुगारून दे मला.'

पण वयानं मोठ्या झालेल्या माणसांचं सर्वांत मोठं दुःख हेच आहे. त्याला लहानासारखं मोकळेपणानं रडता येत नाही. पश्चात्तापाचे अश्रूसुद्धा त्याला आतल्या आत गिळावे लागतात.

■

३२

उमा

टिळकगुरुजींच्या या बंगलीचं काम पुरं करून दिगंबर आले. ते ऐकताच स्वारी अशी खुषीत आली. कधी नाही ते जेवताना भाजी मागून घेणं झालं. भाजी करणारीची स्तुती तर इतकी... मी शेवटी म्हटलंसुद्धा, 'आता मला मानपत्रच द्या एक या भाजीसाठी.'

जेवल्यावर दोन तास चांगली गाढ झोप लागली. आता चार-आठ दिवसांत ते हिंडू-फिरू लागतील, शाळेला जातील, अशी मला खात्री वाटू लागली. मी निश्चिंत मनानं घरात वावरू लागले.

दोन वाजता गायकवाड नावाचा कुणी मुलगा आला त्यांच्याकडं. मी त्याला तसाच परतविणार होते; पण 'आई, सर फार आजारी आहेत, हे ठाऊक आहे मला. मी त्यांना त्रास नाही देणार. त्यांच्याशिवाय कुणाचाही आधार नाही मला.' असं बोलता बोलता तो एकदम गहिवरला. त्याच्या 'आई' या हाकेनं मी आधीच मऊ झाले होते. मला त्याला नाही म्हणवेना. मी त्याला खोलीत नेलं. तो बाजूला उभा राहात होता; परंतु यांनीच त्याला आपल्याजवळ अंथरुणावर बसायला सांगितलं. मग माझ्याकडं वळून ते म्हणाले, 'घड्याळ जरा एक तास पुढं कर की, म्हणजे माझा तीनचा चहा आत्ताच होऊन जाईल. याच्याबरोबर कितीतरी दिवसांत चहा प्यालो नाही मी.'

मी चहा घेऊन आले, तेव्हा ते काहीतरी लिहीत होते. मी म्हटलं, 'इतका त्रास कशाला करून घ्यायचा? याला सांगायचं होतं लिहायला. मराठी असलं तर मी लिहिते.'

ते एक अक्षरसुद्धा बोलले नाहीत. लिहिणं संपवून तो कागद त्यांनी एका पाकिटात घातला. ते पाकीट उशाजवळच्या पाण्यानं बंद केलं आणि ते त्याच्या हातात देत म्हणाले, 'आत्ताच्या आत्ता नेऊन दे हं'. त्यांच्या स्वरातला सारा ओलावा एकाएकी कसा नाहीसा झाला, हे मला कळेना. मी चेहऱ्याकडं पाहिलं. कपाळावर नुसतं आठ्यांचं जाळं पसरलं होतं. काहीतरी झालं होतं खास; पण ते काय असावं,

हे माझ्या लक्षात येईना. विचारावं तर स्वारी खास प्रसाद न देणाऱ्या एखाद्या देवाच्या मूर्तीसारखी गंभीर दिसत होती.

चहा पिऊन ते अंथरुणावर पडले. कपाळ चेपण्याचं निमित्त करून मी हळूच त्यांच्या उशाशी बसले. त्यांचा डोळा लागलेला पाहून ते तीस रुपये ठेवलेल्या जागी चाचपून पाहिलं. तिथं एकच नोट हाताला लागली. बाकीच्या दोन? या मुलाला यांनी त्या देऊन टाकल्या की काय?

इतक्यात त्यांनी डोळे उघडले. मी त्यांना हळूच विचारलं, 'फार गरीब मुलगा आहे वाटतं!'

'हं!'

'कशाला आला होता?'

'मॅट्रिकला बसणार आहे तो. आज फॉर्म भरायची शेवटची तारीख. फीचे पैसे नाहीत त्याच्याजवळ. म्हणून चंदूच्या पैशातले वीस रुपये दिले मी त्याला.'

मला त्याचा राग आला; पण ही वेळ राग दाखवायची नव्हती. मी लटके हसत म्हणाले, 'दिले तर दिले. सायकलची काही घाई नाही इतकी.'

ते काहीच बोलले नाहीत. नुसते स्वस्थ पडून राहिले. त्यांचं कपाळ ऊन होऊ लागलं आहे, असं मला वाटलं. मी घाबरले आणि विचारलं, 'बरं वाटत नाही का?'

'थोडी कणकण...'

'डॉक्टरांना बोलावणं पाठवू का?'

'एकदम फार श्रीमंत झालेली दिसतेस तू. उठल्यासुटल्या डॉक्टर कशाला हवा आपल्याला?'

कितीतरी वेळ मी गप्प बसले होते. शरीरापेक्षाही त्यांच्या मनाचीच अधिक तगमग होत असावी. ते अतिशय अस्वस्थ आहेत हे मी ओळखलं; पण काय झालंय ते त्यांनी सांगितल्याशिवाय दुसऱ्याला कळावं तरी कसं?

ते कुशीवर वळले आणि माझा थंडगार हात त्यांनी आपल्या तापलेल्या हातावर घेतला. मग माझ्याकडं टक लावून पाहात ते म्हणाले, 'उमा, रागावणार नसशील तर एक प्रश्न विचारणार आहे तुला. मोठा वाईट प्रश्न आहे; पण त्याचं उत्तर हवंय मला...'

माझी छाती धडधडू लागली.

ते छपराकडं पाहात म्हणाले, 'मी गरीब आहे, उमा. जन्मभर असाच गरीब राहणार हे उघड आहे. या गरीबीत दहा वर्षे तू मला सोबत केलीस... उन्हात, पावसात, अगदी अवसेच्या काळोखातसुद्धा. असल्या दरिद्री नवऱ्यापेक्षा एखादा श्रीमंत नवरा आपल्याला मिळाला असता तर बरं झालं असतं, असं या दहा वर्षांत तुझ्या मनात कधी आलं होतं का? पूर्वी कदाचित नसेल. पण हल्ली? खरं सांग,

अगदी खरं सांग.'

'माझ्या हातून काय गुन्हा घडला म्हणून तुम्ही मला असला प्रश्न विचारलात?' मी थरथर कापत पाणावलेल्या डोळ्यांनी त्यांना विचारलं. 'तुमच्या पायांची शपथ घेऊन सांगते मी. स्वप्नातसुद्धा असली अभद्र कल्पना माझ्या मनाला कधी शिवली नाही. मला दुसरी हवी ती शिक्षा करा; पण असलं काही विचारू नका.'

बोलता बोलता मला रडू कोसळू लागलं. मी उठले आणि बाहेर आले. वन्संच्या खोलीत जाऊन पडून राहिले. आज यांच्या मनात हे काय विपरीत आलंय ते कळेना. पडल्या पडल्या माझा डोळा लागला. मी जागी झाले तेव्हा पाच वाजले होते. यांचा ताप वाढलाय की काय, हे पाहायला मी आत निघाले. जाता जाता खिडकीतून यांच्या शाळेतले मास्तर सायकलवरून घाईघाईनं आलेले दिसले. मी पुढं होऊन दार उघडलं. 'शाळेचं फार निकडीचं काम आहे' असं ते म्हणाले. माझा अगदी नाइलाज झाला. मी खोलीत एक खुर्ची नेऊन ठेवली. आलेले मास्तर आत जाऊन बसले. इकडून मला दार लावून घ्यायला सांगितलं. आत काय चाललंय, हे ऐकण्याकरिता दाराला कान लावून मी उभी राहिले.

दोघेही रागारागानं बोलत होते. त्यांचं बोलणं पहिल्यांदा काही नीट समजलं नाही मला. 'राजीनामा' हा शब्द दोन-तीनदा ऐकू आला; पण सारं बोलणं कानावर पडताच माझ्या लक्षात आलं, यांनी मघाशी त्या मुलाबरोबर आपला राजीनामा पाठविला आहे. तो परत घ्यायचा आग्रह करण्याकरिता शाळेचे चिटणीस असलेले मास्तर आले आहेत.

ते मास्तर म्हणत होते, 'हे पाहा शंकरराव, शाळा चालवायची म्हणजे हजार उलाढाली कराव्या लागतात.'

हे तावातावानं त्यांना सांगत होते; पण त्या हजार गोष्टींत अन्याय असता उपयोगी नाही, पाप असता उपयोगी नाही. त्या पापासाहेबांच्या मुलीला शाळेनं पहिल्यांदा फॉर्म दिला नव्हता. उगीच खोटं बोलू नका. दुपारी गायकवाड आला होता. त्याच्याकडून सारं कळलंय मला; पण त्या पापासाहेबांनी शाळेवर वजन आणलं. तुम्ही मुकाट्यानं तिचे मार्क वाढविले. आणि...'

'पापासाहेब नुकतेच नगराध्यक्ष झाले आहेत, शंकरराव. पुढं-मागं शाळेला मोठी देणगीही मिळेल त्यांच्याकडून. ही सारी धोरणं...'

'असली धोरणं आणि असल्या देणग्या तुमच्या तुम्हालाच लखलाभ होवोत. टिळकगुरुजींनी हाडाची काडं करून ही शाळा काढली, वाढविली, ती काही पापासाहेबांसारख्यांच्या जिवावर नाही. स्वतःच्या त्यागाच्या आणि श्रद्धेच्या बळावर. आपल्या शाळेतली मुलं शूर व्हावीत, त्यागी व्हावीत, प्रामाणिक व्हावीत, कर्तबगार व्हावीत, म्हणून ते जन्मभर धडपडले. आणि तुम्ही? टिळकगुरुजींच्या पावित्र्याचा

तुम्ही उघड उघड लिलाव केलात. आपल्या आईला बाजारात नेऊन बसविलंत. पोट जाळण्यासाठीसुद्धा हे पाप करायला मी तयार नाही. चला, चालते व्हा. माझ्याकडं येऊ नका पुन्हा. मी राजीनामा मागे घेणार नाही. मागे घेणार नाही... प्राण गेला तरी मागे घेणार नाही.'

हे शेवटचे शब्द ते असे विचित्रपणानं बोलले... बोलले कसले? भेसूर आवाजात ते ओरडलेच. दार उघडून धावतच मी आत गेले. ते अगदी गळून अंथरुणावर पडले होते. आलेले मास्तर मान खाली घालून जड पावलांनी निघून गेले.

यांचा ताप भरभर वाढू लागला. तीन-चार तासांत तो एकशेचार झाला. वन्सं डॉक्टरांना घेऊन आल्या. त्यांनी प्रकृती पाहिली. एक इंजेक्शन दिलं. 'भिण्यासारखं काही नाही' म्हणून सांगून ते गेले.

–पण पुढले तीन तास मला तीन युगांसारखे गेले. इंजेक्शननंसुद्धा त्यांना चांगली झोप आली नाही. अर्धवट गुंगीत ते बडबडू लागले. त्या बडबडण्यातला काही अर्थ मला कळत होता. काही बोलणं मोठं विचित्र वाटत होतं...

'आम्ही नव्हतो आमुचे बाप... त्रिशंकू सायकलवरून पडला. तो पृथ्वीवर आपटला. त्याला दवाखान्यात न्या. लवकर न्या. नाहीतर मरेल तो... उमा, क्षमा कर मला. अपर्णा, चंदूला सांभाळा हं... दिगंबर कुठं आहे? त्याला म्हणावं, हे शर्यतीचे घोडे नव्हेत. ही कुंभाराची गाढवं आहेत– उकिरडे फुंकणारी... यांच्यावर मी नाही बसणार! मी मीठ-भाकरी खाईन, माळावरील माती खाईन; पण या चोरांच्या घराची पायरी चढणार नाही पुन्हा. गुरुजी, क्षमा करा मला. हे पाच हजार... निशाण! उमा, माझं निशाण कुठं आहे?... सुमी, माझं निशाण... चंदू, माझं निशाण... दे ते, माझ्या हातात दे... ही माझी नवी शाळा. तिच्यावर हे नवं निशाण. भित्रा कुठला! उमा, तू चढ, तू लाव ते निशाण. तूसुद्धा...'

बारा केव्हाच वाजून गेले होते. सासुबाई बाहेर झोपलेल्या चंदूजवळ तळमळत पडल्या होत्या. मी, वन्सं आणि दिगंबर त्यांच्याजवळ बसलो होतो. सर्वांचा जीव उडून गेला होता. पुन्हा डॉक्टरांना बोलावून आणावं, असं दिगंबर म्हणाले. इतक्यात यांनी डोळे उघडले. माझ्याकडं पाहून ते म्हणाले, 'उमा, आज थंडी फार पडलीय. तुझ्या अंगात काही गरम दिसत नाही.' लगेच ते वन्संकडे वळून म्हणाले, 'सुमे, ती केशवसुतांची कविता आठवत नाही गं मला. म्हातारा होत चाललो मी. जा, तुझं पुस्तक घेऊन ये. ती ऐकायचीय मला एकदा.'

वन्सं पुस्तक घेऊन आल्या. यांनी सांगितलेली कविता काढून त्या म्हणू लागल्या...

> *'आम्ही नव्हतो अमुचे बाप*
> *उगाच का मग पश्चात्ताप?*

आसवे न आणू नयनी
मरून जाऊ एक दिनी
अमुचा पेला दु:खाचा
डोळे मिटुनी प्यायाचा
पिता बुडाशी गाळ दिसे
त्या अनुभव हे नाव असे
फेकुनि देऊ जगावरी
अमृत होऊ तो कुणी तरी'

त्यांनी मला विचारलं, 'उमा, कशी आहे कविता?'

'चांगली आहे. पण...'

'पण काय?'

'त्यातली एक ओळ बदलायला हवी.'

'कुठली?'

'मरून जाऊ एक दिनी.'

हसत हसत वन्संकडं बघत ते म्हणाले, 'तुझी वहिनी किती रसिक आहे, ते पाहिलंस ना? असली बायको मिळायला पूर्वजन्मीची पुण्याई पदरी असावी लागते.'

मला वाटलं, आपणही म्हणावं, 'असला नवरा मिळायला...' पण छे! पुरुषांचं काय? जे मनात येतं, ते त्यांना बोलून दाखविता येतं. वन्सं आणि दिगंबर यांच्याबरोबर मीही हसू लागले.

तिकडून म्हणायचं झालं, 'सुमे, त्या कवितेतील एकच ओळ हिनं बदलायला सांगितली; पण मी दुसरीही एक बदलणार आहे.'

वन्संनी विचारलं, 'कुठली?'

'आसवे न आणु नयनी...'

'म्हणजे काय माणसानं आपलं नेहमी रडत बसावं?' मी मधेच विचारलं.

माझा हात हातात घेऊन तो घट्ट दाबीत म्हणाले, 'न रडण्यापेक्षा रडण्यात अधिक माणुसकी आहे, उमा. माणसानं फार तर स्वत:साठी रडू नये; पण दुसऱ्यासाठी त्यानं रडायलाच हवं. जगात प्रीती, भक्ती, सेवा, त्याग– जे जे काही चांगलं पिकतं ते कशामुळं? कुणा ना कुणाच्या डोळ्यातून हा पाऊस पडत राहतो म्हणूनच ना? तीच वेळ आली, तर मी देवाला म्हणेन, माझी दृष्टी घेऊन जा; पण माझे अश्रू मात्र माझ्यापासून कधीही हिरावून नेऊ नकोस.'

पार्श्वभूमी

'अश्रू' ही एक साधीसुधी कहाणी आहे. आजकालच्या मध्यमवर्गात घरोघरी घडणारी. या ना त्या रूपाने बहुतेक पांढरपेशांच्या अनुभवाला येणारी. गेल्या दहा-बारा वर्षांत या वर्गाची जी दुर्दशा झाली आहे तिचे चित्रण करणारी, प्रामाणिकपणाने जगू इच्छिणाऱ्या आजच्या माणसाच्या मानसिक कुचंबणेवर ओझरता प्रकाश टाकणारी.

या साध्यासुध्या कहाणीचा नायकही तितकाच साधासुधा आहे. नाकासमोर जाणारा एक शिक्षक. कष्ट करून मिळविलेल्या मीठभाकरीत आनंद मानणारा, आपल्या चिमुकल्या घरकुलात रमून जाणारा, बालगोपाळांच्या विकासात आपल्या जीवनाचे सार्थक आहे, अशी श्रद्धा बाळगणारा.

अशा साध्या, सामान्य माणसाच्या आयुष्याकडे जग सहसा लक्ष देत नाही. ते लहान मुलाप्रमाणे अद्भुताचे भुकेले असते. रोमांचक गोष्टीत अधिक लवकर रममाण होते ते. चमत्कृतीत रस आहे, असे त्याला नेहमी वाटते; पण शंकरसारख्या शिक्षकाच्या आयुष्यात घडून घडून असे विलक्षण काय घडणार आहे? बोलूनचालून तो एक सामान्य माणूस. सोलोमन ग्रॅंडीचे जीवनवर्णन करणारा एक मजेदार इंग्रजी चुटका आहे ना, तसे त्याचे आयुष्य! सदरहू सोलोमन सोमवारी जन्माला येतो, मंगळवारी त्याचे बारसे होते, बुधवारी लग्न, गुरुवारी बिचारा आजारी पडतो, शुक्रवारी त्याची प्रकृती अधिकच बिघडते, शनिवारी तो मरतो, आयितवारी त्याचे दफन होते. बस्स! खेळ खलास!

विसाव्या शतकातल्या कुठल्यातरी एका सालात शंकरही हिंदुस्थानात असाच जन्माला आला असेल. लहानपणी तो विटीदांडू, नाही तर आट्यापाट्या खेळला असेल. फार फार तर गल्लीतल्या क्रिकेटमध्ये त्याने भाग घेतला असेल. शाळेत त्याने मन लावून अभ्यास केला असेल. कदाचित त्याचा वर्गात नेहमी पहिला नंबर राहात असेल. मॅट्रिक नाहीतर बी.ए. अगर एम्.ए. होऊन पोटाकरिता त्याने मास्तरकी पत्करली असेल. जशी नोकरी तशी बायको. अशा माणसांना पदरात पडेल ते गोड करून घ्यावेच लागते. त्यांचे प्रेमविवाह थोडेच होतात?

लग्न झाल्यावर 'काढ सखे गळ्यातील तुझे चांदण्याचे हात' असे म्हणत शंकरसारखा मनुष्य अंथरुणावरून थोडाच उठणार आहे? माळरानावरून जाणाऱ्या पुसट पाऊलवाटेसारखे या सामान्य माणसाचे जीवन असते. त्यात काव्य कुठून येणार? नाट्य कुठे प्रकट होणार? उदात्तता कशी चमकणार? काल विद्येची पोपटपंची, आज नोकरीचा घाणा, उद्या लग्नाची ताशेवाजंत्री, परवा पोराची रडारड, तेरवा पंचवीस रुपये पाच आण्याचे पेन्शन आणि एरवी कुठल्यातरी रोगाचे निमित्त होऊन जगाच्या रंगभूमीवरून निर्गमन... हा अशा माणसांच्या आयुष्याचा नकाशा. कोळशाने नाही तर खडूने लहान पोराने दारावर चित्रे काढावीत, तशा त्यांच्या सुखाच्या कल्पना. त्या कल्पनांना ना रंग, ना रूप, ना सौंदर्य, ना सामर्थ्य. शोधक, बोधक, वेधक, भेदक असे या जीवनक्रमात काय असायचे आहे? मुंग्यांवर किंवा कावळ्यांवर काही कुणी काव्ये करीत बसत नाही. कोकिळा आणि फुलपाखरे हेच काव्याचे विषय होऊ शकतात.

असा दृष्टिकोन असणाऱ्या अनेकांच्या मनात येईल, शंभरची कहाणी चार घटका करमणूक म्हणून वाचायला हरकत नाही; पण चारचौघांनी चर्चा करण्यासारखे तिच्यात काय आहे?

माझ्या अल्प समजुतीप्रमाणे पुष्कळच आहे. गेल्या शंभर वर्षांत आपल्या जीवनात विलक्षण स्थित्यंतरे झाली. ज्यांच्यावर सूर्य कधीच मावळत नव्हता, अशा साम्राज्याने या काळात भारतीय जीवन भरून आणि भारून टाकणे. एवढेच नव्हे, तर याच संध्याकाळच्या सावल्यांनी त्या साम्राज्य सूर्याला ग्रहण लावले. ज्या प्राचीन देशात हजारो वर्षे एका जातीची माणसे दुसऱ्या जातीच्या माणसाची सावली अंगावर घ्यायला तयार नव्हती, तिथे ती एकमेकांच्या मांडीला मांडी लावून जेवू लागली. या काळात जणू काही साऱ्या जगातच समुद्रमंथन सुरू झाले. हे मंथन अजून थांबले नाही. त्यातून बाहेर पडलेल्या नाना प्रकारच्या रत्नांची परीक्षाही आपल्याला पूर्णपणे झाली आहे, असे म्हणवत नाही. अमृताच्या पाठोपाठ हलाहल बाहेर यावे आणि त्याचा स्वीकार करायला महादेव मात्र जागेवर असू नये, अशी आजच्या जगाची स्थिती झाली आहे. यंत्रयुग हसतखेळत अनेक सुखसोयी घेऊन आले. असंख्य सुंदर स्वप्नांची माळ गळ्यात घालून त्याने मानवी जीवनात प्रवेश केला; पण ते केवळ एवढ्याच गोष्टी घेऊन आले नाहीत. सुंदर फुलपाखराच्या रंगीबेरंगी पंखांवरून भयंकर साथीचे जंतू जिकडेतिकडे पसरावेत, तसे या युगाचे कर्तृत्व विचारवंतांना वाटू लागले आहे. यंत्रयुगाच्या एका हातात कॅन्सरसारख्या असाध्य गणल्या जाणाऱ्या रोगावरले औषध आहे. त्याच्या दुसऱ्या हातात लाखो लोकांची राखरांगोळी करणारा ऑटमबाँब आहे. त्याच्या एका डोळ्यातून संरक्षणाची मोहकता ओसंडून वाहात आहे. दुसऱ्यातून संहाराची दाहकता उफाळून पाहात आहे. बहात्तर मजल्यांच्या

इमारती उभारण्याचे अभूतपूर्व सामर्थ्य आजच्या मानवाला आहे; पण त्या जगात रात्री डोके ठेवायला निवाऱ्याची जागा नाही, म्हणून त्याच इमारतीपुढल्या फुटपाथवर अनाथ अर्भकासारखी पोटाशी पाय घेऊन पडलेली बहात्तरशे माणसे आहेत. अठरा कारखाने आणि अठरा विश्वे दारिद्र्य, शिक्षणाचा प्रसार आणि जीवनाचा संकोच, वेगाने वाढणारे शास्त्रज्ञान आणि त्या वेगाशी स्पर्धा करणारे पशुतुल्य आचरण, अशा विलक्षण विरोधी जोड्या आजच्या जीवनात एकमेकांच्या हातात हात घालून फिरत आहेत. या विचित्र आणि विलक्षण विरोधांनी सामान्य माणसाचे जीवन अधिक अस्थिर आणि असुरक्षित केले आहे. त्यांच्या सुखदुःखाच्या कल्पनांना धार आली आहे. ही धार मध्यमवर्गातल्या संवेदनाशील मनाला तर अधिकच जाणवते. जीवन कसे होते, कसे आहे आणि कसे असावे, ही तिन्ही चित्रे चांगल्या रीतीने रंगविण्याचे सामर्थ्य याच मनापाशी असते. म्हणूनच शंकरसारख्या आजकालच्या साध्या शिक्षकाची वरवर काव्यहीन आणि नाट्यशून्य भासणारी कहाणीही तुम्हा-आम्हाला अंतर्मुख करू शकेल.

मध्यमवर्गातल्या सामान्य माणसाचे सुखदुःख हरिभाऊ आपट्यांइतके सहजतेने आणि वास्तव रीतीने आपल्याकडे दुसरे कुणीच सांगू शकले नाही; पण हरिभाऊंचा काळ आणि आजचा काळ यात केवळ दोन पिढ्यांचे अंतर पडलेले नाही. दोन ध्रुवांचे अंतर आहे ते! १९००च्या आसपासचा मध्यमवर्ग आणि १९५०च्या सुमाराचा मध्यमवर्ग ही अगदी भिन्न अशी जगे आहेत. हरिभाऊंच्या सर्व पहिल्या सामाजिक कादंबऱ्या सूक्ष्मतेने पाहिल्या, की एक गोष्ट चटकन लक्षात येते. या कादंबऱ्यांतले बहुतेक नायक पराक्रमी आहेत, आशावादी आहेत. एखाद्याचा पराक्रम पुनर्विवाहित दंपतीच्या मुलीशी लग्न करण्याचे मनोधैर्य दाखविण्यापुरता मर्यादित असेल, दुसऱ्याचा पराक्रम विशाल असेल, सत्त्ववृत्त असून भांबावलेला, शिक्षित असून अगतिक झालेला, कर्तव्यनिष्ठ असून निराशेने ग्रासलेला नायक हरिभाऊंच्या सामाजिक कादंबऱ्यांत मिळणार नाही. 'यशवंतराव खरे'मधला यशवंत अत्यंत हलाखीच्या स्थितीत विद्यार्जन करतो. गरिबांच्या वाटणीला येणारी हेटाळणी, कुचंबणा, तडफड सर्व काही तो अनुभवतो; पण फटकळ आणि एककल्ली श्रीधरपंतांच्या रूपाने का होईना, परमेश्वर त्याच्या मदतीला धावून येतो. त्याच्या शिक्षणात खंड पडत नाही. तो भविष्याची सुंदर, सोनेरी स्वप्ने पाहू शकतो.

हरिभाऊंनी असे चित्रण करणे स्वाभाविक होते. इंग्रजी अंमल चांगल्या रीतीने सुरू झाल्यानंतरच्या दोन पिढ्या त्यांनी पाहिल्या होत्या. आर्थिक व आत्मिक या दोन्ही दृष्टींनी खुद्द त्यांची पिढी अत्यंत भाग्यवान होती. मधुकरी मागून शिक्षण पूर्ण करणारा मध्यमवर्गातला मुलगा त्या काळी मामलेदार होऊन जात असे. इंग्रजी राज्यात वकिलापासून बड्या सरकारी नोकरीपर्यंत अनेक नवीन क्षेत्रे सुशिक्षितांना

खुली झाली. विद्येची परंपरा असलेले पांढरपेशे जुने जीवनक्रम सोडून हिरीरीने या नव्या धंद्याकडे वळले. त्यातल्या विचारी आणि ध्येयवादी लोकांपुढे राजकीय स्वातंत्र्याच्या आणि सामाजिक स्वातंत्र्याच्या अनेक कठीण समस्या उभ्या होत्या; पण वैयक्तिक आणि कौटुंबिक जीवनाच्या दृष्टीने ते सुस्थिर होते, सुरक्षित होते. त्यामुळेच त्या पिढीत टिळक, आगरकरांसारख्या अलौकिक पुरुषांच्या पावलावर पाऊल टाकून आपल्या आयुष्याची आखणी करणारी अनेक माणसे निर्माण झाली.

हरिभाऊंनी आपल्या महत्त्वाच्या सामाजिक कादंबऱ्यांत अशाच पुरुषांचे नायक म्हणून चित्रण केले आहे. त्या कादंबऱ्यांत शंकरमामंजींपासून प्रोफेसर डॉडींपर्यंत अनेक प्रकारच्या मार्मिक स्वभावरेखा आल्या आहेत. या स्वभावचित्रणात हरिभाऊंतला कलावंत नि:संशय उठून दिसतो; पण पुष्कळदा त्यांच्यातला सुधारक कलावंतापेक्षाही प्रभावी होतो. ते काहीही असो, त्या कलावंताला काय किंवा त्या सुधारकाला काय, पुरुषांची म्हणून तीव्र दु:खे असतात, विशेषत: आर्थिक कुचंबणेने मध्यम वर्गातल्या माणसाच्या साऱ्या पुरुषार्थावर पाणी पडू शकते, त्यांचे जीवन कोमेजून, काळवंडून जाते, काजळी धरलेल्या ज्योतीसारखे ते उदास वातावरण निर्माण करते आणि जीवनविषयक निष्ठांना धरणीकंपासारखे धक्के बसू लागतात, असे चित्रण त्यांच्या कादंबऱ्यांत आढळणार नाही. त्यात मध्यमवर्गाची गरिबी आहे; पण ती लढाऊ आहे. या कादंबऱ्यांत दारिद्र्यामुळे होणारा मनाचा कोंडमारा आहे; पण ते मन एखाद्या किल्ल्यात बंदिवान ठेवलेल्या वीरपुरुषाचे मन आहे. तटावरून घोडा उडवून शत्रूची फळी फोडून जाण्याची हिंमत त्याच्या ठिकाणी आहे. 'पण लक्षात कोण घेतो?' मधला रघुनाथ, 'मी'मधला भाऊ, 'कर्मयोग'मधला चंद्रशेखर हे नायक मध्यमवर्गातल्या निरनिराळ्या थरांतून आले असले, तरी त्या सर्वांच्या डोळ्यांपुढे कुठले ना कुठले ध्येय चमकत आहे. आपला समाज आहे त्यापेक्षा अधिक सुंदर आणि सुखी बनविण्याची धडपड हा त्यांच्या आत्मिक जीवनाचाच नव्हे, तर व्यावहारिक जीवनाचाही एक भाग आहे. त्यांची मने गरुडाप्रमाणे स्वच्छंद उडू शकतात. ती चटकन एक उंच, उदात्त पातळी गाठतात. त्या पातळीवर ती दीर्घकाळ स्थिर होऊ शकतात. 'यशवंतराव खरे'मधल्या नायकाचे मन अनेक बऱ्यावाईट अनुभवांनी घडविले असले, त्याच्या चित्रणात विविध संस्कारांचे सूक्ष्म संमिश्रण असले, तरी स्वत:पुरता तो ध्येयवादी आहेच आहे.

'अश्रू'तला शंकर हा प्रकृतीधर्माने पाहिला तर याच नायकांच्या वर्गातला; पण त्याचे जीवन त्यांच्याहून अतिशय निराळे झाले आहे. त्याच्या आकांक्षांची फुलपाखरे गारठून मरून पडली आहेत. त्याचा ध्येयवाद राखेच्या प्रचंड ढिगाखाली सापडलेल्या निखाऱ्यासारखा निस्तेज झाला आहे. त्याच्या मनावर आणि जीवनावर पराभवाची दाट सावली पसरली आहे. ती सर्वस्वी दूर करण्यातच त्याची सर्व शक्ती खर्ची

पडत आहेत.

शंकर हा सध्याच्या कनिष्ठ मध्यमवर्गाचा प्रतिनिधी म्हणता येईल. 'यशवंतराव खरे'मधल्या यशवंतापेक्षा थोड्याशा बऱ्या स्थितीत तो लहानाचा मोठा झाला आहे. असे असूनही यशवंतरावाची धिटाई, त्याचा आत्मविश्वास, त्याची आक्रमक वृत्ती या गुणांचा त्याच्या ठिकाणी अभावच दिसतो. कनिष्ठ मध्यमवर्गाचे सर्व गुणदोष त्याच्या अंगी आहेत; पण त्या गुणांच्या विकासाला अनुकूल अशी सामाजिक परिस्थिती राहिलेली नाही. उलट, प्रतिकूल परिस्थितीने त्याच्या अंगी जे नाही, त्याचा फायदा घेऊन त्याच्यावर मात केली आहे. त्याच्या गुणांना अवगुणाची कळा आली आहे.

असे का व्हावे?

इंग्रजी अंमलापासून मध्यमवर्गी झालेली स्थित्यंतरे क्रमाक्रमाने पाहिली म्हणजे शंकरच्या रूपाने मी चित्रित केलेल्या या वर्गाच्या पराभवाची पार्श्वभूमी लक्षात येईल. मध्यमवर्गात गेल्या तीन पिढ्यांत निरनिराळ्या कारणांनी नवे नवे थर निर्माण झाले आहेत. त्यातल्या अगदी मध्यवर्ती अशा थरात शंकरचा जन्म झाला आहे. त्यामुळे जुन्या काळी या वर्गात जे चांगले होते, ते परंपरेने त्याच्याकडे चालत आले आहे. प्रतिकूल परिस्थितीमुळे ते किंचित खुरटले असेल; पण त्याची बीजे उपजतच त्याच्या मनात रूजली आहेत. बाप दशग्रंथी ब्राह्मण. विद्येच्या त्या चाकोरीतून जाऊन आपला चरितार्थ चालणार नाही, हे शंकरला लहानपणीच कळते. कळत नकळत तो इंग्रजी विद्येकडे वळतो; पण ही विद्या तो शिकतो, ती काही केवळ पोट भरण्याकरिता नाही. विद्या ही केवळ विकण्याची वस्तू आहे, ही कल्पनाच त्याच्या मनाला कधी शिवली नसेल. परंपरागत धर्मश्रद्धेमुळे जुन्या वैदिकांच्या ठिकाणी आपल्या विद्येविषयी विलक्षण निष्ठा असे. चंद्रशेखर कवींनी 'कवितारति' या कवितेत काव्यदेवी प्रसन्न व्हावी म्हणून आपण केलेल्या खडतर तपश्चर्येचे मोठे सुरस वर्णन केले आहे. पहाटे चार-साडेचारला उठून आपले पठण सुरू करणाऱ्या वैदिकांची उपासना अशीच उग्र असे. वेळ मिळाला की त्याचे पठण सुरू होई. सर्व विद्या सदैव जिव्हाग्री नाचवावयाची असल्यामुळे योद्ध्याने तरवावर जशी घासूनपुसून ठेवावी, तशी त्याची वाणी असायची. आणि ही सर्व साधना कशासाठी करायची? तर केवळ कर्तव्य म्हणून, स्वधर्माचे परिपालन म्हणून. या विद्येला तत्कालीन समाजात मान होता. धार्मिक बंधनांनी निगडीत केलेल्या जीवनात तिचा पदोपदी उपयोग होत होता. त्यामुळे या विद्येवर चरितार्थ सहज चाले. तेवढीच त्यांच्यापैकी बहुतेकांची अपेक्षा असे.

हा संस्कार... विद्येकरिता विद्या संपादन करायची; पण तिचा उपयोग केवळ उपभोगाकरिता करायचा नाही, हा जुना संस्कार इंग्रजी राजवटीत थोड्याफार प्रमाणात

कायम राहिला. इंग्रजांच्या दास्याची जाणीव देशाच्या मनाला या नाही त्या रूपाने टोचत राहिली होती. हे असे होण्याचे कारण असू शकेल. इंग्रज कितीही गुणी असले, तरी आपले राजकीय प्रतिस्पर्धी आहेत, त्यांची विद्या शिकून त्यांच्यावर आपला विजय मिळवायचा आहे, अशा प्रकारचे विचार त्या काळातल्या अनेक पुढाऱ्यांच्या मनात वावरत होते. संघर्षाची भावना स्वाभिमानाचा स्फुल्लिंग सदैव सतेज राखते. म्हणूनच सारे बालपण हलाखीत गेले असूनही एम्.ए. झालेल्या आगरकरांनी हसतमुखाने आपल्या आईला लिहिले, 'तुझा मुलगा एम्.ए. झाला म्हणून तू आनंदात असशील. आता त्याला मोठ्या पगाराची सरकारी नोकरी मिळेल म्हणून तू मनात हरखून गेली असशील; पण मी तसली नोकरी पत्करणार नाही. मला पैसा मिळवायचा नाही. लोकांना शिकवायचे आहे.'

टिळक-आगरकरांनी हा जो स्वार्थत्यागाचा आणि ध्येयवादाचा कित्ता घालून दिला, तो महाराष्ट्रातल्या पुढल्या दोन पिढ्यांना पुरला. नव्या इंग्रजी शिक्षणाचे व्यावहारिक फायदे जुन्या विद्येकडून तिकडे वळलेल्या मध्यमवर्गाच्या पदरात या ना त्या रूपाने त्या काळात पडत होतेच. १८९५ साली पुण्याच्या कॉलेजात गेलेल्या विद्यार्थ्यांची खानावळ पाच-सहा रुपयांत भागत असे. १९१५ साली त्या पाच-सहाऐवजी चौदा-पंधरा रुपये द्यावे लागत; पण या साऱ्या कालखंडात आर्थिक विवंचनेचे सावट मध्यमवर्गाच्या संसारावर कधीच आले नाही. एखाद्या भावाने खेड्यात राहून तिथली जमीन सांभाळायची. बाकीच्यांनी शिकून शहरात नवनव्या बौद्धिक धंद्यात आपले बस्तान बसवायचे, त्यातल्या एखाद्याला देशभक्तीचे अथवा समाजसेवेचे आकर्षण वाटले तर त्याने तिकडे वळायचे, अशा प्रकारचा जमाना होता तो. अविभक्त कुटुंबपद्धतीच्या आतासारख्या तेव्हा चिंधड्या झाल्या नव्हत्या. एक भाऊ सरकारी नोकरीत असला, टिळकांच्या राजकारणात पडलेल्या भावाला उघडपणे पाठिंबा देणे त्याला शक्य नसले, तरी त्या भावाच्या कुटुंबाची काळजी त्याला असे. शिवाय, तीस-चाळीस रुपयात चार माणसांचा संसार होत असल्यामुळे कोणत्याही क्षेत्रात प्रत्यक्ष कार्य न करणारी कनिष्ठ मध्यमवर्गातली माणसेसुद्धा राजकारण, समाजकारण, साहित्य इत्यादी गोष्टींत त्या काळी मनसोक्त रस घेत असत.

अशा प्रकारे, मध्यमवर्गाचे जीवन तेव्हा एकसंध होते. ध्येयवादित्वाची छाया त्याच्यावर सतत पसरली होती. पहिल्या महायुद्धापर्यंत हा जीवनक्रम या वर्गाच्या इतका अंगवळणी पडला होता, की कधी काळी त्याला मुळापासून हादरा बसेल, अशी शंका त्या वेळच्या विचारवंतांनासुद्धा आली नाही. खडकावर उभारलेल्या इमारतीच्या अभंगपणाबद्दल खात्री वाटावी, तशी या वर्गाची त्या वेळची स्थिती होती; पण धरणीकंपाचा धक्का बसला म्हणजे अशा इमारतीसुद्धा डळमळू लागतात,

ही जाणीव पहिल्या महायुद्धाने या देशात निर्माण केली; पण ती अगदी पुसटपणाने. त्या महायुद्धाच्या पाठोपाठ गांधीजींचा उदय झाला. ज्या राजकीय व सामाजिक आकांक्षा मध्यमवर्गाच्या मनात रुजल्या होत्या, त्यांना खतपाणी लाभले. असहकारिता, कायदेभंग आणि चलेजाव असल्या चळवळीतून लढाऊ समाजमनाला सतत आवाहन मिळत राहिले. गांधीजींच्या व्यक्तिमत्त्वामुळे व कर्तृत्वामुळे स्वातंत्र्याची चळवळ समाजाच्या तळापर्यंत जाऊन पोहोचली. एवढेच नव्हे, तर समाजाच्या शिखरावर संपत्तीचा सुखोपभोग घेत बसलेल्या मंडळींवरही या चळवळीची मोहिनी पडली; पण संपन्न वरिष्ठ वर्ग आणि विपन्न बहुजन समाज यांना स्वातंत्र्याच्या चळवळीकडे ओढून आणण्याचे कार्य १९२० ते ४० या काळात घडले, हे जरी खरे असले, तरी गांधीजींच्या विविध कार्याचे नेतृत्व मुख्यत: मध्यमवर्गातल्या ध्येयवादी माणसाकडेच होते. १९२०पासून १९४२पर्यंतच्या कालखंडात अखंड धगधगत राहिलेल्या यज्ञकुंडात ज्यांनी पैशाची, प्रतिष्ठेची, संसारसुखाची किंबहुना प्रसंगी सर्वस्वाची आहुती दिली, त्यातले बरेचसे तरुण मध्यमवर्गातले होते. साहजिकच, इंग्रजी राजवटीशी टक्कर सुरू झाल्यापासून ज्या ध्येयवादाची स्थापना या देशाच्या हृदयात झाली होती, त्याची पूजा करणे हा मध्यमवर्गाचा धर्मच होऊन बसला. १९२० ते ४० या काळात जन्मलेल्या आणि वाढलेल्या मुलांनी लहानपणी वडीलमाणसांकडून गोष्टी ऐकल्या, त्या सावरकरांनी बोटीतून उडी मारून फ्रान्सचा किनारा कसा गाठला, उतारवयात सहा वर्षांची हद्दपारीची शिक्षा झाल्यावरही टिळक शांतपणाने कसे झोपले, गांधीजींना आफ्रिकेत आणि चंपारण्यात सत्याग्रहाचे नवे शस्त्र परजून त्याच्या बळावर अन्याय दूर करण्याचे प्रयत्न कसे केले, या व अशा प्रकारच्या गोष्टी वाचायला यायला लागल्यावर रटफ करीत वर्तमानपत्रातल्या ज्या बातम्या ती वाचीत, त्या त्यांच्या अंगावर रोमांच उभे करीत. टेकायच्या काठीखेरीज ज्याच्या हातात दुसरे कुठलेही दृश्य शस्त्र नव्हते, असा पंचा नेसलेला आणि साठीच्या घरात आलेला एक वृद्ध बलाढ्य ब्रिटिश साम्राज्याला आवाहन देऊ शकतो, कायदेभंग पुकारतो, तुरुंगवास स्वीकारतो आणि शेवटी त्या साम्राज्याला नाक घाशीत तडजोड करायला लावतो, हे बालमनाला अत्यंत अद्भुतरम्य वाटणारे असे नाट्य होते. सहभोजनासारख्या साध्या सामाजिक चळवळीपासून थेट बेचाळीसच्या साहसी भूमिगत चळवळीपर्यंत या कालखंडात अनेक आंदोलने झाली, त्या साऱ्यांच्या मागे श्रेष्ठ प्रकारचा द्रष्टेपणा होता, असे कुणीच म्हणू शकणार नाही; पण प्रत्येक चळवळीत थोडाफार त्याग, थोडीशी धडपड नि:संशय होती. त्यामुळे मध्यमवर्गाची ध्येयवादाची सरिता या काळात सतत वाहत राहिली. तिचे पाणी पुष्कळ ठिकाणी उथळ होते; पण तिला खांडवे कधीच पडले नाहीत. साहजिकच, या काळात जी पिढी वाढली, तिच्यावर या ध्येयवादी वातावरणाचे संस्कार झाले. कुठे गडद, कुठे पुसट,

शाळांत, कॉलेजांत, वृत्तपत्रांत, साहित्यात, व्यासपीठावर, फार काय व्यापाऱ्यांच्या पेढीवरसुद्धा देशभक्तीच्या आणि सामाजिक सुधारणेच्या गोष्टी त्या काळात ऐकू येत. ते सारे प्रतिध्वनी असतील; पण ते प्रतिध्वनी अनेक तरुणांच्या कानात सतत घुमत राहिले. आपला आयुष्यक्रम आखताना तो आवाज जिकडे नेईल तिकडे जायचे त्यांनी ठरविले. 'अश्रू'चा नायक शंकर हा त्या असंख्य तरुणांपैकी एक आहे.

अनेक वाचक विचारतील, शंकर ध्येयवादी आहे? पोराला पंचवीस रुपयांची तीनचाकी घेऊन देता येत नाही म्हणून मुळूमुळू रडत बसणारा दुबळा मनुष्य हा! याला कसला आला आहे ध्येयवाद? उमेखेरीज दुसऱ्या स्त्रीकडे तो ढुंकूनही पाहात नाही, पापासाहेबाने देऊ केलेले पैसे घेऊन तो त्याच्या पोरीच्या पेपरातले मार्क वाढवायला तयार होत नाही, या गोष्टींनी रूढ अर्थाने हवी तर सद्गुणात गणना करावी; पण त्यात मोठा पुरुषार्थ असा काय आहे? फाटका कोट घालून शाळेत जाणाऱ्या या अधू दृष्टीच्या मास्तराकडे कुठली स्त्री मुद्दाम प्रेमकटाक्ष टाकील? ज्याला कसलीच छाती नाही, तो लाच तरी कशी घेऊ शकेल? शंकरचा सज्जनपणा हा मुळात दुबळेपणाच आहे.

शंकरमध्ये एक प्रकारचा न्यूनगंड आहे, हे मी अमान्य करीत नाही. त्या न्यूनगंडाची अधू डोळ्यांपासून सावत्र आईपर्यंत अनेक कारणे असू शकतील; पण असल्या बारकाव्यात न जाता मी एवढेच म्हणू इच्छितो, की त्याचा न्यूनगंड त्याच्या विशिष्ट परिस्थितीतून निर्माण झाला आहे. ढासळत चाललेल्या वैदिकी व्यवसायात त्याच्या वडिलांची जेवढी आर्थिक कुचंबणा झाली नसेल, तेवढी इंग्रजी शिक्षण घेऊन आणि शिक्षकाची नोकरी पत्करून त्याच्या वाट्याला आली आहे, ही एका दृष्टीने काळाची करामत आहे. शंकर उशिरा जन्माला आला, हेच खरे. तो जर पंचवीस वर्षे आधी जन्माला आला असता, तर त्याच्या सज्जनपणाचे कौतुक झाले असते. पैशाची ऊब नसली, की माणसाच्या जीवनावर एक प्रकारची प्रेतकळा येते. विशेषत: मध्यमवर्गातल्या कुटुंब चालविणाऱ्या माणसाची तर मोठी केविलवाणी परिस्थिती होते. खालच्या वर्गात पैशाच्या अभावी नित्य कुतरओढ होते, नाही असे नाही; पण ती कुतरओढ त्याच्या शारीरिक गरजांची असते. भावनांची आणि विचारांची नाही. गरिबी आपल्या पाचवीला पूजलेली आहे, हे त्या वर्गातल्या पाच वर्षांच्या पोरालासुद्धा ठाऊक असते. त्या जीवनक्रमात सारा खुला कारभार असतो. सारे मिळवितात, सारे मिळेल ते वाटून घेतात. परंपरेने आणि परिस्थितीने त्याच्या इच्छा, वासना आणि अपेक्षा मर्यादित केलेल्या असतात. त्यामुळे अपेक्षाभंगाचे दु:ख मध्यमवर्गाइतके या वर्गाच्या वाट्याला कधीच येत नाही.

शिक्षणाने, संस्कृतीने आणि पिढ्यानुपिढ्या रूढ झालेल्या राहणीने मध्यमवर्गाच्या अपेक्षा आणि आकांक्षा वाढलेल्या आहेत. त्याच्या कल्पनांत आणि भावनांत एक

प्रकारचा काव्यमय नाजूकपणा आला आहे. इंग्रजी राजवटीतल्या पहिल्या तीन पिढ्यांत या वर्गातल्या अनेकांच्या वाट्याला ज्ञानाबरोबर धनही आले. त्यामुळे या वर्गाचे भारतीय संस्कृतीतून निर्माण झालेले असे जे विशिष्ट तत्त्वज्ञान होते, ते झपाट्याने पालटत गेले. उदाहरणार्थ, वैदिकी आणि वैद्यकी हे दोन्ही व्यवसाय प्राचीन काळी राजमान्य आणि लोकमान्य होते. या व्यवसायातल्या प्रतिष्ठित माणसांना आपल्या विद्येचा वाजवी अभिमान असे; पण त्यातल्या पुष्कळांना पैशाचा लोभ नसे.

डायोजिनसची एक गोष्ट सांगतात ना? अलेक्झांडर महाराज त्याच्यापाशी येऊन उभे राहिले. 'आपणाला काय हवे ते मागा. क्षणार्धात ते आपल्याला मिळेल.' असे त्याला त्यांनी नम्रपणे सांगितले. अंगणात ऊन खात बसलेल्या डायोजिनसने उत्तर दिले, 'राजा, तू जरा दूर उभा राहा. तुझ्या सावलीमुळे माझ्यावर ऊन नीट पडत नाही. तू दूर झालास म्हणजे मला ते भरपूर मिळेल. एवढंच मला हवं आहे. दुसऱ्या कुठल्याही गोष्टीची मला जरुरी नाही.' असले उत्तर देणाऱ्या पंडिताची परंपरा परवा-परवापर्यंत आपल्याकडेही होती. शास्त्री, पंडित, पुराणिक, कीर्तनकार किंवा दशग्रंथी ब्राह्मण म्हणून गाजलेल्या गृहस्थाला पाहायला जावे आणि पंचा नेसलेली बावळट चेहऱ्याची एक हडकुळी व्यक्ती हातात परडी घेऊन फुले काढीत असलेली किंवा वासरांचा गळा मोठ्या प्रेमाने खाजवीत बसलेली पाहून चकित व्हावे, असे अनुभव जुन्या काळी फार येत. आगरकरांचे लेख वाचून त्यांना पाहायला गेलेला एक मनुष्य अंगात बंडी आणि हातात चिलीम असा त्यांचा अवतार बघून आपण सुधारकांच्या म्होरक्याच्या घरी आलो आहोत, की एखाद्या जुन्या परंपरेतील भटजींच्या घरी शिरलो आहोत, अशा संभ्रमात पडल्याची कथा आहे. त्या कथेचे मर्म नीट लक्षात घेतले, तर एक गोष्ट स्पष्ट होईल. विद्येचे आणि संस्कृतीचे संरक्षण व संवर्धन करण्याची जबाबदारी या देशात पिढ्यान्पिढ्या ज्या वाट्याला आली होती, त्याचे लक्ष पैसा, प्रतिभा, पोषाख इत्यादी गोष्टीकडे कमी असे. तो केवळ एक बुद्धिजीवी वर्ग होता असे मुळीच म्हणता येणार नाही. मजूर किंवा शेतकरी हाताने राबतो, तर कारकून मेंदूने राबतो, असे आज आपण म्हणू शकू; पण प्राचीन काळापासून विद्येला वाहून घेतलेला आणि संस्कृतीचा सांभाळ करणारा मध्यमवर्ग हा केवळ मेंदूचे काम करून पोट भरणारा वर्ग नव्हता. समाजाच्या बौद्धिक आणि नैतिक विकासाचा तो केंद्रबिंदू होता. समाजपुरुषाच्या पाठीचा तो कणा होता. परिस्थितीने नेमून दिलेल्या कामाच्या पाट्या टाकायच्या व त्या टाकल्यावर जे पोटाला मिळेल, ते मुकाट्याने खात बसायचे, असा त्याचा जीवनक्रम कधीच नव्हता. समाजातले इतर थर केवळ वर्तमानकाळात जगू शकतात; पण ज्याच्यावर सामाजिक मार्गदर्शनाची आणि संस्कृतीच्या जोपासनेची जबाबदारी आहे, तो वर्ग वर्तमानाइतकाच भूत आणि भविष्य

यांच्याशी जोडला जातो. भूतकाळातले जे चांगले असेल, ते भविष्यकाळापर्यंत नेऊन पोहोचविण्याचे काम महाराष्ट्रात याच वर्गाने केले. जुन्या निरुपयोगी झालेल्या गोष्टी दूर झुगारून देऊन त्याच्या जागी नव्या गोष्टी रूढ करण्याची धडपड करणारे बंडखोर याच वर्गातून निर्माण झाले. ज्ञानेश्वर-एकनाथांपासून टिळक-आगरकरांपर्यंतचा इतिहास पाहिला तरी या वर्गाचे कार्य सहज लक्षात येईल. 'अश्रू'तला शंकर दुबळा आहे, बंडखोर नाही. तो एक सामान्य मनुष्य आहे. जगाला दिपवून सोडण्यासारखे त्याच्या अंगी विशेष काही नाही; पण या वर्गाचाच तो वारस आहे. अगदी पुसटपणाने का होईना, ही परंपरा चालविण्याचे काम तो करीत आहे.

मध्यमवर्गाच्या ऐतिहासिक स्वरूपाचे आणि इंग्रजी राज्यानंतर त्याच्यात झपाट्याने निर्माण होऊ लागलेल्या नव्या थराचे आणि पडू लागलेल्या निरनिराळ्या बदलाचे विवेचन करण्याचे हे स्थळ नव्हे. तसा माझा अभ्यास किंवा अधिकार नाही; पण एक गोष्ट नम्रपणे मला इथे नमूद करावीशी वाटते. कला, साहित्य, राजकारण, समाजकारण, अर्थकारण वगैरे गोष्टींविषयी आपण सर्व नेहमी तावातावाने बोलतो; पण कुठल्याही गोष्टीकडे वस्तुनिष्ठ दृष्टीने पाहायला आपण अजून फारसे शिकलो नाही. एखादे पुस्तक वरवर चाळावे, तसे आपण जीवनाकडे पाहतो.

—पण जीवनाच्या या गूढ, विचित्र आणि विशाल ग्रंथातल्या शब्दाशब्दांचा कीस पाडून त्याचा अभ्यास करणे दूर राहो, स्थूलमानाने त्याचे सत्य स्वरूप काय आहे, हे जाणून घेण्याचासुद्धा निकराचा प्रयत्न आम्ही सहसा करीत नाही. सत्याच्या शोधाला आम्ही निघालो आहोत, अशा जाहिराती लावण्यात आपणाला आनंद होतो. मात्र ते सत्य कटु किंवा कुरूप असले तरी त्याचा स्वीकार आपण केलाच पाहिजे, ही जाणीव आपल्या समाजात फार थोड्या लोकांच्या ठिकाणी जागृत असलेली दिसते. कुरूप सत्यापेक्षा सुंदर अर्धसत्य आपल्याला अधिक आवडते. म्हणून इंग्रजी राजवटीत दोन भिन्न संस्कृतींचा जो संघर्ष सुरू झाला, त्याला संगम हे गोड नाव आमच्या अनेक पुढाऱ्यांनी दिले. अनुभवांती तो शंकर ठरला. आजकालचे विद्वान स्त्रियांना पुरुषनिरपेक्ष जीवन कंठण्याचा उपदेश करतात, आजकालचे राज्यकर्ते ज्या लोकसंख्येला पोसणे कठीण होऊन बसले आहे, ती वाढू नये म्हणून कुटुंबनियोजनाचा प्रचार करण्याएेवजी संततिनियमनाची साधने कृत्रिम व नीतीहीन मानतात आणि लाखात एखादाच जे कडकडीत ब्रह्मचर्य पाळू शकतो, त्याच्या हातात जपमाळ घेऊन पुरस्कार करीत बसतात. बुद्धीने निर्माण केलेल्या कुठल्याही यंत्राकडे मनुष्य अजून पाठ फिरवू शकला नाही. ज्याच्यामुळे निर्माण होणाऱ्या सुखसोयी नाकारू शकला नाही, हे मानवजातीचा आतापर्यंतचा इतिहास उच्चरवाने सांगत असताना आपल्या देशातली मोठमोठी माणसे ग्रामोद्योगांनी स्वयंपूर्ण केलेल्या खेडेगावाची स्वप्ने पाहात आहेत.

आदर्शांसाठी आदर्श हे तत्त्वज्ञान मला तरी कलेसाठी कला या पंथासारखे वाटते. कलेसाठी कला म्हणणाऱ्यांत अस्सल कला अंगी असलेला आणि स्वत:ची प्रतिसृष्टी निर्माण करू शकणारा अवलिया एखादाच असतो. बाकीचे बहुतेक कारागीर असतात. त्या कलादाराची कला त्यांना परवडण्यासाठी नसते. पदोपदी अत्यंत उच्च आदर्शाचा पुरस्कार करणारातही हीच स्थिती आढळते. त्यातला एखादाच 'बोले तैसे चाले' या कोटीतला संत असतो. बाकीच्यांना प्रत्यक्ष जीवनात वास्तवाशी तडजोड करावी लागते; पण ती तडजोड कबूल करणे त्याच्या जिवावर येते. त्यामुळे अर्धसत्ये आणि अपसिद्धांत यांचा पुरस्कार कळत नकळत त्यांच्याकडून होतो. आदर्शाची पूजा हा भारतीय संस्कृतीचा विशेष आहे. या पूजेने प्राचीन काळी सामाजिक विकासाला हातभार लावला असेल; पण कुठलीही पूजा ही भक्तीच्या पोटी जन्माला येते आणि भक्ती ही प्रीतीप्रमाणेच अनेकदा आंधळी असते. प्रथम नसली तरी पुढे ती पूर्णपणे अंध होते. साहजिकच, आदर्शाची पूजा ही खोट्या स्वप्नांची, काही काही वेळा चैतन्य निघून गेलेल्या प्रेताची पूजा होते.

आदर्शाची पूजा, मग ती डोळस असो वा आंधळी असो, हे भारतीय प्रकृतीचे वैशिष्ट्य होते. त्या विशेषाला अनुरूप अशीच समाजरचना प्राचीन काळी अस्तित्वात होती. आजच्या विसाव्या शतकातल्या शास्त्रीय किंवा बुद्धिवादी दृष्टिकोनातून त्या काळच्या अनेक श्रद्धा हास्यास्पद वाटल्या, तरी तत्कालीन समाज त्याविषयी नि:शंक होता; पण इंग्रजी राज्य या देशात आले ते अगदी निराळ्या श्रद्धा आणि निराळी मूल्ये घेऊन! नदीच्या पाण्यावर शतकानुशतके तरंगत राहिलेले आणि स्वत:ला अमर मानणारे मातीचे भांडे या नव्या लोखंडाच्या भांड्यावर जाऊन आपटले. त्याला एक चीर गेली, दुसरी चीर गेली. हळूहळू त्याच्या काठाचे तुकडे पाण्यात पडून बुडू लागले. मग भांड्याच्या एकेक तुकड्याला जलसमाधी मिळाली. हे सर्व उघड्या डोळ्यांनी पाहूनही आपण ते मातीचे भांडे नदीच्या तळाशी सुरक्षित आहे, अशा भ्रमातच पुष्कळदा बोलत असतो. जुन्या आदर्शाचा अंधपणाने स्थानी-अस्थानी पुरस्कार करण्याची खोडच आपल्याला जडली आहे. जे वैशिष्ट्य होते ते वैगुण्य होऊ पाहात आहे.

शंकर ज्या मध्यमवर्गाचा प्रतिनिधी आहे, त्याच्या प्रचलित परिस्थितीशी, भूतभविष्याशी आणि हित-अहिताशी या वैशिष्ट्याचा संबंध नसता, तर त्याची इथे चर्चा करण्याचे कारण नव्हते; पण गेल्या चार पिढ्यांत आपल्या मध्यमवर्गाने जे चढउतार अनुभविले आणि आता तो जे प्रवाहपतित जीवन जगत आहे, त्याचा भारतीय संस्कृतीच्या अनेक विशेषांशी निकटचा संबंध आहे. इंग्रजी राजवटीपूर्वी धर्माची, शिक्षणाची आणि साहित्याची धुरा याच वर्गाने वाहिली. जीवनविषयक तत्त्वज्ञानाकरिता जनता आशाळभूतपणाने पाहात असे ती याच वर्गाकडे. त्यामुळे

पापपुण्य, नीती-अनीती, सुखदुःख, कार्याकार्य इत्यादी गोष्टींचा विचार करून जीवनमूल्ये सांभाळण्याचे काम याच वर्गाला करावे लागेल. सुखी, आदर्श आयुष्याची स्वप्ने पाहणे आणि स्वतःच्या व समाजाच्या कल्याणासाठी ती सत्यसृष्टीत उतरविण्याचा प्रयत्न करणे, हे या वर्गाचे कार्य होते.

पूर्वीच्या जातिप्रधान समाजरचनेत 'मध्यमवर्ग' हा शब्दप्रयोग हल्लीच्या अर्थाने रूढ नव्हता. सुखी, आदर्श जीवनाच्या कल्पनांचा विचार करतानासुद्धा ऐहिकापेक्षा पारलौकिकाकडेच त्या वेळी अधिक लक्ष दिले जात असे. सर्व सामाजिक थराच्या मनावर धर्मकल्पनांचे अधिराज्य चालत असल्यामुळे 'हे असे का?' व 'ते तसे का नाही?' हे प्रश्न विचारण्याची छाती त्या काळात व्यक्तीला क्वचितच होत असे. समतेचा ध्वज हातात धरणाऱ्या संताला, स्वराज्याचे निशाण उंच उंच फडकविणाऱ्या वीराला किंवा अधिकारपदावरल्या पंतप्रधानालासुद्धा देहान्त प्रायश्चित्त सुनाविणाऱ्या, निःस्पृह विद्वानालासुद्धा पारलौकिक शृंखलांचा जुलूम जाणवत नसे. त्या वर्गाच्या या सर्व मर्यादा मला मान्य आहेत. असे असूनही प्राचीन काळी विद्येचे आणि सांस्कृतिक मूल्ये सांभाळण्याकरिता जो पिढ्यान्पिढ्या प्रामाणिकपणाने धडपडत राहिला, त्या वर्गाने मध्यमवर्गाचे कर्तव्य बजावले, असे म्हणण्याला काय हरकत आहे? रॉय लेविस व अँगस मॉड यांनी लिहिलेल्या 'इंग्लिश मध्यमवर्ग' या पुस्तकांसारखा गेल्या दोन हजार वर्षांतील भारतीय जीवनाचे समाजशास्त्रदृष्ट्या समालोचन करून त्यातून निघणारे निष्कर्ष सांगणारा एखादा ग्रंथ तयार झाला, तर आपल्या सामाजिक सुखदुःखांची मीमांसा, जातिभेद आणि वर्गकलह त्याच्यापेक्षा आणखी एका निराळ्या दृष्टिकोनातून करता येणे शक्य आहे, हे दिसून येईल.

या जुन्या मध्यमवर्गाला इंग्रजी राजवटीने अतिशय जोराचे धक्के दिले. त्या राजवटीतल्या विविध सुखसोयी व सुलभ रीतीने मिळणाऱ्या सुखवस्तूपणाच्या नोकऱ्या यामुळे ते धक्के त्या वर्गाला प्रारंभी जाणवले नाहीत; पण इंग्रजी अंमल जसजसा सुस्थिर होऊ लागला, तसतसा या वर्गाचा एकजिनसीपणा मोडला. त्याच्या परंपरागत निष्ठा द्विधा झाल्या. वर्तमान हा भूत आणि भविष्य यांना जोडणारा पूल असतो, या गोष्टींचा त्याला विसर पडला. सभोवताली घडणाऱ्या क्रांतीचे त्याला नीट आकलन होईना. आचार्य बाळशास्त्री जांभेकरांवर लिहिताना प्रा. त्र्यं. श. शेजवलकर यांनी काढलेले उद्गार या संदर्भात मननीय आहेत. ते म्हणतात, 'सार्वजनिक बुद्धीच्या पुरुषातही एक व्यंग नेहमी आढळते. ते म्हणजे आपण कोणता धंदा उदरनिर्वाहासाठी करावा, याबद्दल निश्चितता नसणे. बहुधा असे दिसते, की जास्तीतजास्त अर्थप्राप्ती होण्याचा जिकडे संभव, तिकडे हे पुरुष वळतात. बाळशास्त्र्यांच्या काळीसुद्धा त्याच्या पासंगासही न पुरणारे असे त्यांचे अनेक सहाध्यायी व शिक्षक अधिक प्राप्तीच्या जागा पटकावीत असत. या जागा अर्थात शिक्षण

खात्याव्यतिरिक्त सरकारी राज्ययंत्रातील नोकरीच्या असत; पण बाळशास्त्र्यांनी आपल्या ब्राह्मणजातीला योग्य असा शिक्षकाचा पेशा सोडून कोर्टात अंमलदार बनण्याचे मनातही आणले नाही आणि आपल्या शिष्यासही ते तसाच उपदेश करीत. मुंबईच्या इतिहासात तो काळ असा होता, की बुद्धिमान, कल्पक व उद्योगी मनुष्य ज्या धंद्यात पडेल, त्यात श्रीमंत होई; पण शास्त्रीबोवा तिकडे ढुंकूनही पाहावयास तयार झाले नाहीत. लोककल्याणाचे जे कार्य, तेच आजन्म करावे, अशी त्याची इच्छा होती.

सूर्य तो सूर्य आणि काजवा तो काजवा हे खरेच आहे; पण सूर्य आणि काजवा यांच्यात दुसरे कुठलेही साम्य नसले, तरी एक साधर्म्य आहे. ते म्हणजे प्रकाशदान. सूर्याचा प्रकाश अर्धी पृथ्वी उजळवून टाकीत असेल. काजव्याच्या प्रकाशात प्रवाशाला पुढचे पाऊलही टाकता येत नसेल; पण सूर्याप्रमाणे काजवाही आपल्याला प्रकाशाची जाणीव करून देतो. या कादंबरीतल्या शंकरचा ध्येयवाद तसा आहे. मध्यमवर्गाच्या प्राचीन परंपरेतून अर्वाचीन काळातल्या जांभेकर-आगरकरांसारख्या अनेक आदर्शांतून, वडिलांच्या आणि टिळकगुरुजींच्या आयुष्यक्रमातून पाझरत पाझरत तो त्याच्यापर्यंत आला आहे. त्याच्या ध्येयवादात कुठल्याही प्रकारचा द्रष्टेपणा नाही, बंडखोरपणा नाही, तेजस्वीपणा नाही. तो एका सामान्य मनुष्याचा सामान्य ध्येयवाद आहे.

अनेकांना एक शंका येईल, सामान्य मनुष्य ध्येयवादी होऊ शकतो का? शंकरसारख्या शिक्षकाने हालअपेष्टा सोसून आपल्या तुटपुंज्या ध्येयवादाला जन्मभर चिकटून राहण्यात समाजाचा असा काय फायदा होणार आहे? या प्रश्नाचा विचार करण्यापूर्वी ध्येयवादाविषयी थोडेफार तुच्छतेने बोलण्याची आणि लिहिण्याची जी टूम अलिकडे हळूहळू वाढत आहे, ती लक्षात घ्यायला हवी. टिळक, आगरकरांचा वारसा घेऊन आलेले मराठी पत्रकार जेव्हा वृत्तपत्र हा धर्म नसून धंदा आहे, असे ठासून सांगू लागतात, तो काळ निराळा आणि हा काळ निराळा, अशी आपल्या धंदेवाईक वृत्तीवर मखलाशी करतात, शब्दकोडे सोडविणे हे बुद्धीचे काम आहे, असे लोकांना भासवितात आणि साहित्यातल्या किंवा अन्य क्षेत्रांतल्या ध्येयवादावर स्वप्नाळूपणाचा खरा-खोटा आरोप करून तो कुचकामी ठरवितात, तेव्हा मन गोंधळून जाते. 'हा विद्वान ब्राह्मण दारूपायी वाया गेला आहे' असे विद्याहरणातला कच दारूबाज शिष्यवराविषयी म्हणतो. ध्येयवादाची टिंगल करणाऱ्या या विद्वानांच्या आयुष्यात काही दुसरी चीज आली आहे की काय, अशी अभद्र शंका मनात डोकावून जाते. मानवी जीवनाला पोषक आणि आजच्या आपल्या समाजाला अत्यंत आवश्यक अशा एका श्रेष्ठ मूल्यावरली लोकांची श्रद्धा डळमळीत करणे खरोखरच इतके अपरिहार्य होऊन बसले आहे काय?

बऱ्यावाईट कारणाने शेपूट तुटलेल्या कोल्ह्याने तो कसा तुटला, हे सांगून

आपल्या भाऊबंदांची सहानुभूती मिळवायला काहीच हरकत नाही; पण स्वत:ला शेपटी नाही म्हणून इतरांना आपल्या शेपट्या कापून टाकायला सांगणे यात धूर्तपणा असला, तरी प्रामाणिकपणा खास नाही. समाजातले सारे लोक संन्याशी होऊ लागले, तर संन्यासाची निंदा करण्यात काहीतरी अर्थ आहे; पण जिथे संन्याशी बोके संन्याशासारखे वागत असतील, तिथे ती निंदा करणे म्हणजे आगीत तेल ओतण्यासारखे नाही का? गेल्या चार पिढ्यांतला महाराष्ट्राचा सामाजिक इतिहास पाहिला, तर तत्त्वनिष्ठ आणि ध्येयवादी व्यक्तींची संख्या प्रत्येक पिढीला घटत चालली आहे, असे दिसून येईल. ज्या मध्यमवर्गातून अशी माणसे पुढे येत, त्यांची गेल्या दहा-बारा वर्षांत विविध बाजूंनी इतकी विलक्षण कुचंबणा झाली आहे, की त्यांच्या अनेकांचा ध्येयवाद मनातल्या मनात कोमेजून जात आहे. पुष्कळांच्या मनात ध्येयवाद रुजूच शकत नाही. ही सर्व तरुण माणसे एका वैचारिक पोकळीत भ्रमण करीत आहेत, ती सर्व दृष्टींनी अश्रद्ध होत आहेत. देव न मानणारा, पण मनुष्याच्या कर्तृत्वावर विश्वास असणारा नास्तिक समाजाला उपकारकच ठरतो; पण गेल्या दहा-बारा वर्षांतल्या कुचंबणेने मध्यमवर्गात एक निराळ्याच प्रकारचा नास्तिक जन्माला आला आहे. त्याचा देवावर विश्वास नाही, त्याची माणसावर श्रद्धा नाही, त्याला परलोक पटत नाही, इहलोकात काही राम आहे, असे वाटत नाही. जीवनाचे, प्रीतीचे किंवा त्यागाचे पावित्र्य तो जाणत नाही. एक प्रकारचा सर्वव्यापी नास्तिकवाद *(Nihilism)* बहुसंख्य तरुणांना ग्रासू पाहात आहे. म्हणूनच, जवाहरलालाच्या दर्शनाकरिता गर्दी करणारे लोक राजकपूरला पाहायला तितकेच उत्सुक असलेले दिसतात. अभिजात साहित्याकडे पाठ फिरवून तरुण-तरुणी उथळ चित्रपटांचा आणि रहस्यकथांचा चोथा चघळीत बसतील तो याच कारणामुळे. जीवनाच्या प्रत्येक क्षेत्रात हे भयंकर स्थित्यंतर जाणवू लागले आहे. उदात्तापेक्षा क्षुद्राची, चिरंतनापेक्षा क्षणिकाची आणि भावनेपेक्षा वासनेची पूर्वीपेक्षा अधिक उघडपणे पूजा केली जात आहे. तरुण पिढीला तर या पूजेचे विशेष आकर्षण वाटत आहे.

जे घडत आहे, त्यात या पिढीचा सारा दोष आहे, असे मुळीच नाही. १९४०पूर्वीची थोडीफार अस्थिर झालेली मध्यमवर्गाची जीवनमूल्ये गेल्या बारा वर्षांत जवळ जवळ उन्मळून पडली आहेत. फुटक्या नावेत भसाभस पाणी शिरावे आणि त्या नावेत बसलेल्या माणसांना ते काही केल्या पुसून टाकता येऊ नये, तशी या वर्गाची स्थिती झाली आहे. इंग्रजी राज्याच्या प्रारंभी या वर्गाने आपले जीवनवस्त्र फुलझाडावर वाळत घातले होते, त्या झाडाला फुले लागली. ती झाडे पुन्हा त्वरित फुलतील आणि हे काटे पूर्ववत् फुलाच्या गुच्छात झाकून जातील, अशी वेडी आशा अनेकांनी बाळगली. ती झाडे पुन्हा फुलणार नाहीत, यावर अजूनही अनेकांचा विश्वास बसत नाही; पण इंग्रजी राज्याबरोबर जी क्रांती सुरू झाली, तिचा हा

अपरिहार्य परिणाम आहे. ती क्रांती केवळ वैचारिक नव्हती. जीवनाच्या प्रत्येक क्षेत्राचे स्वरूप पार पालटून टाकण्याची शक्ती तिच्या अंगी नव्हती. साहजिकच, भारतीय जीवनाला हजारो वर्षांची जुनी चाकोरी सोडून एका न रुळलेल्या नव्या मार्गाचा आश्रय घ्यावा लागला. गेली शंभर वर्षे ही वाटचाल सुरू आहे; पण ती करताना आपण पुन्हा पुन्हा त्या दूर राहिलेल्या चाकोरीकडे आशाळभूतपणाने पाहात आहोत. मध्यमवर्गाची जी दुर्दशा झाली आहे, तिचे मूळ या मनोवृत्तीत आहे. ज्या दिवशी हा वर्ग इंग्रजी शिक्षण घेऊ लागला, खेडी सोडून मोठ्या प्रमाणात शहराकडे वळला, ज्ञान आणि संस्कृती यांची परंपरा चालविण्याच्या कर्तव्याचा त्याने निरोप घेतला, श्रद्धेची पणती फेकून देऊन बुद्धिवादासारख्या विद्युत्दीपाच्या प्रकाशात तो पुढला मार्ग शोधू लागला, मानवी जीवनातील सुखदु:खे परलोकातल्या परमेश्वरावर अवलंबून नसून ती इहलोकातल्या मनुष्याच्याच हातात आहेत याची जाणीव त्याला झाली, त्याच दिवशी या जुन्या चाकोरीचा मोह त्याने संपूर्णपणे सोडायला हवा होता. अग्निहोत्री यज्ञकुंडात जसा अग्नी सांभाळून ठेवीत असे, तसे प्रत्येक समाजाला आपले स्वत्व बरोबर घेऊनच नवनवे प्रवास करावे लागतात; पण त्या स्वत्वाचे आम्ही वाजवीपेक्षा अधिक स्तोम माजविले. येऊ घातलेली क्रांती झाडाच्या ज्या फांद्यांवर कुन्हाड चालवीत होती, त्याच्यावर आम्ही ऐटीत बसून राहिलो. राजकीय संघर्षाची धुंदी, भूतकाळाचा अवास्तव अभिमान, जगाचे आणि जीवनाचे स्वरूप वेगाने पालटवून टाकणाऱ्या यंत्रयुगाविषयीचे पुसट ज्ञान, इतर समाजातल्या नाना प्रकारच्या घडामोडी व त्याचे कार्यकारण भाव याबाबत अंगवळणी पडलेली बेफिकिरी अशा अनेक गोष्टींमुळे मध्यमवर्ग असा वागला असेल; पण समाजरचनेचा धार्मिक पाया सोडला, की तिथे आर्थिक पाया घालावाच लागतो. मानवी बुद्धीच्या पलीकडली विषमतेची कारणे अमान्य केली, की आर्थिक व सामाजिक समता हे ध्येय मान्य केल्याशिवाय गतीच उरत नाही, हे लक्षात घेऊन या वर्गाने गेल्या पाच पिढ्यांत आपल्या जीवनाची मांडणी केली नाही. जुन्या समाजरचनेत मर्यादित असे का होईना, आर्थिक स्वास्थ्य त्याला होते. ते दशका-दशकाला कमी होत गेले. गेल्या दहा-बारा वर्षांत तर ते पूर्णपणे लोप पावण्याच्या पंथाला लागले. 'अश्रू'तल्या शंकरचे दु:ख असे उद्भवले आहे. त्याला व्यक्तिश: तो जबाबदार नाही, झपाट्याने बदलू लागलेल्या समाजरचनेचा आणि जीवनमूल्यांच्या विविध संकटांचा तो परिपाक आहे. महादेव शिवराम गोळे यांनी 'ब्राह्मण आणि त्याची विद्या' व 'हिंदूधर्म आणि सुधारणा' या पुस्तकात समाजशास्त्रांच्या बैठकीवरून या वर्गाला जे इशारे दिले होते, त्यांच्याकडे त्याने कधीच लक्ष दिले नाही. साहजिकच, हा वर्ग आता त्रिशंकूसारखा अधांतरी लटकत आहे. शंकरच्या कहाणीचे स्वरूप असेच आहे. त्याला ध्येयाचा स्वर्ग हवा आहे, आर्थिक पृथ्वीही हवी आहे.

थोडे खोल जाऊन पाहिले तर साऱ्या मध्यमवर्गाचीच स्थिती आता त्रिशंकूसारखी झाली आहे, असे दिसून येईल. या वर्गापुढे उभ्या असलेल्या आर्थिक, वैवाहिक, सांस्कृतिक किंवा दुसऱ्या कोणत्याही समस्या पाहाव्यात. पायाखालची वाळू निसटून जाऊन तिथे खोल खड्डे पडले आहेत आणि हाताला नवीन निश्चित आधार मिळालेला नाही, अशा स्थितीत मध्यमवर्गातली सारी माणसे– स्त्री-पुरुष, पोरथोर, तरुणतरुणी वावरत आहेत. आगरकरांनी आणि तत्कालीन सुधारकांनी स्त्री-शिक्षणाचे जे मंडन केले, त्यातले अवाक्षरसुद्धा चुकीचे नव्हते. त्याला पन्नास वर्षे होऊन गेली. मध्यमवर्गात स्त्री-शिक्षणाचा सर्रास प्रचार झाला. आगरकरांनी अपेक्षिलेले या शिक्षणाचे फायदे समाजाच्या पदरात पडले की नाही, हा प्रश्न तूर्त बाजूला ठेवू; पण त्यांच्या ध्यानीमनी नसलेले त्याचे चटके मात्र आज मध्यमवर्गाला बसत आहेत. शिकलेल्या विशीपंचविशीतल्या मुलींचे लग्न हा कनिष्ठ मध्यमवर्गातच नव्हे, तर वरिष्ठ मध्यमवर्गातसुद्धा मोठा बिकट प्रश्न होऊन बसला आहे. मुली शिकल्या की साहजिकच समाजात प्रेमविवाह रूढ होतात, ही पन्नास वर्षांपूर्वीची कल्पना अजून हवेतच तरंगत आहे. इकडे शाळा-कॉलेजात मुली जाऊ लागल्या; पण तिकडे लग्न ठरविण्याचे सामर्थ्य असलेल्या ग्रहाचे, हुंड्याचे समाजमनावरले दडपण त्या प्रमाणात कमी झाले नाही. प्रेमविवाहाला तरुण-तरुणींचा पूर्वपरिचय आवश्यक आहे; पण स्त्री-पुरुषासंबंधाविषयी मनूपासून फ्रॉईडपर्यंत सर्वांच्या मताची खिचडी मनात करून ती चिवडीत बसलेल्या आमच्या समाजात असा परिचय रूढ होणे मोठे कठीण आहे. कॉलेजात किंवा क्वचित इतरत्र तरुण-तरुणींचा परिचय होण्याचा व प्रेम जुळण्याचा संभव असतो. नाही असे नाही; पण जुने व नवे याचे असे काही विचित्र मिश्रण आपल्या समाजात झाले आहे, की त्यामुळे प्रत्येक प्रश्नाला कूट प्रश्नाचे स्वरूप प्राप्त होत आहे. 'अश्रू'तल्या सुमित्रेचा अनुभव या दृष्टीने पारखून पाहण्याजोगा आहे.

हे त्रिशंकूपुराण सविस्तर सांगता येईल; पण त्याची गरज आहे असे मला वाटत नाही. पहाटे उठल्यापासून रात्री अंथरुणाला पाठ लावेपर्यंत, इतकेच नव्हे, तर स्वप्नसृष्टीतसुद्धा आपल्याला या त्रिशंकूचे दर्शन व्हावे अशीच आजची परिस्थिती आहे. मध्यमवर्गातल्या स्त्रीवर संसाराला मदत म्हणून घराबाहेर पडण्याची वेळ आली; पण या नव्या जीवनक्रमाशी जुळवून घेण्याइतके तिचे 'घर' बदलले का? गेली दहा वर्षे अन्नटंचाई जाणवत आहे; पण ही टंचाई लक्षात घेऊन आम्ही आपल्या खाण्याच्या वेळा आणि खाद्यपदार्थ यात राजीखुशीने आणि अक्कलहुषारीने कितीसे बदल केले? आरोग्यशास्त्राच्या पुस्तकात किंवा आरोग्यविषयक शाखात व्हिटॅमिन्सची माहिती आपण वाचतो. ती माहिती लिहून परीक्षा द्यायची वेळ आली तर कदाचित आम्ही पहिल्या वर्गात पास होऊ; पण त्या माहितीचा उपयोग करून

आम्ही आपल्या जेवणा-खाण्यात कितीसा फरक केला आहे? दुखणेकऱ्याप्रमाणे आम्ही चिडचिड पुष्कळ करतो; पण बरे होण्याकरिता अनेक पथ्ये पाळावी लागतात, हे मात्र आमच्या गावी नाही. पाहावे तिथे आपण हवेत तरंगत आहोत, अधांतरी लटकत आहोत, दारिद्र्य आणि जीवनमान, तांत्रिक प्रगती आणि ग्रामोद्योग, व्यक्तिमन आणि समाजमन, भूतकाळ आणि भविष्यकाळ, सर्वोदयवाद व समाजवाद, नैतिक मूल्ये आणि कुटुंबनियोजन यांची सांगड कशी घालायची, हे आपल्याला कळत नाही आणि क्वचित कळले तरी वळत नाही. दोन्ही डगरींवर पाय ठेवून उभे राहण्याचे प्रयोग प्रत्येक क्षेत्रात सुरू आहेत. आपले सामाजिक मन जरठ आणि जीर्ण झाले आहे, हे या अगतिकतेचे कारण असू शकेल; पण राजकीय पारतंत्र्याचा अडसर दूर झाल्यावरसुद्धा सामाजिक गुणावगुणाचा, राष्ट्रीय शक्तीचा आणि मर्यादांचा पुढील प्रगतीला आवश्यक असलेल्या बंधनाचा आणि केवळ हातापायातल्या बेड्या होऊन राहिलेल्या रूढीचा आपण अंतर्मुख होऊन विचार केला नाही. जे नको आहे, ते निग्रहाने दूर फेकून दिले नाही. जे हवे आहे, ते काटे आणि निखारे तुडवीत साध्य करण्याचा प्रयत्न केला नाही, तर सामाजिक मन पोखरून टाकणारी अश्रद्धा आणि अगतिकता यांचे आज दिसणारे स्वरूप येत्या दशकात अधिक भयप्रद होईल.

शंकर असा अगतिक झाला आहे; पण तो अश्रद्ध मात्र नाही. मध्यमवर्गातल्या जुन्या-नव्या ध्येयवादाचे लोण त्यांच्या श्रद्धेचा चुराडा करू शकत नाही. ही श्रद्धा सोडली तर असामान्य असे त्याच्यापाशी काहीच नाही. त्याचे दुःखसुद्धा अनेकांना सामान्य वाटेल. शोकांतिकेच्या नायकासारखे अद्भुत, अघटित, रोमांचकारक किंवा आतडे पिळवटून टाकणारे असे शंकरच्या आयुष्यात काय आहे? बापाचा खून चुलत्याने करावा, त्या कृष्णकृत्यात सख्ख्या आईने साथ द्यावी, समंधाच्या रूपाने भेटलेल्या पित्याकडून या साऱ्या कारस्थानावर प्रकाश पडावा आणि मग सत्य आणि सूडभावना यांच्या रस्सीखेचीत मनाच्या चिंधड्या होऊन जगावे की मरावे? असा प्रश्न एका तरुण राजपुत्रापुढे पडावा. त्या हॅम्लेटचे दुःख कुठे आणि शंकरचे दुःख कुठे? सीता निष्कलंक आहे, हे ठाऊक असूनही तिचा त्याग करण्याची वेळ ज्याच्यावर आली आहे असा रामचंद्र, संशयाच्या आहारी जाऊन आपल्या साध्वी पत्नीचा खून करणारा अथेल्लो, उथळ आणि स्तुतिप्रिय स्वभावामुळे प्रेमाचे नाटक करणाऱ्या मुलींना राज्य वाटून देऊन त्याच्या खऱ्या स्वरूपाची कल्पना आल्यावर रानोमाळ वेड्यासारखा भटकणारा किंग लियर, ज्या अर्जुनाच्या वधाला आपण उद्युक्त झालो आहोत तो आपला भाऊ आहे, या जाणिवेने गोंधळून गेलेला कर्ण यांची जीवने या खऱ्या शोकांतिका. गरिबीशी झगडणाऱ्या आणि एकुलत्या एक पोराची हौससुद्धा भागवू न शकणाऱ्या शंकरसारख्या मास्तराच्या कहाणीला शोकांतिका कोण म्हणेल?

वर उल्लेखिलेल्या कलाकृती अतिशय श्रेष्ठ दर्जाच्या आहेत. माझ्या लेखनात त्याच्या गुणाचा सहस्रांशही असणे शक्य नाही, हे मला मान्य आहे; पण शंकरचे दुःख या मोठमोठ्या नायकांच्या दुःखाच्या मानाने क्षुद्र आहे, असे मला वाटत नाही. ज्याचे त्याचे भावनेचे म्हणून एक जग असते. एखाद्याचे हे जग विशाल असेल, एखाद्याचे चिमणे असेल; पण त्या जगातले जीवन तो ज्या उत्कटतेने जगतो, तिच्यावरच कलेच्या दृष्टीने त्याच्या सुखदुःखाचे मोजमाप अवलंबून असते. जगावे की मरावे, हा प्रश्न काही हॅम्लेटलाच पडत नाही. प्रामाणिकपणाने कष्ट करून पोटच्या गोळ्याची साधी हौस ज्याला भागविता येत नाही, अशा पित्याच्याही मनात तो येतो. गाल्सवर्दींच्या 'सिल्व्हर बॉक्स'मध्ये एका मोलकरणीवर चोरीचा आळ येतो. तिचे दुःख सीतेच्या दुःखापेक्षा आजपर्यंत आपण कमी मानीत गेलो; पण खरोखर ते कमी उत्कट आहे काय? ते रंगविणाऱ्या चित्रकाराच्या हातात वाल्मिकी, कालिदास किंवा भवभूती यांचा काव्यमय कुंचला नसेल; पण दोन्ही ठिकाणी रंग आहेत ते जीवनातले, काळजाला झालेल्या जखमेतले.

मध्यमवर्गातल्या शंकरचे हे साधेसुधे दुःख चित्रित करताना राहून राहून माझ्या मनात एक द्वंद्व सुरू होई. एक मन म्हणे, 'जगाच्या दृष्टीने अतिशय सामान्य असलेल्या एका व्यक्तीचे चित्र आपण रंगवीत आहोत, इतकं तिचं खरोखर महत्त्व आहे का?' दुसरे मन उत्तर देई, 'या विसाव्या शतकां जगाला बऱ्यावाईट अनेक गोष्टी दिल्या असतील; पण त्याची सर्वश्रेष्ठ देणगी म्हणजे त्याने सामान्य मनुष्याला दिलेलं महत्त्व– जे कोणत्या ना कोणत्या दृष्टीने असामान्य आहे, त्याचे आकर्षण जगाला वाटावे, हे स्वाभाविकच आहे; पण ज्याला आपण जीवन म्हणतो, त्यात अधिक भाग कुणाचा असतो? मूठभर असामान्याचा की शेकडो नव्वद किंबहुना शेकडा नव्व्याण्णव असलेल्या सामान्याचा? जगातले सर्व लोक सुखी व्हावेत असे आपण उद्गार काढतो, तेव्हा कुणाच्या सुखाच्या कल्पना आपल्या डोळ्यांपुढे असतात? आजपर्यंत राजांनी, वीरांनी, संतांनी, तत्त्वज्ञानींनी, कवींनी आणि शास्त्रज्ञांनी या सामान्य मनुष्याला फारसे बोलू दिले नाही, कुणी त्याची वकिली केली, कुणी कत्तल केली, कुणी त्याच्यातला देव जागृत करण्याचा प्रयत्न केला, कुणी त्याच्या मनाचे पृथक्करण करून तो पशूच राहणार, असे भविष्य वर्तविले. असामान्याच्या कर्तृत्वाचा त्याला अनेक वेळा फायदा मिळाला; पण त्याचबरोबर त्याच्या संघर्षात त्याची वारंवार ससेहोलपटही झाली. कुठलाही मुखवटा न चढविता जगापुढे उभे राहण्याची संधी, आपले मनोगत मोकळेपणाने बोलून दाखविण्याची संधी या शतकातच त्याला प्रथम मिळाली. मग शंकरसारख्या शिक्षकाचे सर्वसामान्य जीवन हा कादंबरीचा विषय का होऊ नये?

शंकर गरीब आहे, दुबळा आहे. आजच्या व्यवहारी जगाशी टक्कर मारण्याचे

सामर्थ्य त्याच्या अंगी नाही; पण तो मध्यमवर्गाचा खराखुरा प्रतिनिधी आहे. अनेक शतकांच्या संस्कृतीचा सुगंध हृदयात जपून ठेवून तो वावरत आहे. भोवतालीं जीवनाला बाजाराची कळा आलेली तो पाहात आहे. या बाजारात देशभक्तापासून व्यापाऱ्यांपर्यंत सर्वांनी आपापली मोठी दुकाने थाटलेली त्याला दिसत आहेत; पण तो स्वत:चे दुकान तिथे मांडू इच्छित नाही. असे दुकान मांडणाऱ्याला तिथे आज ना उद्या आपला आत्माही विकावा लागतो, हे त्याला पुरेपूर ठाऊक आहे. जीवनावरली श्रद्धा ढासळावी, असे अनेक अनुभव त्याला येतात; पण तो मनाशी सारखे घोकीत आहे, 'मनुष्य स्वप्नांवर जगतो. मनुष्य ध्येयांवर जगतो. अन्नाइतकीच ही श्रद्धाही त्याला आवश्यक असते.'

'कला ही विजेसारखी असते, तिला स्पर्श करायला जाणाऱ्या शंभरांपैकी नव्व्याण्णव होरपळून जातात, एखादाच तिला पकडू शकतो,' असे उद्गार केशवसुतांनी काढले आहेत. एकट्या कलेचीच गोष्ट कशाला हवी? ध्येये अशीच असतात. प्रेमे अशीच असतात. या जगात जे जे उच्च आहे, उदात्त आहे, मंगल आहे, माणसाला पशूच्या पातळीवरून वरच्या पातळीवर नेणारे आहे, त्याची माणुसकी जागविणारे किंवा वाढविणारे आहे, 'तू केवळ शरीर नाहीस', असे अधिकारवाणीने त्याला सांगणारे आहे, ते ते असेच उदास; पण उग्र असते. मग ती भक्ती देवाची असो वा देशाची असो. ती प्रीती कवितेवरली असो अथवा पत्नीवरली असो, ते काम संगोपनाचे असो वा संशोधनाचे असो, त्यागाशिवाय भावनांना तेज नाही, संसार केलेल्या प्रौढ माणसाची या बाबतीत हवी तर साक्ष घ्यावी. ती घेण्याकरिता दूर तरी कशाला जायला हवे? या कादंबरीतली 'उमा'सुद्धा ते काम करू शकेल.

शंकर ध्येयवादी आहे असे मी आरंभी म्हटले, त्याचे कारण हेच आहे. स्वत:च्या चिमुकल्या ध्येयवादाच्या धगीने त्याचे हात होरपळतात. त्या दु:खाने त्याच्या डोळ्यांतून अश्रू ठिबकतात; पण ते अश्रू हेच तो आपले वैभव मानतो. तो त्या ध्येयवादाची धास्ती घेऊन पळून जात नाही. व्यावहारिकदृष्ट्या तो परिस्थितीचा बळी आहे. इंग्रजी अंमलानंतर ज्याला अचानक सुलभ संपत्तीचे मार्ग मोकळे झाले आणि दुसऱ्या महायुद्धानंतर ज्याची या मार्गांनी क्रमाक्रमाने नाकेबंदी होऊ लागली, अशा वर्गात तो जन्माला आला. दुसऱ्या महायुद्धाच्या ज्वाळा समाजरचनेचा पाया बदलत आहे, याची या वर्गाला तीव्रतेने जाणीवच झाली नाही. त्यामुळे त्याच्या जीवनक्रमात कालानुरूप बदल होऊ शकले नाहीत. खेड्यात सापडलेल्या माणसांप्रमाणे या वर्गाचे आयुष्य झाले. ज्या आर्थिक पायावर आयुष्याची इमारत उभारायची, तो डळमळीत झाला असूनही पूर्वीच्याच कल्पनामंदिरात हा वर्ग रमत राहिला. त्या वर्गाचा प्रतिनिधी म्हणून शंकरच्या वाट्याला हे सर्व दु:ख येणे क्रमप्राप्तच होते.

मध्यमवर्गापुढल्या आर्थिक किंवा अन्य प्रकारच्या समस्या कशा सुटणार आहेत

किंवा त्याने त्या कशा सोडवाव्यात, हे सांगण्याचा माझा अधिकार नाही. 'समस्येचे स्वरूप सुस्पष्ट करणे हे लेखकाचे काम, ती सोडविणे हे राजकारणी पुरुषांचे आणि समाजशास्त्रज्ञांचे काम!' असे इब्सेन म्हणत असे. ते सर्व दृष्टींनी अर्थपूर्ण आहे.

मात्र एक आर्थिक व दुसरे सांस्कृतिक अशी दोन शकले परस्परविरुद्ध दिशेला फेकली गेल्यामुळे मध्यमवर्ग निर्जीव बनत चालला आहे, ही गोष्ट उघड आहे. जरासंधाचा देह असाच दोन शकलांचा होता. ती शकले जुळली, की बलाढ्य जरासंध निर्माण होत असे. त्या पद्धतीनी हा वर्ग जिवंत होवो अथवा बहुजन समाजाशी तो समरस होऊन जावो, त्याने जो माणुसकीचा दिवा पिढ्यान्पिढ्या हातात धरला आहे, तो कधीही विझू नये, एवढी दक्षता त्याने घ्यायला हवी. या वर्गाचे खरे वैभव ते आहे. भारतीय संस्कृतीचा सर्वश्रेष्ठ वारसा तेवढाच आहे. जगातले मुत्सद्दी मानवतेला सुखी करण्याकरिता युद्धाच्या खाईत केव्हा लोटतील याचा नेम नाही. जगातले व्यापारी मनुष्याच्या सुखसोयी वाढविण्याचे सोंग करून मायेचा बाजार कसा मांडतील आणि त्याला किती लुबाडतील, याला मर्यादा नाही. जगातला दंभ सामान्य मनुष्याला गोड गोड अशी वचने देऊन त्याच्या जिवावर प्रत्येक क्षेत्रात किती काळ चरत राहील, हे सांगणे कठीण आहे. अशा स्थितीत माणुसकीचा आधार एकच आहे. तो म्हणजे संस्कृतीची सारी मूल्ये सांभाळण्याकरिता धडपडणारा, तडफडणारा सामान्य माणूस. ज्याला विशेष चांगले असे काही करता येत नाही; पण वाईट करताना ज्याचा हात कचरल्याशिवाय राहणार नाही, असा सामान्य माणूस. असा माणूस भारतीय संस्कृतीने निर्माण केला. त्याची परंपरा मध्यंतरीच्या काळात मध्यमवर्गाने चालविली. बाह्यरूप कितीही बदलले, तरी ती परंपरा अखंड ठेवणे आणि विकसित करणे यातच त्याच्या आयुष्याचे सार्थक, समाजाचे कल्याण आणि मानवतेचे अंतिम हित आहे.

कोल्हापूर   **— वि. स. खांडेकर**
१८-१२-५३

www.ingramcontent.com/pod-product-compliance
Lightning Source LLC
Chambersburg PA
CBHW052028020726

47501CB00004B/1308